कॉलेज

डॉ. छाया महाजन

मेहता पब्लिशिंग हाऊस

All rights reserved. No part of this publication may be reproduced, stored in a retrieval system or transmitted, in any form or by any means, without the prior written consent of the Publisher and the licence holder. Please contact us at **Mehta Publishing House,** 1941, Madiwale Colony, Sadashiv Peth, Pune 411030.
℡ +91 020-24476924 / 24460313
Email : info@mehtapublishinghouse.com
production@mehtapublishinghouse.com
sales@mehtapublishinghouse.com
Website : www.mehtapublishinghouse.com

♦ *या पुस्तकातील लेखकाची मते, घटना, वर्णने ही त्या लेखकाची असून त्याच्याशी प्रकाशक सहमत असतीलच असे नाही.*

COLLEGE by Dr. CHHAYA MAHAJAN

कॉलेज / कादंबरी

© डॉ. छाया महाजन
कल्याण नर्सिंग होम,
न्यू समर्थनगर, औरंगाबाद - ४३१००१.
℡ ०२४०-२३३१९१२

प्रकाशक : सुनील अनिल मेहता, मेहता पब्लिशिंग हाऊस,
१९४१, सदाशिव पेठ, पुणे ३०.

मुखपृष्ठ : चंद्रमोहन कुलकर्णी

प्रकाशनकाल : सप्टेंबर, २००६ / एप्रिल, २००८ /
पुनर्मुद्रण : फेब्रुवारी, २०१५

ISBN 81-7766-738-6

१

बाहेर कडक झळाळतं ऊन. काळी मातीसुद्धा भुरकट राखाडी झालेली.

त्या उन्हातून चालताना सुमतीला वाटलं, की काळा चष्मा किंवा डोक्यावरचा पदर दोन्हीही कुचकामी आहेत. जमलं तर एखादा ढगच डोक्यावर घेऊन चालायला पाहिजे; कारण या उन्हावर शिराळ्यातली थंडाई हाच खरा उपाय. तिला एकदम शिराळ पडावंच असं वाटलं. तो ढग यावाच हाती. तेही त्या उन्हाइतकंच तीव्रतेनं वाटलं.

'खरं म्हणजे ही जरा जास्तच मोठी अपेक्षा झाली. असं कधी आपल्या आयुष्यात झालंय? किंवा कुणाच्याही? अगदी थोडक्या भाग्यवंतांना कदाचित खरोखरच ढग मिळाला असेल डोक्यावर; पण आपली अपेक्षा नेहमी छत्रीइतपत होती. खरंच फार मोठी अपेक्षा आपण का नसेल ठेवली? म्हणजे उंच. हाताच्या पोचेच्या पलीकडची! पण म्हणून पायापुरती जमीन आणि डोक्यापुरती सावली एवढंच मिळालं. माझ्या आईवडिलांनी मारे हे नाव ठेवलं; पण आपली मती खरोखर कवटीपुरतीच राहिल्यासारखी झाली आणि उपयोगही काय नुसत्या इच्छा ठेवण्याचा?'

तिच्या मनातले असे संवाद नेहमीचे. 'चांगलं जयंत म्हणत होता की थेट कॉलेजपर्यंत पोचवतो. त्याला प्रवेशदारापर्यंत नेण्याचा मला नेहमीच त्रास होतो. नवरा शोफरसारखा कशाला, हा विचार. त्याच्या सन्मानाविषयी मी जरा जास्तच जागरूक आहे. हे चांगलं की वाईट? मी त्या महिलामुक्तीच्या, स्त्रीसमानतेच्या परिषदांना जाते, भाषण ठोकते. ती काय फक्त व्यासपीठापुरतीच की काय?'

ह्या विचाराला झाडून टाकण्यासाठी तिनं मान झटकली. परिणाम गॉगल नाकावर घसरण्यापलीकडे नव्हता. चालत ती कॉलेजच्या मोठ्या कमानीखाली आली. फूटपट्टीइतकी सावली पडलेली होती. ती मिळवत ती थांबली.

'नवऱ्याचा सन्मान सांभाळायला मला कुणी सांगितलंय? ही जबाबदारी कुणी टाकलीय? म्हणजे घरातून कुणी म्हणतंय तसं? आई-बाबा म्हणालेत? संस्कारात

कुठं बिंबवलंय? शाळेत सांगितलंय? किंवा कॉलेजात? की जिथे जिथे समाजात जाण्याचा प्रसंग आला तिथे कुणी म्हणालं की नवऱ्याचा मान तूच ठेव म्हणून? हे मीच करते दर वेळी त्रासात जीव गेला की हा विचार माझ्या मनात अट्टाहासानं येतो की मी असं का करते? हे माझ्या रक्तातून वाहतंय का?

तिला हा विचार उन्हाइतका नकोसा झाला. शारीरिक त्रासाबरोबर ही वैचारिक घुसळण ती आवरू शकायची नाही. यातून काही निष्पन्न होत नाही हेही तिला कळायचं.

पदराला डोक्याची आणि डोक्याला पदराची सवय नसल्यानं तो घरंगळला. गॉगल काढून तिनं नाकावरचा घाम पुसला. मग गॉगल चढवून ती शांत उभी राहिली. रस्त्याकडे पाहू लागली. इतक्या उन्हातही रहदारी चालू होती. डोक्याला गमछे बांधून मुलं आणि गोषा पद्धतीला लाजवेल असे रुमाल तोंडाभोवती बँडेजसारखे बांधून मुली स्कूटर-सायकलवर जात-येत होत्या.

कोपऱ्यावर झाडाखाली थाटलेल्या टपरीपाशी लाकडी बेंचावर बसून दोघेजण चहा घेत होते. इतक्या उन्हात चहा पिणाऱ्यांना पाहताना सुमतीच्या भुवया आपोआप उंचावल्या. या टपरीवर तिच्या कॉलेजमधील प्राध्यापकांपासून ते विद्यार्थी आणि त्यांच्या पालकांपर्यंत सगळे जातात, हे तिला माहिती होते.

उन्हाच्या रट्ट्यानं तिला झापड आल्यासारखं झालं. गुंगल्यागत.

वसेकर येताना दिसल्यावर ती वास्तवात आल्यागत झाली.

उंच, शेलाटी, डोक्यावर छत्री तोलीत ती येत होती. 'आपण छत्रीची सवय करायला पाहिजे.' ती स्वत:शी पुटपुटली. आपल्याला छत्रीचा एवढा का राग आहे किंवा कंटाळाही, हे तिला आजवर कळलं नव्हतं. आपल्या एकूण व्यक्तिमत्त्वाला छत्रीमुळे अजागळपणा प्राप्त होतो, ही आपली अंत:स्थ धारणा आहे, हे ती कधीच कबूल करीत नसे. कुणी म्हणालंच तर 'मी इतकी विसराळू आहे की वर्षभरात दहाबारा छत्र्या मी यूं विसरीन इथंतिथं –' म्हणत आपला नकार ती कायम ठेवायची.

वसेकरच्या बाबतीत उलटं होतं. ती छत्री स्वातंत्र्याच्या निशाणासारखी धरतेय असं सुमतीला वाटे. कारण लग्न न करता चाळिशीची प्रौढ कुमारिका म्हणून ती स्वतंत्र राहत होती. स्वत: कमावून कुणावर अवलंबून नसल्याचं सिद्ध करीत होती; पण सुमतीच्या शोधक नजरेला तिच्या चेहऱ्यावर वेदनेची रेघ दिसायची. छत्रीच्या खाली कधीतरी ती वेदना लपत असावी.

सावलीच्या पट्ट्यात सुमती जरा निवल्यासारखी झाली. तोच वसेकर पोचलीच.

"हॅलोऽऽ" सुमती उत्साहात म्हणाली. उन्हाची तीव्रता कमी करण्याचा एक भाग.

"हाय—" वसेकर थांबली.

"कुणाची वाट पाहताय?"

"आता या वयात कुणाची वाट पाहू?" सुमती हसत म्हणाली.

"वयाचं सोड. तुझ्यासाठी अजूनही वाट पहावी अशी तुझी पर्सनॅलिटी आहे."

"हट् ग. ते तुझ्या बाबतीत म्हणू शकतेस."

वसेकरच्या चेहऱ्यावरची ती रेघ स्पष्ट दिसल्यासारखं सुमतीला वाटलं.

"तू म्हंजे – चल, कॉलेजातच ना?"

"दुसरं कुठलं ठिकाण आहे ना आपल्याला? हेच आपलं ध्येयाचं मंदिर!" सुमती विनोदानं हसली. "गेली पंधरा-वीस वर्षं मी याच कमानीखाली, याच सावलीच्या पट्ट्यात फेब्रुवारीच्या उन्हात तुझी वाट पाहते."

वसेकर खदखदून हसली. "माझी —? चल ग. तू कुणाची वाटबिट पाहणारी बाई नाहीस आणि माझी तर शक्यच नाही."

"म्हंजे तुझ्या छत्रीची ग–"

वसेकरनं छत्री लांबवल्यासारखी केली. वसेकरच्या हडकुळ्या दंडावर ताण स्पष्ट दिसला. सुमतीनं छत्रीखाली डोकं घातलं. म्हणाली, "तुझी तब्येत घसरली ग. कॉलेज आणि घर म्हटलं की स्वत:कडे लक्ष द्यायला होत नाही."

"घरच्यापेक्षा मला हल्ली कॉलेजचाच त्रास होतो–" वसेकर म्हणाली.

सुमतीनं विषय वाढवला नाही. बदलला. "वास्तविक गेट ते कॉलेज-बिल्डिंगमध्ये किती अंतर आहे? पण एवढ्या अंतरातही ऊन जाणवतंय."

खरं तर वसेकरच्या हिंमतीचं तिला कौतुक करायचं होतं. तिच्या एकटेपणाचं. स्त्री असूनही स्वत:ला समर्थपणे सांभाळण्याचं; पण इतक्या वर्षांत तिला ते करणं जमलं नव्हतं.

"डिपार्टमेंटला चाललीस?" सुमतीनं विचारलं.

"बावीस तारखेपासून प्रॅक्टिकल्स सुरू होताहेत. तयारी करायची आहे. हेडची ऑर्डर! राबवायला आपण. आपण राबेच खरे. पण म्हणा कुणाला? डिपार्टमेंटचे इतर सगळे कसे सुटतात, मला आश्चर्य वाटतं. मला एका वर्षीही असं सुटायला जमलेलं नाही."

तोवर कॉलेज आलं. वसेकर फिजिक्स लॅबकडे जायला वळली तसं सुमती म्हणाली,

"सही नाही करायची?"

"नंतर करते. आधी डिपार्टमेंटला तोंड दाखवते. नाहीतर वेळेत का आला नाहीत म्हणून चंपी! चल. सी यू." छत्री तोलत वसेकर गेली.

कॉलेजच्या भव्य पोर्चमध्ये सुमती पायऱ्यांपाशी आली. समोर कॉलेजच्या संस्थापकांचा पुतळा होता. अर्थातच तो पुसलेला वगैरे नव्हता. त्यांच्या गळ्यात

शिळा, वाळून खारकेसारखा दिसणारा, रंग उडून गेलेल्या फुलांचा हार होता. त्यातले कलबातू वाऱ्याबरोबर फडफडत होते. संस्थापकाच्या जयंतीला किंवा पुण्यतिथीला या पुतळ्याची दिवाळी असे. किंवा कुणी बाहेरगावचे पाहुणे येतील तेव्हा. एरवी कुणी त्या पुतळ्याकडे दृष्टिक्षेपही टाकायचं कारण नव्हतं. मागे कधीतरी अशाच उन्हाच्या वेळी सुमती एकटीच त्या पुतळ्यापुढे उभी राहून निरीक्षण करती झाली होती, तेव्हा शिल्पकाराने एक भुवई दुसरीपेक्षा किंचित लांबवल्याचं तिच्या लक्षात आलं होतं आणि आपलं मत रीमाला सांगण्यापूर्वी तिनं ऑफिसमध्ये लावलेला फोटोही निरखून पाहिला होता. त्यामुळे पुतळ्यापाशी आलं की तिचं लक्ष फक्त त्या भुवईकडे जातं, हेही तिच्या लक्षात आलं होतं.

समोरच्या पैसदार भागातून ती कॉरिडॉरकडे वळली. भल्यामोठ्या बिल्डिंगचाच कॉरिडॉर तो. जुनी इमारत. आठ-दहा फूट रुंदीच्या कॉरिडॉरमधून इमारतीची शेवटची भिंत दिसायची, जाळी लावलेली. कॉरिडॉरच्या तोंडाशी ती थबकली. बाहेरच्या उन्हातून आल्यामुळे डोळ्यांना अंधारून आलं. मिचमिचल्या डोळ्यांना अंधारा काळा थंडावा. तापलेल्या चेहऱ्यावर पाण्याचा सपका मारल्यासारखं होऊन तिचा चेहरा सैलावला.

कॉरिडॉरच्या दुसऱ्या टोकाला प्राचार्यांचं ऑफिस होतं. त्यांच्या ऑफिसमध्ये गेल्याशिवाय कामाचा दिवस सुरू होणं शक्यच नव्हतं; कारण तिथे त्यांच्या टेबलवर मस्टर ठेवलेलं असायचं. बहुतेक वेळी मौखिक मेमो तिथे गेल्यागेल्याच मिळायचे. त्यामुळे जाण्यापूर्वी आधी त्यांच्या 'मूड'चा अंदाज घेऊन मगच तिथे जाण्याची चतुराई अनेकजण दाखवायचे; पण दुर्दैवानं सुमतीला ते गेल्या अनेक वर्षांत जमलं नव्हतं. पटकन सही करून डिपार्टमेंटला जावं ही तिची मनोधारणा. ती नेहमीच थेट तिथे जाई. परिणामत: कधी कधी त्यांच्याकडे बसलेले पाहुणे, त्यांचा चाललेला चहा किंवा त्यांच्या चाललेल्या गोपनीय चर्चेत ती धडके. इतर बसलेले पाहुणे असतील तर तिला संकोच वाटे. विशेषत: प्राचार्यांच्या कपाळावर आठी उमटे तेव्हा किंवा कार्यकारिणीची धेंडं तिथं बसलेली असतील तेव्हा; पण एवढ्या बाबतीत तिनं एक निर्णय घेतलेला होता. जर प्राचार्य मस्टर तिथेच ठेवतात तर आपणही न लाजता- निलाजरेपणानं आत धडक योजना करायची. संकोच वाटलाच तर त्यांनाच वाटावा; पण आश्चर्य म्हणजे तशी वेळ इतक्या वर्षांत फक्त एकदा आली होती आणि तोही प्रसंग त्यांनी तिच्यापेक्षा सरस वठवला होता. काहीही चुकलेलं नसताना प्राचार्यांच्या केबिनमध्ये जाताना धडधड होते, ही तिची भावना इतर प्राध्यापकांनाही मान्य होती. त्यांचाही तसाच अनुभव होता. अर्थात अगदी जुनी खोडं सोडून.

कॉरिडॉरच्या त्या टोकाला उंच, जाड आकृती दिसली. आशा वाकडे प्राचार्यांच्या

केबिनमधून बाहेर पडत होती. एकदम खिन्नतेनं सुमती ग्रासली. एकदम ठेच लागून अडखळायला व्हावं तसं तिला झालं. मनात चिडचिडल्यासारखं झालं. कपाळावर आठी उमटली.

आशा वाकडे तिच्याच विभागात पार्ट टाइम कामाला होती; पण वाकडेच्या एकूणच वागण्याबद्दल एक प्रकारची लपवाछपवी, बनवेगिरी असल्यासारखं तिला जाणवे. गेल्या वर्षी युवक महोत्सव झाल्यानंतरपासून ही शंका वरचेवर तिच्या मनात येई; पण ती दिसली तरच ती हा विचार करी. अन्यथा तिच्या मनात वाकडेचा विचारही कधी यायचा नाही.

सुमतीला वाटलं की आपल्याला सारखं एकातून दुसरं काढण्याची आणि सतत घटनांचा संबंध लावण्याची वाईट खोड आहे.

पण आपल्यापेक्षाही असे कार्यकारणसंबंध रीमा लावत असते आणि रीमाच्या बुद्धिमत्तेबद्दल सुमतीला अजिबात शंका नव्हती. तिच्या व्यवहारचातुर्याबद्दलही. तिच्यापुढे आपण अगदी मंदबुद्धी आणि भोंगळ आहोत असंही तिला कधी कधी वाटायचं. अर्थात ते खरं नव्हतं. रीमा इंग्रजीची प्राध्यापिका होती. ती स्वत: झुऑलॉजीची. सायन्सची विद्यार्थिनी. विद्यापीठात टॉपर. गोल्डमेडॅलिस्ट. परदेशात जाऊन आलेली.

वाकडेला पाहताना तिच्या मनात क्षणात या सर्व गोष्टी आल्या.

उंच, भरलेल्या अंगाची, कमरेचा पत्ता नसलेली, जाड मानेची आणि पोटावर साडी नेसणारी एखाद्या उंच खांबासारखी दिसणारी वाकडे वळली. तिनं अर्थातच सुमतीला पाहिलं. एरवी अतिनम्रपणे ती सुमतीकडे चालत यायची; पण आज तशीच उभी राहिली. इतक्या लांबूनही तिच्या चेहऱ्यावरच्या ओशट, ओशाळ हसण्याची कल्पना सुमती करू शकत होती.

'काय मुहूर्त पाहून निघालेय मी!' सुमती मनाशी पुटपुटली, 'हे धेंड भेटलंच! आता इथून परत जाणंही शक्य नाही. ही बया काही टळत नाही.'

आपल्याला हिला टाळावंसं वाटतंय ही एक गंमतच आहे. कारणांची अजून खातरजमा होत नाहीये. पण एकूणच रीमा किंवा टिपणीस खोटं सांगत असतील असं थोडंच आहे? हिच्या पडद्यामागच्या हालचाली आपल्याला कुठे माहिती आहेत?

ती जवळ पोचली तशी वाकडेनं हालचाल केली. पुढं आल्यासारखी. पाठीपासून मानेपर्यंत साचलेली चरबी, त्यामुळे आणखी जाड वाटणारी मान आणि कबुतरासारखं हलणारं डोकं. त्यामुळे तिला कुबड आहे असं वाटावं. तिच्या एकूणच थोराड, पुरुषी शरीरानं सुमतीला अकारण आपण लहान चणीचे आहोत असं वाटलं.

मनात चिडचिड असली तरी चेहरा शांत ठेवणं भाग होतं.

"गुड मॉर्निंग, म्यॅडम." वाकडे ओशट आवाजात म्हणाली. तिचा आवाज जाडसर होता. पाहिजे तेव्हा तो नको तितका गोड करण्यात तिचा हातखंडा होता. विशेषत: ज्याच्याकडून तिला काम करून घ्यायचं असेल तेव्हा. सुमतीच्या वाट्याला हा ठेवणीतला आवाज यायचा, कारण सुमती तिची 'हेड' होती. कितीतरी माणसांना या वर-खाली असणाऱ्या पायऱ्यांची उत्तम समज असते. ब्युरोक्रसी. नोकरशाही.

आपल्याला अशी समज आहे का? हा प्रश्न सुमती हटकून स्वत:ला विचारायची. उत्तर नकारार्थी असावं असं तिला मनोमन वाटायचं; पण बहुतेक वेळा ती ठाम 'नाही' हे उत्तर देताना मनात डळमळीत असायची. मनाविरुद्ध मान डोलावत 'यस सर, यस सर' म्हटल्याचे कितीतरी प्रसंग अशा वेळी तिला हमखास आठवायचे.

असल्या नोकरशाहीची तिला चीड यायची. त्यामुळे जयंतचीही. त्याला वाकडेसारखीच हातोटी होती. साहेब चिडला की पडतं कसं घ्यायचं, काम असेल तेव्हा गोड कसं बोलायचं, हे त्याला जमलेलं होतं. 'असं करावंच लागतं' तो तिला सांगायचा. नवरा म्हणून 'यस सर' म्हणणं तिला भाग असायचं.

नवऱ्यापुरती आपण ही ब्युरोक्रसी मान्य केलीये असंही वाटून जायचं.

"आफ्टरनून." सुमती मान हलवत पुटपुटली.

"हॅऽ" वाकडे फिस्सकन् हसली. "सॉरी, म्यॅडम. सकाळपासून आलेय तर तोंडातून निघून गेलं. गुड आफ्टरनून."

"इट्स ओके." सुमती म्हणाली. वाकडेच्या दणकट शरीरानं एवढा मोठा भाग व्यापलेला होता की तिला प्राचार्यांच्या केबिनमध्ये शिरणं शक्य नव्हतं.

"मे आय—" ती म्हणाली. जरा जोरात.

"हो. हो. म्यॅडम. जा ना." पण ती सरकली नाही.

सुमतीनं आश्चर्यानं वर पाहिलं. तरुण, टचटचीत खरबुड्या गालाचा गोल गरगरीत छोट्या मडक्यासारखा चेहरा तिच्या डोळ्यात घुसला. तारुण्यपीटिकांचे डाग आणि खळगे तिच्या मांसल गालामुळेही भरले नव्हते. काळसर भुरका रंग आणि तेल लावलेले केस. मागे गच्च पोनीटेलमध्ये बांधलेले.

"माझं काम होतं थोडं." वाकडे म्हणाली.

सुमतीनं नुसत्याच भुवया वर केल्या.

वाकडेनं एक कागद काढला.

"काय आहे?"

"अर्ज आहे."

"ठीक आहे." म्हणत सुमतीनं तो घडी घातलेला कागद घ्यायला हात पुढे केला.

"का नंतर भेटू?" वाकडेनं विचारलं.

हे तिला नको होतं. अगदी नको होतं. शनिवार-रविवार तरी कॉलेजचं काम नसावं असं तिला वाटे. ते नेहमी टळत नसलं तरी ते टाळण्याचा प्रयत्न ती करे.

"नंतर कशाला? आता देऊन टाका."

वाकडेच्या चेहऱ्यावर थोडा वेळ संभ्रम दिसला.

तिला काहीतरी सांगायचंय, पण सांगू का नको असा.

"घरी येते ना नाहीतर-"

"नको, नको. हा वीकएंड मी फार बिझी आहे." असं म्हणत तो कागद सुमतीनं जणू तिच्या हातातून ओढून घेतला.

"नंतर भेटते—" म्हणत वाकडे सरकली. पुन्हा वळली. म्हणाली, "तुम्ही एकदा बघून घेतलं तर सबमिट करते. तुमची सही लागेल ना."

सुमतीला तिच्या अट्टहासाचा राग आला. स्वत:ला आवरू शकली नाही. वास्तविक तिला वाकडं बोलायचं ती टाळत होती. खात्रीलायक हिच्याबद्दल कळल्याशिवाय वाईटपणा नको म्हणून. पण तिच्या बोलण्याच्या पद्धतीमुळं तिच्यातला तिरकसपणा उफाळला.

"आता तुम्हाला सहीची काय गरज? नवीन लागलात तेव्हा ठीक होतं. आता रजासुद्धा परस्पर मंजूर होतेय. प्राचार्यांच्या खास मर्जीतल्या तुम्ही. मोस्ट एफिशियंट म्हणून तुमचं नाव सांगतात म्हणे! आमच्यासारख्या जुन्या लोकांना इनएफिशियंट म्हणत नाहीत नशीब. बाकी तुमच्या प्रगतीचा स्पीड जोरदार आहे. थोड्या काळात एवढी मोठी मजल! पुढे मलाच तुमची शिफारस ना घ्यावी लागो म्हणजे मिळवली–"

"काहीतरीच काय, म्यॅडम. कुटं तुम्ही. कुटं मी?" वाकडे लोचटपणे म्हणाली. 'त्येवढं बघून घ्या' म्हणायला चुकली नाही.

हेल काढून बोलायची तिला सवय होती. शब्द उच्चारताना कुठल्या अक्षरावर जोर द्यायचा याचा खाक्याही वेगळा होता. तुम्हीमधलं 'म्ही' ती रेटून वरच्या सुरात म्हणायची. मॅडम मधल्यापहिल्या 'म'ला 'य' जोडण्यात आणि तो म्यॅ तीव्र म्हणण्यात आपली काही चूक आहे, असं तिला कधी वाटतं नसावं.

कानाला कितीही सवय झाली तरी तिच्या बोलण्यातल्या अनेक हेलांनी सुमतीला डुचमळल्यासारखं व्हायचं.

वाकडेला चार-पाच वर्षांपूर्वी डिपार्टमेंटला घेतलं तेव्हा तिच्या बोलण्यावर अनेक प्राध्यापक खुसुखुसू हसल्याचं तिनं पाहिलं होतं. कित्येकजण तिला नव्यानं 'म्यॅडम' म्हणत होते. 'ट, ठ, ड' चे उच्चार मुद्दाम करत. रीमा पोट धरून हसायची; पण सुमतीतली आई किंवा 'काळजी करणारी हेड' अशा वेळी जागी व्हायची आणि वाकडेला पाठीशी घालण्याचं आपलं कर्तव्य आहे हे मनी ठरवून या टिंगलीची हवा तिला लागू नये, असा प्रयत्न करायची.

वाकडेशी जास्त बोलण्याचा प्रसंग नको म्हणून सुमतीनं तिला घाईघाईनं म्हटलं,

"मी करून देते सही नंतर."

सुमतीनं कागद न वाचता घडी घालून पर्समध्ये टाकला.

'दर महिन्यालाच ह्या सह्या. ही किती तास घेतेय सध्या, कोण जाणे! या महिन्यात तर आपण तिच्या येण्या-जाण्यावर लक्षही ठेवलेलं नाही.' तिचे कागद बहुधा न वाचताच ती सही करून देई.

यात सुमतीचं एक तत्त्व होतं.

पार्ट टाइम काम करणाऱ्या किंवा तासिका तत्त्वावर काम करणाऱ्या शिकलेल्या असतात; पण सरकारी खाक्यामुळे त्यांच्यावर ही वेळ येते. त्यामुळे त्यांचं आर्थिक नुकसान व्हायला नको. शिवाय पैसे कमी मिळाले तर त्याचा त्यांच्या शिकवण्यावर परिणाम होणार... त्यापेक्षा त्यांना पुरेसा पैसा मिळावा. एरवी तास नसतील तेव्हा कोणी ना कोणी त्यांना कामासाठी पकडतंच. गरजू प्राध्यापक आशेनं हे काम करतातही. वाकडे याला अपवाद नव्हती.

दुसरं, गेल्या तीन वर्षांत वाकडेवर तिने विश्वास ठेवला होता. ती आर्थिक गडबड करेल असं सुमतीला वाटत नव्हतं.

तिसरं, तिचं हे ठाम मत होतं की ज्याचे पैसे येणं असतं तो त्या रकमेत बदल करीत नाही किंवा ती रक्कम तो विसरू शकत नाही.

यानुसार तो कागद तिनं पर्समध्ये कोंबला. वाकडेकडं दुर्लक्ष करीत ती केबिनमध्ये गेली.

या केबिनमध्ये आपल्याला अदृश्यपणे येता यावं आणि सही ठोकून तिथून निघून जाता यावं, असं सुमतीला नेहमी वाटे.

'आज प्राचार्यांचं तोंड पाहणं नको.' असं नशिबाला ती विनवून पाही. अर्थात् तसं क्वचितच होई.

उलट प्राचार्यांचा धिप्पाड, थुलथुलीत देह त्या आरामशीर, श्रीमंत खुर्चीत पसरलेला असायचा. गरम भांड्यात तूप वितळताना दिसावं तसा त्यांच्या ओघळलेल्या पोटावरून आवाजाची जी कल्पना कराल त्याविरुद्ध तो होता. किंकरा. विशेषत: काम करवून घ्यायचं असेल किंवा रागामुळे आवाज वाढला की किंकरायचा.

त्यांचा देह आणि आवाज यातली विसंगती हा स्टाफच्या 'टाइमपास'चा विषय होता.

तिची सही होताच प्राचार्य म्हणाले,

"काय, कसं चाललंय डिपार्टमेंट?"

बळंच हसू आणत ती म्हणाली, "ठीकए."

"अभ्यासक्रम झाला पूर्ण?"

"ऑलमोस्ट, सर."

"व्हाट डू यू मीन बाय ऑलमोस्ट?" प्राचार्यांचा आवाज थोडा चढला.

"आय मीन, सर–"

"हे मीनबिन नका सांगू हो. तुमी हेड आहात. स्टॅटिस्टीक्स तुम्हाला माहिती पाहिजेल. किती परसेंट संपलाय? फेब्रुवारी संपत आलाय."

"थोडाच राहिलाय." काहीतरी बोलायचं म्हणून ती म्हणाली. पोर्शनचा विचार तिनं केला नव्हता खरा; पण बहुध फेब्रुवारीच्या शेवटापर्यंत सगळे प्राध्यापक तो उरकीत आणतात. शिवाय, या विषयावर प्राचार्य आपल्याला कोंडीत धरतील असं तिला अपेक्षित नव्हतं.

सहज दार उघडावं आणि समोरून कुणीतरी पिस्तुल रोखावं, असं तिला झालं.

"हे उत्तर मला मान्य नाही." प्राचार्य म्हणाले.

तिच्या डिपार्टमेंटची ख्याती चांगली होती. गेली पंधरा वर्षं निकाल उत्तम होते. जीवतोड मेहनत करून ते साध्य करण्याचा ती प्रयत्न करे. विद्यार्थीही साथ देत. हे प्राचार्यांना माहिती नसेल असं नाही. असं अचानक अभ्यासक्रमाबद्दल कसं निघालं हे तिला कळेना. दोन दिवसांपूर्वी ती मीटिंगला नव्हती तेव्हा ठरवलंय की काय, हेही कळेना. तसं तिला कुठून तरी कळलं असतंच. पण प्राचार्यांनी तिला पिंजऱ्यात उभं केल्यासारखं केलं होतं.

"आधी सिलॅबस पूर्ण करा. नंतर इतर गोष्टी आणि तुमच्या त्या परमारचा संपला का सिलॅबस?"

हे तिनं विचारलं नव्हतं. तिला हो म्हणता आलं असतं; पण खोटं बोलणं तिच्या स्वभावात नव्हतं. ती चाचरली. हेच त्यांना पाहिजे होतं.

"यू शी मॅडम," आवाजात खोटी आपुलकी आणीत प्राचार्य म्हणाले, "डिपार्टमेंट तुमचं आहे. मानसं तुमची आहेत. काम करवून घेनं बी तुमालाच आहे. पन आपल्या विभागात काय चाललंय हे आपल्याला माहिती पाइजे. आमाला विचारायला अवघड वाटतं. पर करता काय? या खुर्चीत बसलं की लक्ष ठेवावंच लागतं. कुणी काई म्हटलं की चौकशी करावीच लागते."

ती नुसतीच बावळटासारखी पाहत उभी होती.

"तुमच्या विषयाच्या थर्ड इयरची तक्रार आहे–"

"काय?" ती आश्चर्य लपवू शकत नाही.

"त्यांचा खूप अभ्यासक्रम शिकवायचा राहिलाय म्हणत होते."

"कधी?"

"कालच आले होते."

"तक्रार कोणी केली?" तिला वर्गातला एकूणएक विद्यार्थी माहिती होता.

प्राचार्यांना ह्या प्रश्नाचं उत्तर द्यायचं नव्हतं. ती बेरकी चमक त्यांच्या डोळ्यांत होती.

"त्यानं काही फरक पडतो का? तक्रार ती तक्रार."

"तरीही. नाव सांगायला काय हरकत आहे?" सुमती म्हणाली.

"नावं माहिती नाही. वर्गच्या वर्ग आला होता."

प्राचार्य सरळ सरळ खोटं बोलताहेत, हे तिला कळत होतं.

"वर्ग तर शक्यच नाही." ती ठामपणे म्हणाली. "मी परवाच इतर प्राध्यापकांशी बोललेय. एखादा चॅप्टर राहिला असेल–"

"परमारचं नाव घेत होते. त्यांचा अभ्यासक्रम किती घ्यायचा राहिलाय?" प्राचार्यांच्या हातातलं कोलीत तिला दिसत होतं. त्यांचा आवाज करडा झाला होता.

"एक चॅप्टर राहिलाय त्यांचा. मला सांगितलंय त्यांनी." ती म्हणाली.

"तेच! राहिल्याशिवाय पोरं वरडायची नाहीत." प्राचार्य.

"अहो, पण अजून पुष्कळ वेळ आहे. ते करतील पूर्ण!"

तिचं वाक्य पूर्ण होऊ द्यायच्या आत ते म्हणाले,

"ते करतील की नाही माहीत नाही. नाहीतर तुम्ही पूर्ण करा. ते तुमचं काम–"

तिच्या अंगाचा भडका उडाला. गेल्या दोन वर्षांत खुसपटं काढून अपमान करण्याची एकही संधी प्राचार्य सोडत नव्हते. स्वत:वर ताबा ठेवत ती म्हणाली,

"फ्रँकली, अजून महिना आहे. परीक्षेला. तो चॅप्टर संपेल. मी बोलते परमारशी."

"आणि रिव्हीजन कधी घेणार?"

'तुमच्या प्राध्यापकीच्या आयुष्यात तुम्ही घेतलीत का रिव्हीजन?'– ती मनातल्या मनात ओरडली. वर शांतपणे "मी बघते-" एवढंच म्हणाली. त्यांचं बोलणं चालू असतानाच घुगेसर तिथे आले.

"या, या – घुगे. अहो, भेटच नाही आपली? या. आजचा दिवस बरा दिसतोय. इकडं या. असे बसा." खुर्चीकडे बोट दाखवत प्राचार्य म्हणाले.

आपल्याला साधं 'बसा'ही म्हणालेले नाहीत हे सुमतीला तीव्रपणे जाणवलं. घुगे तिला ज्युनियर होते. तीन वर्षांत 'हेड' झाले होते. मॅनेजमेंटमध्ये त्यांचे वडील होते. त्यांचं पदव्युत्तर शिक्षण पूर्ण होण्याचीच सगळे वाट पाहत असावेत. कारण ते होताच ते कॉलेजमध्ये लागले. त्यांना सुमतीने विद्यार्थीदशेत पाहिलेलं होतं. तिला उभं पाहून घुगेंना शरमल्यासारखं झालं. ते घाईनं, अदबीनं म्हणाले,

"बसा ना, मॅडम–"

"त्या निघाल्याच आहेत–" प्राचार्यांनी घुगेंना तोडलं. पुढं सुमतीला म्हणाले, "तेव्हा त्या परमारला सांगा. हां ऽ आन नुसतं सांगू नका. तुम्ही करवून घ्या. पुना

असं होता कामा नये.''

त्यांच्या बजावण्यात खुर्चीची, अधिकाराची गुर्मी होती. तिच्यावरचा राग होता.

''आजचा दिवसच धड नाही.'' ती चरफडली.

'खुर्ची काय मिळाली, की माणसं स्वत:ची औकात विसरतात. काय होता हा माणूस? पण कार्यकारिणीला गूळ लावत, मंत्र्यांचे वशिले लावत चिकटला. समोर उभा असलेला माणूस हा प्रिन्सिपॉलच्या हाताखालचा आधी असतो आणि नंतर तो माणूस असतो.'

तिच्या मनात राग उसळला. प्राचार्यांविरुद्धच्या गोष्टी एकदम पुढं आल्या. सोबत स्वत:बद्दलची अगतिकताही. आपण काहीच प्रत्युत्तर देऊ शकत नाही ह्या लाचारीची घृणाही!

त्याचबरोबर मोठ्ठं प्रश्नचिन्ह -

ही तक्रार कुणी केली असेल?

मनातील चीड झाकून तिने चेहरा ठाकठीक केला. आणि ठेवलाही. बाहेर पडली.

परमारच्या विरोधात प्राचार्यांपर्यंत जाऊन कोण तक्रार करू शकेल, याचा विचार तिला सोडेना.

परमारची नेमणूक तात्पुरती होती. तरीही ती प्राचार्यांना मान्य नव्हती याची तिला कल्पना होती; पण परमार गरीब होता. स्वभावानं आणि परिस्थितीनंही. कित्येकवेळा नेभळट वाटावा इतका गरीब. त्याचं कुणाशी शत्रुत्व संभवत नव्हतं.

तिला परमार कोण हे माहित नव्हतं, तेव्हाची गोष्ट आठवली.

रस्त्यानं ती चालली असताना तिला एका सायकलवाल्यानं धक्का दिला. धक्का दिला म्हणण्यापेक्षा धक्का लागला. ती पडली. भारतात गर्दी जमायला काय वेळ? त्यात बाईला धक्का लागलेला. त्यातही चांगल्या दिसणाऱ्या बाईला धक्का लागलेला. गर्दी तिच्याभोवती होती. काय झालंय हे कळून घेण्यापेक्षा अपराध्याला शिक्षा द्यायची त्यांना घाई झाली होती. बहुतेक जमलेले बघे त्या पोराला रागवायला लागलेले होते. त्याचा अवतार झोपडपट्टीतल्या पोरासारखा होता. गर्दीनं त्याला बडवलं असतं. सुरुवातीला सुमतीही भडकली होती; पण त्याचा चेहरा अतिशय केविलवाणा दिसत होता.

तो गयावया करीत पुन्हा पुन्हा म्हणत होता,

''सॉरी मॅडम, चूक झाली.'' एका हातानं सायकल आणि दुसऱ्या हातात रॉकेलचा कॅन त्याने घट्ट धरलेला होता. तो सरळ सरळ तिच्याशीच बोलू इच्छित

होता. सुमतीनंच सगळ्यांना थांबवलं. त्याच्याकडे वळून ती म्हणाली,

"डोळे आहेत ना शाबूत? दिसत नाही? आंधळ्यासारखं धडका देत चाललायस? बेअक्कल. रस्त्याचे नियम पाळायला नको. गावंढळ. अशिक्षितांचा भरणा."

"मी अशिक्षित नाहीये, मॅडम. गुंडही नाहीये. एम्मेस्सी करतोय. मी माफी मागतो. माझी चूक झाली. एका हातात ही कॅन आणि ब्रेक लागेना. मला माफ करा."

आता आश्चर्याची वेळ सुमतीची होती. तिनं त्या वेळी त्याला जाऊ दिलं.

आणि दीड वर्षांपूर्वी हाच मुलगा तिच्यासमोर मुलाखतीसाठी आला.

हा दयनीय चेहरा आपण कुठंतरी पाहिलाय हे आठवेना. ती एकीकडे त्याची चौकशी करीत होती.

परिस्थितीनं गरीब. 'कमवा आणि शिका' योजनेत शिकलेला. विद्यापीठाच्या वसतीगृहातल्या खोलीचं भाडं परवडत नाही म्हणून अक्षरशः झोपडपट्टीत राहणारा. धाकट्या भावाला घेऊन येऊन त्यालाही शिक्षण देण्याची धडपड करणारा.

हे ऐकताना तिला एकदम तो प्रसंग आठवला.

"तूच होतास ना?" ती म्हणाली.

"हो, मॅडम. सॉरी म्हणतो पुन्हा."

"कुठे निघाला होतास कॅन घेऊन?"

"रॉकेल घेतलं होतं. आम्ही स्टोव्हवर स्वयंपाक करतो."

तिच्या पोटात कणव दाटून आली. जमलं तर याला मदत करायचीच, असं तिनं ठरवलं; पण सगळं तिच्या हातात अर्थातच नव्हतं.

मुलाखतीला कार्यकारिणीचे सहसेक्रेटरी पाटील होते आणि प्राचार्य रजेवर असल्यामुळे इन्चार्ज प्रिन्सिपॉल कुलकर्णी मॅडम होत्या. तिच्या विभागात कार्यभार जास्त होता. दोन लेक्चरर पाचपाच तासांपुरते लागत होते. मुलाखतीत प्राथमिक चौकशी झाल्यावर तिनं विषयानुरूप प्रश्न विचारले होते आणि आश्चर्य म्हणजे परमारनं योग्य उत्तरं सहजपणे दिली होती. नंतर त्याला थोडी सहानुभूती मिळावी म्हणून ती म्हणाली,

"घरी कमावतं कोण आहे?"

त्यानं डोकं खाली घातलं.

"वडील."

"काय करतात?" कुलकर्णींनी त्याच्या चेहऱ्यावरचा भाव पाहून बहुधा विचारलं.

"हमाली काम." बाईंना हा प्रश्न नसता विचारला तर बरं असं झालं. सुमती मध्येच म्हणाली,

"आमच्याकडे फक्त चार तासांचं वर्कलोड आहे."

''चालेल.'' तो एकदम म्हणाला. ''मी चांगलं शिकवीन, मॅडम. मेहनत करीन. मला संधी द्या.''

तिनं पाटीलसाहेबांकडे पाहिलं.

''कळवतो तुम्हाला. पत्ता ठेवा.''

त्याचा चेहरा पडला.

''मीच येतो विचारायला–'' तो खालच्या आवाजात म्हणाला.

''नको. आम्ही कळवू.'' पाटील पुन्हा म्हणाले.

''पत्ता मित्राचा आहे, सर–''

पाटील एकदम चिडले. कुलकर्णींकडे वळून म्हणाले,

''म्हंजे यांची इथं रहायची सोय नाही. दुसरा उमेदवार घ्या. इथं राहणारा. चार तासाच्या कामासाठी कोणी घर करीत नाही?''

परमार एकदम गडबडून गेला. त्याने उठून जवळ जवळ पाटीलसाहेबांचे पायच धरले.

''प्लीज, सर, हे तास मलाच द्या. मला फार गरज आहे. मी क्वॉलिफाइड आहे. मी चांगलं शिकवीन. कॉलेजचं नुकसान करणार नाही. तुम्ही म्हणालात तर रजासुद्धा घेणार नाही.''

बोलताना परमारचे डोळे भरून आले. सुमतीला कसंसंच झालं.

''शांत व्हा. आम्हाला जमेल ते करू.'' ती मध्येच म्हणाली होती.

परमार गेला. खूप चर्चेनंतर त्याला आठवड्यातून चार तास द्यायला सगळे तयार झाले.

परत आल्यावर प्राचार्यांना हे कळलं मात्र ते खवळले,

''मी गावाला गेलो काय दोन दिवस? तेवढ्यात मुलाखती झाल्याही. कुलकर्णी मॅडम इन्चार्ज होत्या. त्यांना तर अधिकारच नव्हता. त्यांनी नाही म्हणायला पाहिजे होतं; पण दोन दिवस अधिकार हाती आला की संपलं. आणि मॅडम, तुम्हाला काय घाई होती? कुठे अभ्यासक्रम बुडत होता? आपल्या कॉलेजचा माजी विद्यार्थी घ्यायचं ठरलं होतं. ते सोडून हा उद्योग करून ठेवला!''

सुमती अवाक् होऊन पहात राहिली.

''आता झालं ते झालं. त्याला इलाज नाही. मार्चपर्यंत ठेवा. मग काढून टाका. पुढच्या ॲकॅडेमिक इयरला नको. आपले सहसेक्रेटरी नसते तर मी ऑर्डरच दिली नसती. एरवी मीटिंगला ते येत नाहीत. इथं मात्र आले.''

प्राचार्यांच्या तोफखान्यापुढे सुमती बोलायचा प्रयत्न करू लागली.

''सर, हा कँडिडेट गरजू आहे.''

''गरज कुणाला नाही? आँ? मला आहे. तुम्हाला आहे. आपन गरजवंतांना

नोकऱ्या द्यायला कॉलेज खोललंय? असे तर दिवसाला धा-बारा गरजवंत येऊन उभे ऱ्हातेत. अशीच दया दाखवत ऱ्हायलो तर अनाथआश्रम होईल कॉलेजचा. ही दया जमत नसती—''

''नाही पण, सर, त्याचे क्वॉलिफिकेशन्स चांगले आहेत. शिवाय एम्. फिलची परीक्षा दिलीये—''

तिला तोडत प्राचार्य म्हणाले, ''दगड उचलला तं धा क्वॉलिफाइड मिळतेत. अहो, संख्या किती झालीये? माणसं लै झालीत.''

सुमती राग आवरू शकली नाही.

''मी एकटीनं निर्णय घेतलेला नाहीये, सर. कुलकर्णी होत्या. स्वत: पाटीलसाहेब होते—''

प्राचार्यांच्या चेहऱ्यावर आठी उमटली.

''त्यांचं नाव नका घेऊ. आन् एक सांगून ठेवतो. आता झालं ते झालं. इयरएन्डला उचला त्याला. मार्चपर्यंत बस्स!''

पण प्रत्यक्षात वर्षाच्या शेवटाइतका दम त्यांना नव्हता. परमारच्या विषयीची प्रत्येक गोष्ट ते बारकाईनं तपासत होते. अगदी किरकोळ चूक काढत होते. ती मोठी करून ते सांगत होते. वाकडेच्या बाबतीत एक न्याय आणि परमारसाठी दुसरा न्याय. वाकडेची एखादी चूक सांगायला गेली तर त्यांना 'होतं माणसाकडून–' ही वागणूक होती. 'त्या सीनियर आहेत' हेही ऐकावं लागे. वाकडेला त्यांची सहानुभूती आहे हे कळत होतं; पण परमार आल्यानं त्यांना काही धोका नव्हता. उलट वाकडे तात्पुरती नोकरी असूनही जवळजवळ पूर्णवेळ इतका कार्यभार दिला होता. तरीही उरत होता तोच परमारला दिला होता. तो दुसऱ्या कुणाला तरी द्यावाच लागणार होता; पण प्राचार्यांनी हे समजावूनच घ्यायचं नाही असं ठरवलं होतं. या प्रकाराला सुमती कंटाळली होती.

त्याच विचारात सुमती स्टाफरूममध्ये आली. सगळ्या खिडक्या मोठ्ठा 'आ' वासल्यासारख्या उघड्या होत्या. मळलेले, कळकट्ट पडदे. काही पडद्यांचे पिळे करून दारामागे अडकवलेले होते. ते कित्येक दिवस तसेच असल्यामुळे पोतराजाच्या जटेसारखे दिसत होते. खिडक्यांना लोखंडी फ्रेम्स होत्या. त्याच्यामुळे त्याची दारं लागत नव्हती. छतापासून पंखा अक्षरश: लटकलेला. मोठा आवाज करीत फिरत होता. त्याला लागलेलं जाळंही त्या फेऱ्यांबरोबर लपकत होतं. गरम वाऱ्याचे झोत खोलीभर चालले होते.

भक्क उजेडातल्या, धुळीनं भरलेल्या खुर्चीवर ती टेकली. प्रचंड उकाड्याची जाणीव तिला झाली.

मॅथ्सचे जोशी, फिजिक्सचे आर माधवन्, सायकोचे वहाब तिथे बसलेले होते.

फॅन वाढवायला ती गेली. गरगर फिरणाऱ्या बटणाला ती फिरवू लागली. वेग वाढणं शक्य नव्हतं. जोशी तिची कसरत पहात होते. म्हणाले,

"ते बटण ढिल्लं झालंय. तुम्ही कितीही खटपट केली तरी उपयोग नाही. आपला फॅन ऐतिहासिक युगातला आहे. इसवीसनापूर्वी कितीतरी वर्षांचा जुना! कदाचित विजेच्या शोधाआधीही हा होता. आता मात्र त्याला जागा एखाद्या डोंगरावर द्यावी. तिथे नैसर्गिक वाऱ्यानं फिरला तर फिरेल!"

"त्याला चढत्या वेगापेक्षा पडत्या वेगाची सवय आहे." वहाब हसत म्हणाले,

"इतिहासच म्हणाल तर आपला इतिहास पराभूतांचाच इतिहास आहे. पंखा त्याला अपवाद कसा असणार?" सुमती म्हणाली.

"हे खरं आहे. 'पराभूत' असं आपण म्हणत नाही. त्याच्याऐवजी आपण कसे सर्वसमावेशक आहो हे सांगतो. शेवटी पराभूत माणसाला तोंड लपवायला जागा पाहिजे ना!" जोशी म्हणाले.

"अहो, बरं आहे जे आहे ते. नाहीतर मी इथं तुमच्यात बसलो असतो का?" वहाब म्हणाले.

सगळे हसले.

"तुम्हीच काय, हे माधवन् बघा. महाराष्ट्राच्या सर्वसमावेशकतेचा नमुना. ह्या दाक्षिणात्याला आम्ही घेतला. आम्हाला दक्षिणेत अशीच नोकरी मिळाली असती का?" जोशी म्हणाले.

"क्या, सर? इतने दिन हुए, तुम अभी भी हमको ॲक्सेप्ट नही करते. मी इथला झालोय. आता घर इथंच घेतलंय."

"पण मला चेन्नईत देशील का घर? घेतो काय तिथे?" जोशी आता प्रांतवादावर आले.

"अब आपके इधर लँग्वेजका प्रॉब्लेम, सर. हम लोगका इंग्लिश अच्छा. सब्जेक्ट अच्छा."

"आणि आमचा विषय काय कच्चा की काय? हाच तुमचा ट्विव्वा आहे. दाक्षिणात्य म्हटला की हुषार. आणि मराठी माणूस म्हटला की घाटावरचा! मठ्ठ. फक्त कष्टाला चांगला."

सुमती नुसतीच बघत होती. ती बोलत नाहीय हे जोशींच्या लक्षात आलं. ते म्हणाले,

"मॅडम, तब्येत बरी नाही काय?"

"ठीक आहे." ती स्वत:शीच बोलल्यासारखं म्हणाली.

"प्राचार्यांच्या केबिनमधून आला आहात म्हणून विचारलं. गुहेत जाऊन न खरचटता बाहेर येणं अशक्य."

“गुहा अवघड आहे. गुहेतले वाघोबाच ते. कधी गुरगुरतील सांगता येत नाही.” सुमती म्हणाली.

तिच्या चेहऱ्यावरून केबिनमधून काहीतरी झडप झाल्याचा अंदाज जोशींना आला. विनोदानं म्हणाले,

“पण मान त्यांच्या हातात देणं भाग आहे ना!”

“मान दिल्यावर खाऊन टाकलं तर बरं. प्राण्यांच्या जगात ते एक बरं असतं. युवर फेथ इज सील्ड. ते मरण्याअगोदर चर्चा करीत नाहीत. इथं पंजे मारून रक्तबंबाळ करण्याचा प्रकार! धड मरण नाही आणि चांगलं जगू देणं नाही.” सुमतीच्या स्वरातला दुखावा सगळ्यांनाच कळला.

“जाऊ द्या, मॅडम. वाघ म्हटलं खातो. वाघोबा म्हटलं तरी खातो. म्हणजे पर्याय राहतो का?” जोशी म्हणाले खरे; पण त्यांच्या आवाजातला खेद लपला नाही. जोशींनी कितीही काम केलं तरी ‘तुम्ही काम केलं’ असं कुणी म्हणायचं नाही. उलट त्यांचे दोष झटकन् दाखवले जायचे. प्राचार्यांचा भाचा त्यांच्या विभागात होता. तो बारीकसारीक माहिती त्यांना द्यायचा. मुळात जोशींवर त्यांच्या जातीमुळे बऱ्याच जणांचा राग असायचाच. त्यामुळे त्यांच्या कागाळ्या करायला लोक मागेपुढे पाहायचे नाहीत. त्यात भाच्याकडून मिळालेल्या माहितीनं आगीत तेल! मग त्यात जोशी भरडले जायचे.

खिडकीतून कागदाचा बोळा टाकायचं निमित्त करीत ते सुमतीपासून दोन खुर्च्या मध्ये टाकून येऊन बसले. माधवन्‌ही त्यांच्या शेजारी आला. वहाब पुस्तक पुढे उघडून बसले होते. ती त्यांची स्टाईल होती. म्हटलं तर संभाषणात आहे, म्हटलं तर नाही. पण एवढं ऐकल्यावर ते म्हणाले,

“इथं खाण्याचा प्रश्न नाही. आपली शेरके सामने तंतरते. बरं ते काहींना अंगाखांद्यावर घेऊनच बसले. त्यांना काय बोलणार? मिसाल के तौर. ज्योशीसाबके हातके नीचे उनका भांजा! अब प्यारव्यार की चीजे तो भांजेसेही होगी ना? तुम्ही म्हनता तसं प्यारी हरकतें – ऐसाही कुछ ना, सर? वो तो वही लोग करनेवाले.”

विषय निघालाच होता. तो धागा सुमतीनं पकडला.

“पण काहीजणांवर कारण नसताना खफ़ा मर्जी कशाला पाहिजे? त्यांची चूक असो नसो.”

“काय झालं?” माधवन् म्हणाले.

“आता माझ्या विभागातल्या परमारवर गदा आहे आणि त्यांच्या गैरहजेरीत तो आल्यानं जास्त आणि त्यात त्याला आणण्यात माझाच हात आहे असं त्यांना वाटतं–”

“ते म्हणाले तसं?” माधवन्‌नं विचारलं.

सुमती सावध झाली. कारण माधवन चाभरा! आपलं काम कसं काढून घ्यायचं हे त्याला उत्तम कळायचं. तेवढंच तो पाहायचा. 'त्याचे कान काय, कुत्र्यासारखे सतर्क आणि उभे असतात' असं रीमा तिला सांगायची. आपल्या उपयोगाचं मटेरियल गोळा करायला तो तयार असायचा. सुमती घाईनं स्पष्टीकरण करीत म्हणाली,

"ते स्वतः नाही म्हणाले तसं. पण माझ्या कानावर आलं. ते स्वतः नाही म्हणाले बरं का! उगाच कशाला कुणावर नाव घ्यायचं?"

जोशींकडे तिने दृष्टीक्षेप टाकला. त्यांनी संमती दिल्यासारखी केलं.

"मी आत्ता गेले होते, तर चिडलेच माझ्यावर. थर्ड इयरच्या पोरांची परमारविरुद्ध तक्रार आहे म्हणे. आणि पोर्शन पूर्ण झालेला नाही म्हणे."

"पण परीक्षेला वेळ आहे अजून." माधवन् नकळत बोलून गेले.

"तेच मी म्हणाले. शिवाय एक गंमत आहे. कोणतीही तक्रार आली तर ती परमारविरुद्ध असते किंवा कांबळेविरुद्ध. कधीही वाकडेबाईविरुद्ध नसते!" सुमती.

"असली तरी प्राचार्यांना ती पटली पाहिजे हो! वाकडेमॅडमनं प्राचार्यांच्या मनात जबरदस्त गुडविल तयार केलंय. काही लोकांना जमून जातं बघा." जोशी म्हणाले.

"आपल्याला कुठं जमलंय, सर? उलट कंप्लेंट त्याची, पण मलाच झापलं. त्याला काढून टाका म्हणताहेत. कोणत्या कारणासाठी काढायचं? लागल्याला दोन महिने झालेत." हे बोलताना तिने मुद्दाम वहाब आणि माधवन्‌कडे पाहिलं. वहाब वाकडेला मदत करणारे आहेत हे तिला माहिती होतं.

"पर बच्चा अच्छा है, मॅडम. मेहनती है. घरका बहुत गरीब है सुना हूं. उसको जॉब रहा तो मदद है। पन प्राचार्य असं का करतात कळत नाही. एरवी ते फार रहेमदिल आहेत." वहाबला आपण कोणाच्याही बाजूचे नव्हेत हे दाखवायचं होतं.

"दयाळू आहेत पण त्याला चॉइस आहे. त्यांच्या दृष्टीनं कोण दयायोग्य आणि कोण नाही हे ते ठरवणार! शिवाय परमारवरचा राग परमारवर नाही. त्याला जास्त दिले गेलेल्या तासांवर आहे. वर्कलोड!" जोशी स्पष्ट बोलले.

"आमाला तुमच्या डिपार्टमेंटचा काही माहिती नाही बघा." माधवन् अंग काढून घेत म्हणाला.

"जाऊ द्या, मॅडम. पेल्यातली वादळं आहेत. आपण वाघही नाही पाहायचा आणि गुहाही. तुम बाहर देखो. दुनिया बहुत खुबसुरत है। निला आकाश, सूरजकी रौशनी, हरियाली, फुलं —" वहाब म्हणाले.

"तुम्हा उर्दूवाल्यांचं एक चांगलं आहे. शेरोशायरी मनाला थंडावा देते. आमच्या मराठीत तर तेही गेलंय. सत्यचित्रणाच्या नावाखाली दगडगोट्यांच्या कविता! मन रिझवणं हा भाग मराठी माणसाला आधीच कमी येतो. त्यात आता ही

नवनिर्मिती!'' जोशी वातावरणातला ताण कमी करण्याकरिता म्हणाले.

तेवढ्यात चंद्रात्रे आली.

सडपातळ. स्मार्ट. देखणी नसली तरी स्वत:ला आकर्षक ठेवणारी. पस्तिशीची असून पंचविशीची वाटणारी. हिच्यावर बऱ्याचजणांची भक्ती होती. तिच्यातही असं काही होतं की सांगू नये असं वाटूनही बरेचजण तिला पोटातल्या गोष्टी सांगत. बायकाही याला अपवाद नव्हत्या; पण त्या चतुरपणे आपल्या तक्रारी तिला सांगत. कारण बोललेले प्राचार्यांपर्यंत पोचेलच ही खात्री त्यांना असायची. चंद्रात्रेंसाठी प्राचार्यांचे विशेष कान असत. त्यांचं बोलणं टाळल्याचा एकही प्रसंग कुणाच्या पाहण्यात नव्हता. ती हसतमुख होती. लगबग चालायची. आताही ती घाईत आल्यासारखी आली.

''बाप रे! आज मूडचं काही खरं नाही.''

बसलेल्यांच्या चेहऱ्यावर प्रश्नचिन्ह उमटलं.

''आज डेंजरस मूडमध्ये आहेत. काम असेल तर जाऊ नका. रजा तर अजिबात मागू नका. मी तर सही ठोकली आणि बाहेर! तो घुग्या मात्र चिकटून बसलाय. चोवीस तास तिथे काय करीत असतो की! डिंक लावून चिकटवल्यासारखा बसतो.''

''फेविकॉलका जोड है, मॅडम.'' वहाब म्हणाले.

''फेविकॉलच्या पुढेही एखादं अॅडिजिव असेल! पण तो चिकटलाय हे खरं! नाहीतर आपल्याशी आपले गॉडफादर कसे फिस्कारल्यासारखे बोलतात!'' चंद्रात्रे म्हणाली.

ती प्राचार्यांना 'गॉडफादर' म्हणे आणि सायकॉलॉजीच्या म्हात्रेंना आजी. कुणालाही एखादं बिरुद चिकटवणं किंवा शब्द तयार करून तो सरावात आणणं ही तिची खासियत होती.

''आज अॅम्ब्युलन्स येणार आहेत का?'' तिनं विचारलं.

''माहिती नाही. तेही घुगेलाच माहिती असेल—'' वहाब म्हणाले.

ती अध्यक्षांना अॅम्ब्युलन्स म्हणे. एरवी अशा शब्दांना हसून दाद देणारी सुमती आज गप्प बसलेली पाहून ती म्हणाली,

''आज तुमचा मूड नाहीये, मॅडम. आज हवेतच काहीतरी दोष असेल. हो ना हो सर?''

जोशींनी मान हलवली.

''तसं काही नाही.'' सुमती बळेच हसून म्हणाली.

नकळत तिचा हात डोक्याकडे गेला. केसांवरून फिरला. ती अस्वस्थ असल्याचं ते लक्षण होतं. तिलाही ते माहीत होतं. तरीही ही क्रिया अगदी सहज व्हायची. विशेषत: चारचौघात अस्वस्थता लपवण्याचा तो भाग असावा. एकटी असेल तेव्हा

मात्र डोक्यातले विचार ती तळव्याने पुसून काढायची. कपाळ खसखसा चोळायची. भांडं घासल्यासारखं.

चंद्रात्रे हसली. खोटा खोटा निःश्वास टाकून म्हणाली,

"तुम्ही कशाला सांगाल, बाई? तुमची खास मैत्रीण येईल तेव्हा सांगाल."

जोशी म्हणाले, "खरंच फ्रान्सिस मॅडम दिसल्या नाहीत हो? त्या असल्या की स्टाफरूम कशी दणदणत राहते. गप्पा मारण्यात त्यांचा हात कुणी धरू शकत नाही."

"पर अंग्रेजीमे उनका तोफखाना शुरू हुआ तो मेरी तो समझमें नही आता. मगर बात वो अंग्रेजीमेही करते है."

"प्रभुत्व आहे भाषेवर!" जोशी म्हणाले.

"मुझे लगता है कि मैं इंग्लंडमेच हूं - इत्ती इंग्लिश उधरच चलती होगी."

"आमच्या दक्षिणेत किती चालते -" माधवनला आता राहवलं नाही.

"पण तुमची वेगऽऽळी." चंद्रात्रेनं दाक्षिणात्य पद्धतीने वाक्याचा शेवट केला. माधवनच्या चेहऱ्यावर राग दिसला; पण तो शिताफीनं घालवून तो हसला. म्हणाला, "तुम्ही नक्कल छान करता, मॅडम."

सुमती त्रयस्थपणे पहात होती. माधवनचं आणि त्यावरून सगळ्या दाक्षिणात्यांचंच तिला कौतुक वाटलं. आलेला राग दाखवायचा नाही आणि अपमान दिसू द्यायचा नाही. हे कसब माधवन्नं चांगलंच आत्मसात केलं होतं. खरं तर हे त्यालाच जमतं म्हणणंही चूक आहे. ही कला सगळ्यांनाच थोड्या फार प्रमाणात जमते. जमावीच लागते.

ती बोलत नाही हे बघून चंद्रात्रे म्हणाली,

"मॅडम नसल्या की तुम्हाला करमत नसेल, नाही?" सुमतीनं तिच्याकडे आश्चर्यानं पाहिलं. तिची आणि रीमाची मैत्री होती, पण कॉलेजमध्ये इतरांना ती एवढी जाणवावी ही गंमतच!

"गावाला गेल्यात. उद्या येतील."

"पण चार दिवसपासून दिसत नाहीत." माधवन् म्हणाला.

त्याच्या बारीक निरीक्षणाचं कौतुक करावं असं सुमतीला वाटलं. तिच्या स्वतःच्या बाबतीत कुणी महिनाभर गावाला गेलं तर लक्षात आलं असतं.

तिला एकदम रीमाची फार आठवण झाली. आपली अस्वस्थता आपण तिला सांगू शकलो असतो. मुख्य म्हणजे तिला कळली असती. तिच्या व्यक्तिमत्वात असं काही होतं की हिला सांगितलं तर आपलं मन हलकं होईलच असं खात्रीनं वाटावं.

परमारचा विचार तिच्या मनातून जात नव्हता.

उठून प्रयोगशाळेत जावं अशी इच्छा होती; पण तिथे रंगकाम चाललेलं होतं.

केबिनमध्ये एकटीला बसायचा कंटाळा. त्यात रीमा असती तर थोडा वेळ कँटीनला तरी जाता आलं असतं.

"काय झालंय मॅडमना?" जोशींनी विचारलं.

आता उत्तर देणं भाग होतं.

"गोव्याला गेलीये."

"मग मेडिकल टाकली?" चंद्रात्रेच्या या प्रश्नानं सुमती दचकली.

'झालं आता! ही बया आत बँड लावून गावभर हे सांगत राहणार? हिनं प्राचार्यांच्या कानात सांगायचीच खोटी की ते भडकून उठणार! उगाचच रीमाला मधल्या मध्ये त्रास. वास्तविक तिला बरं नाही हेच तिनं सगळ्यांना सांगितलं होतं. आपल्याकडून अनवधानानं बाहेर पडलं.'

सुमतीनं घाईघाईनं सगळा प्रकार सावरायचा प्रयत्न केला.

"त्यांना बरं नाही. गोव्याला त्यांचे दीर डॉक्टर आहेत त्यांना दाखवणार होत्या."

"बाप रे! इतक्या लांब? इथं कितीतरी डॉक्टर आहेत." माधवन् म्हणाला.

"त्यांना काही तपासण्या करायला सांगितल्यात. त्या इथे होत नाहीत." सुमती म्हणाली.

'एका खोट्यातून किती खोट्या गोष्टींचा जन्म होतो?' सुमतीला वाटले.

"पण त्यांना त्रास काय होतोय? नाही, म्हंजे इथे कधी त्या आजारी वगैरे वाटत नव्हत्या." चंद्रात्रे म्हणाली.

सुमतीच्या कपाळावर सूक्ष्म आठी उमटली. म्हणाली,

"पोटाचा त्रास असेल बहुधा."

"मग टेस्ट कोणती सांगितली?" चंद्रात्रेनं विचारलं.

"अहो, जाऊ द्या हो, चंद्रात्रेमॅडम. तुम्ही कशाला एवढी चौकशी करता? तुमचं पोट कधी दुखलं तर रीमा डिसिल्वांना विचारा." जोशी म्हणाले.

त्यांना परिस्थितीची कल्पना आली. सुमती अडचणीत आल्याचं त्यांनी जाणलं. तिची एकप्रकारे सुटकाच केली. ती हलकी झाली. म्हणाले,

"चंद्रात्रेंचं पोट कशाला दुखायला लावताय, सर?"

"अहो, पोटच ते! कधी बिघडेल सांगता येतं का? भविष्यात काय घडेल काय सांगता?" जोशी म्हणाले.

"आता मी जातेच. नाहीतर जोशी सर तुम्ही मला खरोखर आजारी पाडाल!" चंद्रात्रे हसत हसत म्हणाली.

"माझी तेवढी पॉवर नाही. नाहीतर दिवसाकाठी दोघातिघांची पोटं तरी बिघडवली असती? आपला जॉबच तसा आहे!" जोशीही हसत म्हणाले.

चंद्रात्रे गेल्या तशी स्टाफरूम एकदम शांत झाली.

"मॅडम फारच बोलतात हो!" माधवन् म्हणाला.

"जॉली बाई आहे. असा स्वभाव असला की ताण होत नाही. निदान स्वत:ला तरी. झाला तर दुसऱ्यालाच होतो. इतक्या सहज बॉम्ब टाकतात! आता ही रीमाची रजाच बघा. सहज हसत प्राचार्यांना म्हणतील, 'आजकाल पाणी काय खराब येतंय? पोटं बिघडलीत. डिसिल्वा तर थेट गोव्यालाच गेल्यात म्हणे तपासून घ्यायला! आपल्याही नात्यात असे डॉक्टर पाहिजेत बंगलोर किंवा सिमल्याला! म्हंजे प्राचार्य ही सगळी माहिती खोदून काढणार." सुमती म्हणाली.

"पन ही पण ट्रिक आहे. हे बायकांना चांगलं जमतं." वहाब म्हणाले. चंद्रात्रेंबद्दल त्यांची मतं वेगळी होती. त्यामुळे ती जाताच ते पुन्हा संभाषणात उतरले.

"काय सर? इतके शिकलेले तुम्ही! तुम्हीसुद्धा बायकांना वेगळं काढून टीका करता?" सुमती म्हणाली.

"शिवाय साहित्यक्षेत्रात तुमचं भ्रमण. इतकं वाचन. हल्ली तर कुठलंच लिखाण स्त्रियांसंदर्भात असल्याशिवाय पूर्ण होत नाही. तेच चर्चांचं. परिसंवादाचं. तुम्ही त्यात भाग घेणारी माणसं. तुम्ही उदार दृष्टिकोन ठेवायला पाहिजे." जोशी म्हणाले.

वहाबच्या मनात काय चाललं असेल, याची कल्पना जोशी करीत होते.

"वहाबसर, त्यात तुम्ही मानसशास्त्राचे प्रोफेसर. स्त्री आणि पुरुष यांच्यातला जैविक बदल मला मान्य; पण स्वार्थासाठी करत असलेल्या गोष्टीत काय बदल होईल? माणसंच सगळी! पुरुषसुद्धा भरपूर ट्रिक्स वापरतात. पण म्हणताना बाई वापरते ती ट्रिक. कारण ती कमजोर त्यामुळे मांजरीनं बोचकारल्यासारखी, पण पुरुषांची ट्रिक म्हणजे राजकारण. कारण ते वाघासिंहाचे वंशज!" सुमतीला रहावलं नाही.

त्यांच्या राजकारण या शब्दानं वहाबला एकदम वाकडेची आठवण झाली.

"तुम्हारे वो वाकडे मॅडम परसो मुझे युनिव्हर्सिटीमें मिले थे!"

"विद्यापीठात? कसं काय?"

"क्या की. वो ॲडमिनिस्ट्रेशनमे बैठे थे. माझी मीटिंग होती. उर्दू डिपार्टमेंटला."

"तिथं कुठली मीटिंग?" माधवन्ने मध्येच विचारलं. सुमती आणि जोशी यांनी एकदम एकमेकांकडे पाहिलं. दोघांच्याही चेहऱ्यावर हसू उमटलं.

जिथे कुठे थोडीही माहिती मिळणं शक्य असेल तिथे हा माधवन् ती मिळवणारच! आणि स्वत:साठी त्यात काही मिळतंय का हे पाहणार.

"उर्दू डिपार्टमेंटमे लेक्चर सेरीजके लिये मीटिंग थी । तुम्हाला प्रत्येक गोष्ट डिटेलात सांगावी लागते. तुम्ही येत चला माझ्याबरोबर! मग हे सांगत बसायला नको."

माधवन् वरमला. पण गप्प बसणार थोडाच?

"तुम्हारा पी. ए. करके चलता हूँ."

"तुझ्यासारखा डॉक्टरेट पी. ए. मला परवडणार का?"

दोघेही हसले.

'स्टाफरूम' ही खरोखर मनोरंजनाची जागा आहे असं सुमतीला वाटलं. अनेक बुद्धिवान लोक एकत्र येऊन मिळेल त्या विषयाचा कीस पाडायला तयार. त्यात वेगवेगळे दृष्टिकोन असणार. स्वार्थ असणार. एकमेकांना कोपरखळ्या असणार. संधी साधून एकमेकांना टोले देण्याचं कामही इथेच होणार! या कुस्तीतल्या बघ्यांना 'अंदरकी बात' माहिती असली तरी ती माहिती नाही असं ते भासवणार. कुणीतरी विषयाचा पोळी-भाकरीसारखा तुकडा फेकणार. तो येताच त्याला मुख्य रिंगणामध्ये खेचलं जाणार. मग तिथे उपस्थित विद्वान प्राध्यापक त्याच्यावर तुटून पडणार आणि तो छोटा तुकडा चघळायला सुरुवात होणार. त्या विषयावरच्या चर्चेतही फाटे फुटणार. नवीन फाट्यावर नवीन वक्तव्यं! नवीन चर्चा. मग पुन्हा कोणीतरी भरकटलेली चर्चा मूळ जागेवर आणणार. कित्येक वेळा अशी संभाषणं भरकटत भरकटत कुठेही पोचायची. एकमेकांवर शरसंधान करायचं. मग समेटही करायचा.

विशुद्ध युद्ध-मित्रतेचा नमुना म्हणजे ही खोली.

आताही माधवनचं समेटाचं वाक्य वहाबनं ताबडतोब स्वीकारलं. ते वाकडेंबद्दल सांगता सांगता थांबले.

"तुम्ही वाकडेचं काय सांगत होतात?" सुमतीला विचारल्याशिवाय रहावेना.

"नहीं, वो ॲडमिनिस्ट्रेशनमें बैठे थे."

"कुणाकडे तरी काम असेल—" पुढची माहिती मिळवण्याची ही पायरी.

"असू शकतं. उनकी पीएच्. डी. तो नहीं है ना? मग तसंही असेल —" वहाब.

"पण त्या काही करताहेत असं मला वाटत नाही." सुमती म्हणाली.

"आजकाल कुणाचं काही सांगता येत नाही. अजून नोकरी तात्पुरती आहे ना? टेंपररी आहेत ना त्या? तर विद्यापीठातही जायला लागल्या? नवी पिढी फार फास्ट आहे. आपल्याला शेंबूड पुसायचं कळत नव्हतं असं वाटतं. नोकरी लागण्यासाठी एवढी झंझटही नव्हती म्हणा." जोशी म्हणाले.

जोशी रिटायरमेंटजवळ आले होते. नक्की अंदाज नाही पण चारएक वर्षांत होणार असतील. या कॉलेजमध्ये त्यांची हयात गेली. गेली अनेक वर्षे या जागेत गेल्यानं त्यांची एक जागा होती. सीनियर म्हणून. इथली माणसं, झालेल्या छोट्या-मोठ्या घटना, भानगडी, लफडी सगळं सगळंच त्यांना ज्ञात होतं. त्या अनुभवाचाही एक दरारा होता. शैक्षणिक क्षेत्रातच आयुष्य गेल्यानं या क्षेत्रातल्या खाचाखोचा

त्यांच्या इतक्या बारकाईनं क्वचितच कुणाला कळल्या असतील. विद्यापीठीय आणि सरकारी कामांमध्ये विशेषत: जी. आर.च्या संदर्भातल्या स्पष्टीकरणासाठी त्यांचा उपयोग होई. त्यामुळे कार्यकारिणी, प्राचार्य आणि कार्यालय जोशींना दुखवायला धजत नसत; पण गेल्या चार-पाच वर्षांपासून होणारा त्रास या कारणानं निश्चितच कमी झाला होता. लक्षात येण्याजोगा. त्यामुळे आणि वय वाढल्यामुळे म्हणा, पेन्शनचे दिवस जवळ आल्यामुळे म्हणा, जोशी बरंच स्वातंत्र्य घेऊन बोलते झाले होते.

"पण आमच्या विषयासंबंधी असेल तर डिपार्टमेंटला पाहिजे ना? त्या ॲडमिनिस्ट्रेशनला काय करीत असतील?" सुमती साशंक म्हणाली.

"तो एक उंच क्लार्क आहे बघा. आपल्याकडे कधीतरी येतो. उंचा है. जाडा भी. कुरळे केस. अपने ऑफिसमें हमेशा आता था. अशात कमी झालं. आपल्या ओ. एस.चा मित्र असेल—" वहाब म्हणाले.

तेवढ्यात प्यून आला.

"तुमचा फोन, वहाबसर - ऑफिसमध्ये घ्या."

"कुणाचा रे?"

"आता आम्हाला कुणी सांगतंय का? पण बाईचा आवाज आहे–" त्याने आवाज खाली नेत सांगितलं.

'याला आपण कुणीकडून विचारलं' असं वहाबला झालं.

'घरसे होगा'– पुटपुटत ते उठून गेले.

पुन्हा एकदा शांतता.

सुमती उगाच बसली. तिच्या डोक्यात प्रश्नांचं वादळ होतं. ती खिडकीतून बाहेर मागच्या पटांगणाकडे पहात होती. बाहेर मोठं पटांगण होतं. चार-पाच लिंबाची, बदामाची झाडं होती. सावली पायाखालून थोडी सरकली होती. बाहेर सारखी काही ना काही हालचाल चालू होती. उन्हात मुलामुलींचे घोळके फिरत होते. त्यांचे रंगीत कपडे, तेल लावलेले केस चमकत होते. चारपाच जीन्स आणि तोकडे टॉप्स घातलेल्या मुलींकडे पहात झाडाखालच्या पोरांचा घोळका कॉमेंटस् करीत उभा होता.

पलीकडे थोडा उतार होता. तिथे कॉलेजनं विहीर घेतली होती. बोअरवेल. माळी हातपंपानं पाणी उपसून झाडांना घालीत होता. एक बादली हातपंपालाच लटकवली होती.

तेवढ्यात झपझप चालत एक मुलगी माळ्याकडे जाताना तिनं पाहिली. ती माळ्याशी काहीतरी बोलत होती. बिल्डिंगच्या दिशेनं हात करीत होती. माळी समजल्यासारखी मान हलवित होता. त्याने इमारतीच्या दिशेनं हात केला.

सुमतीला तो कुणाला हात करतोय हे कळेना. उत्सुकतेपोटी ती सहज उठल्यासारखी उठली. खिडकीकडे गेली.

तेवढ्यात माळी चालत आला.

तिथे वाकडे उभी होती.

माळ्याला वाकडे काहीतरी सांगत होती. तो मान हलवित होता. चेहरा विचारात पडल्यासारखा होता.

सुमतीला आश्चर्य वाटलं.

वाकडे माळ्याला एवढं काय सांगतेय?

आणि एरवी कुणाचंही काम न ऐकणारा माळी तिचं का ऐकतोय?

मघाशी वहाब म्हणाले आणि आता हे दृश्य. तिनं घड्याळाकडे पाहिलं.

आता वाकडेला बहुधा क्लास नाहीये. एव्हाना ती घरी जायला हवी.

काहीतरी चाललंय असा संशय आहे, पण ते काय आहे हे कळायला मार्ग नाही. बंद दारापुढे उभं असल्यासारखं तिला वाटलं.

तिची नजर पुन्हा झाडाकडे वळली.

"पोरं गडबड करताहेत काय?" मागून माघारेंचा आवाज आला. आवाज जाड. भक्कम. योग्य शब्दांवर आघात करीत. अधिकार दाखवणारा.

ती दचकल्यासारखी झाली. नकारात्मक मान हलवली.

"मग? तुम्ही उभ्या अशा होत्या की मला वाटलं काहीतरी घोटाळा आहे."

ती परत खुर्चीवर परतली.

"काय मॅडम, काय म्हंतोय आजचा दिवस?" माघारेंनी विचारले.

"रोजचा दिवस काय म्हणाचाय? नित्यनवीन गोष्टी तुमच्या पुढ्यात आणून ठेवतो. खिचडीसारखा. बसा शोधीत खडे. करा धान्यं वेगवेगळी. डोकी कामाला जुंपली पाहिजेत ना!"

तिच्या मनात वाकडे होती. हालचाली काय चालल्या असाव्यात ही शंका. आणि माघारेंना मात्र यातलं ढ का प कळत नसल्यामुळे ते नुसतेच पाहत होते. एखाद्या गणित न कळलेल्या मुलासारखे.

"कोड्यात बोलू नका राव. हे दगडगोटे प्रकरण अवघड. याचा अर्थ हग्यामार एवढाच मी काढतो."

माघारेंना साधं बोलणं ठाऊक नव्हतं. ते मोठ्यांदा आणि गडगडत बोलत.

सुमतीनं हसल्यासारखं केलं. तिला तो विषय नको होता. माघारे आले म्हणजे वातावरण हलकं होणार हे निश्चित होतं. यात माघारेंच्या व्यक्तिमत्त्वाचा आणि स्वभावाचा मोठा भाग होता.

ते काळे तर होतेच. पण केसाळही. त्यात त्यांना केसांचं भूषण होतं. कारण

ते नेहमी हाफ शर्ट वापरत. 'अगदी कोटाच्या आतही हाफशर्ट घालतात' असं पुरुष प्राध्यापक म्हणत. त्यांची सहा फूट उंची हा एक भाग होता. उंच माणसं कोत्या स्वभावाची नसतात, असं तिची आई म्हणायची. ते बोलताना जवळीक दाखवित. आपण दिसायला आकर्षक आहोत हा त्यांचा समज होता म्हणजे दिसायला ते बरे होते; पण त्याबरोबरच ते चतुर होते, कामसू होते. शिवाय सहवासात येणाऱ्या प्रत्येकाला आपले हे गुण कळलेच पाहिजेत हा त्यांचा उघड प्रयत्न असे. त्यामुळे त्यांना अनेक क्षेत्रातले मित्र होते.

"काय म्हणता, मॅडम?"

"काय म्हणायचंय? कॉलेजमध्ये पाऊल ठेवलं की डोक्याला काहीतरी गिरमिट पाहिजे. तसं ते आत्ता प्राचार्यांनी दिलंय. तो किडा डोक्यात घेऊन बसलेय. आता तो किती मेंदू खातोय बघायचं."

"तुम्ही फारच सेन्सिटिव्ह बुवा! अहो, इथं आपण डोकं चालवायला यायचं नाही. ते गहाण ठेवायचं. इथं मानेपासून वरचा भाग हा फक्त 'हो' किंवा 'नाहीच'साठी. नंदीबैल आपण! मान मात्र बैलासारखी ओझं वहायला ठेवायची."

"तर काय, आणि पाठ नंदीबैलासारखी झूल वाहायला ठेवायची." सुमती म्हणाली.

"बरोबर. सापडलं तुमचं उत्तर तुम्हाला!" "अहो, होकारार्थी हलविली की झूल पडतेच!" माघारे मध्येच म्हणाले.

"माघारे, हा तुमचा अनुभव की काय?"

"आत्ता घ्या, मॅडम! तुम्ही इतकी वर्षं मला बघता. आपण कुणाच्या अध्यातमध्यात आहोत का? नाही. तरीदेखील कुणाचं काय चाललंय हे आपल्याला कळतंच! ही एक नॅक आहे. एरवी आपण भले आपलं काम भलं."

माघारे हसले.

खरं म्हणजे माघारे आणि काम हे कधी न जमलेलं समीकरण. मात्र कामाचा आव अमाप! त्यांच्या काम न करताही श्रेय मिळवायच्या हातोटीलाच ते कामसू वृत्ती म्हणायचे. काम करतोय म्हणताना गाल फुगवून 'कॉम' असा उच्चार करायचे त्यामुळे सगळे हसायचे. त्यांना प्रत्यक्ष काम करताना कुणी कधी पाह्यल्याचे कुणालाच आठवणे शक्य नव्हते.

बोलत असतानाच त्यांनी आपल्या केसाळ रांगड्या हातांनी माधवन्‌कडून काड्याची पेटी घेतली. सिगारेट पेटवली.

सुमतीच्या कपाळावर छोटीशी आठी उमटली. चेहराही वाकडा झाला असावा. जोशी उठलेच. त्यांचे माघारेंविषयीचे वेगळे मत होते. न बोलता त्यांनी काळजीपूर्वक पुस्तकं सलग लावली. डस्टर, खडू उचलले. खडूच्या जागी खडू, डस्टरच्या जागी

डस्टर ठेवलेलं. हे सगळं ते अगदी काटेकोरपणे करायचे! पण आत्ता हे सगळं करताना त्यात एक संथपणा जाणवून देण्याचा भाग होता. माघारेच्या सिगारेट पिण्याला उत्तर दिल्यासारखा!

डोळे बारीक करीत माघारे निरीक्षण करीत होते.

''जोशी सर!'' ते धूर टाकीत म्हणाले. ''मुलीचं ठरलं का?''

जोशी एकदम गडबडले. तसे माघारेच म्हणाले, ''नाही, त्यांच्या मुलीसाठी ते पाहताहेत ना! अहो, वय वाढत चाललं म्हणजे काळजी वाढत जाते ना! हो की नाही, जोशी सर?''

जोशींनी मान खाली केली. कोणतेही उत्तर न देता ते निघाले. तसे माघारे मोठ्यांदा म्हणाले, ''फार सज्जन माणूस बघा.''

ते कोणत्या संदर्भात बोलताहेत हे सुमतीला कळलं. तिचं तोंड कडू पडलं. शक्ती असती तर माघारेंच्या तोंडात मारली असती.

''तर काय सांगत होतो? मॅडम, तुम्ही हा भित्रेपणा सोडा. हा साधेपणा सोडा. तुमच्या मैत्रिणीकडे बघा— आपल्या डिसिल्वा मॅडम.''

माघारेंनी त्यांच्या केसाळ भुवया उचलल्या. डोळे बारीक करून ओठांचा चंबू करून रिमा हिरजीच्या व्यक्तिमत्त्वाला प्रशंसा प्रमाणपत्र देऊन टाकलं. वहाब सर हातातली काडी चावत त्यांच्याकडे पहात होते.

''क्यूं, वहाबसाब? मै ठीक बोलता हूं की नहीं? मॅडमने एकदम बदलना चाहिये. अरे, दुर्गामातेचा काळ आहे. तुमची आयुधं परजून उभं राह्यलं पाहिजे.''

आता हे पुष्कळ झालं असं वाटून सुमती म्हणाली,

''तुमच्यासारखा माझा स्वभाव पाहिजे होता, सर! मोकळा! कुठलं आतलं-बाहेरचं नाही म्हणजे आतलं आत, बाहेरचं बाहेर.'' दोघेही हसले.

माघारेंच्या आतल्या कारवाया, मॅनेजमेंटच्या लोकांपुढचा लाळघोटेपणा - अगदी सगळा नसला तरी - सर्वांनाच थोडा थोडा माहिती होता.

''कसं बोलला?'' माघारे निर्लज्जपणे हसून म्हणाले. ''तुम्ही बोला म्हणजे मनातलं बाहेर पडतं! ते म्हणजे मळमळीसारखं आहे. उलटी झाली की बरं वाटतं!''

''काय उपमा देताय?''

''आत्ता घ्या. अहो, बोलल्याबिगर काऽही जमत नाही. माणसानं देवघेव केल्याशिवाय कसं होईल?''

त्यांनी 'देवघेव' या शब्दावर जोर दिला.

माघारे प्राध्यापक झाले नसते तर ते तमाशात यशस्वी सोंगाडे झाले असते. वगनाट्याचे त्यांचे प्रयोग गाजले असते. त्यांची अशी अनेक नाटकं सगळ्यांना पहायला मिळत.

"तुम्ही म्हणजे, सर—" सुमतीला काय बोलावं ते कळेना. ती एकदम हसली.

"बोला-बोला."

"मी तुमच्यासारखी पाहिजे होते बिनधास्त!"

माघारे गडगडून हसले. खोटं. सुमतीच्या चेहऱ्याकडे 'ॲप्रीशियेट' केल्यासारखं पहात म्हणाले, "आत्ता जमलं. कधीमधी बोला, आम्ही आहोत ना ऐकायला. बसू. बोलू. चहा भजी खाऊ."

"आत्ता मात्र तुमची खरी तार लागलेली दिसतेय." सुमतीच्या चेहऱ्यावर पुन्हा नाराजीची रेघ आली. हे आपल्याला त्यांना म्हणायचं नव्हतंच आणि तरी आपण बोलून गेलो, हे तिच्या लक्षात आलं.

माघारे लघट हसले.

तिला स्वत:चाच राग आला. खुर्चीतून उठून तिने साडी नकळत सारखी केली.

माघारेंच्या चेहऱ्यावर पुन्हा तेच स्त्रीबद्दलचं ॲप्रीसिएशन आलं.

"आं! निघालात? आत्ताशी अर्धातास होतोय." ते म्हणाले.

"तुम्ही आत्ता आला आलात. मला येऊन तीन तास झालेत." खरे तर हे 'कन्फेशन'ही तिला द्यायचं नव्हतं.

माघारेंमध्ये असं काहीतरी आहे निश्चित! तुम्हाला त्यांच्याशी बोलायचं नसेल तरीही तुम्ही बोलताच!

"आता बसून काय करायचं—" म्हणत त्यांनी स्टाफरूममध्ये नजर फिरवली. त्यांची भिरभिरती नजर आत येणाऱ्या सानेवर पडली.

ती नुकतीच या कॉलेजात लागली होती.

सुमतीकडे पाहत ते म्हणाले, "हं, हे झ्याक झालं. आता बाहेर ऊन असलं तरी आत अर्धा तास चांगला जाईल!"

सानेच्या सुंदर चेहऱ्याकडे पाहत त्यांनी दुसरी सिगारेट काढली.

सानेला सगळेच सीनियर. तिनं प्रत्येकाला नमस्कार केला. तिच्या म्हणण्यात इंग्रजी माध्यमाचा प्रभाव होता. 'गुडमॉर्निंग'च्या अविर्भावातला हा नमस्कार होता.

"हे असं अवघड जातं." माघारे म्हणाले. "साने मॅडम."

ती गडबडली. चेहऱ्यावर गोंधळला, भाबडा भाव होता.

"तुम्ही जरा भारतीय व्हा बरं!"

"मी काय केलं? मी भारतीयच आहे!" साने त्याच ॲक्सेंटमध्ये म्हणाली.

सुमती मध्ये पडली.

"माघारे, अहो तुम्ही चांगल्या चांगल्यांची भंबेरी उडवाल. तिला तुमची माहिती नाहीय."

"तेच तर म्हणतोय ना. त्यांना माझी माहिती व्हावी, सवय व्हावी, हीच तर इच्छा!"

"हद्द झाली!" सुमती म्हणाली. 'या माणसाशी कसंही बोललं तरी ह्याला पाहिजे तिथे तो कसा पोचतो, हे तिला इतक्या वर्षांत कळलं नव्हतं. एकीकडे त्यांचा राग येत असताना त्यांच्या बुद्धीचं कौतुकही करण्याचा मोह तिला थांबवता यायचा नाही. 'तुला त्यांच्या कुवतीचं सुप्त आकर्षण असावं' असं रीमा तिला म्हणायची. ते आठवून तिचा चेहरा आक्रसला. ती निघणार तेवढ्यात माघारे म्हणाले,

"तुमच्या ज्युनिअरचं काय झालं हो, मॅडम?"

"कोणती ज्युनिअर?"

"वाकडेबाई हो!" ते सरळ तिच्या डोळ्यांत पहात म्हणाले.

"त्यांचं काय व्हायचंय्?"

"अहो, वेड पांघरून पेडगावला का जाता, मॅडम? सगळ्या कॉलेजला माहीत आहे."

"मग पुन्हा मला कशाला विचारता?"

"आम्ही तुमचे कलीग," 'तुमचे'वर त्यांनी जोर दिला. "बरोबर इतकी वर्षे काम करतोय. त्यातून तुमचीआमची आवड सारखी. गाण्याची. थोडं फेलोफिलिंग असतंच ना! आता तुम्हाला मान्य नसेल तर सोडा. का हो माधवन्?"

माधवन् अगदी कन्सर्ननं सुमतीकडे पहात होता.

"आपणच एकमेकांना समजून घेतलं पाहिजे आणि एकजुटीनं राहायला पाहिजे, तेव्हाच खुर्चीवर थोडं प्रेशर येईल. नाहीतर मग नव्या आलेल्यांना घेऊन प्राचार्य खेळतच आहेत गुल्लीडंडा! म्हणजे विटीला कळत नाही की कुठं टोलावताहेत! ती फेकाल तिकडे जाते. मार खाणाऱ्याला मार मिळतो. बस्स! काम खतम!"

"मग तोच खेळ वाकडेला घेऊन चाललाय् असं समजा." सुमती म्हणाली.

"मॅडम, तुम्ही खरंच फार बुद्धिमान हा! अहो, राजकारणात गेला असतात तर—?"

"शिक्षणमंत्री झाले असते. असेच ना? तुमच्या प्रश्नाला मी उत्तर दिलंय. आता दांडू धरणाऱ्या हातांना तुम्ही कसं वळवाल, सांगा."

"पण मला 'पोझिशन' एकदम एक्झॅक्ट सांगा."

"आज नाही. पुन्हा कधी तरी!" सुमती म्हणाली.

"ठीक! एकदोन दिवसांत?"

"जमेल." ती म्हणाली आणि बाहेर पडायचं ठरवून ती उठली. आता कॉलेजमध्ये बसलो तर पुन्हा डोक्याला तोच खुराक.

त्यातून रीमाही नव्हती. गोरे मॅडम असत्या तर चहा तरी घेता आला असता.

त्यांना चहापुरतं वेळेचं बंधन नसायचं. शिवाय कशातही त्यांना फार कळायचं नाही. त्यामुळे त्यांची सोबत सुमतीला बरी वाटायची.

जाण्यापूर्वी प्राचार्यांच्या केबिनकडे ती निघाली. सवयीनं! या कृतीला ती 'तोंड दिखाओ प्रोसिजर' म्हणायची.

आत चार-पाच प्राध्यापक, चंद्रात्रे अन् वाकडे!

वाकडे?

ती त्याच पावली परत फिरली.

"नकोच ते जाणं.'

तिच्या कानाजवळची शीर तडतडली.

'वाकडेची ही हिम्मत!' आणि प्राचार्यही एका पार्टटाईम टीचरला केबिनमध्ये बसवून घेतात आणि ही चंद्रात्रे? अग बाई, नको ग बाई, म्हणत तिथं खेटलेली! धन्य रे देवा!"

तिरीमिरीनं ती बिल्डिंगच्या बाहेर पडली. समोरच्या मैदानातून जावं की मागच्या बाजूनं यात ती घोटाळली.

मागच्या मैदानातून विद्यार्थिनींच्या खोल्यांच्या बाजूनं निघून जाता आलं असतं. शिवाय, प्राचार्यांच्या खिडकीच्या खालून भिंतीजवळून जाताना प्राचार्यांना चुकवून जाता आलं असतं. हा मार्ग तिनं अनेक वेळा वापरलेला होताच. विनाकारण डांबून धरल्यासारखी परिस्थिती असेल किंवा स्वतःला जायची घाई असेल किंवा घरी काम असेल तेव्हा, तेव्हा 'संकटकाळी बाहेर पडण्याचा मार्ग' म्हणून तिनं चोखाळला होता. बाहेर पडण्याचा मार्गापेक्षा 'सुटकेचा मार्ग' म्हणणं अधिक श्रेयस्कर. तिला रीमानं एकदा हा दाखवला होता. नंतर तिच्या लक्षात आलं होतं की अनेकजण 'जेलर'ची नजर चुकवून जात होते.

पुढच्या मैदानातून जाताना स्टेजसाठी बांधलेला चबुतरा ओलांडावा लागे. तिथे दोनतीन प्यून किंवा एक-दोन प्राध्यापक वा क्लार्क बसलेले असत. कारण स्टेजला लागून असलेल्या लिंबाची सावली तिथं असे.

जेव्हा जेव्हा आपल्या हालचाली इतरांना कळाव्यात अशी परिस्थिती असेल, तेव्हा तेव्हा त्या ओट्यापाशी थोडंसं रेंगाळायचं, नाहीतर तिथे बसलेल्या एखाद्याशी मुद्दाम थांबून बोलायचं, ही सवयही सुमतीनं लावून घेतली होती.

थोडा विचार करून ती समोरच्या रस्त्यानं निघाली.

कॉलेजकडे खूप मोठी जागा होती. वास्तविक हे कॉलेज उघडलं तेव्हा हे शहराबाहेर होतं. पुढे शहराची वाढ आणि विस्तार इतका वाढला की ते आता वस्तीत आलं. सात-आठ एकरावर कॉलेज होतं. विरळविरळ इमारती होत्या. इमारतीपासून मुख्य प्रवेशद्वाराशी जायला तब्बल दहा मिनिटं लागायची.

पण ते चालणं तिला नेहमी सुखाचं व्हायचं; कारण रस्त्याच्या दोन्ही बाजूला शिरीष, गुलमोहोर, बदाम, कडूलिंबाची दाट झाडी होती. आता गुलमोहोराला टपोऱ्या कळ्यांचे झुपके धरलेले होते. कुठंमुठं नजर वेधून घेणारं एखादं लाल फूल उमललं होतं. शिरीष मात्र पूर्ण फुलून गेला होता. त्याची फिकी गुलाबी फुलं पेटवलेल्या पणत्यांसारखी पानोपानी पसरली होती. सगळं झाडच दीपमाळेसारखं दिसत होतं. काही झाडांवर हिरवट पोपटी फुलं परडीत ठेवल्यासारखी दिसत होती. प्रयोगशाळेच्या खिडकीतून या झाडांकडे पहायला तिला फार आवडे. प्रयोगशाळांना अर्ध्या भिंतीनंतर काचा लावलेल्या होत्या. तिथून एरवी तीव्र प्रकाश येत असला तरी मावळत्या दिवसाला आणि सकाळी मैदानातली ही झाडं म्हणजे सुख वाटे. उन्हाळ-धुळीनं भरलेल्या दिवसांत शिरीषाच्या हिरव्यागार पानांचा झळाळ डोळ्यांना थंड ओलावा देई.

त्या झाडांखालून जाताना सुमतीला प्रयोगशाळेतून दिसणाऱ्या झाडांच्या त्या हिरव्यागार चमकत्या छत्र्या आठवल्या. तिची तिलाच गंमत वाटली. कॉलेजमधल्या वातावरणानं वास्तविक ती त्रासलेल्या मन:स्थितीत होती. तशा स्थितीत असल्या काव्यात्म मनोवृत्ती कुठून उगम पावताहेत, हे तिला कळेना. विज्ञान शाखेत आलो नसतो तर कदाचित काव्यासारखा एखादा प्रकार घेऊन आपण पीएच्.डी. झालो असतो.

रीमा तिला वर्डस्वर्थ, कोलरिजच्या कवितांबद्दल बोलली होती. इतर कुठली समीक्षा कळली नाही तरी रोमँटिसिझम हे तत्त्वज्ञान आपल्याला कळलंय असं तिला वाटलं. रीमा म्हणाली तसं ते कालबाह्य ठरलं की त्याला पलायनवादी ठरवलं तरी त्यात तथ्यांश असल्याचं तिला जाणवायचं. भले तो थोडा असेल सुख तर देतो! पळून जाऊन या झाडांमध्ये, गारव्यामध्ये, पक्ष्यांमध्ये मनानं लपणं का होईना, जगू तर शकतो आपण. काही काळ. वाकडेंसारख्या, परमारसारख्या सत्याकडे पाठ फिरवता तर येते. तिला वाटलं आपण अशा एखाद्या तत्त्वज्ञानावर संपूर्ण विश्वास ठेवून जगून पहायला पाहिजे. आपण सगळीच 'सो कॉल्ड' तत्त्वं आहेत असं मानतो. सगळ्यांचीच गाळणी-चाळणी करून वेळ घालवतो. मग थिएटरमध्ये जसं 'वातानुकूलित अंशत: चालू आहे.' असं लिहिलेलं असतं, तसं सगळं अंशत: आपल्या आयुष्यात झिरपू देतो. शेवटी निष्कर्षाला कुठलाच परिणाम मिळत नाही.

शिरीषाच्या फुलांचा उग्र वास हवेत होता. सावलीच्या थंडाव्यासह तिने तो प्रदीर्घ हुंगला.

इतक्या चांगल्या गोष्टी आजुबाजूला असताना आपण उगाचच 'कूपमंडूक' विचार करतो. तिनं मनातले - कॉलेजचे विचार - झटकून टाकण्याचा निर्णय घेतला.

तेवढ्यात नवऱ्याच्या स्कूटरवर बसून चाललेली पानसरे तिच्या समोरून गेली.

शिरीषाचा वास, उमललेली फुलं, सावली आणि हिरव्या चमकत्या रंगाचा आनंद तिच्याकडून ओरबाडून घेऊन गेल्यासारखी. तिला भक्क उन्हात उभं करून.

त्राग्याची एक उबळ सुमतीच्या मनात उसळली. कानाजवळची शीर तटतटली.

पुढे न जाता ती झाडाखालीच उभी राहिली. पानसरेला पाहताच तिला आठवलं की वाकडेनं तिच्याजवळ कागद दिलाय. सहीसाठी. आणि स्टाफरूममधल्या गप्पांमध्ये तिनं तो काढून वाचलाही नाहीये. आता काढून वाचण्याची तिला इच्छा झाली; पण परत चष्मा लावून तो वाचण्याचा कंटाळाही. तेवढ्यात रिकाम्या, परत चाललेल्या रिक्षानं तिचं लक्ष वेधलं. त्याला हात करीत तिनं तो कागद परत पर्समध्ये ठेवला.

२

घरी आल्यावर यांत्रिकपणे पर्स ठेवणे, चष्मा ठेवणे, घड्याळ काढणे, कपडे बदलणे ह्या क्रिया एका नादात पार पडल्या. तिनं स्वत:पुरता चहा करायला घेतला. इतक्या लवकर कुणीही चहा घेणार नाही, ह्याची तिला खात्री होती. रोहन त्याच्या खोलीत होता. तो आपल्याबरोबर चहा घेईल, असं वाटून ती विचारायला गेली तर तो अस्ताव्यस्त झोपलेला दिसला. आवाज न करता ती परत आली. चहा खाली काढून ठेवताना तिला वाकडेच्या कागदाची आठवण झाली. दुधाखालचा गॅस कमी करून आता तिनं काय दिलंय हे वाचायला हरकत नाही, असं तिला वाटलं.

घरी आलं की आपोआपच मन थंडावल्यासारखं होतं, हे तिचं मत होतं. शिवाय आता शांतता होती. थंड डोक्यानं गोष्टी होतील असा विचार करून ती स्वत:च्या खोलीत गेली.

तिनं तो कागद काढून वाचला. आधी काही विशेष नाही असं तिला वाटलं; पण काहीतरी खटकल्यासारखं वाटून तिनं तो पुन्हा वाचला.

आणि ती दचकलीच.

'वाकडेला वेड-बिड लागलंय की काय?'

अर्जात तिला पूर्णवेळ कामावर घ्या, असं लिहिलेलं होतं.

आधी कधीही वाकडे तिला हे काही बोललीच नव्हती.

मग एकाएकी असा अर्ज कसा?

तिनं वरचा मजकूर पाहिला.

अर्ज प्राचार्यांच्या नावे होता.

मग तिला का दिला?

खाली तिनं वाचलं— 'थ्रू प्रॉपर चॅनल.'

हा काय प्रकार आहे?

वाकडे, तिच्या हालचाली, तिचं प्राचार्यांकडे बसणं, तिचं इतर प्राध्यापकांकडे

जवळीकीनं बोलणं— सगळं एकदम तिच्या डोळ्यांपुढे आलं.

तेवढ्यात दूध जळाल्याचा वास तिच्या नाकात घुसला. कागद टाकून ती पळाली. स्वयंपाकघर धुरानं भरलं होतं. पातेलं काळं ठिक्कर पडलेलं. घाईनं गॅस बंद करताना आपण तिचा अर्ज घेऊन बराच वेळ बसलो असणार, हे तिच्या ध्यानात आलं.

चहातला तिचा रसच संपला.

चार वाजत होते.

ह्या अर्जाचा अर्थ काय? ह्याचा उपयोग काय? हा तिला का करवासा वाटला? यातून काय साध्य होणार?

हे कुणाशी बोलावं?

रीमा उद्यापर्यंत येणार नव्हती. दुसऱ्या कुणाशी यावर बोलावं तिला कळेना.

माणसाला 'सिक्स्थ सेन्स' असतो. तो सहावा अंतर्भाव तिला जाणवत होता. तो कागद, त्यातला मजकूर आणि वाकडे! काहीतरी घोळ होता, पण काय ते कळत नव्हतं.

'कुठेतरी काहीतरी चुकलंय,' एवढी एकच एक जाणीव होती.

अंधाऱ्या जागेत दिशाहीन, आंधळ्यासारखं उभं राहिल्यावर फक्त आंधळेपणा तरी जाणवतो किंवा दिशाहीनता, किंवा कोंडलं गेल्याची भावना किंवा रस्ता सापडत नसल्यासारखं, तशी ती बसून राहिली.

तिचं मन स्थिर नव्हतं. वाकडेनं तिच्या डोक्यात फेर धरला होता. प्राचार्यांनी तिला बोलावणं किंवा परमारविषयी बोलणं हे आजच झालेलं नव्हतं. हे सारखं घडत होतं.

ती वाकडेच्या हालचालींचा मनानं वेध घ्यायला लागली, तेव्हा तिच्या लक्षात आलं की गेले कित्येक दिवस किंवा जेव्हापासून वाकडे तिच्या विभागात आली होती, तिनं तिचा फारसा विचारच केलेला नव्हता. एक साधी तात्पुरती नोकरी करणारी एवढीच प्रतिमा तिनं डोळ्यांपुढे ठेवली होती.

गेली तीन वर्षे नवीन भरतीवर बंदी होती. कित्येक विभागांमध्ये अशा तात्पुरत्या स्वरूपाच्या लोकांना घेऊन काम चाललेलं होतं. अर्थात् पूर्णवेळ आणि पूर्ण पगारासह काम करणाऱ्या माणसाइतका जीव लावून काम करणं, ह्या लोकांना शक्य होत नव्हतं. त्यात काही वावगं आहे असंही अनेक प्राध्यापकांना वाटत नव्हतं.

'कशासाठी? पोटासाठी' हे सत्य पुन्हा विशद करण्याची आवश्यकता नव्हती. बहुतेक तात्पुरते आलेले प्राध्यापक तरुण होते. त्यांच्याकडे पुरेशी शैक्षणिक पात्रता नव्हती. किंवा एकीकडे ती पात्रता मिळवण्याच्या प्रयत्नात ते होते. मध्ये मिळालेल्या वेळात पैशाच्या गरजेपोटी किंवा अनुभव म्हणून ते काम करत होते.

परमार असो की वाकडे, हे अशाच पद्धतीत होते. दोघंही एकीकडे आवश्यक शैक्षणिक पात्रता मिळवण्याच्या मागे होते.

आतली गोष्ट सुमतीला माहिती होती. परमार विषयात पारंगत होता. फक्त त्याला अनुभव नव्हता. शिवाय परिस्थितीमुळे अभ्यासाला जास्त वेळ तो देऊ शकत नव्हता; पण त्याला शिकवायला दिलेल्या पेपरचा त्यानं अभ्यास केलाय हे सुमतीला कळत होतं. मुलांची इतके दिवस कोणतीही तक्रार नव्हती. कारण नवीन शिक्षक आला रे आला की सुमती मुलांचा कौल ताबडतोब जाणून घेई. त्यात त्यांना शिकवलेलं समजावं, हाच हेतू असे. विद्यार्थ्यांची ज्यांच्याविषयी तक्रार होती असे प्राध्यापक महिन्याभरानंतर तिने काढून टाकले होते.

वाकडेच्या बाबतीत, तिच्या विषयाच्या ज्ञानाबाबत ती साशंक होती. अगदी पहिल्यापासून; पण ती कॉलेजला वेळ देत होती, तिचं किंवा कांबळेंचं एखादं प्रॅक्टिकल किंवा लेक्चर सांभाळून घेत होती. त्यामुळे ते दोघेही तिच्याबद्दल काही बोलले नव्हते.

सुमतीला ठाऊक होतं की इतर वर्गांमध्ये तिला जर कामामुळे जाता आलं नाही तर ती किंवा कांबळे स्वत:च्या नोटस् तिला देऊन वर्गात सांगायला सांगायचे. कित्येक वेळा मीटिंग्जमुळे वर्ग बघावा लागला तर मुलांना लिहायला द्या किंवा तुमचं तुम्ही काहीतरी करा असं त्यांना सांगा, असं ती स्वत:च त्यांना म्हणाली होती. त्याला वाकडेनं शिकवलं असं ती मानत नव्हती. वाकडेही तसं समजतील असं तिला वाटलं नव्हतं. त्यामुळे याचा परिणाम असा होईल असं तिनं अपेक्षिलं नव्हतं.

चंद्रात्रे एकदोनदा म्हणाल्याचं तिला आठवलं.

''चांगला हँड मिळालाय, मॅडम, तुम्हाला.''

तिला ती परमारबद्दल बोलतेय असं वाटलं.

''गरीब आहे. संधी मिळाली तर चमकेल.'' सुमती म्हणाली.

''मी आशाविषयी म्हणतेय.''

''वाकडे? हो, ठीक आहेत.''

''छानच आहे, मॅडम. फर्स्ट इयर ते थर्ड इयर सगळ्या वर्गांवर दिसते. शिकवतेही चांगलं ना?''

चंद्रात्रेंच्या या प्रश्नाचं काय उत्तर द्यावं हे तिला कळलं नव्हतं.

ती वाईट शिकवते की चांगलं यावर फक्त 'ठीक' हे तिचं मानसिक उत्तर होतं. कारण वाकडेच्या ज्ञानाच्या खोलीची तिला कल्पना होती; पण ती केवळ 'बरी' शिकवते असं म्हटलं तर 'तिला ठेवलं कसं इतके दिवस?' असा प्रश्न उद्भवू शकला असता.

म्हणून चंद्रात्रेंच्या प्रश्नाला उत्तर न देता तिनं मान हलवली होती.

मग हळूहळू ही गोष्ट वाकडेच सगळ्यांना सांगत गेली असावी, असं तिला वाटलं.

आता तर परमारपेक्षा वाकडेच कशी चांगली हे पानसरे इतरांना सांगताहेत, हे तिला कळलं होतं.

अर्थातच तिनं या गोष्टींकडे कधी फार गंभीरपणे लक्ष दिलं नव्हतं. कारण वाकडेबाई काही दिवस राहतील, नंतर पूर्णवेळासाठी कुणीतरी येईल, असा तिचा कयास होता. आता पानसरेंची आठवण आली की सुमती त्यांचा विचार करायला लागली. पानसरे आल्या तेव्हा त्या अशाच मागच्या दारानं आल्या होत्या. गोऱ्या, बुटक्या, खास कोकणी चेहऱ्याच्या पानसरे सगळ्यांशी गोड बोलायच्या. त्यांचे केस लांब होते त्यावर त्या बहुतेक वेळा गजरा लावून यायच्या. त्यांना चष्मा होता, पण काँटॅक्ट लेन्स लावून बिनचष्म्याच्या जास्त दिसायच्या. आपण दिसायला चांगले आहोत याची त्यांना जाणीव होती. तशी पावती त्यांना अनेकजण द्यायचे. मुख्य म्हणजे असे शेर गॅदरिंगमध्ये जास्त मिळत गेल्यामुळे त्या आपोआपच पॉप्युलर होत गेल्या. तसतशी त्यांच्या अस्तित्वाची दखलही जास्त घेतली जाऊ लागली. तशात तरुण प्राध्यापक त्या असतील तेथे तत्परतेने थांबतात, अशीही चर्चा सुरू झाली. माघारे या संधीचा फायदा न घेतील तर नवल! स्टाफरूममध्ये आल्यावर पानसरे दिसल्या की ते म्हणणार,

"अरे व्वा. मॅडम, आज तुम्ही इथे कशा? चला, आजचा दिवस कारणी लागला."

पानसरे वास्तविक पंचेचाळिशी पार केलेल्या; पण त्या लाल व्हायच्या. मान वेळवायच्या. 'कसं काय बुवा?' अशी शंका कुणी विचारली तर माघारे म्हणायचे,

"आमचं कुलदैवत देवी आहे. मॅडमच्या माहेरी आमच्या देवीचं ठाणं आहे. तिथं कधीतरी जातो आम्ही. त्यामुळे त्यांना भेटलं म्हणजे देवी भेटल्यासारखंच झालं की!" विचारणारा तोंड वाकडं करायचा. माघारे त्यांची स्तुती करण्याचे कारण इतरांना माहीत होते.

कुणीही प्राध्यापक कार्यकारिणीशी नात्याने वा अन्य कारणाने संबंधित असेल त्या वेळी माघारे ते अपसूक हुंगून काढायचे आणि त्यांच्याशी संधान साधायचे. त्या वेळी इतर स्टाफला ही गोष्ट माहितीही नसायची. ती इतरांना कळून त्यांनी 'गुड बुक्स'मध्ये राहण्यासाठी प्रयत्न करेपर्यंत माघारे प्रस्थापित झालेले असायचे. अशा गोष्टी कुठेही बोलल्या जायच्या नाहीत. कित्येक प्राध्यापकांना हे माहितीही नसायचं. जोशी-टिपणीसांसारख्यांना कळूनही त्यांना रस नसायचा.

कार्यकारिणीच्या पंधरा सभासदांपैकी कुणीतरी एक सदस्य त्यांचा भाऊ होता. हे रीमानं सुमतीला सांगितलं होतं.

"ह्या पानसरेंना कसं घेतलंय माहिती आहे का? त्यांच्या विभागाला जेवढं काम होतं तेवढे प्राध्यापक होतेच, पण काम वाढलं असं दाखवलं." रीमा म्हणाली

"पण तसं कसं दाखवता येईल?" सुमती भाबडेपणानं म्हणाली.

"तसंच केलंय. आपल्याकडे पहिल्या-दुसऱ्या वर्षाला तुकड्या वाढल्यात."

"दुसऱ्या वर्षाला चार तुकड्या आहेत."

"हेच ना. कुणालाच कळू दिलं नाही. पहिल्या वर्षाला आणि दुसऱ्या वर्षाला एक एक तुकडी वाढवून आणली."

"अग, पण ते कसं शक्य आहे?"

"ते ऑफिस करतं. तेच हे सगळे उद्योग करतात." रीमानं स्पष्ट केलं.

"पण 'वर्कलोड नाही' म्हणून तुझ्या भाचीला त्यांनी मागच्या वर्षी घेतलं नव्हतं."

"म्हणून तर माझं लक्ष गेलं ना! त्याही वेळी एक तात्पुरता प्राध्यापक घेता येत होता, पण यांना ती नको होती. म्हणून तुकडी दाखवली नाही."

"मग आता काय केलं?"

"मी सकाळी येते ॲडिशनल इंग्लिश घ्यायला. तेव्हा कोपऱ्यातल्या लहान हॉलमध्ये पंधरावीस पोरं बसलेली. उत्सुकता म्हणून काय करताय विचारलं, तर आमचा हिंदीचा तास आहे म्हणाली. मला खरंच वाटेना, कारण ते तास वरच्या मजल्यावर होतात. म्हणून प्यूनला विचारलं तर 'पाचवी तुकडी काढली वाटतं' असं काहीसं गूढ आणि उडवाउडवीचं बोलला; पण माझा संशय बळावलाच. मी तास घेऊन बाहेर पडत होते तो ह्या पानसरेबाई दिसल्या. माझी ओळख असायचं कारण नव्हतं."

"आणि कुणी तुझी ओळख स्वत:हून करेल हे संभवत नाही. तुझा हा इंग्रजी अवतार! कापलेले केस, चक्क बॉयकट, ती लिपस्टिक."

"अगं, उपयोगी पडतो. कुणी झटकन ओळख करून घेत नाही आणि त्यामुळे त्रासही नाही; पण मला इंग्रजीमुळे अशी सोय आहे की, 'हॅलो' म्हटलं की झालं!" रीमा म्हणाली.

"मग तू म्हणाली का हॅलो?"

"तसं म्हटलंच. त्याशिवाय हे कोडं कसं सुटणार होतं?"

"मग?"

"त्या हसल्या गोड. आणि हिंदीसाठी आलीये म्हणाल्या. मग माझ्या डोक्यात चक्र सुरू झालं आणि पुरता छडा लावायला मला महिना लागला."

"पण कळलं कसं?"

"ऑफिसमध्ये रॉड्रिक्स आहे. तो मनातून अजूनही इंग्रजच आहे. त्याच्या थ्रू!

त्यानंच सांगितलं की तुकड्या वाढवल्यात. मुलांच्या ॲडमिशन्स अजून चालू ठेवल्यात. वीस-पंचवीस जास्तीची मुलं दाखवून त्यांची तुकडी काढलीये. त्यांच्यासाठी मग शिक्षकाची नियुक्ती!''

"बाप रे! वरच्या मजल्यावर एकशेवीस - एकशेवीस पोरं एका वर्गात. इथे वीस आणि त्या तेवढ्याच मुलांना घेऊन बसतात.''

"कधी कधी तर तेवढेही नसतात. मग दहापंधरा डोकी दिसतात.''

"पण मग तुकडी निघूच शकत नाही!'' सुमती म्हणाली.

रीमानं आवाज खाली केला.

"तू म्हंजे एक चंपटच आहेस. रोलकॉलवर पन्नास आहेत.'' सुमतीच्या भुवया आश्चर्यानं उंचावल्या.

"पन्नास. सगळी नावं धरून आणलेली. रेग्युलर एकही नाही. त्यांना ती सवलत दिलेलीच असणार! आधीच! ''

"तुला कसं माहिती?'' सुमतीला स्वत:च्या बावळेपणाची खात्री पटली होती.

"तेच तर! मी सीबीआयसारखे खबरे पेरले. शिवाय काही प्राध्यापक नुसतेच वचकून माझ्याशी बोलत नाहीत. माझ्या इंग्रजाळलेल्या इंग्रजीची. त्यांच्याशी नुसतं 'हॅलो, हाऊ आर यू?' असं गोड म्हटलं की ते सुटतात. त्यांचं इंग्रजी मला कळावं यासाठी धडपड करतात. मग हे आपोआपच होतं. मी विचारते एक. ते उत्तर तयार करेतो माझा दुसरा प्रश्न, असं झालं की उत्तर मिळतं. म्हणजे माझ्या मनातल्या, प्रश्नाचं!'' रीमा म्हणाली.

"धिस इज टू मच! म्हणजे टू मच! अशा पद्धतीनं तू काम करतेस? म्हणजे मलासुद्धा तू शेंडी लावत असणार!'' सुमती हसत म्हणाली.

"तर ही ती पानसरे. मागच्या दारानं म्हणजे चोरदारातून एंट्री! कुणाला कळायला मार्ग नाही.''

"इथं कुणाला इंटरेस्ट आहे? जाऊ द्या. ते कॉलेज आणि त्या बारा भानगडी!'' सुमती.

"हेच तर चुकतं ना! प्रत्येकानं असं म्हटलं तर अशीच मनमानी चालणार. गरीब लोकांना कुणी वाली राहणार नाही.''

रीमाच्या आवाजात दुखावा होता.

अनुभवाचा दुखावा.

"पण ह्यांना ठेवून कसं घेणार?'' सुमतीनं रीमाला पान्सरेंच्या केसमध्ये ओढलं.

"यांना आता पूर्ण वर्कलोड निर्माण करतील, मग पुन्हा ते कमी करतील?''

"कशाला?''

"ह्यांना परमनंट करायचं तर खालून पहिला नंबर कसा चालेल?"

"मग तिच्या वरच्यांची - ज्येष्ठ असलेल्यांची - बदली होईल."

"बस्स ग बाई. माझी मती गुंग होते हे ऐकताना!" सुमती व्यथित होत म्हणाली.

"तुला आलेगावकर आठवले ना?" रीमानं विचारलं.

दोघीही गप्प झाल्या.

आलेगावकरांना याच पद्धतीनं बदली करून पाठवलं होतं. बिचारा तरुण माणूस. नवीन लग्न झालेला. घरी तरुण बायको, गावी आईवडील. सगळी व्यवस्था व्हायला वेळ व्हायला लागला. बायको संतापी होती. बदलीच्या जागी घर मिळेना. एके दिवशी आलेगावकरच्या बायकोनं जाळून घेतल्याची बातमी वर्तमानपत्रात वाचायला मिळाली. दवाखान्यातच ती वारली.

कॉलेजमधले सगळे त्याला भेटायला गेले. पोस्टमार्टमनंतर घरी आणलं होतं. पांढऱ्या गाठोड्यातल्या बायकोकडे आलेगावकर सुन्न पहात बसला होता.

घरी आल्यावर कितीतरी वेळ सुमती सुन्न बसून होती.

पानसरेंच्या येण्यामुळे आणखी एखादी अशीच घटना घडेल एखादे वेळी.

तिला वाटलं वास्तविक वरवर फक्त 'एका माणसाची बदली झाली' एवढीच गोष्ट जगाला माहिती होते; पण आतून भ्रष्ट झालेलं राजकारण आणि त्या माणसाच्या आयुष्यावर त्याचा होणारा परिणाम किती खोल असतो! ज्या माणसासाठी आलेगावकरांना हा त्रास झाला तो आजही मजेत कॉलेजमध्ये काम करतोय.

कुठे नियतीचा न्याय आहे? दुष्ट वृत्तींना कुठे ना कुठे शिक्षा होते हे कधी तरी कुठे तरी पहायला मिळतं का? उलट दुष्टच सुष्ट होऊन वर मान करून समाजात वावरताना दिसतात. त्यांच्यावर कशाचाही परिणाम होत नाही. खऱ्या अर्थानं जाड कातडीची माणसं!

पण सगळीच माणसं कुठे जाड कातडीची असतात?

३

दारावरची बेल खणखणून वाजली तशी ती दचकली. आल्यापासून आपण किती वेळ बसलोत, याचा तिला अंदाज आला नव्हता. आता ह्या बेलमुळे रोहन उठून बाहेर आला.

"किती वेळची बेल वाजतेय, आई? मला वाटलं तू आलेलीच नाहीस."

"आलेय रे-" तिला बोलणं सुचलंच नाही.

तिच्याकडे पाहात मेहमूदांसारखं अभिनय करीत, लुंगी वर उचलल्याचा अभिनय करीत तो म्हणाला, "खयालों में— खयालों में—"

तिला हसू आलं. तसा तो जवळ आला. तिच्या कपाळावर ओठ टेकवित म्हणाला, "दॅटस् लाइक माय डियर डियर मदर— तू दमली आहेस का? अशी का बसलीस?"

तेवढ्यात खणाणून बेल वाजली.

"आलो रे बाबा. लोक थोडासुद्धा दम खात नाहीत."

दाराचा आवाज झाला.

"आई ऽऽ" मोठी हाक आली.

"जयूमावशी आलीये—"

सुमती उठली. साडी झटकू लागली तोच जया आत आली.

"झोप मोडली को काय मी?" तिनं विचारलं.

"छे ग. दुपारी झोपायची सवय गेली केव्हाच! हे कॉलेजचं लफडं गळ्यात घेतलं तेव्हापासून! आता फक्त काम एके काम. तू कसा वेळ काढलास?"

"माझं बरं विचारलं. रिकामटेकडी बाई मी. माझ्याजवळ वेळच वेळ आहे. मनात आलं की काम, नाही वाटलं झोपले आरामात. मला कुणी बॉस आहे का?"

"तुझी ती आश्रमशाळेतली मुलं? ती तुझी बॉस नाहीत तर मालक आहेत. सगळा वेळ त्यांना देतेस. आम्ही तसं काही करू शकतो का?"

"माझ्याजवळ दुसरं काय आहे?" जया उसासली.

पर्समधून रुमाल काढून तिनं चेहऱ्यावरचा घाम पुसला. मग हलकेच पर्समधून एक छोटा पुडा काढला. सुमतीपुढे धरत म्हणाली, "रोहनसाठी."

"काय आहे?"

"चॉकलेट आहेत."

"तो लहान आहे का आता?"

तेवढ्यात शर्ट घालून रोहन आलाच.

"व्वाऊऽऽ काय आहे जयूमावशी? व्वा चॉकलेट-"

त्यानं पुडा फोडलाही होता.

"घरी बनवलेलं आहे रे बाबा. तुझ्या त्या कॅडबरीसारखं झालेलं नाहीये. जरा कडकलंय पण चव तश्शीच आहे." जया म्हणाली.

"आता तू पाकक्रिया वर्गात जातेस की काय? आणि उसासे टाकत अशी बोलते आहेस की ऐंशी वर्षांची म्हातारी आहेस?"

"म्हातारी तर झालेच की-"

"माझ्या बरोबरीची आहेस आणि जर मी म्हातारी झालेली नाही तर तू कशी होशील?" सुमा हसत म्हणाली.

सगळेच हसायला लागले. त्या दोघींनी टाळ्या दिल्या. आई थोडी सैलावलेली पाहून रोहन खूष झाला.

"तुम्हा दोघी आयांना मी कॉफी करून आणतो झकास!"

"राहू दे. मी करते." म्हणत सुमती उठली.

जयू आणि रोहन चॉकलेटविषयी बोलण्यात गुंतले. स्वयंपाकघरात दुधाचं जळालेलं पातेलं पाहून ती वैतागली. आपली कामं कुणीतरी करावीत असं तिला तीव्रतेनं वाटलं. आधण ठेवताना तिला वाटलं, जयू कशी राहात असेल एकटी?

दोन मुली. एक मुंबईला. एक नागपुरात दिलेली, पण ती अमेरिकेत. नवरा गेलेला.

ही बाई अपंग मुलांमध्ये काम करतेय. तेही वरपांगी नाही. मनापासून. तशी सुमती सामाजिक कार्यकर्ती नव्हे. म्हणजे इतरांना मदत करावी अशी इच्छा असली तरी प्रत्यक्ष सहभाग तिनं स्वत:हून कधी घेतला नसता. ती मध्यमवर्गीय वातावरणातून आलेली. मन संस्कारक्षम. नीतीची चाड ठेवणारं. घरात देवधर्म योग्य प्रमाणात चाललेला. त्यामुळे देवाबद्दल श्रद्धा. यातूनच बहुधा इतरेजनांबद्दल प्रामाणिक सहानुभूती होती.

जयाही तशाच वातावरणातून आलेली, पण घरी श्रीमंती. सुखसोयी आणि सुविधा तिला खूप मिळालेल्या. तिच्या बोलण्यातही तसं यायचं. लग्न झालं.

सगळंच बदललं. तोही घरचा बरा होता, पण, त्याने स्वत:ला सामाजिक कार्याला वाहून घेतलं आणि स्वत:च्या जीवाकडे दुर्लक्ष केलं. परिणामत: तो गेला; पण जयूच्या ओटीत दोन मुली आल्या.

कॉफी उतरवताना सुमतीला वाटलं तिच्याशी बरंच बोललो तरी व्यक्तिगत बोलायचं राहूनच जातं. आता संधी येताच बोलावं. किंवा मुद्दाम तशी संधी आणावी. बहुतेक वेळा ती अपंग शाळेबद्दलच बोलायची.

"आज दुपारची आलीस?" सुमती म्हणाली.

"दुपारची चालत आलेय—"

"चालत? इतक्या लांब? अगं, चार किलोमीटर असेल सगळं— हो ना रे रोहन?" रस्ते, वाहनं, अंतर, टेलिफोन्स अशा गोष्टींत रोहन विषयतज्ज्ञ आहे असं सुमती समजे.

"अगदी—" रोहन म्हणाला. "पण परत जाताना चालत जाऊ नकोस. मी नेऊन सोडीन."

"हो ग. त्याला सोडू देत. शिवाय, त्यालाही काहीतरी निमित्तानं गाडी चालवायचीच असते."

"मोटरसायकल आहे ना?" जयूनं रोहनकडे पहात विचारलं.

तो थबकला. त्याच्या तोंडावर प्रश्नचिन्ह उमटलं.

"अरे, मला जमायचं नाही. शिवाय एवढं मोठं मुरमुऱ्याचं पोतं मागे बसवून तुलाही सुधरायचं नाही." जयू अंग घुसळून हसली. "तुझा एखादा मित्र भेटला तर हा नाकडोळे असलेला हत्ती कुठं घेऊन चालला होतास असं विचारील—"

"काहीतरीच काय? मला आईला घेऊन जायची सवय आहे. मित्रांनाही पाहायची सवय आहे."

"खरं कारण सांगू, मला वजन कमी करा म्हणालेत डॉक्टर. गुडघे दुखतात म्हणून दाखवायला गेले आणि हाडं राहिली बाजूला, मेद कमी करा म्हणाले. तेव्हा चालायला केली तुझ्या घरापासून सुरुवात. आता तुम्ही मंडळी माझ्या आरोग्याच्या आड यायला लागलात— तर— बघा बाई."

"काय मुहूर्त निवडलाय तू, जयू? दुपारी दोनअडीचचाच मुहूर्त तुला बरा सापडला."

"अर्जंट होतं ना?"

"मग ते आत्ता सांगतेय? काय एवढं अर्जंट काढलंय सांग."

"आपण अपंगांसाठी शाळा चालवतोय हे सुधानं — म्हणजे सुधा चोप्रांनी—"

सुमतीच्या प्रश्नार्थक चेहऱ्यामुळे जयाला आधी सुधा कोण हे सांगणं आलं.

"गॅमन इंडस्ट्रीच्या मालकाची बायको. तिचा पोलिओ झालेला मुलगा आपल्या

शाळेत आहे. मागच्या वर्षी त्यांनी शाळेला पंधरा हजार रुपयांची देणगी दिली होती? आता आलं लक्षात? तिच्या नात्यात दिल्लीचे एक करोडपती आहेत. ते इथे येताहेत उद्या. त्यांना एकदा भेटा, असं सुधा चोप्रांचं म्हणणं आहे. तो माणूस दानशूर आहे. आपल्याला इमारत बांधायला त्यांची मदत होईल. मी ही अशी! त्यात मला ना धड हिंदी येतं ना इंग्रजी. मग सगळ्यात स्मार्ट, ह्या दोन्ही भाषा बोलू शकेल अशी तूच डोळ्यांपुढे आलीस, कारण चोप्रांच्याच घरी ते येताहेत. त्यामुळे त्या ओळख करून देतील. पुढं आपलं घोडं आपल्यालाच दामटायचं आहे. इतिवृत्त!''

''मग फोन करायचास, इतक्या लांब चालत कशाला आलीस?''

''त्या करोडपतीची माहिती सांगायला. तुला त्याची काही पार्श्वभूमी नको? की गेली समोर पुढ्यात आणि लागली बोलायला—'' जया-सुमतीपुढे एकदम शाळा उभी राहिली. पाढे म्हणायला सांगायचे असले की पाठक सर एकदम कुणाला तरी टेबलाजवळ बोलवायचे आणि 'म्हण रे सतराचा पाढा—' असं फर्मान सोडायचे. वर्गातल्या सगळ्या मुलामुलींना पाठक सर एक भयप्रद राक्षस वाटायचे.

पाढा म्हणायला सांगण्यापूर्वी ते कधीही 'आज आपण काय शिकणार किंवा मी आज काय घेणार' वगैरे बोलायचे नाहीत. परिणामत: पाठक सर 'इकडे ये' म्हटले आणि पाढ्याचा आकडा सांगितला की 'छूऽऽ' म्हटलेल्या कुत्र्यासारखं पोरं करायची.

आता जयूच्या बोलण्यानं सुमतीला ते आठवलं. ती हसायला लागली. जयूला पाठक सिंड्रोम सांगितला.

जाताना जयू म्हणाली, ''तू कुठे असतेस आजकाल? शाळेच्या दोन मीटिंग्जना आली नाहीस— तुझ्यासारखीच्या पाठबळावर आम्ही काम करतो.''

''छे ग. तू समर्थपणे शाळा काढली म्हणून मला इतकं करता आलं. शाळाबिळा काढण्याचा विचारही मनात आला नसता नाहीतर. आम्ही आपले गाडीबरोबरच नळासारखे आहोत.''

''तू फोनवरही भेटली नाहीस—''

''सध्या झालंय खरं तसं. डोक्याला एक एक शीण आहे. नोकरी म्हटलं की नानाविध कटकटी! जाऊ दे. मी येते उद्या.''

जयू गेली.

तिच्या मनात जयूबद्दल आदर होता. वैधव्यातून सावरून कितीजणी असा मार्ग शोधू शकतात? काय एक केलं नाही तिनं दु:खातून सावरताना. तिची भेट जयपूर फूट बनवणाऱ्या एका कारागिराशी पडली. त्याच्या बोलण्यातून कुणी अशी स्फूर्ती घेईल, त्या बिचाऱ्याला वाटलंही नसेल. जयू नेहमी सांगते. तो म्हणाला, ''हा लाकडी पाय सगळ्यांना बसतो असं नाही. सगळ्यांना परवडतो असंही नाही.

गरिबांची हातीपायी अपंग मुलं अडगळीत पडलेल्या, लुत भरलेल्या कुत्र्यासारखी पडून राहतात. जनावरासारखी. माणसाच्या जन्माला येतात; पण धडधाकट जनावरापेक्षाही वाईट आयुष्य त्यांच्या वाट्याला येतं. डोळे गाळीत बसण्यापलीकडे आईवडील काय करणार? घराच्या दारापुढं ओट्यावर केविलवाणी बसलेली पंगू पोरं आणि त्यांचे त्रासलेले पण हतबल आईबाप पाहिले की जीव तळबलतो. मी सुतारकाम करतो. तेव्हा फर्निचरवाल्याकडे काम करायचो; पण एका डॉक्टरनं माझं मन वळवलं. मला ट्रेनिंग दिलं. तेव्हापासून हे काम करतो. खूप लोकांचे आशीर्वाद मिळतात. मनाला बरं वाटतं.''

त्या वेळी जयू अगदी एकाकी झाली होती. नवऱ्याच्या मरणानंतर नातेवाईक मंडळींनी चेवरं केलं होतं. तिच्या पदरी दोन लहान मुलं आहेत याचा विचारही केला नव्हता. सगळ्या बाबी निपटता निपटता ती थकून गेली होती.

मग मुलांची शिक्षणं आणि घर पाहणं एवढंच काम राहिलं, तशी ती कंटाळू लागली. आपण काहीतरी काम करावं असं वाटे; पण दीर फॅक्टरीत पाऊल ठेवू देत नव्हता. पैसे देत होता तेवढे घेऊन तिनं मुलांना पहावं ही त्याची अपेक्षा होती. या परिस्थितीत हा कारागीर सुतार तिला भेटला. तिच्या डोक्यातही अपंगांसाठी संस्था काढण्याचं आलं.

गेली सात वर्षं ती ही संस्था चालवत होती. सुरुवातीला स्वतःच्या घरात.

सुमती जयूला तिथंच भेटली होती. सुमती कॉन्फरन्ससाठी जयपूरला गेलेली असताना तिला जयूची बहोण तिथं भेटली. ती शिवापूरहून आली आहे हे कळल्याबरोबर ती सुमतीकडे स्वतःहून आली. ओळख करून घेतली. दोन दिवसांत त्या दोघीजणी एकत्र बसल्या-उठल्या. तिनं सुमतीला घरी चहाला बोलावलं. तिच्या घरी त्या दीडदोन तासात तिला जयूविषयी खूपच गोष्टी कळाल्या.

गंमत म्हणजे आपल्या गावात कुणी बाई अशी शाळा चालवते, हे सुमतीच्या गावीही नव्हतं. वास्तविक एन्.एस्.एस्.मध्ये काम करताना तिला अनेक सेवाभावी संस्था परिचयाच्या झाल्या होत्या. त्यात गांधींची Institute for blind Children होती. तिथेही ती गेली होती. अपंगासाठीच्या सरकारी संस्थेत चार मुलं होती. अशा संस्थांची स्वच्छता, व्यवस्था पाहून तिला ढवळून आलं होतं.

जयूच्या बहिणीशी बोलताना न रहावून तिनं अशा संस्थांबद्दल अनुद्गार काढले होते; पण तिनं मात्र जयू कशी संस्थेसाठी काम करते, हे आवर्जून सांगितलं होतं आणि निघताना तिच्यासाठी साड्या आणि चादरींचं एक पार्सल सुमतीकडे सोपवलं होतं.

पार्सल रेल्वेत चढवायला तिचा मुलगा आला होता आणि हा त्रास दिल्याबद्दल तिनं सुमतीकडे दिलगिरीही व्यक्त केली होती.

मात्र ते घरी आणल्यावर जयंतनं तिला बरंच सुनावलं होतं आणि तिच्या मऊ स्वभावाचा लोक कसा फायदा घेतात, हेही तिला ऐकवायला तो चुकला नव्हता. ओझं आणि नवऱ्याचे ताशेरे यामुळे वैतागलेल्या सुमतीनं जयूला फोन करायचं टाळलं होतं.

तेवढ्यात तिचाच फोन आला. तिनं पार्सल घ्यायला येऊ का विचारलं. तेव्हा सुमतीनं मुद्दामच तिनं दिलेल्या वेळी ती बाहेर जाणार आहे म्हणून सांगितलं.

नंतर आठवडाभर तिचा फोन वगैरे आला नाही. दर वेळी त्या बांधलेल्या गठ्ठ्यावर नजर गेली की सुमतीच्या कपाळावर आठी उमटायची. तिला वाटायचं 'काय लोक आहेत, दुसऱ्याच्या डोक्यावर नेण्याचं ओझं द्यायचं. नंतर स्वतःच्या सवडीनं कामं करायची. आता फोनही आपणच करायचा आणि त्यांच्या दारात हे सामान पोचवायचं. दुसऱ्याचा उपयोग कसा करून घ्यायचा हे सार्वजनिक क्षेत्रात काम करणाऱ्यांकडून शिकावं!'

तिच्यापाठी ती ज्या संस्थेत काम करीत होती त्याचा अनुभव होताच; पण इतरही संस्थांमध्ये जायची वेळ यायची, तेव्हाचा अनुभवही असाच होता. तिच्या 'सार्वजनिक स्वखर्चाच्या सेवे'बद्दल जयंत आणि सासरच्यांकडून तिनं बरंच ऐकून घेतलेलं होतं. आता मोठी होणारी मुलंही बोलत होती.

"तू कशाला नसत्या जबाबदाऱ्या घेत बसतेस! कोण कुठली ती बाई — चहाला घेऊन गेली आणि दहा किलोचं ओझं तुझ्या गळ्यात मारलं. आता ही घेणारी तिची बहीण हिला तू ते इतक्या लांबनं आणल्याचं काही आहे का? द्या नेऊन आता."

रागाने तिने जयूकडे फोन केला. ती घरी नव्हती. तिच्याकडे काम करणाऱ्या बाईनं फोन घेतला. सुमतीनं ती सामान घेऊन येतेय हा निरोप दिला आणि खरोखरीच ते चादरीचं गाठोडं उचललं आाणि जयूकडे गेली.

जयूचं घर म्हणजे एक छोटेखानी बंगला होता. अगदी साधा. फाटकातून ती आत गेली. बागेत एक हाततुटका मुलगा उभा होता. दार उघडंच होतं. रिक्षावाला ओझं घ्यायला नाही म्हणाल्यानं सुमतीनंच ते उचलून आणलं होतं. त्या मुलाकडे रागानं पहात ती सरळ आत गेली. एक छोटा व्हरांडा. तिनं तिथं ओझं टेकवलं. आतल्या हॉलमध्ये डोकावली. चारपाच अपंग मुलं, एक प्रौढ, वय झालेली बाई पाठमोरी एका मुलीला काहीतरी सांगत होती. तिनं दारावर वाजवलं.

ती बाई वळली. जयू. तिचा फोटो तिनं जयपूरला पाहिला होता. ती आश्चर्यचकित झाली. ही वयानं केवढीतरी मोठी दिसत होती. पांढरे केस, सावळा रंग, बसकं नाक, मोठं कपाळ आणि चष्मा. सुमतीच्या डोळ्यांनी तिला ताबडतोब मापली. जाड, अव्यवस्थित वाटावी अशी साडी नेसलेली. सुती साडी.

"या या. तुमचा निरोप मिळाला. तुम्हाला त्रास झाला" म्हणत जयूनं तिला आतल्या खोलीत नेलं. जेवणाच्या टेबलजवळच्या दोन खुर्च्या ओढल्या.

सुमती भांबावली.

संस्था वगैरे नावाची. सगळं घरातच होतं. मुलं, त्यांना भरून ठेवलेला कोपऱ्यातला माठ. खाली टाकलेल्या चटया. थोडी साधनं.

पोलिओनं हात, पाय गेलेली मुलं.

"हा माझा संसार," जयू म्हणाली तशी ती भानावर आली.

तेवढ्यात 'अँ अँ' करीत एक मुलगी आली. तिचा ओठ फाटलेला असावा. शिवल्याच्या खुणा होत्या. ती काही तरी तक्रार करीत असावी. जयू तिच्याशी समजुतीनं बोलत होती.

"पाहुण्या आल्यात ना आपल्याकडे?" इ.इ.

ती मान हलवत होती. जयू प्रेमानं तिच्या तोंडातून गळणारी लाळ पुसत होती.

त्याक्षणी सुमती जयूवरचा सगळा राग विसरून या दृश्याकडे पाहात होती. जयूच्या चेहऱ्यावरचे ममत्वाचे भाव पाहून ती हेलावली होती. जराशा वेड्या वाटणाऱ्या त्या मुलीला जयूनं आईच्या मायेनं जवळ घेतलेलं होतं. हे भाव इतके सच्चे होते की जयूच्या चांगुलपणाविषयी तिला कुणी काही सांगायची गरज नव्हती.

त्या दिवशी जयूने तिला स्वत:विषयी सांगितलं आणि आपणहून सुमती म्हणाली, "तुमच्या या कामात माझी काही मदत लागली तर सांगा. मी जरूर करीन."

"मग निदान महिन्यातून एकदा या मुलांना येऊन भेटा. तुम्ही सायन्स साईडच्या आहात. थोडं थोडं त्यांना समजावून सांगा."

तेव्हापासून सुमती आणि जयूची मैत्री जमली, ती आजतागायत होती.

जयू तिची मैत्रीणच नव्हती तर अगदी जिवाभावाची होती. कितीतरी वेळा अत्यंत त्रासाच्या वेळी सुमती सरळ जयूकडे जाऊन तिच्याशी बोले.

मध्यंतरी सुमतीच्या भावानं भारतात काहीतरी करावं, इथल्या लोकांना मदत व्हावी म्हणून काही करावं, अशी इच्छा व्यक्त केली होती. तेव्हा सुमतीपुढे आली ती जयूची छोटी शाळा. तिनं दिलीपला— आपल्या भावाला— जयूकडे नेलं होतं.

दिलीप अमेरिकेत होता. तिथे नोकरीच्या निमित्तानं गेला आणि नंतर हळूहळू खाजगी क्षेत्रात त्यानं प्रवेश मिळवला. आता त्याची स्वत:ची कन्सल्टिंग फर्म होती. भरपूर पैसा आणि चांगल्या आयुष्याची चव घेताना त्याला भारताची आठवण होई. असं आयुष्य भारतातल्या आपल्या लोकांना जगता येत नाही, याची त्याला खंत वाटे यातूनच त्याने काहीतरी करायचं ठरवले. त्याने जयूच्या शाळेला मदत करायचे ठरवले.

अर्थातच जयूला आनंद झाला. अनेक गोष्टींचा ऊहापोह झाला. त्याच्या पैशातून दोन शिक्षिका ठेवाव्यात, पुस्तकं वाढवावीत, प्रयोगशाळा काढावी, शिष्यवृत्त्या ठेवाव्यात, इ.पासून सुरू झालेल्या चर्चेचा शेवट काही होईना. दोनतीन दिवस सुमती आणि दिलीप जयूकडे जात होते. तिथे मुलांच्यात बसूनच बोलत होते. मुलांकडे बघताना दोघंही बहीणभाऊ अस्वस्थ होत होते. जयूच्या घराला घर म्हणणं धाडसाचं ठरेल, हे त्यांना जाणवत होते. तिसऱ्या दिवशी मात्र दिलीप एकदम निर्णय घेतल्यासारखा म्हणाला,

"इथे जवळपास एखादं घर विकत मिळेल का?"

"कशाला?" सुमतीला त्याच्या बोलण्याचा अंदाज आला.

"विकत घेऊन टाकू. त्यात शाळा हलवा. तुम्ही जरा तरी स्वत:चं स्वत: जगू शकाल." तो जयूला म्हणाला.

सुमती अस्वस्थ झाली. घर विकत घेणं म्हणजे भरपूर पैसा आणि ते या शाळेला तो देणार? त्यानेही तो कष्टानं मिळवलेला. मध्यमवर्गीय मुलगा भारतातून काय घेऊन जाणार होता? एक डिग्री फक्त. शिक्षण. त्याने स्वत:साठी भारतात काहीही प्रॉपर्टी केली नाही. आपण त्याला भरीला पाडतोय की काय, असं तिला वाटलं.

जयूही अस्वस्थ झाली. ती वेगळ्या कारणानं. तिला एवढा मोठा उपकार पचणारा नव्हता. तिनं त्या दृष्टीनं कधी विचार केलेला नव्हता. त्यामुळे ही ऑफर चांगली आहे याचा एकीकडे लोभ वाटत होता आणि एवढं मोठं ओझंही नको वाटत होतं. त्याचबरोबर आपण ही शाळा मोठी करायची म्हणतोय, पण किती मोठी, असं काही चित्र तिच्यापाशी नव्हतं.

"याचा विचार करू." एवढं बोलून सुमतीनं त्याला बाहेर काढलं होतं.

"वेडा का काय तू?" बाहेर पडताच ती म्हणाली.

"का बरं?"

"अरे, एखादं घर या भागात विकत घ्यायला सहा ते आठ लाख रुपये लागतील. एवढी मोठ्ठी चॅरिटी तुला करायचीय का? आणि कशासाठी? अजून स्वत:साठी घर नाही घेतलेलं तू. बाबांचं घर तुझ्यात आणि अमरमध्ये वाटलं जाणार आणि तू एकदम घरच घेऊन द्यायला निघालास."

"अग पण, मदत करायची तर चांगली घसघशीत नको का? त्या मदतीतून काही निष्पन्न व्हायला नको?" दिलीप म्हणाला.

घरी आल्यावर तिनं जयंतला ही गोष्ट सांगितली. तोही गंभीर झाला; पण जयंत मुळातच अर्थकारणातला. बँकेत मॅनेजर. नियम, सरकारी, सहकारी संस्था याबद्दल

पारंगत. आणि मुख्य म्हणजे सतत पैशाच्या व्यवहारांशी आणि लोकांशी संपर्क असल्यामुळे अतिशय व्यवहारी. कधी कधी सुमतीला त्याच्या या गुणाचा आधार वाटे, तर कधी त्रास होई, कारण ती भावनाप्रधान. कोणतीही गोष्ट मनाला लावून घेण्यात पटाईत. दुसऱ्याच्या चेहऱ्यावरच्या रेषा ओळखण्यात तिचा हातखंडा होता. त्यामुळे कोण कसा बोलतोय ती ताबडतोब ओळखे. अर्थातच त्यातून तिला भरपूर मानसिक त्रासही होई; पण दिलीपच्या निर्णयाबाबत भावनाशील असूनही तिला एवढे पैसे त्यात घालावेत असं काही वाटेना.

जयंतने दिलीपला समजावले. तो म्हणाला होता, "पैसा तुझा आहे. कसा खर्च करायचा तुझं तू ठरवायला मोकळा आहेस; पण आजकाल तुझ्यासारखी दानत कुणी दाखवत नाही."

"का? कितीतरी लोक आहेत? असंख्य कारखानदार, लोकनेते आहेत. टाटा, बिर्ला, अंबानी—"

दिलीपचं हे म्हणणं जयंतानं खोडून काढलं. "कम ऑन, दिलीप! तू इतका दूधखुळा नाहीयेस. हे मोठे कारखानदार टॅक्स चुकवायला, राजकारणी लोकांना खिशात ठेवून सरकारकडून स्वत:सारखे निर्णय करून घ्यायला किंवा सरकारी पॉलीसीज्मध्ये स्वत:च्या केसेस बसवून अनेक बाबतीत सूट मिळवायला अशा गोष्टी करतात. तुला यातलं काय करायचंय?"

दिलीपनं मान नकारार्थी हलवली. हट्टानं म्हणाला, "पण मला काहीतरी मदत करायचीय. ताई म्हणते तसं या बाई एकदम जेन्युइन आहेत. त्यांना मदत केली तर धर्मकार्य केल्यासारखं होईल. इतका पैसा कमावतो मी. मला द्यावंसं वाटतं—"

"दे ना. घर विकत घे. त्यांना शाळा चालवायला दे. भाडं घेऊ नकोस. एखादा लाख वर शाळेसाठी दे."

स्वत:ला सुचलेल्या या तोडग्यावर जयंत खूष झाला.

सुमतीलाही ही सूचना पटली आणि दिलीपनं खरोखर एक दुमजली बंगला विकत घेतला.

जयूला त्याने लाख रुपये तर दिलेच; पण त्याच्याकडून पाहिजे त्या वेळी तिनं मदत मागावी ही अटही घातली.

आकाशातून कृपादृष्टी होऊन परमेश्वरानं झोळी भरून टाकावी तसं जयूला झालं. नकळत सुमतीनं तिला इतकी मदत केली होती की तिला तिचे उपकार कसे फेडावेत कळत नव्हते. त्याचं पर्यवसान सुमतीला ट्रस्टवर घेण्यात झालं होतं.

हळूहळू गेल्या चार वर्षांत सुमती या शाळेचा एक भाग झाली होती. तिथे होणाऱ्या कार्यक्रमांना जाणं, तत्पूर्वी तयारीसाठी जाणं, कामं करू लागणं, हे ती आपोआप करीत होती. आपण काही वेगळं करतोय असं तर तिला वाटत नव्हतं.

समाजकार्य करतोय असं अजिबात नाही. तसा आवही ती कधी आणत नसे. त्यामुळे जयूचा ती उजवा हात होती.

गेल्या वर्षी अपंगदिनी तिने २५ हजार रुपये शाळेला दिले होते.

नववीपर्यंतचे वर्ग काढले होते. आता दहावीसाठी प्रयत्न करून एक मोकळी जागा मिळवण्याच्या त्या प्रयत्नात होत्या.

अर्थातच जयंत तिच्या ह्या सहभागाबद्दल खूष होता, कारण हे सगळं तिच्या स्वभावाला मानवेलसं होतं.

कॉफीचे कप बाहेर आणताना आपल्या मनानं केवढा तरी मागोवा झपकन घेऊन टाकल्याचं तिच्या लक्षातही आलं नाही.

''मग उद्या दहाला पोचतेस का?''

''तू करोडपतीची माहिती देत होतीस ना?''

''करोडपती म्हणण्यातच आली की ग. पुष्कळ कारखाने, परदेशातही कंपन्या, मालमत्ता, जमीनजुमीन इ. इ. आपल्याला ते मदत करतील का बघायचं. चोप्राबाई म्हणत होत्या, या माणसाचा एक मुलगा मतिमंद आहे. त्यानं दिल्लीत त्या मुलासाठी शाळा काढलीये. स्वत:च्या पदरातच दु:ख असेल तरच इतर समदु:खी माणसासाठी कणव येते ग—''

''असं काही नाही. तू नाही का कणव येऊन शाळा काढली?'' सुमती म्हणाली.

''मी फाटकी आहे. करोडपती कुठे? आणि तुलाही कणव आहेच की ग—'' जयू हसत म्हणाली.

''जाऊ दे. मी दहाला पोचते. आपण दोघी त्या न पाहिलेल्या माणसाचं असं कौतुक करतोय, जशी त्यानं आपल्याला शाळा बांधून दिलीये.''

सुमतीनं जयूचा हात हातात घेतला. 'कष्टाचा हात' तिला तिच्या खरखरीत हाताच्या स्पर्शानं जाणवलं. नकळत तिनं स्वत:च्या हाताकडे पाहिलं.

''काय पाहतेस?''

''उद्या यश मिळवून देतो का हा हात हे पाहतेय—'' सुमती म्हणाली. जयूच्या तुलनेत तिचे हात मऊ होते हे तिला जाणवलं.

''कमी शारीरिक कष्ट.''

पण हातांवरच्या बारीक गुंतागुंतीच्या रेषांकडे पहात तिच्या कपाळावर आठी उमटली.

''भरपूर मानसिक ताण.''

तिला एकदम वाकडेची आठवण झाली. अगदी ताबडतोब हे जयूला सांगण्याची

इच्छा झाली.

"चल मी निघालो—" म्हणत रोहन जयूला सोडवायला सज्ज झाल्याचं पाहून सुमती म्हणाली,

"उद्या मग. ही भेट आवरली की तुझ्याकडे येईन थोडा वेळ."

"काही काम?"

"बोलते ना आल्यावर. "सुमती म्हणाली.

ती जयूला सोडून आत येते तोच फोनची बेल वाजली.

"कोण?"

"रीमा बोलतेय."

"लवकर कशी आलीस?"

"काम संपलं. निघाले. काय म्हणतेस?"

"काही नाही. नेहमीचंच." सुमतीला एकदम आठवलं.

"बरं झालं तुझा फोन आला आणि तू परत आलीस ते. मला तुला भेटणं अत्यावश्यक आहे."

"कागं? काही प्रॉब्लेम?" रीमा.

"वैताग! म्हणजे माझी शंका आहे. म्हंजे माझी नुसती शंका नाही खात्री आहे—"

"काय झालं?" काहीतरी झालंय हे समजायला रीमाला वेळ लागला नाही. "कॉलेजमधला उद्योग आहे?"

"हो. तेच नेहमीचं—"

"उद्या भेटू."

"ठीक आहे." सुमतीनं फोन ठेवला.

ती येऊन सोफ्यात बसली, पण तिचं चित्त विस्कटलं.

बाहेर संध्याकाळ साचत चाललेली. थोडा प्रकाश. धुसर. ऊन गमावलेला. सूर्यापाठी रेंगाळणारा. गडद होत चाललेली झाडं. खिडकीतून ती बाहेर पहात राहिली.

मग अगदी सहज सराईत ती बाहेर आली. घराभोवती छोटी बाग केलेली होती. ही जयंताची हौस होती. तिला पटणारी. मनातून आवडणारी. या बागेवर तो मालकी दाखवत असला तरी तिनं मैत्रिणींच्या घरून आणलेल्या कलमांनाही तो जागा देई. ती कलमं, काड्या कधी फुटून येत, कधी वाळून जात. फुटलेल्या काड्यांची निगा तो करी. त्यानं घराच्या डाव्या बाजूला छोटं लॉन तयार केलं होतं. दोन खुर्च्या

बसतील एवढं. कधीतरी संध्याकाळी पाणी शिंपलेल्या लॉनवर ती बसे. तळव्यांना लागणाऱ्या गारव्याचं सुख अनुभवत. कधी अशीच अनवाणी अगदी पहाटे किंवा संध्याकाळी किंवा रात्रीही गवतावर चालत राही. पायाच्या तळव्यांना कुणी मायेचं भेटल्यासारखे ते सुखावत. ते सुख शिरशिरत तिच्या शरीरात भिनल्यासारखं होई.

सवयीनं ती लॉनवर येऊन बसली. झाडांना फुटणाऱ्या नव्या पालवीकडे एरवी ती नवलाईनं पाही; पण आज सरावानं पाहिल्यासारखं झालं. लक्ष नसल्यासारखी तिकडे नुसतीच नजर लावून बसली. कंपाऊंडजवळच्या लिंबाचा बहर तिनं टिपला. त्याचा मंद वास हवेत असल्याचं तिला जाणवलं. शेजारच्या रिकाम्या मैदानावरच्या पिंपळाच्या पिवळ्या पानांमुळे ते झाड आजाऱ्यासारखं दिसत होतं. पानं गळत होती. काही उडून लॉनवर पडली होती.

'आता नवीन पानांनी भरून जाईल,' ती पिंपळाकडे पहात मनात म्हणाली. नवीन कोवळी लाल पान आणि तेलकट, चमचमती तरुण पानं. ही हळवी होऊन पहायची. 'फारच हळवी आहेस तू. थोडं घट्ट राहावं—' आई म्हणायची.

नेहमीच.

नेहमीच आपण भावनेला महत्त्व दिलं का?

"पुष्कळ चांगुलपण असतं आपल्यात. दया असते माया असते; पण नुसतं मनाच्या छापाखाली जगणं कसं शक्य आहे? तसं जगताच येणार नाही. तुम्ही ढीग जगते म्हणाल, पण लोकं? ते तर व्यवहारच पाहणार ना! ते म्हणतील तुम्ही जगा मनाच्या इशाऱ्यावर. आमचं काही म्हणणं नाही, पण आम्ही मात्र कोरडे, शुष्क, खडकासारखे व्यापारी राहणार. हे तुला लक्षात ठेवायला पाहिजे, सुमा—"

ती विचार करत होती.

हे नेमकं आई केव्हा म्हणाली?

बहुधा ती फर्स्ट इयर बीएस्सीला असताना तिच्या मैत्रिणीवरून. उषावरून.

उषा तिच्या वर्गात होती. पंजाबी. वडील मिलिट्रीत. कॉलेजजवळच्या कँटोनमेंट भागात दगडी घरांच्या दोनदोन मजली इमारती होत्या. त्यांपैकी एकात. उषा अगदी साधी होती. दिसायला बेताची. पण गोरी. जाड ओठ. मजबूत दात. हसली की दात मजबूत आहेत हे जाणवायचं. हात भुंडे ठेवायची. कधीतरी स्टीलचं कडं घालायची. केसांना हलकं तेल लावायची. मिलिटरी भागातून इतर येणाऱ्या मुली फार मॉडर्न होत्या. भुरभुरत्या केसांच्या, सुंदर सुंदर ड्रेस घालणाऱ्या, गोड हिंदीत नाहीतर फर्ड्या इंग्रजीत बोलणाऱ्या. बाहुल्यांसारख्या. बोलतात म्हणून खऱ्या. त्यामानानं उषा पुष्कळच 'देशी' होती. ती जवळ आली की विशिष्ट वास यायचा. बहुधा मोहरीच्या तेलाचा, सरसोंका तेल. तिला सुमतीच्या वर्गातल्या मुली सरसू - सरसू म्हणायच्या. तिला कळायचं नाही. 'आमच्यात सरसू हे मुलीचं नाव असतं' असं सांगायच्या.

तीही हसायची. 'मी महाराष्ट्रीयन दिसते का' विचारायची. पोट्टयाही तिला निरखीत 'हो' म्हणत हसायच्या. मग मध्येच कुणीतरी खिदळायचं, 'चणीला थोडी मोठीए—' म्हणत हसायच्या. तीही हसायची.

सुमतीला मात्र तिची कीव यायची. एकदोनदा उषा तिच्याबरोबर फिजिक्सच्या प्रॅक्टिकलला जोडीदार म्हणून आली. प्रयोग करताना सुमतीला जाणवलं तो तिचा मोठा पंजा आणि जाड बोटं. दुसरीही गोष्ट जाणवली की ती गणितात जबरी पक्की होती. लॉगटेबल भराभर बघायची. बिनचूक. सुमतीला त्या बारीक मुंग्यासारख्या आकड्यांचा धाक वाटायचा. वरचे खालचे आकडे एक एक व्हायचे. ती पट्टी खाली ठेवून संख्या वाचायची. त्या फिजिक्सचे फॉर्म्युले तिला वैताग वाटायचे. आपल्याला हे कळत नाही पण आव आणून आपण हे प्रयोग पार पाडतोय असंही तिला जाणवायचं नाही; पण भीती वाटायची.

उषानं तिची भीती घालवली होती. प्रयोग झाल्यावर एक-दोन आठवड्यांनी जर्नल पूर्ण करायला घेतलं, तेव्हा ते उषाबरोबरच पूर्ण करायचं तिनं ठरवलं. दोघी एकत्र बसल्या. ती गणितं सोडवण्याची युक्ती उषानं तिला सांगितली. तिलाही समजलं. नंतर त्या पद्धतीची गणितं सोडवल्यानंतर तिला उषाबद्दल आदर आणि प्रेम वाटायला लागलं. आदर यामुळे की उषानं त्याचा बाऊ केला नाही. उपकार दाखवला नाही.

सुमतीनं स्वतःच तिची, तिच्या घरची माहिती काढली. तिचे वडील साधे शिपाई होते. घरी सगळं काम घरीच होतं. आईला स्वयंपाकाला मदत करून ती कॉलेजात येई. तिचे कपडे भपकेबाज का नव्हते याचं कोडं सुमतीला उलगडलं. एकूणच उषा अशी का राहते वगैरे. सुमतीच्या मनात तिच्यासाठी सहानुभूती होती. स्वतःची पुस्तकं वगैरे ती उषाला द्यायची.

फर्स्ट इयरची परीक्षा एप्रिलच्या शेवटच्या आठवड्यात जाहीर झाली. सुमती अभ्यासाला लागलेलीच होती. नोट्स काढून ठेवणं, प्रश्नोत्तरं लिहिणं, गणितं सोडवणं हे ती वर्षभर करीत होती. लायब्ररीत बसणं, पुस्तकं वाचणं, संदर्भ मिळवणं ही गोष्ट तिला घरातून वारश्यातच मिळालेली होती. कारण वडिलांना आवड होती. शिवाय त्यांचं शिक्षण पुण्याला झालेलं. त्यांच्या वागण्यात एक शिस्त होती आणि शिस्त मोडणं त्यांनां मानवायचं नाही. त्यामुळे सुमती आणि भाऊपण तसेच होते.

प्रॅक्टिकल परीक्षा आठवड्यावर आल्या असता अचानक उषा एके दिवशी सकाळीच तिच्या घरी आली. तिचा चेहरा आणि इतक्या सकाळी येणं म्हणजे काहीतरी गडबड आहे, हे सुमतीला आणि तिच्या आईवडिलांनाही कळलं.

उषाच्या वडिलांची बदली झाली होती. थेट हिमाचल प्रदेशात. त्यांना ताबडतोब

जाणं भाग होतं. मिलिटरीमध्ये 'विलंब' हा प्रकार नसतो. तिथे काम करणाऱ्यांची मानसिकताही तयार असते, पण प्रश्न उषाचा होता. परीक्षा तोंडावर आलेली. विद्यापीठ बदलणं अशक्य. नाहीतर वर्ष वाया जाणार; कारण परीक्षेपुरतं यायचं तरीही तीन-चार दिवसांचा प्रवास ती एकटी कसा करणार? वडिलांचं म्हणणं वर्ष गेलं तर गेलं; पण आईची आणि तिची इच्छा वर्ष वाया जाऊ नये अशी. म्हणून ती आली.	तिचा प्रश्न क्षणात सुमतीच्या कुटुंबाचा प्रश्न झाला होता. वडिलांनी तिला हॉस्टेलला राहण्याचा पर्याय दिला होता. तरीही तिथे जागा लागलीच मिळेल असं नव्हतं. मग तोवर तिनं सुमतीकडे राहावं असं ठरलं.

उषा आनंदानं, उत्तेजित चेहऱ्यानं घरी गेली. तिच्या शिक्षण घेण्याच्या इच्छेनं वडील प्रभावित झाले.

आई मात्र थोडी साशंक होती. कारण ही व्यवस्था झाली म्हणजे उषाचे आईवडील शांत चित्ते निघून जाणार. हॉस्टेल मिळालं नाही तर तिची जबाबदारी सुमतीच्या घराची. ओळख ना देख अशी तरुण पोरगी घरात ठेवायची आईला जोखीम वाटली. शिवाय तिचे वडील तिला न्यायला येऊ शकले नाहीत तर तिला पोचवण्याचा भागही होता.

आईच्या शंकांना उत्तरं मिळायच्या आधीच उषाचे वडील आले. आभार मानून त्यांनी तिला पदरात घातली. हॉस्टेल पंधरा-वीस दिवसांत मिळेल अशा आश्वासनावर त्यांनी पैसे भरले होते. ते गेले.

उषा आणि सुमती एकाच खोलीत आल्या. प्रयोगाच्या वेळी बरोबर असणं वेगळं आणि एरवी एकत्र राहणं वेगळं, हे सुमतीला जाणवलं. उषाची अभ्यासाची पद्धत वेगळी. ती रात्री जागे. दिवसा घरात काम करावे लागे, त्याचा परिणाम असेल. कधी कधी ती रात्री दोनचा गजर लावे. तेव्हा उठून अभ्यासाला लागे; पण तिच्या टेबललॅम्प लावण्याने सुमती जागी होई. उषा बोलायची गोड. कामाला तयार. तसा भार न पडू देणारी. सुमतीचं तिचं पटलं.

सुमतीच्या नोट्स तिनं पाहिल्या. वाचल्या. प्रॅक्टिकल्स होईतो उषा त्यांच्याकडेच राहिली.

हॉस्टेलवर जाताना तिने सुमतीला नोटस् मागितल्या. तिनंही दिल्या. मात्र परीक्षा जवळ आली तरी उषा नोटस् परत देण्याचं नाव घेईना. सुमती अस्वस्थ झाली. हॉस्टेलवर चकरा सुरू झाल्या. अनेक कारणांखाली तिचा केलेला अभ्यास तिला मिळेना.

सुमतीची आई संतापली. सुमतीनं तर बोलणं खाल्लंच; पण बाबांनाही शंभू महादेवासारख्या अनेक उपमा मिळाल्या. रागाने आईच तिच्याकडे गेली. तेव्हा मात्र उषाचा नाईलाज झाला. तिने नोटस् परत केल्या पण अर्धवट आणि केमिस्ट्रीच्या

सोडून. त्या सापडल्या की आणून देते म्हणाली.

नोटस् पाहताच सुमतीच्या लक्षात आलं की उषानं मधून मधून असलेल्या चॅप्टर्सच्या नोट्स काढून घेतल्यात. उषाचं वागणं तिच्यासाठी हा जबरदस्त मानसिक धक्का होता. ती खूप चिडलीही होती आणि दु:खीही झाली होती. आईच्या म्हणण्याप्रमाणे तिला माणसं कळत नव्हती. एका दुसऱ्या प्रांतातल्या मुलीवर दया दाखवून ती फसली होती. स्वत:ला दोष देत असतानाही उषा उरलेल्या नोट्स आणून देईल अशी खुळी आशा तिला वाटली होती.

नंतर अर्थातच तिने त्या कधीच आणून दिल्या नाहीत. सुमतीला त्याचा अर्थातच त्रास झाला होता. तिनं उषाला अगदी जवळची मैत्रीण मानलं होतं. तिची फारशी माहिती नसताना तिला घरी— अगदी स्वत:च्या खोलीत ठेवून घेतलं होतं. सगळ्या घरात तिला फिरू दिलं होतं. आईकडून सकाळी चार वाजता चहा करवून घेऊन तिला पाजला होता. बाबा तिच्याशी पोटच्या मुलीसारखं वागले होते आणि उषा? परत जाताना आईवडिलांना न भेटता गेली. नाही म्हणायला तिचा हवालदार बाप येऊन गेला. त्यानंतर तिचं साधं आभाराचं पत्रही सुमतीला आलं नाही. मैत्रीचा हा झटका पचवणं सुमतीला जड गेलं; पण नंतरच्या आयुष्यातही सावध राहण्यापलीकडे ती काही करू शकली नाही.

बहुतेक वेळी सावध राहून एखाद्या माणसाशी संबंध ठेवण्यापेक्षा संबंधच ठेवू नयेत, या निर्णयाशी ती येई. आईवडील होते तेव्हा त्यांच्या म्हणण्यानुसार आणि नोकरी लागून काही वर्षं गेल्यावर स्वत:ला ती थोडी स्वतंत्र समजू लागेपर्यंत जयंताच्या म्हणण्यानुसारच वागायचं. म्हणजे बळेने अशा प्रकारचे संबंध ती ठेवे खरी; पण त्याचा तिला फार मानसिक त्रास होई.

तिला वाटलं हा मानसिक त्रास आपल्याला ह्या कारणांनी होतो, हेही कळायला फारच वेळ निघून गेला होता.

अंगणात बसल्या बसल्या उषाच्या आठवणीत आपण कसे ओढले गेलो, याचं तिला आश्चर्य वाटलं. वाकडे आणि उषा यांच्यात काही साम्यस्थळं आहेत का याचा विचारही मन करू लागलं. 'पण कितीतरी असे अनुभव आहेतच आतापर्यंत!' ती स्वत:शीच म्हणाली.

तिच्या डोळ्यापुढे वाकडे उभी राहिली.

आणि माटेबाईही.

४

साधारण पाच सहा वर्षापूर्वी (सालाबादप्रमाणे) या वर्षीही शिवाजी मैदानावर पुस्तकांचं मोठं प्रदर्शन भरलं होतं. डिसेंबरमध्ये दर वर्षीच हे प्रदर्शन असे; पण या वर्षी पुढे ढकललं गेलं. शहरातले प्रकाशक आणि पुस्तक-विक्रेते यांचेही स्टॉल्स तिथे असत. तसंच परगावचेही. या वर्षी व्हीडिओ सीडीज आणि ऑडिओ सीडीजचेही स्टॉल्स लागलेत हे तिला कळलं. शिवाय त्यांचे कुटुंबमित्र शिरपूरकरांचा स्टॉल तिथे लागायचा. त्यामुळे पुस्तकं विकत घ्यायची म्हणून जायचं त्यापेक्षाही शिरपूरकरांच्या स्टॉलवर जाऊन येणं अधिक महत्त्वाचं होतं. तिला किंवा रोहनला लागणारी सगळी पुस्तकं शिरपूरकर तिला देत. अगदी फोन केला तरीही. त्यांच्या सांगण्याप्रमाणे तिथे यूजीसीच्या कार्यक्रमांच्या सीडीज आल्या होत्या. यामध्ये प्रात्यक्षिकं दाखवली होती.

ती शिवाजी मैदानाजवळ पोचली तेव्हा धुळीचा एक मोठा ढग त्या मैदानावर पसरल्याचं दिसलं. फेब्रुवारीचं ऊन आणि पावसाच्या अभावाची धूळ आपण पचनी पाडलीच शेवटी! एरवी एवढ्या उन्हात तोंड बाहेर काढू नये असं तिला वाटायचं.

'इतक्या उन्हात, याच महिन्यात त्यांना हे प्रदर्शन कशाला लावायचं? एरवी जूनमध्ये लावलं तर नवीन शाळा कॉलेजेस् उघडतात तेव्हा पाहिजे तेवढी विक्री होईल.'

तिच्या त्या म्हणण्यावर जयंत हसला होता.

"जून-जुलै म्हणजे पावसाळा. तेव्हा स्टॉल्स कसे लावणार? शिवाय आता मार्चएंड आहे बाई!"

"मग काय झालं?"

"तुझा आणि व्यवहाराचा भाग फक्त भाजीवाल्यापुरता आहे. मार्चएंडपर्यंत तुम्हाला जी जी ग्रँट येते ती संपवायची आणि ऑडिट करून मोकळे व्हायचे. लायब्ररीजना तशा ग्रँट असतात. न वापरल्या गेल्या तर शाळा कॉलेजेस् आपोआपच

खरेदी करतात. धंदा होतो. पैसाही लौकर मिळतो. या वर्षी शिरपूरकरची चांदी होऊ शकते!''

''पण आमच्याकडे कॉलेजमध्ये एजंटस् येतात. आम्ही तिथूनच ऑर्डर करतो.'' ती म्हणाली.

''तरीही पैसे शिल्लक असू शकतात. तू बोलून बघ. शिवाय तुम्हाला पाहिजे ती पुस्तकं नाही मिळाली आणि इथे या प्रदर्शनात मिळाली तर?''

तिने मान डोलावली.

''मग घेऊन टाका ना! कॉलेजकडून तशी परवानगी घे. खरोखर एखादुसरं उत्तम पुस्तक मिळून जाईल!''

मैदानातली गर्दी डोळ्यात आली तसं हे संभाषण तिला आठवलं.

'अगदी नाहीच दिले कॉलेजनं पैसे तर स्वत:साठी घेईन ठेवून.' ती स्वत:शीच म्हणाली.

या प्रदर्शनासाठी शिक्षणक्षेत्रातले लोक, प्रकाशक, हौशी वाचक, लायब्ररीज चालवणारे असे अनेक लोक दर वर्षी यायचे. सगळाच प्रकार एखाद्या जत्रेसारखा व्हायचा. चहाच्या टपऱ्या, रसाची दुकाने, फ्रूट ज्युसच्या गाड्या आणि बटाटेवड्यापासून पावभाजीपर्यंतचे खाद्यपदार्थ ठेवलेले स्टॉल्स तिथे होते. कचकड्याच्या खेळण्यांची आणि बांगड्या किंवा खोट्या दागिन्यांची दुकानं लागली तर ही-ही एक जत्राच होऊन जाईल, असं तिला वाटलं.

ती पोचली. एवढं ऊन होतं तरीही गर्दी कमी नव्हती. गावोगावहून आलेले लोक. तोबा गर्दी. प्रकाशकांनी लावलेली पुस्तकांची दुकानं, मोठमोठ्या दुकानांनी लावलेले स्टॉल्स. सुशिक्षित माणसांची वर्दळ. त्यात जाणकारही, वाचकही. मुलांसाठी आलेल्या आया-वडील, तरुण मुलं, पत्रकार, फोटो घेणारे, भेटीला आलेले. इतर जवळपासच्या लहान गावतून आलेले. शाळेत शिकवणारे शिक्षक, प्राध्यापक, ग्रंथपाल.

मोठ्या मैदानावर दिवाळीत फटाक्याचे स्टॉल्स लावतात तसे गोलाकार भरपूर स्टॉल्स. परिसर गजबजून गेलेला. हवेत उठणारी धूळ. आणि उत्सुक माणसं. ती पुस्तकं चाळत होती. हाताळत होती. मुखपृष्ठ पहात होती. माहिती विचारत होती. मधे मधे काही आकर्षक तरुण मुलं आणि मुली टेबल लावून काही प्रकाशनांच्या पुस्तकयाद्या देत होती. इंग्रजीत, हिंदीत बोलत होती. जरा नाटकी अदब, आर्जव आणि मऊ मधासारख्या आवाजात बोलून गिऱ्हाईकीकडे डोळे लावून प्रयत्न करत होते. जाहिरातीचा भाग. काहींनी कॅसेट्सची टेबलं लावली होती. कॉम्प्युटरच्या कॅसेट्स, सीडीज्. प्राथमिक शाळेपासून कॉलेजपर्यंत आणि व्यावसायिक शिक्षणापर्यंतचे विद्यार्थी डोळ्यांसमोर ठेवून तयार केलेल्या अभ्यासक्रमाच्या सीडीज् ते दाखवत

होते. तिथून जाताना त्यांच्याजवळ थांबून त्यांच्या आकर्षक कपड्यांकडे, तरुण उत्साही चेहऱ्यांकडे पहायला म्हणून अनेकजण थबकत होते. सुमतीही त्यांच्या भोवतीच्या कोंडाळ्यात थांबली. ते सांगत असलेली माहिती ऐकत असतानाच समोरचा मुलगा आपल्याकडे टक लावून पाहतोय हे तिच्या लक्षात आलं. ती जायला निघणार तोच तो आदराने म्हणाला,

"मॅडम, काय पाहिजे तुम्हाला?"

हा विक्रेता आहे की विद्यार्थी हे तिला कळेना.

तेवढ्यात तो म्हणाला, "दोन-तीन झुऑलॉजीच्या चांगल्या सीडीज आहेत, मॅडम, अंडरग्रॅज्युएट मुलांना उपयोगी पडतील—"

हा विद्यार्थी आहे ही तिची खात्री पटली.

"कोणत्या बॅचचा तू?" तिने विचारले.

"मी दिलीप ननवरे. नव्वदचा मॅडम. आता हा बिझिनेस करतोय. तुम्ही म्हणालात तर कॉलेजमध्ये येऊन डेमॉन्स्ट्रेशन देतो—"

"अरे, इतकं तयार मटेरियल मिळालं तर आम्हाला शिकवायला राहिलंच काय? आम्हालाही व्हीआरएस देऊन घरी बसवतील! पुन्हा स्वेच्छानिवृत्ती! त्यामुळे आळीमिळी गुपचिळी—"

ती हसून म्हणाली. तोही हसला.

"नंतर भेट—" म्हणत ती निघाली.

तो कोंडाळ्यातून बाहेर आला. स्वत:चं कार्ड तिच्या हातात दिलं.

"स्मार्ट बिझनेसमन झालास. नव्वदचा म्हणजे परमार तुझ्याबरोबर होता का रे?"

"बरोबर होता. पण नंतर मागे पडला. त्यांच्या घरी जरा अडचण होती मला वाटतं. माझा मित्र नव्हता, पण वर्गात होता. थोडा अलिप्त असे. कदाचित घरच्या परिस्थितीमुळे असेल. तुमच्या लक्षात आहे, मॅडम? कमाल आहे!" तो म्हणाला.

"लक्षात आहेच; पण सध्या आपल्या विभागात तासिका तत्त्वावर काम करतोय. मला वाटतं हाच घरात मोठा असल्यामुळे घरच्या परिस्थितीत काही बदल झाला असेल असं वाटत नाही—"

दिलीपनं सुस्कारा टाकल्याचं तिच्या लक्षात आलं.

"तू त्याच्यासाठी काही करू शकत असलास तर बघ."

"मी काय करणार? माझी कुठे संस्था आहे ना ओळख. म्हणून तर धंद्यात पडलो."

"असंच कुठं सामावून घेता येतं का बघ— मी सांगते त्याला. तो तुला येऊन भेटेल. गरजू आहे. चांगला आहे. हुषारही. झाली मदत आपली तर झाली—"

सुमती हसून म्हणाली. त्या हसण्यात त्याला केलेला आग्रह होता.

त्यानं मान डोलावली.

ती पुढे सरकली.

थोडी थोडी करता करता चांगली सहासात पुस्तकं तिनं खरेदी केली. एकदोन ग्रंथही. त्या ओझ्यानं ती थकली होती.

ऊन वाढलं होतं. फेब्रुवारीत असा उन्हाचा चटका अपेक्षित नव्हता. हे ओझं कुठं टेकवता येईल याचा विचार करीत ती चालत होती. तेवढ्यात कोपऱ्यात तिला चहाची हातगाडी दिसली. समोर दोनतीन खुर्च्या आणि कापडी छोटी कनात. एरवी जत्रेत अशी चहाची टपरी म्हणजे मोठं आकर्षण ठरलं असतं; पण इथं ती अंग चोरून उभी होती. पुस्तकांच्या आणि विद्वान ग्राहकांच्या दडपणाखाली असल्यासारखी.

तिथे जाऊन सुमती टेकली. एका खुर्चीवर पुस्तकंही टेकवली. धुळीचा पातळ थर तिच्या चेहऱ्यावर होता आणि घामही. रुमालानं चेहरा पुसत तिनं चहावाल्याकडे पाहिलं. त्याच्या चेहऱ्यावर प्रश्न होता आणि उत्तरही. सिल्कची साडी, सुंदर पर्स, देखणा चेहरा आणि किंचित अधिकार दाखवणारी बसायची पद्धत. बहुतेक हे गिऱ्हाईक आपलं नव्हे असं त्याला वाटत असावं. ती हसली. विचारलं, "चहा?"

त्यानं हसून मान डोलावली.

"साखर कमी. म्हणजे अगदी थोडी." तिनं चिमूट करून दाखवली.

एरवी एखाद्या टपरीत असं एकटं बसून कधी आपण चहा प्यायलोत, हे तिला स्मरेना. पुरुष असं एकटं बसून कसे खातपीत असतील आणि त्याचा आनंद लुटत असतील देव जाणे. आपण त्या अनुभवातून जातोय या कल्पनेनं ती सुखावली. सशक्त, कर्तृत्ववान आणि स्वतःच्या हिमतीवर पाहिजे तसं करू शकणाऱ्या पुरुषासारखं आपल्याला जगता यावं, अशी मनोमन तिची सूक्ष्म इच्छा होती. थोड्या अंशांनी ती जिथं जिथं पूर्ण करता येईल तिथं तिथं ती पूर्ण करून घेत होती.

याच कारणामुळे तिची आणि रीमाची दाट मैत्री असावी असं तिला वाटलं. रीमाच्या आठवणीनं ती सुखावली. आज आपल्याबरोबर एखादी मैत्रीण असती तर मजा आली असती असं तिला वाटलं. शाळा सोडल्यानंतर मैत्रीण म्हणावी अशी मुलगी तिला भेटली नव्हती. मैत्रीण म्हणावी अशी बाई भेटली नव्हती असं म्हणावं लागेल.

त्याचं कारण वडिलांची बदली होणारी नोकरी. त्यात वेगवेगळ्या गावांना जाणं आणि वेगवेगळी भेटणारी माणसं. त्यांच्या वेगळ्या धाटण्या. वेगळी वळणं. वेगळी विचारपद्धती. कधी कुणाशी थोडं जमतंय तोच दुसरं गाव.

लहानपणी अर्थातच बदलीचं अप्रूप वाटे. नवं घर, नवी माणसं, नवी शाळा. नव्या मैत्रिणी.

पण वाढत्या वयात वरच्या वर्गात जात असताना सुमतीला हे खटकत गेलं. दर वेळी कराव्या लागणाऱ्या तडजोडींचा तिला कंटाळा यायचा. दोन-तीन वर्षांत मैत्रिणी मिळत जायच्या; पण नंतर त्यांच्याबरोबरचा संपर्क जाणीवपूर्वक ठेवण्याचा आटापीटा तिनं केला नाही. त्याही मैत्रिणींनी तो केला नाही. अर्थात् दूरसंचाराचं एवढं जाळंही तेव्हा पसरलेलं नव्हतं. फोन क्वचित ठिकाणी. कुरियर नव्हतं. स्वत:ची वाहनं कमी होती. निदान मध्यमवर्गीय घरात तरी फोन-गाडीसारख्या सुविधा नव्हत्या. किंवा जन्मत:च मुलींना ही गोष्ट माहिती असायची की लग्न होऊन आपण जिथे जाणार तिथेच आपल्याला रुजावं लागणार! तिथली माती, तिथली माणसं हेच आपलं जग. बाहेरची अशी जोडत गेलेली माणसं तिथे आपण जवळ करू शकू किंवा त्यांना घरात आपल्याबरोबरच रुजवू शकू असं नाही. तेव्हा त्या भानगडीतच जायला नको अशी सुप्त कल्पना तिच्या मनात असेल म्हणून म्हणा, लग्नानंतर नवऱ्याच्या मित्राच्या बायका ह्याच मैत्रिणी!

त्यात एक गोष्ट बरी झाली की भावाच्या बारावीला आईनं पुण्यात घर करण्याचा निर्णय घेतला. तिचं तर मेडिकल हुकलेलंच होतं. निदान मुलाचं नुकसान होऊ द्यायचं नाही, हे आईनं पक्कं केलं होतं. सुमतीला वास्तविक ओशनॉलॉजी हा वेगळा विषय घेऊन पदवी घेण्याची इच्छा होती; पण तिला गोव्याला किंवा दक्षिणेत पाठवायला घरचे तयार नव्हते. त्यामुळे शेवटी प्राणीशास्त्रात तिला पदवी घ्यावी लागली.

पुण्यात ती वाडियात दाखल झाली. तिथं संस्कृती अँग्लिकन. पश्चिमेचा प्रभाव असलेलं वातावरण. तिथे तिनं अभ्यासाचा भाग जुळवून घेतला खरा; पण मनानं ती कुणाशी जुळली नाही. दोनचार मैत्रिणी होत्या पण एकूणच सगळा भाग वरवरचा होता. तात्पुरत्या मैत्रिणी मात्र तिला खूप होत्या.

नाही म्हणायला इथे नोकरी लागली आणि रीमा भेटली. मध्यम आकाराच्या या गावात बरेच लोक ओळखीचे होऊन जातात. तिच्या नोकरीमुळे विद्यार्थी, पालक, शिक्षण क्षेत्रातले आणि जयंताच्या नोकरीमुळे व्यावसायिक आणि छोटेमोठे कारखानदार. पण रीमामुळे तिचं मैत्रिणीचं स्वप्नं पूर्ण झालं. ख्रिश्चन वडील आणि बंगाली आई यामुळे रीमाचे मराठी काय असेल याची कल्पना कुणालाही येऊ शकेल, पण लिंग चुकवत, क्रियापदांची अदलाबदल करीत ती जमेल तिथे मराठी अक्षरश: ठोकायची. इंग्रजी मात्र अस्खलित बोलायची. डोळे मिटले जर एखादी मडमिण बोलतेय असं वाटायचं. तिच्या भाषेच्या तोफखान्यापुढे भले भले गारद व्हायचे. त्याचं कारण तिचा आवाज. मोठा भक्कम. आत्मविश्वासपूर्ण. त्यामुळे तोडकंमोडकं इंग्रजी बोलणारे प्राध्यापक तर तिच्या वाऱ्यालाही उभे राहात नसत.

पण सुमतीची आणि तिची तार जुळली. दोघी एकमेकींना जवळजवळ सगळ्या

गोष्टी सांगायच्या. इतकं की त्या एकमेकींना वाचू शकतील!

टपरीत चहा घेताना रीमाबद्दल सुमती विचार करीत होती.

"तिच्यासाठी एखादी चांगली कादंबरी घ्यावी. किंवा एखादं नवं पुस्तक—" सुमतीच्या मनात आलं.

तेवढ्यात तिच्याजवळ कुणीतरी उभं राहिल्याचं तिला जाणवलं. मान वर केली तेव्हा शेजारी उभ्या असलेल्या बाई हसल्या. म्हणाल्या,

"वाटलंच मला! सुखटणकर ना तुम्ही? केव्हाची बघत होते मी त्या स्टॉलवरून. तीन वर्षं तरी झाली असतील आपल्या भेटीला! अजून चालू असेल ना नोकरी? भरपूर सिनियॉरिटी असेल आता—"

काही न सुचून सुमती त्या बाईंकडे पहात होती. त्यांची ओळख काही तिला पटेना. पन्नाशीची बाई. चेहऱ्यावरून सहृदय वाटत होत्या. कुठे भेटल्या असाव्यात याचा तर्क ती मनाशी बांधीत होती.

"माझं नाव आठवत नाहीये ना?"

तिला नकारार्थी मान हलवावी की नाही हे कळेना. ती उगाचच ओशाळं हसली.

त्या पुढं म्हणाल्या, "अशा वेळी आपली जीभ अडखळते. काय म्हणावं कळत नाही. या बाबतीत इंग्रजीत बोलायचं ठरवलं की किती तरी सोपं जातं. 'हॅव वुई मेट बीफोर?' असा प्रश्न विचारला की गोष्टी सोप्या होतात. याचं होकारार्थी किंवा नकारार्थी उत्तर आपोआपच येतं आणि ओळख पटते. निदान बोलणं सुरू होतं—"

त्या बाईंच्या गोळाफेकीमुळे सुमती चकित झाली. बाई मोकळ्याचाकळ्या आहेत हे निश्चित. ती बोलण्यासाठी काहीतरी जुळवाजुळव करीत होती तोच त्या म्हणाल्या,

"अहो, भेटलोय आपण. तुम्ही जयपूरला कॉन्फरन्सला आला होतात. तुम्ही आणि रीमा डिसिल्वा. त्या इंग्रजीच्या डिसिल्वामॅडम. आमची इंग्रजीची कॉन्फरन्स होती. तुमची संपली आणि आमची सुरू झाली. दोन दिवस तुम्ही अधूनमधून आमच्या सेशन्सला बसत होतात. चांगल्या बोअर झाला होतात—"

ते आठवून सुमतीला एकदम हसू आलं. त्यांच्या मोकळेपणाचं. स्पष्ट बोलण्याचं. माटेमॅडम. खडाखड मराठी बोलणारी बाई.

"चहा घेणार? अजून एक दे रे!" ती चहावाल्याला म्हणाली, "आणि चटकन बनव. बिरबलाच्या खिचडीसारखा पकवू नकोस."

"इतक्या उन्हात चहा!" माटे तिच्या शेजारी टेकत म्हणाल्या.

"ऊन कमी लागतं म्हणे—" ती.

"एरवी आपण सावलीत कधी असतो? ऊन आपल्या पाचवीला पूजलंय. नोकरी करायची ठरवली की उन्हाचा तडाखा सुरू! हं, काय म्हणतंय तुमचं

कॉलेज? या वर्षी एखादी कॉन्फरन्स वगैरे आहे की नाही?''

''पाचवीचं ऊन डोक्यावर घ्यायची हौस आहे म्हणायची तुम्हाला!'' सुमती हसत म्हणाली.

''आदतसे मजबूर! काय करता. मार्चमध्ये बजेट संपवायचं म्हणून कॉन्फरन्सेस, सेमिनार्स आणि चर्चासत्रांचा पाऊस पडतो. दोनचार थेंब आपणही घ्यावेत अंगावर! तेवढं केलं की वर्षाच्या शेवटी सेल्फ ॲसेसमेंट फॉर्म्स भरायला मोकळे! हेच मूल्यमापनाचं प्रभावी साधन. मग दुसऱ्या वर्षी जूनपासून ऊन सुरू.'' माटे म्हणाल्या.

''अशी चर्चासत्रं म्हणजे असून अडचण नसून खोळंबा. सरकारी पैसा. यूजीसीचा पैसा. दळण चालू—'' सुमती बोलत होती तरी मनात माटेमॅडम कोणत्या कॉलेजच्या हे काही तिला आठवेना. शेवटी न राहवून ती म्हणाली,

''तुम्ही इंदिरा गांधींच्या ना?''

''तुम्ही असं विचारताय जशी मी त्यांची मुलगीच आहे! अर्थात् असते तर— उमाबाई माटे — अशा उन्हात, धुळीत पायपीट कशाला करत्या म्हणा!''

''अहो, नेहरू एकच झाले आणि गांधी एकच. त्यांच्या घराणेशाहीची देशात मोनापॉली आहे. आजवर कुणी तोडू शकलंय? नंतर इतके नेते झालेत आणि होताहेत; पण ते रिंगण कुणी तोडू शकलं नाही. म्हणून इतर नेते इतर प्रांतोप्रांती पोचले.'' सुमती म्हणाली.

''त्यांच्यासाठी कुणीतरी सामान्यही असणं आवश्यक आहेच ना — आणि त्यांच्या नावातच आपला परिचय होतोय. एरवी आपल्यासारख्यांना विचारतो कोण?'' माटे.

''आणि त्यातल्या त्यात शिक्षकांना! आपण काही कारखानदार नव्हे. चारदोन ओळी इकडंतिकडं करणारी माणसं—''

''तुमच्या विषयात तुमचं नाव चांगलं आहे, सुमतीताई. म्हणजे मोठं हो- तीन चार पुस्तकं आहेत तुमची—'' माटे म्हणाल्या.

''ठीक आहे. फार मोठ्ठं काँट्रिब्युशन म्हणावं असं काही नाही —''

''अहो टेक्स्ट म्हणून लागलंय. शिवाय उरलेले तीन संदर्भग्रंथ आहेत म्हणे—''

''हूं— '' सुमतीनं शांतपणे मान हलवली.

''हेच ते आपण लोक - म्हंजे? महाराष्ट्रीयन इतके साधे असतो ना- इथं दुसरा एखादा दाक्षिणात्य असता तर ही तीन पुस्तकं कशी तीनशे पुस्तकांच्या तोडीची आहेत, हे सांगत बसला असता. आपण नेहमी चार पावलं मागं राहतो. हेच तर आपलं चुकतं!''

''आहे खरं—'' सुमतीला हे पटत होतं.

तेवढ्यात चहा आला. माटे गरम कप हाताळत म्हणाल्या, ''तुम्ही ठरवलं

असतंत तर आख्ख्या भारतात रिसोर्स पर्सन आणि विषयतज्ज्ञ म्हणून जाऊ शकला असता—''

''छे हो. वेळ तर पाहिजे! आणि जमायलाही पाहिजे. त्याला किती वाचायला पाहिजे. संशोधन पाहिजे— मला कुठलं जमायला?'' सुमती घाईघाइनं म्हणाली.

''हेच तर ना! मला कुठलं जमायला म्हणून आपण पुढाकारच घेत नाही. कारण आपण परफेक्शनिस्ट! इतर प्रांतीय बघा. विषयाचं ज्ञान असो नसो. धडकावून जाणार. नव्या संधी शोधणार! किडके गहू आरोळ्या ठोकीत विकणार! आणि आपण? 'मी त्या योग्यतेची आहे का' या गोष्टीच्या पडताळणीतच वेळ घालवणार! कुणी बिरुदं घेऊन जन्माला येत नाही, हे खरंय; पण लावून घेऊन मोठं होणारी माणसं पाहिली की मला राग येतो. म्हणजे स्वत:चाच. आणि एकूण आपल्या महाराष्ट्रीय लोकांचा—''

सुमती त्यांच्या तरतरीत चेहऱ्याकडे पहात होती. त्या तावातावाने बोलत होत्या. पोटतिडकीनं. तिला त्यांचं बोलणं पटत होतं. ती स्वत: कधी डिग्ऱ्यांचा, ज्ञानाचा बडेजाव करू शकली नव्हती. दिमाख दाखवू शकली नव्हती. चंद्रात्रेला ते जमलं होतं. त्यामुळे एकत्रित मीटिंग्जमध्येही बिनधास्तपणे उठून स्वत:ची मतं ती मांडे. पुरुष प्राध्यापकांना न घाबरता. रीमाही तशीच होती पण तोरा मिरवत नव्हती. चंद्रात्रेवर खूप कॉमेंट्सही व्हायच्या. तिचे विभागप्रमुख तिला आमच्या 'मॅन ऑफ द डिपार्टमेंट' म्हणायचे.

चहा संपला.

दोघी उठल्या.

''बरं झालं तुम्ही भेटल्या. मला रीमासाठी एक पुस्तक घ्यायचंय. अरुधंती रॉयचं 'द गॉड ऑफ स्मॉल थिंग्ज' घेऊ का?''

''त्यापेक्षा इंग्रजीत भाषांतरित झालेला तुकाराम द्या तिला—'' माटे म्हणाल्या.

''तिला काय उपयोग?'' सुमती बुचकळ्यात पडली.

''का? दुसरा धर्म कळायला नको?''

''पण तिला इंटरेस्ट पाहिजे ना.''

''आपल्याला कुठे ख्रिश्चॅनिटीत इंटरेस्ट? पण इंग्रजी साहित्यात जागोजागी त्याचे संदर्भ आले की वाचतोच न? मी बायबल वाचलंय. ओल्ड आणि न्यू टेस्टामेंटसुद्धा!'' माटे म्हणाल्या.

सुमती न बोलता त्यांच्याकडे बघत होती. तिच्या कपाळावरची सूक्ष्म आठी माटेंच्या नजरेतून सुटली नाही. त्या म्हणाल्या,

''आपण उदारमतवादी आहोत. इतरांनी व्हायला पाहिजे ना. अर्थात् मला डिसिल्वा मॅडमची फारशी माहिती नाही म्हणा. तुम्हाला माझी भूमिका आग्रही

वाटली असेल, पण हे सत्य आहे. खेडोपाडीच्या पोरांना असे संदर्भ घेऊन कितीजण शिकवू शकणार? आणि या संदर्भांचा त्यांना कितपत उपयोग होणार देव जाणे. एकूणच ही शैक्षणिक शोकांतिका आहे झालं—''

सुमतीनं न बोलता मान डोलावली.

''मला प्राणीशास्त्र शिकवताना कधी कधी असंच वाटतं. बी.एस्सी. झाल्यावर नोकरी शोधणाऱ्या मुलीला या सगळ्या गोष्टींचा खरोखर किती उपयोग होतो?'' सुमती म्हणाली.

''जाऊ द्या.'' माटे हसत म्हणाल्या. ''भर उन्हात आपण फारच गंभीर झालोय. डिसिल्वासाठी घ्यायचं तर तिकडच्या स्टॉलवर बरीच नवी पुस्तकं आलीयेत. साहित्य अकादमीची पण आहेत. झुंपा लाहिरीचं इंटरप्रिटर ऑफ मॅलडिज्, लॅपीयरचं द थाऊजंड सनज् आहे. नायपॉल तर आख्खा आहे! नुकतंच नोबल प्राईझ मिळायलंय ना?''

''पण चांगलं असेल का पुस्तक?'' सुमती साशंक होत म्हणाली.

''बहुतेक चांगलंच असेल. त्यांच्या देशात आपल्यासारखा पुरस्कार वाटपाचा प्रकार नाहीये.''

बऱ्याच गोष्टी उडत उडत माहिती असतात, त्या पुन्हा पुन्हा ऐकल्या की आपलं स्वत:चं मत त्यावर तयार करता येतं किंवा ती ऐकीव गोष्ट कानामागे टाकायची का हेही ठरवता येतं. त्यामुळे ती उत्सुकतेनं ऐकू लागली.

माटे म्हणाल्या, ''जाती-गोती, सगेसोयरे, नातेसंबंध, हितसंबंध वगैरे पाहून आपल्याकडे पुरस्कार दिले जातात. गुणवत्ता पाहून नव्हे. या परीक्षक मंडळींनी गुणवत्ता पाहून बक्षिसं दिली असती तर मराठी वाचकांची वाङ्मयीन आवड वेगळी असती, साहित्यही वेगळं असतं. वाचक वळवण्याचं, वाङ्मयाबद्दलचा चोखंदळपणा देण्याचं काम खरं म्हणजे पुरस्कारातून होतात. त्या वाटाड्यांमध्येच भ्रष्टाचार असेल तर दुसरं काय होणार? कोण कुणाच्या खाजगीतला किंवा कोण किती गूळ लावणार किंवा तू माझं काम कर मी तुझं करतो - या असल्या आपल्या कसोट्या! वर्षानुवर्षं त्याच त्याच लेखकांना पुरस्कार कसे मिळतात आणि उरलेले गाळ लिहितात का, असा प्रश्न सुजाण वाचकाला पडतोच आहे; पण त्यात घुसून काही करावं ही त्यांची मानसिकता नाही. सामान्य वाचकाला, बिचाऱ्याला तर काहीच माहिती नसतं. हे प्रकार निदान अजून तरी पाश्चिमात्त्य जगात नाही—''

''फारच तीव्र बोलताय तुम्ही! फॉर्मलिनची बाटली फोडताक्षणी डोळे चुरचुरतात तसं वाटलं मला!'' सुमती म्हणाली.

''आहे खरी मी उघड्या तोंडाची. फटकळ; पण आता काय बदलणार? आता 'बन चुकी' बाई आहे. त्यात प्राध्यापक. बरे आपले विद्यार्थी पण गठतात आपली

मतं ऐकायला. ऐकणं भाग असतं त्यांना.''

"काहीतरीच! तुमचं नाव विद्यार्थ्यांच्या तोंडी आहे. वायफळ बडबड कोण करतं आणि कुणाच्या सांगण्यात तथ्य आहे हे कळतं तरुण पिढीला.''

"तसं असेल तर चांगलं आहे. शंभरात एक विद्यार्थी जरी सुजाण आणि नीरक्षीर विवेकी निघाला तरी भरून पावली प्राध्यापकी! नाहीतर वाट न दाखवणारे आणि फायद्यासाठी वापरणारे प्राध्यापकही आहेत आणि वाट चुकणारी, मिसगाईड झालेली पोरंही!'' माटे.

"रीमाही असंच बोलते. हा तुमच्या विषयाचा तर परिणाम नाही? इंग्रजीची माणसं मला फडाफड् कठोर सत्य बोलताना दिसतात.'' सुमती.

"असेलही! भरपूर मनोविश्लेषणाची सवय होते. साहित्य शिकवताना पात्रांच्या, लेखकाच्या मनापर्यंत पोचण्याचा प्रयत्न चाललेलाच असतो. त्यामुळे मानवी मनांचे क्रिया प्रतिक्रियांचे खेळही कळतात. कदाचित त्याचा परिणाम असेल.''

माटे थोडक्या शब्दांत बोलू शकत नाहीत असे सुमतीला वाटलं.

"मग आमचं बरं आहे. एकतर मेलेले फॉर्मेलिनमधले प्राणी नाहीतर झुरळं, उंदरासारखे जिवंत प्राणी मारणं एवढ्याच आमचा संबंध! सगळा फक्त शरीराशी संबंध, मनाशी नाही.'' सुमती हसत म्हणाली.

बोलत बोलत त्या एका पुस्तकाच्या स्टॉलपाशी आल्या.

सुमतीनं रीमासाठी स्त्रीवादावरचं पुस्तक विकत घेतलं. पुस्तकं चाळत दोघी बिल द्यायला आल्या तसं माटे म्हणाल्या,

"मी निघू का? मला जरा काम आहे. पुन्हा भेटू.''

त्यांनी शेकहँडसाठी हात पुढे केला. म्हणाल्या,

"आता ओळख ठेवा हो. नाव विसरू नका. राहील ना ओळख? मला पाहिलं की हिमालयात बसलेली शंकराची पार्वती आठवा. नाहीतर मीच माझं नाव पार्वतीबाई शंकरराव सांगेन —''

दोघीही मोकळं हसल्या.

५

दर वर्षी मे महिन्याची सुटी संपत आली की रोहनला जेवढं वाईट वाटत असेल तेवढंच सुमतीला वाटायचं. आपल्यात आजही एक विद्यार्थी लपलेला आहे, हे तिला जाणवायचं. किंबहुना आपल्यातला तो विद्यार्थी त्याच्या पौगंडावस्थेसह जगतोच आहे, हे कळायचं. परीक्षेच्या काळातलं टेन्शन तिला पेपर सेटिंगच्या वेळी यायचं. मॉडेल अन्सर्स, उत्तरपत्रिका तयार करताना तिला नको वाटणारं होमवर्क करतोय, असं वाटायचं. पेपर तपासायची पत्रं आली की कधी किचकट, कधी गिचमिड, तर कधी ढोबळ्या मिर्चीसारख्या हस्ताक्षरातल्या उत्तरपत्रिका तिला गंभीर न कळणाऱ्या तत्त्वज्ञानाच्या पुस्तकांसारख्या समोर तरळत यायच्या आणि भर दुपारी ते काम करताना मान-पाठ एक करून काम करतोय असं वाटून एक तर झोप यायची, नाहीतर सारखं काही ना काहीतरी दुखतंय अशी भावना व्हायची. यात सुखाची बाजू एक– ओळखीचे लोक भेटणं आणि गप्पा.

अर्थातच आपण ज्यांना वर्षभर शिकवून तयार करतो त्यांचे पेपर तपासायचं आपल्या इतकं जिवावर का येतं, हे तिला कळायचं नाही.

कोणतंही शैक्षणिक काम हे मार्चनंतर करायला किती अवघड हे एक प्राध्यापकच जाणो!

अशा वेळी तिला खिडकीतून दिसणारी झाडं, त्यांच्या रोडावलेल्या फांद्या, त्यावर ओरडणारा कावळा अशी दृश्यंसुद्धा बघायला चालायचं.

कॉलेजची कामं करून हुश्श करीत सुटी यायची. अनेक कार्यक्रमपत्रिका या काळासाठी तयार असायच्या.

माहेरी जाणं नंबर एकवर. मग इतर प्रवास. जवळच्या नातेवाईकांची, ओळखीच्यांची लग्नं. वर्षभर वाचू वाचू म्हणत मागे ठेवलेली पुस्तकं. नवीन काही लिहून ठरवलेला प्लॅन.

पण अनेक वर्षांच्या अनुभवात तिला एकच गोष्ट कळली होती, ती म्हणजे

अफाट आळस. भरपूर खाणं. मोठ्ठी जेवणं. पोटभर झोप. मनभर गप्पा.

आणि मग जूनच्या पहिल्या आठवड्यात लिहाय-वाचायच्या गोष्टींची आठवण होणं, पण हे कळूनही दर वर्षी वेगवेगळ्या गोष्टींची आखणी करायला ती विसरत नव्हती. आपली विद्यार्थीदशा कधीच संपलेली नाही हे जाणवलं की माणूस हा आजन्म विद्यार्थी असावा हे कशाला थोर माणसानं सांगायला हवं, असं तिला वाटायचं. त्या थोर माणसानं सुमतीला पाहिलं असतं तर लिहिण्याअगोदर दोन वेळा विचार केला असता. किंबहुना, इतर प्राध्यापकांकडे पाहूनही तसंच झालं असतं.

त्यामुळे जून लागला की सालाबादप्रमाणे तिचा काऊंटडाऊन सुरू व्हायचा. कॉलेजला जायची पर्स, पेनपासून ते पुस्तकांवरची धूळ झटकून त्यांनाही लेकरासारखं तयार करेपर्यंतची कामं सुरू व्हायची. कॉलेजच्या साड्या, त्याच्यावरचे मॅचिंग ब्लाऊज इथंपासून ते पोळीवाल्या बाईला 'आता बुट्ट्या मारू नका'ची रोज एकदा तरी जाणीव करून देईपर्यंतचा भाग रुटीनसारखा सुरू व्हायचा.

पार विसरून गेलेले सहकारी प्राध्यापक आठवायला लागायचे. एरवी सुटीत त्यांच्यापैकी कुणीही भेटलं तरी भेटीच्या आनंदापेक्षा कामावरची जागा आठवूनच नको वाटायचं. जयंत म्हणायचा, 'फार वर्षं एका जागी नोकरी केली की अशा ॲलर्जीज् तयार होतात. कामात नावीन्य नसेल तर अशा प्रतिक्रिया होतात.'

घड्याळात बारा वाजू नयेत म्हणून घड्याळ्याच्या काट्यालाच लटकून राहण्याच्या विनोदातलं सत्य सुमतीला मनातून भावे.

जून पंधरा.

सकाळी ११.३०

ओपनिंग डे मीटिंग.

सगळे प्राध्यापक हसतखेळत, एकत्र बोलताना ताण नाही. एक अफाट मोकळेपणा. प्रेमळ चौकशा. शाब्दिक कोट्या. हलकेफुलके विनोद. विशेषत: प्राचार्यांवर.

मोकळी मैदानं.

विद्यार्थ्यांची गैरहजेरी.

ऑफिसच्या खिडक्यांपाशी चारसहा, दोनचार पोरांचे पुंजके.

मीटिंग हॉलमध्ये एकीकडे बायका म्हणजे स्त्री प्राध्यापक, एकीकडे पुरुष प्राध्यापक.

आपापसांत गप्पा.

प्राचार्य नेहमीसारखेच आले.

वर्षभरातल्या दर मीटिंगला येतात तसेच पण थोडे हसत.

'सुटी चांगली गेलेली दिसतेय' कुणीतरी कुजबुजतं.

प्राचार्य बोलायला उभे राहतात.

''तुम्ही सगळे सुटीहून परतलाय. चांगले ताजेतवाने झाला असाल. आता कामाला जास्त जोमानं सुरुवात करायचीये. रिझल्ट आलेत. बरे आलेत. *(त्यांना कधी चांगले आलेत, म्हणवत नाही' कुणीतरी फिस्कारलं)* आपापल्या विषयाचं पर्शेंटेज काढा. वर्गवारी काढा. फर्स्टक्लास, सेकंड क्लास वगैरे. वर्कलोड काढा. कुणाच्या डिपार्टमेंटमध्ये लीव हायेत का बघा. आपल्यापैकी काहींना स्कॉलरशिप वगैरे मिळालंय का— मला वाटतं मिस्टर चटर्जींना मिळालीये—''

सुमतीची भुवई वर गेली. तिच्या विभागात चटर्जी होते. त्यांना काय मिळालंय? हे कशासाठी? पण प्राचार्यांचं मागच्या वर्षीचा आढावा घेणं आणि या वर्षीच्या योजना सांगणं चालूच होतं. साधारण पाऊण तासांनी त्यांनी बोलणं आटोपतं घेतलं. चहा आला.

हॉल आवाजानं भरून गेला.

मे महिन्यातल्या घडामोडी एकमेकींना सांगत वेळ कसा गेला कळलं नाही.

डिपार्टमेंटच्या किल्ल्या तिनं घेतलेल्या तशाच परत केल्या. दुसऱ्या दिवशी स्वच्छता करण्याच्या हेतूनं.

तेवढ्यात चटर्जी तिच्या दिशेनं आले. 'गुड मॉर्निंग' म्हणून उभे राहिले. ती कुणाशी तरी बोलत राहिली. शेवटी ते म्हणाले, ''टाइम टेबल मागच्या वर्षीसारखाच ना?''

''बहुतेक.'' ती म्हणाली. यात कुठेतरी हेड असण्याचा गर्व होता.

''एनी वे, अजून मुलं कुठे येताहेत इतक्यात?''

''या आठवड्यात करून घेऊत.'' ती म्हणाली. काम सुरू करतानाचा आळस तिला जाणवला.

''मी उद्या भेटतो.'' चटर्जी म्हणाले तशी ती घाईनं म्हणाली,

''उद्या नको. मला जरा एके ठिकाणी जायचंय. आपली भेट होणार नाही. तुम्ही किल्ल्या घेऊन प्यूनकडून तेवढी सफाई उरकून घ्या. घ्याल ना?''

चटर्जींनी आज्ञाधारक 'हो' म्हटलं.

ते निघून गेले.

घरी गेल्यावर तिला आठवलं की चटर्जीला कसली स्कॉलरशिप मिळाली ते विचारायचं राहून गेलं.

पण पहिल्या आठवड्यानंतर कॉलेजचं चक्र जोरात सुरू झालं. लॅब्ज तयार करायला सुरुवात झाली. लेक्चर्स, प्रॅक्टिकल्सचा आराखडा, टाईमटेबल, बॅचेसचा उद्योग, त्याबरोबर रिझल्ट्स काढणं सुरू झालं. लागलेले निकाल कसे आहेत यावर

आपोआपच चर्चा सुरू झाल्या. मेरिटला कोण कोण आलंय याच्याबरोबरच कसं कसं आलंय, हेही सुरू झालं. फर्स्ट इयर नेहमीच उशिरा सुरू व्हायचं; कारण डॉक्टर, इंजिनियर होण्याची स्वप्नं असणारी मुलं, किती का कमी पर्सेंटेज असेना आधी तिकडे प्रयत्न करायचं.

हेही दर वर्षीचं होतं.

मग हतबल आणि उदास झालेली मुलं जगण्याची आशा संपली पण जगावं तर लागतंच, अशा चेहऱ्यानं ॲडमिशन घ्यायची. त्यामुळे त्यांच्या रेग्युलर बॅचेस जरी जुलैअखेर सुरू झाल्या तरी इतर वर्षांची मुलं असायचीच.

त्यात ज्युनिअर कॉलेजच्या लॅब्ज आधी सज्ज कराव्या लागायच्या. त्यामुळे एकदम वेग मिळालेल्या चाकासारखं सुमतीचं व्हायचं.

चार वर्षापूर्वीही तसेच झाले.

दोन्ही कॉलेजच्या विभागीय मीटिंग्ज झाल्या. तक्रारी, अडचणी सुरू झाल्या. निवारणार्थ विचार करणं तिचं कामच होतं. त्यामुळे जूनचा शेवटचा आठवडा कधी संपत आला तिला कळलं नाही.

आश्चर्य म्हणजे जूनच्या शेवटच्या आठवड्यात सुमतीला फोन आला.

"मी पार्वतीबाई शंकरराव बोलतेय— ओळखलं का?" सुमतीला गोंधळल्यासारखं झालं; पण आवाजावरून ओळख पटली.

"बोला मॅडम—" ती म्हणाली.

"आज तुमच्याशीच काम आहे." माटे म्हणाल्या.

"सांगा ना."

"तुमच्या विभागात एक जागा रिकामी आहे म्हणून कळलं. लेक्चररची. ती पोस्ट तुम्ही भरताय म्हणून—"

"मी कोण भरणार हो? पण पोस्ट आहे. तुम्ही का विचारताय? कुणी उमेदवार आहे का? पण एक महत्त्वाची बाब — पोस्ट आरक्षित आहे, रिझर्व्हेशनची. आम्हाला रिझर्वेशनचाच उमेदवार लागेल. तसा माझ्या विभागाला एक उमेदवार आहे पण तो वेगळ्या प्रवर्गाचा आहे."

"तुम्ही जाहिरात दिलीये ना? मग आले का अर्ज?"

"नाही. आमच्या विभागात भटक्या विमुक्त प्रवर्गाचा पाहिजेय."

"अहो, मिळणार नाही!" माटे ठामपणे म्हणाल्या.

सुमती चाचरत म्हणाली, "मिळत नाहीये हे खरं आहे. गेले चार वर्षं तेच चाललंय?"

"मग कसं करता तुम्ही?"

"तासिका तत्त्वावर भरतो. सी. एच. बी. पण फार त्रास होतो. दर वर्षी

सुरुवातीला हँडस् कमी. मग ऑगस्टपर्यंत भरतात. तोपर्यंत आपला पिट्टा पडतो. त्यात कुणाला घ्यायचं वगैरेचे अधिकार आपल्याला किती देतात ते तुम्हाला माहितीच आहे.'' सुमती.

''पण तुमच्या विभागात इतरांचं फार चालत नाही असं कळलं. तुमचं मत विचारात घेतात असं ऐकलं.'' माटे.

''अहो, मी स्पष्टच सांगते की उमेदवार तुमच्या पसंतीचा असेल तर रिझल्टबद्दल मला जबाबदार धरायचं नाही. म्हणून चाललंय—''

बोलता बोलता तिच्या लक्षात आलं की फोन कुणासाठी केलाय, हेच विचारलेलं नाही. ते विचारल्यावर माटे म्हणाल्या,

''माझ्या शेजारी एक बाई आहे. म्हणजे मुलगी म्हणा. तिशी-पस्तीशीची आहे. आपल्या विद्यापीठाची नाहीये; पण चांगली आहे स्वभावानं. विषयातही चांगलीच असावी. बी प्लस आहे. झुऑलॉजी हा काही माझा विषय नाही. त्यामुळे मी मार्कांवरूनच सांगतेय. इथं तिच्या ओळखीचं कुणी नाही. तिनं मला केलंय मावशी. म्हणून हा भाचीसाठी फोन. तिला सीएचबीवर घेता येईल का? कुठे थोडे वर्ग घ्यायला मिळाले तर विषयाशी संबंध राहील. तुम्ही हेड आहात म्हणूनच फोन केला. तुम्हाला उमेदवार मिळाला नाही, तर तासिका तत्त्वावरच घ्याल ना?''

''तुम्ही जोरदार गृहपाठ केलाय.'' सुमती म्हणाली.

''अहो, जातिवंत प्राध्यापिका. सगळं व्यवस्थितच पाहिजे; पण ही माहिती मला आशानं दिली. अहो, उमेदवार स्वत:! आशा वाकडे नाव आहे. तुम्ही म्हणत असाल तर पाठवते तुमच्याकडे!''

''पण तुम्ही आत्ताच म्हणालात की तिच्या ओळखीचं इथे कुणी नाही. मग एवढी माहिती बरी काढली!'' सुमतीच्या मनात शंका होती. तिला एकदम बोलावून भेटायला तिचं मन होईना. कोण ही वाकडे? कशी आहे? तिची माहिती नाही. कशी शिकवते कोण जाणे. कशी दिसते? शिवाय प्राचार्यांनी होकार दिला पाहिजे.

तिची घुटमळ माटेंच्या लक्षात आली असावी. त्या म्हणाल्या, ''तुम्ही हो म्हणा हो. तुमचे प्राचार्य माझ्या ओळखीचे आहेत. आम्ही दोघं पूर्वी एकाच कॉलेजमध्ये होतो एक वर्ष. मी बोलते त्यांच्याशी.''

माटेंच्या आवाजात एकदम आशा आणि उत्साह जाणवला, तशी सुमती सावध झाली. आपण नको ते बोलून गेलो यानं खंतावली. हा विचार आता आपला दिवसभर पिच्छा पुरवणार, याची तिला खात्री होती आणि ती तो मनातून काढून टाकू शकणार नाही, याचीही खात्री होती. आता बोललेले शब्द परत येणार नाहीत. माटेंशी हे बोलणं आणि साळुंकेंचा त्रास ह्या दोन्हीही गोष्टी एकदमच तिच्या मनात मोठाल्या काट्यांसारख्या उगवल्या. संभाषण आवरतं घेत ती म्हणाली, ''पाठवा

त्यांना. मी निश्चित शब्द देत नाही. सगळं परिस्थितीवर अवलंबून आहे.''

दुसऱ्या दिवशी सकाळी आठला दारावरची बेल वाजली. नेहमीप्रमाणे 'रोहन, दार उघड' म्हणून जयंत आतून ओरडला. रोहन चिडचिडून उठला.

''आठसुद्धा वाजले नाहीत तोच घरात माणसं सुरू!'' तो मोठ्यांदा म्हणाला.

सतत येणाऱ्या माणसांनी घरातलं खाजगीपण बिघडून टाकलंय, हा त्याचा कायमस्वरूपी आरोप होता. दार उघडल्याचा आवाज आला.

''आईऽऽ'' तो जवळ जवळ ओरडलाच.''तुझ्याकडे कोणीतरी आलंय—''

आत सुमतीला वैतागायला झालं. तिचा चहा नुकताच संपला होता. अंगात गाऊन. आंघोळ वगैरे सगळंच राहिलेलं. त्यात कालच स्वयंपाक करणाऱ्या बाईनं मी उद्या येणार नाही असं सांगितलेलं. त्यामुळे तिला टेन्शन आलं होतं. कुकर लावण्याचा विचार अर्थातच आता बाजूला पडणार आणि दहाला जयंत पानावर बसणार.

असंख्य अडचणी. त्यात सकाळीच ही वल्ली. 'कोण आहे रे?' तीही आतून ओरडली. येणारा माणूस फारसा स्वागतार्ह नाही हे जाणून द्यायला. शिवाय पुरुष असेल तर साडी नेसणं आलं! तेवढ्यात रोहन दारात प्रगटला.

''कुणीतरी बाई आहेत तुझ्या.'' तो दातओठ खात 'तुझ्या'वर जोर देत 'तुझ्यामुळे कटकट आहे' हे जाणवून देऊ इच्छित होता.

तिनं तरीही 'कोण' म्हणून भुवया उंचावल्या.

''मला माहिती नाही. पूर्वी कधी आलेल्या नाहीत ह्या बाई—''

'ह्या बाई' वर त्यानं दोन्ही हात बाजूला पसरवून आणि 'ह्या' दीर्घ करीत त्यांची जाडी दाखवली. कपाळावर शेपन्नास आठ्या घालीत तो फिस्कारला. तीही चिडचिडतच बाहेर आली.

दारात एक जाड म्हणावी अशी पण उंचीमुळे कमी जाड वाटणारी बाई उभी होती. रंगानं सावळी. गालावर पुटकुळ्यांचे व्रण असलेली, केस तेल लावून मागे घट्ट बांधलेले. कपाळपट्टी लहान. नाक टोकाकडे भंबोरं फुगलेलं. जाड ओठ. अगदी खुजी मान. म्हणजे उंचीच्या तुलनेत खुजी आणि सुजलीये असं वाटणारी. वय कमी असलं तरी प्रौढ बाईसारखी वाटणारी.

'नमस्ते म्यॅडम—' किंचित हेल काढून बोलण्याची सवय सुमतीनं टिपली.

हे म्हणताना तिच्यात अजिबात संकोच नव्हता. मात्र तिचे सशक्त मोठे दात गोल गुबगुबीत गालांच्या फुग्यातून चमकले.

''नमस्कार.'' सुमतीच्या उत्तरात नाराजी होती. लहान वयाच्या माणसांनी मोठ्यांना नमस्काराऐवजी नमस्ते म्हणणं तिला फारसं पसंत नव्हतं. त्यांचा आदर नाकारल्यासारखं तिला वाटे. अर्थात् याला कुठलाही आधार नाही, हेही तिला

माहिती होतं.

ही बाई कोण? कशासाठी आलीय?

"मी आशा वाकडे—"

"ओऽऽ" सुमतीला कोडं सुटल्यासारखं झालं. ती बाजूला झाली. तिच्या अंगावरून जाताना सुमतीला तिच्या उंचीची आणि सशक्तपणाची कल्पना आली.

"मला उमामावशींनी भेटायला सांगितलं."

"हो, कालच मला फोन आला होता." सुमतीनं 'कालच'वर जोर दिला. कालवरून लगेच लागलीच आजच तुम्ही उगवलात हे तिला सुचवायचं होतं; पण वाकडेच्या ते लक्षात आलं नसावं.

"मला बी. एस्सीला फर्स्ट क्लास आहे आणि एम्.एस्सीला बी प्लस. तुम्ही सांगाल ते मी शिकवीन."

आशानं नमनाला तेल घातलं नाही. तिच्या स्वरात मात्र जबरदस्त आज्ञाधारकपणा होता. त्यामुळे सुमती प्रभावित झाली.

"पण तुम्हाला अर्ज वगैरे करायला लागेल—"

लागलीच वाकडेनं पर्समधून अर्ज काढून तिच्या हातात ठेवला. कागदाची घडी उलगडल्यावर वाकडेंच्या व्यक्तिमत्त्वासारखेच त्यांचे ढोबळे, मोठे आणि शालेय अक्षर तिला जाणवले.

खरं तर तिच्या अक्षरामुळे आणि इंग्रजीमुळे सुमतीचा भ्रमनिरास झाला; पण ती चांगल्या विद्यापीठाची पदवीधर होती. ही जमेची बाजू होती.

"मी बंगलोरला होते वर्षभर. तिथे वर्ग घेत होते. म्हणजे एका कॉलेजात पिरीयड बेसिसवर होते."

"काही बीएड्., एमफिल वगैरे—" सुमतीनं जुजबी विचारावं तसं विचारलं.

"कशाचं हो, म्यॅडम? एम्एस्सीच मोठ्या मुष्कीलीनं पार पडलं! आमच्यात मुलींना शिकवायला आई-बाप तयार नसतात; पण माझे वडील गावाकडं सरपंच राहिलेले, म्हणून आम्हाला हॉस्टेलवर ठेवून शिकवलं. माझं एम्एस्सी झालं की लागलीच त्याच कॉलेजमध्ये ड्येमांस्ट्रेटर म्हणून लागले. तीन महिने काम केलं. मग दाखवायचे कार्यक्रम सुरू झाले. हे लोक मूळचे बार्शीचे; पण बंगलोरला स्थायिक झालेले. पसंत पडले. झालं लग्न. दोनतीन वर्षं तिथे. मग मिश्टरांनी पुण्याला जॉब घेतला. इंजिनियर आहेत. तिथून आता कंपनीनं इथं पाठवलं. आम्हाला तर हे शिवापूर काळं का गोरं माहिती नव्हतं. इथं कुणी ओळखीचं नाही; पण कंपनी इथं प्लँट टाकतेय. मग आले. त्यात माझ्या शिक्षणाचा काही उपयोग नाही. पुण्यात असताना एम्फिलला प्रवेश घेतला; पण घर, जबाबदारी त्यामुळे रेग्युलर करू शकले नाही. माझ्याकडे एम्फिलला प्रवेश घेतल्याची कागदपत्रं

आहेत—'' तिचा हात पर्सकडे गेला. तसं सुमती घाईनं म्हणाली,

''आत्ता नका दाखवू. तसं बी प्लसच बेसिक क्वालिफिकेशन आहे. तुम्हाला जॉबची गरज आहे का?''

''तर काय हो, म्यॅडम.''

''पण तुमचे यजमान इंजिनियर आहेत. एका मोठ्या कंपनीत—''

''नावाचेच इंजिनियर. लग्न झाल्या झाल्या बंगलोरला, मग तिथून एक वर्षासाठी नागपूरला. कंपनी बदलून गेलो. तिथली नोकरी आवडली नाही म्हणून पुन्हा बंगलोर. तिथे एजन्सी घेतली; पण मार्केटिंग जमलं नाही म्हणून सासरे म्हणाले 'बार्शीला शेती पहा.' त्या लहान गावाची त्यांना सवय नाही. म्हणून तिथूनच खटपट करून पुण्याला नोकरी मिळवली. तिथेही अस्तसंच होतं. मग मॅनेजरनं विचारलं, 'मध्यम आकाराच्या गावात सवलती देऊन कंपन्यांनं आकर्षित केलंय. भरपूर सबसीडी दिलीये म्हणून शिवापूरला कंपनी सुरू केलीय, तिथं तुम्ही जाता का?' इथं पगार तितकाच असला तरी खर्च कमी आहे म्हणून आलो. दोन वर्षे झालीत. कंपनी फार उत्तम नाही चालत; पण हे नोकरी सोडत नाहीयेत. इथं आल्यापासून मी कुठं जॉब मिळतोय का बघतेय. पण इथं ना माझ्या कोणी ओळखीचं ना नात्यातलं. तीन महिन्यांपूर्वी घर बदलून माटे म्यॅडमच्या शेजारी राहायला आलो. त्या म्हणाल्या तुम्ही मदत करालच म्हणून आले.''

बोलता बोलता वाकडेबाईंचे डोळे भरून वहायला लागले.

सुमती स्त्रियांच्या त्रासाबाबत फार हळवी होती. स्त्रीमुक्तीवादी नव्हे पण स्त्रियांना खूप त्रास होतो आणि त्यांना मदत करावी, हे तिचे ठाम मत होते. त्यामुळे सुमतीचा सहानुभूतीचा काटा वाकडेकडे सरकू लागला.

तेवढ्यात रोहन पेन घ्यायला म्हणून हॉलमध्ये आला आणि तिला रडताना पाहून भांबावला. सुमतीला फारच ऑक्वर्ड झालं. रोहनला तिने डोळ्यानंच 'काही झालेलं नाही' असं खुणावलं.

एकीकडे रडणाऱ्या मोठ्या मडक्यासारख्या गोल चेहऱ्याच्या, जाड वाकडेबाई आणि दुसरीकडे दारात लिमकाच्या जाहिरातीसारखा दिसणारा, बनियन घातलेला, हातवारे करणारा रोहन. सुमतीची फार विचित्र अवस्था झाली. तिला हसू येऊ लागलं. ते दाबत ती उठली. वाकडेच्या खुर्चीजवळ जाऊन उभी राहिली. सांत्वन करावं एवढीही त्या दोघींची ओळख नव्हती. तरी म्हणाली,

''तुम्ही रडू नका, प्लीज. मला काय करता येईल ते मी करीन. आय प्रॉमिस. प्लीज.''

''मला कुणाचा आधार नाही. सासरच्यांना वाटतं एवढी शिकलेली पोरगी केलीये, तिनं नोकरी करावी. पैसे कमवावेत; पण इथं नोकरी कुणाच्या हातात

आहे?'' वाकडे पुन्हा रडू लागली.

''तुम्ही असं करा, परवा मला फोन करा. मी व्हाईस प्रिन्सिपॉलशी बोलते.''

''फार उपकार होतील तुमचे, म्यॅडम. तुमच्यासारखं मला इथे कुणी भेटलेलं नाहीये.''

वाकडे उठून उभी राहिली. तिला चहा न दिल्याचं सुमतीच्या लक्षात आलं. ''बसा. मी चहा विसरलेच'' ती म्हणाली. वाकडे बसली.

अर्थात्‌च सुमतीला हे अपेक्षित नव्हतं. तिच्याही एक गोष्ट लक्षात आली होती की फोन न करता सरळसोट आलेल्या आणि सुमतीच्या वेळेचा विचारही न केलेल्या ह्या बाईनं सुमतीलाच कामाला जुंपलं होतं.

ती चहा करीत असतानाच जयंत आत आला. ''मला ऑफिसला लवकर जायचंय. आणि तू त्या बाईबरोबर अगदी महत्त्वाचा वेळ घालवला आहेस? तुझा कुकरही लागलेला नाही. वेळेत होणार का जेवण?''

आता मात्र सुमती भडकली.

''माझ्याकडे कुणी आलेलं तुम्हाला आवडत नाही, हे सत्य आहे. एरवी तुमच्याकडे कोणी येऊन बसतं आणि मला खोळंबून बसावं लागतं ते? तुमच्याबरोबर जावं-यावं लागतं, त्यामुळे कॉलेजात जायला कित्येक वेळा उशीर होतो. चुपचाप प्राचार्यांचे बोलणे खाते. कधी सांगते तरी का येऊन तुम्हाला? आणि आता त्या बाईशी काय घेणं-देणं? तुम्हाला जेवण मिळण्याशी काम.''

आदळआपट करीत तिनं चहा गाळला.

''तुमची माणसं येतात तेव्हा बायकांनी चहापाणी करायचं. माझ्याकडे कुणी येतं तेव्हा कधी तुम्ही चहा करता? पोरगं तर काही कामाचं नाही. हातीपायी माझ्याकडून सेवा करून घेतो. आईसाठी एवढं करायला नको वाटतं.''

बोलता बोलता तिचा गळा भरून आला.

''धिस इज टू मच, सुमा. धिस इज रिअली टू मच. मी कित्येक वेळेला तुला मदत केलीये. आता तू असले आरोप माझ्यावर करणं म्हणजे— आपल्याला काही कळत नाही बुवा. यापेक्षा किती वर्षं मी तुला म्हणतोय एखादा नोकर ठेव; पण तुलाच ते नकोय. मग काम करण्याचा रागराग कशाला करतेस?''

त्याचा आवाज चढत चालला. तशी ती दबक्या सुरात म्हणाली, ''बाहेर पाहुणे आहेत.''

ट्रे घेऊन बाहेर जाताना जयंत बोलल्याचं तिनं ऐकलं.

''हे नेहमीचं आहे. मला घाई असते तेव्हा तुला तुझी महत्त्वाची कामं पार पाडायची असतात.''

चेहऱ्यावरचा राग निपटून टाकत खोटं हसू चेहऱ्यावर पसरून ती बाहेर आली.

स्वयंपाकघर ते हॉल यात अंतर आहे म्हणून बरं, असं सुमतीला वाटून गेलं. अर्थात् हे निरीक्षण काही आजचं नव्हतंच. इतके वर्षांत अनेक प्रसंग तिनं निभावून नेलेच होते. कदाचित जयंतनेही!

बाहेर तिने चहा घाईनं घ्यावा, ही तिची इच्छा वाकडेनं धुळीला मिळवली. तिच्या सावकाश चहा घेण्यानं सुमती अधीर झाली. शेवटी ती कपबशी ठेवत असतानाच ती उठली. म्हणाली,

''जरा काम आहे जास्त, आज बाई आली नाहीये.''

''ठीक ए म्यॅडम, मी दोन दिवसांनी चक्कर करते.''

''नको नको,'' ती घाईनं म्हणाली. इतक्या लौकर नको. अजून बरंच प्रोसिजर व्हायचंय. मग बघू.''

''येऊन तर जाते.''

तिच्या या आग्रही बोलण्यावर सुमती निरुत्तर झाली. पुन्हा भीडेपोटी.

त्या दिवशी कॉलेजमध्ये मीटिंग आणि एका कॉन्फरन्सच्या कामामध्ये ती सकाळचा प्रसंग पार विसरून गेली.

मीटिंगनंतर प्राचार्यांनी तिला ऑफिसमध्ये बोलावून घेतलं. अहमदनगरला एन्‌एस्‌एस्‌चा पंधरा दिवसांचा कॅम्प होता.

''तुम्ही नगरला जा. तिथे हा ओरिऐंटेशन कॅम्प आहे.'' ते म्हणाले.

तिचा चेहरा पडला. घर सोडून दहा दिवस कसं राहणार हा प्रश्न होता. घरी एक दिवस बाई नाही आली तर कोण गदारोळ उठतो! शिवाय जून लागला म्हणजे शाळा, कॉलेजं सुरू. तिनं आईला बोलावलं तरी ती येऊ शकणार नाही. कारण घरी कोण करणार? सुटी असल्यामुळे भावाचा मुलगा तिथं आलेला.

ती प्रश्नांच्या भेंडोळ्यात असतानाच प्राचार्य म्हणाले,

''तुम्ही कसला विचार करताय?''

''मला जमणार नाही जाणं, सर—'' ती पडेल आवाजात म्हणाली. तसे प्राचार्य चिडले. त्यांच्या चेहऱ्यावर ते स्पष्ट उमटलं. त्यांनी आपलं सगळं स्थूल शरीर अशा पद्धतीनं हलवलं की त्यातून त्यांची नकारात्मक प्रतिक्रिया तिला जाणवली.

''मागच्याही वर्षी तुम्ही नाही म्हणाला होतात—''

''सर, घरी कोणी नाही. घरची अडचण आहे—''

''मागच्या वर्षी मुलगा दहावीत होता—''

''सातवीत.''

''तेच ते. म्हणून मी मान्य केलं.''

“प्रज्ञा परीक्षा होती सर—”

त्यांच्या कपाळावर आठी उमटली. कुणीही फार हुषार आहे हे सांगण्याचा प्रयत्न केला की ही आठी उमटते, असा सुमतीचा होरा होता. त्यामुळे ती पुढचं न बोलता उभी राहिली.

“हे बघा सुखटणकर मॅडम, प्रत्येकाचे प्रॉब्लेम असतात. कुणाचा कोणता तर कुणाचा कोणता. मी प्रिन्सिपॉल असल्यामुळे माझ्यापुढे लोकांचे फक्त प्रश्न येतात. एकजण असा नाही, जो झटकन काम करतो म्हणून म्हणेल. प्रस्ताव पुढे टाकला, काम सांगितलं की अडचणींचा पाढा सुरू! तुम्ही मला आता कारणं सांगू नका. मागच्या वर्षी तुम्हाला सवलत दिली, आता तुम्ही तुमचं मॅनेज करा.”

“सर, सासवडे नाही जाऊ शकणार का? ते दुसऱ्या एन्‌एस्‌एस् युनिटचे चीफ आहेत—”

सगळी वाक्यं सुमती अर्धवट सोडत होती. पाण्यावर कागदाचा कपटा सोडावा आणि त्यावरून प्रवाह कोणत्या दिशेनं जातोय हे पहावं तसं.

प्राचार्यांनी अगदी थेट सुमतीकडे पाहिलं.

“सासवडे? त्यांचा आधीच उत्साह काय वर्णावा? त्यात त्यांच्याकडे लग्न आहे.”

“कुणाचं?” सुमतीला राहावलं नाही. सासवडे वास्तविक तुलनेनं तरुण आहेत. पुरुष आहे, सहज जाऊ शकतात.

“त्यांच्या धाकट्या भावाचं!”

“त्यांच्या भावाचं आहे ना? मग त्यांना काय प्रॉब्लेम आहे?” सुमती.

“दुसऱ्याचं कारण मनाला पटत नाही ना? हे असंच असतं! त्यांना वडील नाहीत. हाच मोठा. जबाबदारी त्यांच्यावरच आहे म्हणे. येऊन नुसती सही ठोकून पळताहेत. कॉलेज सुरू झाल्यापासून त्यांची माझी एकदा भेट झालीये. तुम्हीच बघा ना. आपल्या घरी असं असतं तर आपण कसे वागलो असता? त्यांचा नाद सोडा. तुम्ही जा.” प्राचार्य.

“एकटी, सर?”

“नोकरी एकट्याच करताय ना? तुम्ही लोक नोकरी घेताना एकदम झाशीच्या राणीच्या आवेशात असता. हक्क मोठ्या तोंडानी मागता. भला फुगलेला पगार घेऊन बँकेत साठवता. मग कर्तव्याच्या वेळेला असं कसं हो, सुखटणकर? पाहिजे, तर हेही घ्यावंच लागणार! पगार घेताना चांगलं वाटतं ना?”

पगाराच्या उल्लेखानं सुमती चरफडली. ‘दर वेळी प्राचार्य ह्याचा उल्लेख केल्याशिवाय थांबत नाहीत. जसं आम्ही पगार फुकट खातो. कॉलेजात आम्ही काम करीत नाहीत. जणू इथं गाद्यागिर्द्यात लोळतोय.’ ती मनात म्हणाली.

"कोणतं काम केलं नाही, सर? उलट दिलेली सगळी कामं चोख पार पाडते मी!"

"तेच ते! तुम्ही फारच परफेक्ट आहात. सिन्सिअर आहात. म्हणून तर तुम्हाला जा म्हणतोय. दुसऱ्या कुणा कामचुकारला म्हणतोय का?"

प्राचार्यांचा स्वर खाली आली. जिथे मार लागायला पाहिजे तिथे तो लागलाय, हे त्यांना समजून चुकले होते.

"म्हणजे जो काम करतो त्याच्याच डोक्यावर काम ठेवायची पद्धत!" ती चीड न दाखवायचा आटोकाट प्रयत्न करीत होती.

"हे बघा, म्यॅडम, या वर्षी सासवडे जाऊ शकत नाही. तुम्ही इन्चार्ज आहात. तो एका युनिटचा इन्चार्ज आहे. तुम्ही टोटल एन्एस्एस्च्या इन्चार्ज अहात. तुम्ही नाही म्हणणं अयोग्य आहे. नियमाप्रमाणे तुम्हाला जायलाच पाहिजे."

प्राचार्यांच्या बोलण्याने ती चिडली.

"मग मी या इन्चार्जपदाचा आत्ताच्या आत्ता राजीनामा देते. नाहीतरी गेली दोन वर्षं हे बळेनं माझ्या गळ्यात मारलंय. आपल्याकडे काही प्राध्यापकांना मनासारखी सूट मिळते आणि काहींना अजिबात सवलत मिळत नाही."

"पण तुम्हाला आधेमधे राजीनामा देता येणार नाही." प्राचार्यांनी निर्णायक म्हटलं.

"का? ही वर्षाची सुरुवात तर आहे." सुमती प्रत्येक शब्दावर जोर देत म्हणाली. "शिवाय मला ही झंझट नको."

"मग मी तुमचा राजीनामा स्वीकारीत नाही!"

ह्या त्यांच्या वाक्यावर काहीही न सुचून सुमती नुसतीच उभी राहिली.

प्रकरण नको तितकं टोकाला जातंय असं दोघांनाही वाटलं. प्राचार्यांनी आवाज खाली आणला. मऊ केला. "हे बघा, तुम्ही जा. तुमच्याबरोबर एखाद्या प्राध्यापकाला अजून देतो. तुम्हाला सोबत होईल. वीकएंडला दोन दिवस मध्ये इकडे या. कुणाला नेता?"

त्यांच्या या प्रश्नाला सरळ उत्तर न देता आपलं घोडं दामटीत ती म्हणाली,

"मला ही कमिटी नको."

"ठीक आहे. या वर्षी बदलू. पण कमिट्या बनवण्याची जनरल मीटिंग तर होऊ द्या."

"मला तुम्ही ही कमिटी या वर्षी देणार नसाल तर ओरिऐंटेशन कोर्सला कशाला पाठवता? उगाच पैसा खर्च!"

प्राचार्य राग आवरून म्हणाले, "मी म्हणालो तरी जनरल मीटिंगमध्ये ठरल्यावरच तुम्ही चार्ज द्याल ना? शिवाय तुम्ही सीनियर आहात. अजून कमिटी तुमच्याकडेच

आहे, अशा स्थितीत दुसऱ्याचं नाव कसं देणार? आणि मी आधीच तुमचं नाव फॉर्मबरोबर पाठवून दिलंय.''

हा नवा मुद्दा सुचल्याने ते खूष झाले. म्हणाले, ''आता फॉर्म परत कसा पाठवणार? तुम्ही जा. फारतर डिसिल्वा मॅडमना बरोबर न्या.''

''पण त्या एन्एस्एस्मध्ये नाहीत.''

''ते मी बघून घेईन. तुम्हाला दोघींना नंतर सल्लागार समितीला टाकू. आता मात्र जा.''

चडफडत सुमती बाहेर आली.

डिसिल्वाला बरोबर नेण्याची प्राचार्यांची युक्ती बरोबर लागू पडली. निदान रीमा असेल तर राहणं सुसह्य तरी होईल.

दोन पावलं गेल्यावर तिच्या लक्षात आलं की रीमाला न विचारताच तिच्यावतीनं ती किंवा प्राचार्य निर्णय कसा घेऊ शकतात?

ती पुन्हा फिरली. ऑफिसमध्ये जाऊन म्हणाली, ''डिसिल्वाला न विचारताच जायचं कसं ठरवता येईल? त्यांचा अभ्यासक्रम, त्यांचा विभाग किंवा वैयक्तिकही काही असू शकेल—''

''तुम्ही माझ्यावर सोडा. त्या गृहीत धरायला लहान मुलगी नाहीत हे माहिती आहे मला आणि आत्ताशी कॉलेज सुरू होतंय. अभ्यासक्रम वगैरे इतक्यात कुठलं सुरू व्हायला? नुसत्या सह्या करून जातात सगळे! तुम्ही तो विचार करू नका. मी पाहतो. तुम्ही ऑफिसकडे रीलिव्हिंग लेटर आणि ड्यूटी लीव्हचा अर्ज द्या.''

ती बाहेर पडली.

प्राचार्यांची आज्ञा!

'तुम्ही म्हणजे एखादं विकत घेतलेलं, पाळीव कुत्रं. त्यांनी छू म्हटलं की भुंकायचं. समोर ठेवलं की खायचं. रागावलं की दबून वागायचं आणि गोंजारलं की खूष व्हायचं—' सुमती घरी आल्याबरोबर ज्वालामुखीसारखी फुटली होती. 'वर मला डिसिल्वाला घेऊन जा म्हणून सांगताहेत. जसे आमचे मालक आहेत!'

अर्थातच तिला रीमाला हे सांगणं अवघड होतं.

दहा दिवस ही मोठी व्यवस्था होती. संध्याकाळपर्यंत तिनं स्वत:ला शांत केलं होतं आणि स्वत:ची मानसिक तयारीही. फोनवर जयंतला तिनं लागलीच माहिती दिली होती आणि घरी आल्यावर यातून काय मार्ग निघतो हे ठरवू, असं तो म्हणाला होता.

शेवटी तिनं संध्याकाळी रीमाला फोन केला. सकाळी काय घडलं ते सांगितलं. रीमाची प्रतिक्रिया अर्थात्च तिच्यासारखीच होती.

''पण तुझं नाव त्यांनी कसं घेतलं याचं मला आश्चर्य वाटलं. माझी मैत्रीण

म्हणून तुला हा ताप!'' सुमती म्हणाली.

रीमानं मात्र वेगळीच शंका काढली.

''मला माहिती आहे त्यांनी हे का केलं असणार. त्यांच्या भाच्याचा सिनॉप्सिस मला त्यांनी पहायला सांगितला. मी इंग्रजीची म्हणून. त्यात काही चुका असतील तर दुरुस्त करून द्या म्हणाले; पण सगळा सिनॉप्सिस इतक्या भयानक इंग्रजीत लिहिलेला. त्यात काय बोंब दुरुस्त करणार? म्हणून मी परत नेऊन दिला. ते घरी नव्हते. नंतर मला फोन! म्हणाले तुम्ही काहीच केलं नाही. मी म्हटलं, 'त्यात काहीही करता येणार नाही इतक्या चुका आहेत.' तर म्हणाले, 'मग तुम्ही री-राईट करून का नाही दिला?' म्हणजे माझ्याकडूनच तो त्यांना लिहून पाहिजे होता. जुलैमध्ये त्या मुलाचं सबमिशन आहे. मी लिहू शकत नाही म्हणाले, तर म्हणाले, की सगळ्यांनाच एकमेकांची गरज आहे. तुमच्या धर्मामुळे तुम्हाला ही भाषा जरा बरी येते— इथं माझ्या धर्माचा काय संबंध? आणि भाषा 'बरी' येते. म्हणजे माझ्या डिग्र्या मी काय धर्माची सर्टिफिकेट्स देऊन मिळवल्या की काय? मला रागच आला; पण बहुधा त्याचा वचपा काढायचा प्रकार दिसतोय!''

''म्हणजे त्यांचं खासगी काम आपण केलं नाही तर ते असा त्रास देणार?'' सुमतीला तिची शंका पटली.

''नाहीतर आपली एकमेकांना गरज असते किंवा आपण एकमेकांना मदत केली पाहिजे, असं ते कशाला म्हणाले असते? मी ठाम नाही सांगते, बघू काय होईल ते!''

पण आपल्याला जावं लागेल याची खात्री मनोमन दोघींनाही होती.

जयंत घरी परतल्यावर पुन्हा एकदा तीनं पूर्ण टेप ती वाजवली. म्हणजे अगदी तिला कसं बोलावलं तेथपासून ती चिडून बाहेर कशी पडलीपर्यंत आाणि नंतरचा तिचा अस्वस्थपणा रीमाच्या कारणमीमांसेपर्यंत!

जयंत थोडा अस्वस्थ झाला. दहा दिवस पुष्कळ होतात. तो आणि रोहन. पण त्याला बरंच करावं लागणार हा त्याचा अर्थ.

''मेडिकल लीव्ह घेऊन टाक. तुझा फोन आल्यापासून मी विचार करीत होतो.'' तो म्हणाला.

''आत्ता? जूनमध्ये? पंधरा दिवस मेडिकल? यू मस्ट बी आऊट ऑफ युवर माईंड. अरे, आत्ता कॉलेजमध्ये काम शून्य असतं. फक्त ज्युनिअर सेक्शन चालतो. म्हणजे सगळे प्राध्यापक येऊन अर्धा तास बसून जाणार. फार तर एखाद्या मीटिंगपुरते बसणार. मी मात्र या फुकटच्या वेळात ही रजा घालवणार!''

''आपल्याकडे हेच अडचण आहे. खरं बोलायचं नाही. खोट्या गोष्टी करणारे

लोक खोट्याच्या आधारे तरून जाताना दिसतात. तू म्हणतेस की हे ट्रेनिंग तुला करायला लावून त्याचा कॉलेजला उपयोग नाही आणि कुणीतरी तिथे गेलंच पाहिजे म्हणून तू बळीचा बकरा! तुला जावं तर लागेल, सुमा. कारण तुला नोकरी सोडायची नाही. तेव्हा जितक्या लवकर तू मानसिकदृष्ट्या हे स्वीकारशील तेवढं बरं.''

जयंतचं 'नोकरी' संदर्भातलं हे वक्तव्य तिला झोंबलं.

तेवढ्यात तिथे पोहचलेल्या रोहननं वडिलांची री ओढली.

''जाऊ नकोस तू. दे नोकरी सोडून! मस्तपैकी सुट्यात फिरू आपण. मी शाळेतून घरी आलो की कुणीही नसतं घरी. पूर्वी आजी तरी असायची. माझ्या मित्रांच्या आया मित्रांचं किती करतात! तू राहिलीस तर मलाही मजा येईल!''

सुमतीनं डोक्यावर हात मारला. म्हणाली, ''कर्म माझं! हा विनोद नाहीये, रोहन. इट्स सीरियस. दहा दिवस यू हॅव टू बी ऑन युवर ओन. सकाळपासून झोपेपर्यंत. यू अंडरस्टॅंड?''

''त्याला रागावू नकोस. कूल डाऊन. आकाश कोसळलेलं नाही. असं ठरव की डिसिल्वा येत असतील तरच तू जा. दोघींना कंपनीचा प्रश्न येणार नाही. एका खोलीत राहता येईल. शनिवारी-रविवारी जमलं तर मी आणि रोहनच तिथं येऊ. फारतर वीकएंडला तिथं एखाद्या हॉटेलात राहूत. आम्हालाही बदल.''

''ग्रेट. मी चांदबिबीचा किल्ला पाहू शकेन.'' रोहन आनंदला.

तिनं दोन्ही हात जोडले.

''धन्य! माझा इकडे जीव जाणार आणि तुम्हाला कसला बदल सुचतोय? एवढं वय झाल्यावर पाचपाच तास बसून भाषणं ऐकणं म्हणजे काय असतं, हे तुम्हाला कळायचं नाही. तुम्हाला कशाला असणार पर्वा? मी गेले की चारसहा मित्रं जमवून पार्ट्या तरी कराल नाहीतर सिनेमा, नाटकं. पैसे कमावण्यासाठी माझा मात्र वैताग झालाय! वाटलं होतं चारचौघींसारखं राहावं मजेत! पण—''

''पण स्त्रीमुक्तीचं काय होईल? तुम्हाला मुक्त व्हायचंय. बाहेरच्या जगात तुमची लायकी सिद्ध करायचीये. ते घराच्या चार भिंतीत आणि उन्हाळ्यात शेवयासारखी वाळवणं करीत कसं साध्य होणार? असं बाहेर पडल्याशिवाय जग कसं पाहणार? आणि जग पाहिल्याशिवाय तुमचा विकास कसा होणार?''

हे बोलत जयंत हसू लागला. रोहनही.

ती चिडली. गंभीर झाली. म्हणाली, ''जगाचं राहू द्या हो, ज्या घराच्या भिंतीत राहून लोणचीपापड करायचे त्याचं कर्ज कसं फिटेल?''

जयंतही एकदम गंभीर झाला. चिडचिडलाही.

''हे बघ, हे फार झालं. कर्ज मी तुझ्या जिवावर घेतलं नाही.''

''बरोबर आहे. तू कर्ज फेडणार. मी घरी बसून पैपैचा हिशेब लावत काटकसरीनं

संसार करणार! म्हणजे ना हौस ना मौज. या घरात राहायला येणार सासरची माणसं. आणि मी? निख्खळ राबी! नोकरी करतेय म्हणून तुम्हालाही आरामात ट्रिपच्या गोष्टी करता येतात!''

ती बोलत होती त्यातली सत्यता जयंत डावलू शकत नव्हता. तिच्या नोकरीमुळे आर्थिक भार हलका झाल्याचंही तो नाकारू शकत नव्हता. सुरुवातीला सोयीचं वाटलेलं कर्ज तेवढं सोयीचं राहिलं नव्हतं. तिची नोकरी नसती तर शांतपणे विभागीय परीक्षांनाही तो बसू शकला नसता.

आत्ताच्या प्रसंगी त्याला हा विषय नकोसा वाटला. ते संपवून टाकण्याच्या स्वरात तो म्हणाला, ''आत्ता याचा संबंध लावण्यात तू गल्लत करते आहेस. तू कष्ट करतेस, पैसा कमावतेस, फार गोष्टी त्यामुळे तू करू शकत नाहीस, छंद जोपासू शकत नाहीस, काही आनंदांना मुकतेस हे मला मान्य आहे. या आपत्तीत आपण त्याची तीव्रता कशी कमी करू शकतो, ते बघायला पाहिजे.''

रोहन वरमला.

''मी तुला बरं वाटावं म्हणून म्हटलं, आई. माझा उद्देश दुसरा नव्हता. वास्तविक तू जाणार म्हणून मलाच बरं वाटत नाही.''

त्याचा चेहरा पाहून तिला एकदम वाईट वाटलं.

''तुम्ही या तिथे. आम्हाला तेवढाच बदल. एरवी हे असले कोर्सेस म्हणजे अगदी रखडा असतो.'' ती म्हणाली.

त्यांचं बोलणं उरकत नाही तोच फोन वाजला.

''मी उमाबाई शंकरराव.'' माटे हसून म्हणाल्या.

पण सुमतीचा अजिबात मूड नव्हता. ती कोरडेपणानं म्हणाली,

''बोला.''

''आशा आली होती ना तुमच्याकडे?''

शांतता.

''आशा वाकडे हो. मला म्हणाली तुम्हाला भेटली म्हणून—''

''त्या हो-? आल्या होत्या. येण्याअगोदर फोन वगैरे केला नाही. माझ्याकडे बाई कामाला आलेली नाही. फार धांदल उडाली माझी!''

''असं?'' माटेंना आश्चर्य वाटलं असावं. ''पण तुम्ही खूपच चांगल्या आहात म्हणाली. तुमचं फर्स्ट इंप्रेशन फारच जोरदार पडलंय. तुमची पर्सनॅलिटी, ज्ञान वाखणण्याजोगं आहे म्हणाली.''

हे ऐकून मनात सुमती सुखावलीच; पण तरीही एकूण न कळवता येणं तिला आवडायचंही नाही, आणि ते क्षम्य नाही असंच तिचं मत होतं. सकाळी जयंत उपाशी गेल्याचं एकदम तिला आठवलं.

“आणखी काही काम?” ती म्हणाली.

“तेच सांगायला फोन केला होता की तिचा विचार करा आणि चारसहा तास तिला द्या.”

सुमती आता फोन बंद करण्यासाठी अधीर झाली होती.

“या क्षणी शक्य नाही. मला एन्‌एस्‌एस्‌च्या ओरिऐंटेशनला कॉलेज पाठवतंय. मी येईनच जुलैच्या पहिल्या आठवड्यानंतर— मग सांगते.’

माटे काहीबाही बोलत राहिल्या. ‘मी पाहते - मी सांगते-’ करीत सुमतीने फोन आदळला.

जयंत-रोहन आश्चर्याने पहात होते.

“लोकांना त्यांची कामं प्राथमिकतेनं करावीत, अशी अपेक्षा असते. त्यासाठी वेळकाळ पाहण्याची गरज वाटत नाही. दुसऱ्यांनाही काही अडचणी असू शकतात. कामं असू शकतात, याचा विचार नाही. आपलंच घोडं पुढं.” जयंतच्या आश्चर्यदर्शक चेहऱ्याकडे पाहात ती म्हणाली, “तेच! सकाळचं प्रकरण. त्यामुळं तू उपाशी ऑफिसात गेलास, तेच. माटेबाई जरा जास्तच चिवट आहेत.”

६

भर्रकन न बोलणं हे चटर्जींचं वैशिष्ट्य होतं. तिच्यापेक्षा तीन-चार वर्षांनी मोठे असलेले चटर्जी तिच्याशी बोलताना अजाण बालकासारखा चेहरा करायचे. मराठी बऱ्यापैकी बोलू शकत असले तरी त्यांना मराठी बोलताना अजिबात आत्मविश्वास नसायचा. ऐकणाऱ्याला ते जाणवायचं. रीमासारखं मराठी बोलणं ते मुद्दाम टाळायचे नाहीत; पण असंख्य इंग्रजी शब्दांचा भरणा त्यांच्या वाक्यागणिक असायचा. प्रत्येक वाक्य ते मनात आधी तयार करताहेत आणि मग बोलताहेत असं वाटायचं; पण स्वत:च्या विषयात ते उत्तमच होते. त्यांच्यामुळे सुमतीला निकालाची काळजी वाटायची नाही. शिवाय ते कॉलेजच्या कुठल्याही राजकारणात पडायचे नाहीत.

मात्र वेगवेगळ्या ठिकाणी कॉन्फरन्सला किंवा सेमिनारला जाण्यात त्यांचा हात कुणी धरू शकला नसता. भारतभर ते फिरायचे. त्यांना इतक्या कॉन्फरन्सेसविषयी माहिती कशी मिळते, ते केव्हा एन्ट्री पाठवतात, केव्हा पैसे पाठवतात आणि कधी पेपर तयार करतात, ते सुमतीला कधीच कळलं नाही.

लॅबमध्ये किंवा त्यांच्या केबिनमध्ये किंचित कुबड काढून ते बसायचे. किंवा क्वचित काही लिहितावाचताना दिसायचे. त्यामुळे तिला हे केव्हा रिसर्चपेपर तयार करतात ते कळायचं नाही. शिवाय ते कॉलेजला नियमित यायचे. कुठे जायचं असेल तर तिला सांगून जायचे. त्यामुळे चटर्जींविषयी तिला कायम गूढ होतं.

डिपार्टमेंटला जाण्यापूर्वी ती रीमाकडे गेली. ती 'येते' म्हणाली. आता तर जायलाच लागणार म्हणून सुमती मनात वैतागली.

तिथून ती निघाली तोच चटर्जी समोरून आले. चटर्जींना ती म्हणाली, "तुम्हाला विचारायचंच राहिलं. ओपनिंग डेच्या मीटिंगला तुम्हाला स्कॉलरशिप मिळाल्याचं प्राचार्य बोलत होते. अभिनंदन! कोणती स्कॉलरशिप मिळालीये?"

"थँक्यू, मॅडम. स्कॉलरशिप हा मोठा वर्ड आहे. एक सिंपल, छोटी गोष्ट आहे."

"तीच काय आहे?"

"ते आपलं वायझॅकला कोस्टल स्टडी सेंटर आहे, त्यांची स्कॉलरशिप आहे."

"कशा संदर्भात?"

"ओशनॅटीक रेअर स्पिसिज् संदर्भात."

"तुम्ही ॲप्लाय कधी केलंत? बोलला नाही?"

"मॅडम, व्हाट हॅपन्ड इज— लास्ट इयर त्यांचं ॲडव्हरटाइज आला होता. मी सहज केलं, ते त्यांनी आता पाठवला."

"पण तुम्ही प्राचार्यांना सांगितलंत तसं मला बोलला नाहीत?"

तिच्या मनातला दुखरेपणा शेवटी जिभेवर आलाच.

"तुम्ही मिसअंडरस्डँड करू नका. ओपनिंग डेला सिग्नेचर करायला गेलो तर त्यांनी कसा चाललंय विचारलं. मला नंतर ड्यूटी लिव लागणारच म्हणून—"

"त्याचं सुतोवाच आत्ता कशाला?"

"मॅडम, थ्री मंथस् स्टे— तिथे— असा आहे."

"काय तीन महिने? तुम्ही विशाखापट्टणम्ला जाऊन राहायचं?"

"हा मॅडम—"

"तेही वर्षाच्या सुरुवातीला? चटर्जी तुम्ही अडचणीत आणलं मला— आता कुणाला शोधणार आयत्या वेळी?"

तिच्या स्वरातला राग चटर्जीला जाणवला.

"आय ॲम सॉरी, मॅडम. त्यांनी ॲडव्हर्टाइजमध्ये पिरीयड मेन्शन केला नव्हता. नाहीतर मी आधी सांगितलं असता. आता मी ते ॲक्सेप्ट केलंय—"

आपल्याला रिलीव्ह करणार नाहीत का काय ही भीती त्यांच्या चेहऱ्यावर स्पष्ट उमटली.

"यासाठीच आधी सांगायला पाहिजे, सर. तुमच्यासारख्या सीनियर माणसाला हे मी सांगावे का? शिवाय आधी ॲप्लाय करतानाच थोडीशी कल्पना द्यायला पाहिजे. खैर—" तिनं उसासा टाकला.

चटर्जीनं सुटकेचा श्वास सोडला.

"तुमच्याऐवजी आता कॉंट्रिब्युटरी कुणाला तरी घ्यावं लागेल. दोन हँडस् लागतील—" ती म्हणाली.

"मॅडम, परमारला प्रॅक्टिकल देता येईल. पण—"

"पण काय?"

"प्रिन्सिपॉल नाही म्हणालेत—"

"म्हंजे तुमचं हेही बोलणं झालंय अगोदर?" आपल्या स्वरातलं आश्चर्य ती लपवू शकली नाही. चटर्जी घुटमळले. प्राचार्यांचा परमारवर राग होता. आता त्यांचा

उमेदवार ते आणणार हे निश्चित होतं.

डिपार्टमेंटला न जाता तिनं पुन्हा प्रिन्सिपॉलकडे जायचं ठरवलं.

आता 'दे हाता शरणागता' करणं आलं. चला ठीक आहे— तीन महिने का होईना प्राचार्यांचा उमेदवार आला तर त्यांचा आपल्यावरचा राग तेवढाच कमी होईल—'' तिच्या मनात आलं.

एकीकडे चीडही दाटून आली. चटर्जींनी आधी काही न सांगणं, प्राचार्यांचा उमेदवार घ्यावा लागणं, हे दोन्हीही तिला मनात लागलं.

कारण त्यांचा उमेदवार आला की डिपार्टमेंटला त्यांच्यावतीनं एक हेर येण्यासारखं. तो प्रत्येक गोष्ट तर त्यांना कळवणारच; पण नुसती सांगितली तर वेगळं! बहुतेक अशा इतर विभागांना जे जे लागले त्यांनी प्रॉब्लेम्सच तयार केलेले तिला माहिती होते.

तिच्या सुदैवानं प्राचार्यांकडे इतर कुणी बसलेले नव्हते. त्यामुळे चटर्जींच्या ड्युटी लीव्हबद्दल तिला झटकन बोलता आलं. सगळं माहिती असूनही ते वेड पांघरून बोलले.

''मग आता कसं करता? आपल्याकडे कुणी आहे का? तीन महिन्यांपुरतं कुणाला तरी पहावंच लागेल! तुमच्या माहितीचं कुणी आहे का? त्यांना तासिका तत्त्वावर घ्या.''

सुमती त्यांना थोडीतरी ओळखतच होती. शिवाय, परमारवरूनचा त्रास ती विसरू शकत नव्हती.

''आपल्या कॉलेजचा माजी विद्यार्थी आहे ना, सर.''

'तुमचाच उमेदवार.' ती मनात म्हणाली.

''कोण हो?''

त्यांचं नाटक चालू.

''विसपुते म्हणून. मला वाटतं एम्एस्सी त्यानं दोन वर्षांपूर्वी केलंय.''

''हां ऽऽ'' प्राचार्यांनी आठवणीत असलेली गोष्ट आठवल्यासारखी केली. ''त्यांना बोलावून घ्यावं लागेल. मला पुन्हा तुम्ही एन्एस्एस्च्या ओरिएंटेशनला पाठवताय. वर्षाच्या सुरुवातीलाच लेक्चरर्सची अशी स्थिती राहिली तर पुढे वैताग होईल, सर. नाहीतर माघारेसरांना जाऊ देत का अहमदनगरला?'' या निमित्ताने आपली सुटका झाली तर बरं होईल, तिला आशा वाटली.

तिचं वाक्य पूर्ण व्हायच्या आतच प्राचार्य म्हणाले, ''ते शक्य नाही, मॅडम. माघारे कॅम्प घेतील. वर्षभराचे कार्यक्रम ते पाहतील. आपणही त्यांचा जरा विचार करायला पाहिजे. तो विषय नको. तुम्ही विसपुतेला बोलावून घ्य. ऑफिसकडं त्याचा पत्ता असेल.''

"उरलेल्या वर्कलोडचं काय करायचं?"

"कुणी पहा ना. प्रत्येक विभागाचंच मी पहायचं तर माझी कामं मी केव्हा करणार? तुमी हेड आहात. माझ्यापेक्षा तुम्हाला तुमच्या विषयाची माहिती पाहिजे. माणसं माहिती पाहिजे."

'त्यांचा स्वार्थ संपलाय. आता बिल्ली चली हजको.' ती मनात म्हणाली.

"मग माझ्या विभागात विचारते कुणी येऊ शकेल का ते. तुमच्याकडे उमेदवार पाठवू का."

"नका हो, मॅडम. लई ताण आहेत आधी. तुम्हीच एखादा बघा. सात सात तास द्या. तुम्ही हेड—"

तिच्या दृष्टीनं तिनं ती परवानगी समजून घेतली. परतताना तिनं माटेबाईंना फोन करायचं ठरवलं. निदान गरजू बाईला तरी नोकरी मिळावी. तेवढीच तिला मदत. बाकी आज ना उद्या विसपुते आपल्या विभागात येणारच!

माटेंना फोन केल्यावर त्यांचा स्वर इतका आनंदी वाटला की खरोखर वाकडे त्यांची भाची आहे की काय असं तिला वाटलं.

"उद्याच येईल आशा." माटे म्हणाल्या आणि सुमती काही बोलण्याच्या आत त्यांनी फोन ठेवला.

सकाळी नऊला वाकडे दत्त म्हणून दारात उभी.

त्यांच्या अशा घरीच येण्याच्या सवयीचा पुढे काय परिणाम होऊ शकतो, ह्याचा त्या क्षणी सुमतीला अंदाज येणं शक्य नव्हतं.

निदान त्या सकाळी तरी आपल्या मदतीला माटेबाईच्या रूपानं देव आला असंच तिला वाटलं, कारण कॅंडिडेटचा शोध हाही मोठ्या वैतागाचाच भाग.

माटेबाई चिवट तर होत्याच, पण त्यांचं नशीबही बलवत्तरच म्हणायचं.

सुमती कॉलेजवर पोहोचली तरीही द्विधा मन:स्थितीत होती. रीमा यायला तयार झाली तरीही तिचा स्वत:चा ठाम निर्णय होत नव्हता.

७

नगरच्या दहा दिवसांच्या मुक्कामात मात्र सुमतीचा आधीचा राग पार निवळून गेला. त्याची सुरुवातही चांगली झाली. तिला वाटलं होतं तसं रीमानं हे आमंत्रण अजिबात नाकारलं नव्हतं. उलट, ती लागलीच तयार झाली होती. तिची मावशी नगरला होती हे त्यामागचं एक कारण होतं आणि तिची आई तिच्याकडे रहायला आल्यामुळे घरची काळजी मिटल्यासारखीच होती

बसमध्ये बसल्या क्षणापासून दोघींची बडबड सुरू झाली. शेवटी जयंत कंटाळून म्हणाला, ''मी घरी जातो. तुला सोबत आहे.''

यावर डिसिल्वासुद्धा ह्यांना आपली आता गरज नाही म्हणाले होते.

आणि खरोखरच त्यांना गरज वाटलीही नव्हती. या काळात त्या दोघी जास्त एकत्र तर आल्याच; पण एकमेकींविषयी त्यांना भरपूर माहिती झाली.

कित्येक वेळा आपण जे बोलतो ते वरवरचं असतं. खोलात जाऊन मनातलं, आतल्या कप्प्यातलं कुणाशी बोललंच जात नाही. कशी इच्छा असूनही, कधी संकोचल्यामुळे, कधी परिस्थितीनुरूप. मात्र रात्रंदिवस एकत्र राहण्याचा प्रसंग आला की वाढत्या परिचयात हे संकोच गळून पडतात. असं त्या दोघींनाही वाटलं.

कित्येक वेळा त्या माणसाशी प्रत्यक्ष संबंध न आल्यामुळे त्याच्याविषयी ऐकीव गोष्टीच ठाऊक असतात. त्या व्यक्तीचं मूल्यमापन आपण त्याच्यावरच करत राहतो. रीमाच्या बाबतीत असंच होतं. मुळात रीमा डिसिल्वा हे नाव तिला सगळ्यांपासून वेगळं ठेवी. त्यात कॉलेज बहुजनांचं. इंग्रजीची फारशी प्रीती नस्लेलं आणि खेड्यापाड्यांतून येणाऱ्या विद्यार्थ्यांसाठीचं. खेड्यात शिकलेल्या मुलांना इंग्रजी विषयाची मुळात भीती. आणि रोजच्या वागण्यातही अजिबात सॉफिस्टिकेशन नाही. त्यात शब्दागणिक प्लीज, थँक्यू, सॉरीसारख्या समाजाला ते दबून असलेले. प्राध्यापकांची स्थिती यापेक्षा वेगळी नव्हती. कॉलेजमध्ये बरेच प्राध्यापक गरिबीतून वर आलेले. शिक्षणासाठी धडपड केलेले. मिळेल ते आणि मिळेल तसं शिक्षण

घेतलेले. इंग्रजीची आबाळ झालेले आणि शहरी वातावरणात शिकले तरी शहरी लोकांच्या रीतीभातीपासून बुद्ध्याच दूर राहिलेले.

मात्र गुणवत्ता नाही असं मात्र नव्हतं. बरेचजण गुणवत्ताप्राप्त होते. अर्थात् काही असेही होते ज्यांना इंग्रजीचा आत्मविश्वास नव्हता आणि शहरी रीतीभाती कृत्रिम वाटायच्या, ते प्राध्यापक रीमापासून चार हात दूर रहायचे; कारण रीमा अस्खलित इंग्रजीत बोलायची. अगदी पाश्चिमात्त्यांना लाजवेल अशी. म्हणजे त्यांच्या बोलण्यात तरी प्रांतीय हेल असतील तेवढाही हिच्या बोलण्यात नव्हता. 'एखाद्या इंग्रजानं भिंतीमागून रीमाचं बोलणं ऐकलं तर सजातीयच समजेल.' असे अनेकजणी म्हणायच्या.

माघारेंसारखे अनेकजण तिचा संपर्क टाळायचे. स्वत:चं पितळ उघडं पडायची भीती. एरवी ज्ञानाचे सागर म्हणून मिरवायला सगळे तयार असायचे. रीमा दिसली किंवा तिच्याबरोबर एखाद्या कमिटीत काम करायची वेळ आली म्हणजे हेच प्राध्यापक 'आपण म्हणजे काय शब्दांचे ईश्वर थोडेच आहोत' असं म्हणायचे.

एकूण रीमा हे प्रकरण अनेकांना जड जायचं, ह्याची रीमाला पूर्ण जाणीव असल्यामुळे तीही परिस्थितीचा फायदा घेते, असं सुमतीला सूक्ष्म जाणवायचं, एखादे काम अंगावर पडेल असं काही कुणी सांगायला लागले, की रीमा 'व्हॉट इज ही सेईंग?' असं शेजारच्याला हटकून विचारे. किंवा आपल्याला काहीच कळत नाहीये, हे दाखवी. त्यामुळे तिला काम देणेही नको आणि इंग्रजीत समजून सांगणेही नको, अशी बहुतेकांची वृत्ती असे. कारण जो जो ते समजावून सांगण्याचा प्रयत्न होई, तो तो वेगवेगळ्या शंका अवघड इंग्रजीत रीमा विचारत राही.

बऱ्याच मीटिंगनंतर कुरबुरत बाहेर पडणाऱ्या प्राध्यापकांच्या चेहऱ्यावर त्रासलेपणा असायचा, तर ही पठ्ठी नेहमीच मजेत. अनेक कमिट्यांत नाव असलं तरी तिला काम असेलच असं नाही. ती आली की इतर प्राध्यापक किंवा प्राध्यापिकाही दबून जात. त्यामुळे तिचं न येणं त्यांच्या पथ्यावर पडे. तिथल्या काहीजणी म्हणजे चंद्रात्रेंसारख्या धडकून चूक इंग्रजीतही बोलत आणि 'इझंट इट?' म्हणून रीमाला विचारत. अशा वेळी 'ओ, शी इज सच अ जॉली सोल' म्हणत रीमा तिची विकेट घेई.

शिवाय प्रत्येक प्राध्यापकाला मिस्टर आणि प्राध्यापिकेला तिच्या लग्नाच्या दर्जावरून मिस् किंवा मिसेस हा पूर्वप्रत्यय जोडायला ती विसरत नसे. त्यामुळे तिच्याशी अगंजागं करून बोलायची कुणाची हिंमत होत नसे.

या सगळ्याला साजेसे तिचे व्यक्तिमत्व होते. उंची पाच फूट पाच इंच. अंगानं भरलेली म्हणावी एवढी जाड. सरळ नाक. मोठे कपाळ. बॉयकट केलेले केस. दाट भुवया. सावळा रंग. सरळ खाली किंचित मोठे झालेले नाक. उंच मान. दणकट हात. लांब बोटाचे लांबट पंजे. केसांच्या बाबतीत ती सतर्क असे. कुंकू, बांगड्या, गळ्यातलं, पायातलं वगैरे काही नाही. एक लग्नाची गोल सोन्याची अंगठी बोटात.

नाही म्हणायला एक पुष्कराजाची अंगठी तिच्या उजव्या हाताच्या तर्जनीत असे. तेवढाच काय तो दागिना.

कपड्यांच्या बाबतीत तिच्याइतका पैस कुणालाच नव्हता. स्कर्टब्लाऊज ते साडीपर्यंतचे सगळे प्रकार ती वापरी. अगदी जीन्ससुद्धा; पण कुणीही तिच्यावर टीका करू शकलं नव्हतं. इतके ते व्यवस्थित असत, फार महाग आणि दिखावूही नसत. तिच्याबद्दल कोणी बोलतही नसत. तिचं ताठ मान ठेवून चालणं की तिचं इंग्रजी बोलणं की तिचं चौफेर वाचन, अष्टावधानी असणं की कुणालाच न मोजणं ही कारणं यामागे आहेत असं सुमतीला वाटायचं नाही.

रीमाचे डोळे हेच कारण सुमतीला पटायचं. विलक्षण तेज असलेले, सतर्क, चाणाक्ष आणि उत्सुक डोळे. अधिकार दाखवणारे आणि क्षमाशीलही. शांत पण जरब ठेवू शकणारे. रीमाबद्दल सुमतीला त्यामुळेही एक आकर्षण होतं. ही बाई खरोखर समोरच्याला डोळ्याच्या धाकात ठेवते, असं म्हटलं तर गैर ठरलं नसतं.

दोघींची लेडीज होस्टेलमधल्या एका खोलीत व्यवस्था केली होती. मिलिटरी खाक्याची, दगडी, छोटी, दोन मजली बिल्डिंग होती. महाराष्ट्राच्या कानाकोपऱ्यातून आलेल्या त्या आठजणी होत्या.

रोजचा कार्यक्रम थोडाफार एकसारखाच होता. लेक्चर्स. थोड्या बाहेरच्या कॉलेजला किंवा सेवाभावी संस्थांना भेटी. एकत्रित बसून एखाद्या राष्ट्रीय किंवा प्रांतीय मुद्द्यावर चर्चा. काही चांगल्या डॉक्युमेंटरीज् पाहणं.

दोन-तीन दिवसांत या उपक्रमाची कल्पना त्यांना आली.

खोडसाळ बॅकबेंचर्ससारखी भावना त्यांच्यात आपोआपच उगवून आली. काही तरुण, उत्साही प्राध्यापक सगळ्याच गोष्टी प्रामाणिकपणे आणि सिन्सिअरली करीत होते; पण अर्ध्याअधिक वयाचे मात्र 'हेच करीत आलोय बुवा'च्या पद्धतीनं मागच्या खुर्च्या पकडत होते. त्यात सुमती आणि रीमा सामील झाल्या होत्या.

यात रीमामुळे त्या अगदी मागे बसत नसत. तिचं म्हणणं— 'पहिली रांग नको तशी शेवटचीही नको. मधल्यांकडे बोलणाऱ्याचं लक्ष कमी राहतं. म्हटलं तर अभ्यासू म्हटलं तर वांड.' दिलेल्या फाईलच्या कागदांवर सारखे शेरे-ताशेरे लिहीत त्या एकमेकींकडे सरकावयाच्या. यात तो बोलणारा कसा दिसतो तिथपासून तर तो बोलत असलेल्या वाक्यांवरही, बोलण्याच्या पद्धतीवरही कॉमेंट्स असायच्या.

दोघीही ते एन्जॉय करीत होत्या. अजून खोडसाळ विद्यार्थी जिवंत असल्याचं मान्य करताना आपले विद्यार्थी काय करीत असतील, याचा अंदाजही त्या करायच्या. शेवटी एकाग्रता ही अत्यंत थोडकी राहणारी वृत्ती असल्याचं एकमेकींना आणि इतरांना पटवून देण्याचं कामही त्या करायच्या.

बहुतेक संध्याकाळी त्या ग्राऊंडवर फिरायला जायच्या. इतरही कॉलेजचे प्राध्यापक

भेटायचे, ओळखी व्हायच्या. कॉलेजच्या माहितीची अदलाबदल झाल्यावर त्यांच्या गावातल्या माहितीच्या लोकांची विचारपूस व्हायची. क्वचित एखादी कॉमन ओळख निघायची.

होस्टेलवरच्या आठजणी मिळून गावात चक्कर मारण्याचा कार्यक्रमही व्हायचा. बाजारपेठेत चक्कर मारायची गोडी काही और असते. विशेषत: कुणी आपल्याला ओळखणारं नाही म्हटल्यावर जास्तच. नुकतंच कॉलेज सुरू केलेल्या पोरींसारख्या विनोद करीत खिदळत त्या चालायच्या.

नेहमीच्या कॉलेजच्या आयुष्यापेक्षा निश्चितच वेगळा अनुभव. सुखावणारा. आणि आपण घरच्यांकडे दुर्लक्ष करून हे सुख भोगतोय हे कधीतरी खटकायचं; पण त्याचा परिणाम फार काळ टिकायचा नाही.

सकाळ थोडी धावपळीची होती. चहा, आंघोळ, नाश्ता यात त्यांचा वेळ कुठच्या कुठे जाई. नवीन उपक्रम म्हणजे स्वत:चे कपडे धुऊन टाकणे. आपली कामाची सवय कमी झालीये, हे त्या आठजणी आपापसांत कबूल करीत होत्या. विशेष म्हणजे सुमती आणि रीमा सकाळी देवाची भक्ती करीत होत्या. एका टेबलवर देवीचा फोटो आणि एक क्रॉस शेजारी शेजारी ठेवलेले होते आणि खालच्या बागेतीलच दोन जास्वंदाची फुलं किंवा अगदी रानटी फुलं त्यांच्या पायाशी. चहाच्या वेळी गप्पांची एक फेरी असे. नंतर आंघोळीला नंबर लागायचे. त्या वेळी बाहेर गॅलरीवजा व्हरांड्यात एक फेरी होई. विषयांची वानवा नसे. राजकारणापासून ते वैयक्तिक अनुभवापर्यंत सगळे विषय चर्चेला असत; पण चर्चा गंभीर वळण कमी घेत. विनोद करीत, हसत, खिदळत, टाळ्या देत चर्चा चालत. यात एकमेकींच्या फिरक्याही घेतल्या जात.

विशाखा म्हणून साताऱ्याची आलेली प्राध्यापिका होती. तरुण, कुमारिका. दोन वर्षांपूर्वीच नोकरी सुरू केलेली भाबडी मुलगी. तिच्या शंका आणि प्रश्न मजेशीर असत. त्यातून तिला फार अनुभवायला मिळालेलं नाही हे तर जाणवेच; पण शैक्षणिक क्षेत्रातले कटू अनुभव ती कशी पचवेल, असा एक करुणामय प्रश्न मनात येई. तरीही तिचे मूर्खासारखे वाटणारे भंगड प्रश्न त्या सगळ्यांना हसवल्याशिवाय रहायचे नाहीत. वातावरण तंग किंवा उदास वाटलं तर विशाखा बुद्ध्याच तसे प्रश्न विचारून हसवायची. त्यामुळे एकत्र जमल्यावर विशाखाच्या फिरक्या घेण्यातही गंमत होऊन जायची.

मग सकाळची दोन व्याख्यानं. कधी विद्यापीठीय स्तरावरील तज्ज्ञांची. कधी शासनात काम करणाऱ्या आणि ध्येयउद्दिष्टांची चांगली माहिती असलेल्या उच्चपदस्थांची. कधी नगर जिल्ह्यात किंवा राज्यस्तरावर स्वयंसेवी संस्था चालवणाऱ्यांची, कधी प्रसिद्ध समाजसेवकांची!

काहींची व्याख्यानं खरोखरीच चांगली होती. रीमाचा एन्एस्एस्शी सुतराम संबंध नव्हता; पण तिलाही या उपक्रमाची ओढ वाटू लागली. राष्ट्रीय सेवा योजनेतून समाजासाठी खरोखरच चांगली कामं होऊ शकतात आणि विद्यार्थी हे समाजाभिमुख होऊ शकतात हे एकीकडे त्यांची उद्दिष्टं ऐकताना सारखं जाणवे, तरीही या योजना राबवताना मात्र त्यांची उद्दिष्टं वेगळीच होतात हेही जाणवे.

रात्री त्या गप्पा मारताना हे विषय चर्चेत येत, त्यातून गंमतीशीर गोष्टी बाहेर येत.

शासनातर्फे देण्यात येणाऱ्या अनुदानाचं वितरण कसं होतं, याची मजेशीर वर्णनंही व्हायची. यावर सुमतीचं विधान—

'भारतीय माणसं कोणतीही गोष्ट नीट राबवणार नाहीत. योजना मोठ्या. पैसा भरपूर; पण वरून येणारा पैसा झिरपत झिरपत खाली वीस टक्के पोहोचणार! त्यात खालच्यांची खाण्याची इच्छा. एकूण अन्नापेक्षाही चवदार पैशाची चटक लागल्यानं कोणतीही योजना शंभर टक्के यशस्वी होत नाही. भ्रष्टाचाराचं एवढं मोठं उदाहरण शोधून सापडणार नाही.'

यावर रीमा म्हणे,

'भ्रष्टाचार गरिबीमुळे आहे. असमतोल आहे म्हणून आहे. आपल्याकडे अतिश्रीमंत आणि अतिगरीब जनता आहे. गरिबांना साधं जिवंत राहणं किती त्रासाचं आहे! त्यांना भ्रष्टाचाराची सगळ्यांत जास्त झळ पोचते. त्यामुळे ते अप्रामाणिक होतात. त्यांची वेळ येईल तेव्हा तेही हाच मार्ग चोखाळतात. भ्रष्टाचार वाईट आहे; पण हा पायंडा आपल्या राज्यकर्त्यांनीच पाडलाय. जे विहिरीत ते पोहऱ्यात!''

या कोर्समध्येच त्यांना कर्जतजवळच्या एका खेड्यात घेऊन गेले. दहीसर हे खेडं राष्ट्रीय सेवा योजनेनं दत्तक घेतलेलं. जवळच्या डोंगराचा उपयोग करून ठिकठिकाणी बांध घालून पाणी अडवलेलं. मुळात हा भाग दुष्काळी. दरडोई उत्पन्न अत्यल्प. शेतीवर माणसं अवलंबून पण मुळातच दुष्काळी भाग. गेली बारातेरा वर्षं ह्या गावात विविध प्रयोग राबवले गेले होते.

रीमा आणि सुमतीला हे गाव भावलं. अगदी छोटं खेडं. टेकडीच्या पायथ्याशी वसलेलं. थोड्या पावसामुळे शेवाळासारखे हिरवाळलेले डोंगर. उतरत्या नाल्यांना घातलेले दगडांचे ओबडधोबड बांध. अगदी लहान. त्यात दगडांबरोबर हाती लागेल त्या पत्र्याच्या तुकड्याचासुद्धा वापर केलेला होता. तिथं थोडं थोडं पाणी साचलेलं होतं.

गावात त्यांचं येणं म्हणजे एखादी मिरवणूक निघाल्यासारखं होतं. त्यांना हे जाणवत होतं की गाव येणाऱ्या पाहुण्यांना सरावतंय. लोक बरोबर येत होते, माहिती

देत होते; पण त्यांच्या तोंडावर खेडवळ औत्सुक्य नव्हतं. अज्ञान थोडं असेल पण चाललंय काय त्याची दिशा होती.

तिथे त्यांना रात्रीपर्यंत थांबायचं होतं. आधी गावाच्या बाहेर जाऊन जिथे जिथे काम केलेलं होतं, त्या जागा त्यांना दाखवल्या. एका डोंगरावर वाळलेलं गवत होतं. ते मुद्दाम वाळवलेलं होतं. कापून ते उन्हाळ्यात गाईम्हशींसाठी वापरलं जाई.

एका शेतात त्यांना घेऊन गेले. डोंगराच्या पायथ्याशी हे शेत होतं. तिथे एक मोठी विहीर खोदलेली होती, बांधून घेतलेली होती, डोंगरातून वाहून येणाऱ्या पाण्याला चर खोदून ते पाणी या विहिरीत आणून सोडलेलं होतं. ती विहीर म्हणजे एक मोठा हौदच. त्यात आता बारा महिने पाणी रहात होतं. उन्हाळ्यात सगळ्या गावाला आणि गुराढोरांना प्यायला हे पाणी पुरत होतं. सुमतीला ही कल्पना इतकी आवडली की प्रत्येक खेड्यात अशा पद्धतीनं पाण्याचं नियंत्रण करावंच, असं ती पुन्हा पुन्हा म्हणत राहिली.

मुख्य म्हणजे ज्याच्या मालकीची ही जमीन होती त्याचा याबद्दल काहीही आक्षेप नव्हता. उलट गावाच्या भल्यासाठी तो हे सगळं आनंदानं करीत होता.

मात्र काही प्रयत्न विफलही गेले होते

त्याच्याच शेतात बांधलेल्या घरात सगळ्यांना चहाला बोलावलं होतं. खाली घोंगडी आणि सतरंजी घातलेली होती. भिंतीवर एका रांगेत देवादिकांचे फोटो होते. त्यातच शिवाजी, गांधीजी होते आणि त्यांच्या वाडवडलांचे, स्वत:चे, अगदी नातवंडांचेही फोटो होते. काही धुसर, काही जुन्या फ्रेम्सचे, काही नव्या फ्रेम्सचे.

''इतिहास, पुराण आणि वर्तमान असं वेठीला धरून या फोटोंमुळे जसं एकत्र बसवलेलं आहे तसं कुठं दिसायचं नाही. कसे चुपचाप एकाशेजारी एक येऊन बसलेत. एकानं तर एक ही भानगडच मिटून टाकलीये. काळ स्वत: इथे आला तर आपलं खरं रूप पाहून थक्क होईल.'' सुमती रीमाजवळ कुजबुजली.

''आदी ना अंत, ना कुठली विभागणी झालेला काळ. मग तो आताही खिडकीत उभाच असणार!'' रीमा हसत म्हणाली.

तेवढ्यात एकजण म्हणाला,

''तुम्हाला आत जाऊन बसायचं असेल तर बसा.'' सगळ्याजणी उठल्या. नाहीतरी बाहेरच्या खोलीत इतकी गर्दी होती की विचारू नका. दारातसुद्धा लोक उभे होते. त्या आत गेल्या. छोटी खोली. तिला लागून एक छप्पर केलेलं त्यात पेटलेल्या चुली. त्यांच्यावर ठेवलेली ॲल्युमिनियम पितळेची भांडी. डोक्यावर पदर घेतलेल्या, काठापदराची लुगडी नेसलेल्या तीन वेगवेगळ्या वयाच्या बायका. दोन परकऱ्या मुली.

''ते भांडं असं का दिसतंय?'' कुणीतरी कुजबुजलं.

“माती लावून ठेवलंय. चुलीवर काळं होत नाही. भांड्याची झीज होत नाही—” सुमती म्हणाली.

“बाहेरून टॅफ्लॉन कोटिंग म्हणा की—” रीमा पुटपुटली.

त्या बायका या सगळ्या प्राध्यापिकांकडे पाहात होत्या.

त्यातली सगळ्यात मोठी, थोड्या पांढऱ्या केसांची बाई म्हणाली, “तुमी मास्तरणी नव्हं का?”

रीमा एकदम हसली. “मला आवडला हा शब्द—” ती इंग्रजीत म्हणाली.

ती बाई वरमली. रीमाच्या दिसण्यामुळे आणि हसण्यामुळे.

“आमी गावंढळ, साळेत गेलो नाई. ही मपली मोठी सून तिसरीलोक शिकली. ही धाकली सातवी पास हाय. तुमी लई शिकलेल्या. काम करून पैसे मिळवता. आमचा जल्म चुलीत—”

“तसं का म्हणता? तुम्ही किती मोठ्या मनानं शेतातला भाग दिलात. दर वर्षी तुमच्याकडे सहासात वेळा आपल्या भागातले शिक्षक येतात. वेगवेगळ्या गावचे. वेगवेगळ्या कॉलेजातले. तुमच्याबरोबर राहतात बोलतात.” सुमतीला ऐकून वाईट वाटलं.

“कशाचं बोलणं बाई? हमेशा हे चुल्हाण आन् भाकरी थापणं. आलेल्या बी त्येच त्येच इचारतात. मुलं किती? लग्न लवकर का करता? सारखं तरचं करून कंटाळा येत नाही का? बायकांनी जाग व्हावं— कवा कवा तर येणाऱ्या बायका पुरुषमाणसाशी बोलतात तेवडं बी आमच्यासंगं बोलत न्हाईत. कवा कवा एकाददुसरी लईच चांगली बोलती. माय बहिणीवानी. कदी लई तारांबळ हुती.” ती म्हणाली.

“नावं काय तुमची? सुनांची?” सुमती समजुतीनं म्हणाली.

“माझं व्हय समींदरा. मोठी सुमन. धाकली कुशी. अन् तुमी?”

“मी सुमती. ही रीमा. वेगळ्या धर्माची आहे. ख्रिश्चन. आम्ही तुमच्यासारख्याच आहोत. शिकलो म्हणून काही शिंग फुटत नाही. बाई म्हटली की घर, लेकरं, स्वैपाकपानी आलंच. तुम्ही शेतावर काम करीत असाल. आम्ही पोरांना शिकवतो—”

समींदराबाई खुलल्यासारखी हसली.

“माझी नात लई तापलो हुती एकदा. अशेच लोक आणले. माहा पोरगा लईच करतो. त्याला हे सारं करायला लई आवडतं. लोक येतेत म्हंतो घरला. कुनाच्या भाग्यात असं हाय? हां ऽऽ बाबा, तुझं खरं हाय पर बायकांचा कामानं पिट्टा पडतो न्हवं? तर ही नात तापलेली. रडतीया. धाकली पोटुशी हुती. माह्या एकटीच्यानं कितीक हुनार? पर पुरुषमानसांना ह्ये कळतं हुय? बायांच्या जिवावर त्यांची मिजास असतीया. तं तुमच्यावानी एक बाई हुती. पदराचा खोचा मारला. म्हनली मी करू लागते. बसली बया जम्नीवर. माझा जीव धाकधूक. पोराला कळलं तं मला फाडून खायचा! पाहुणीला कामाला लावलं ह्ये आवडायचं न्हाई! पर त्या माऊलीनं ऐकलं

न्हाई. मग तिचं पाहून साऱ्याचजणी आल्या.''

त्यांचं बोलणं ऐकून आलेल्या सगळ्यांच्या एकदम लक्षात आल्यासारखं झालं. सगळ्याजणी म्हणाल्या, ''आम्ही करू लागतो तुम्हाला.''

''नगा बया—'' ती काकुळतीनं म्हणाली, ''आज गंज तिघी हाय आमी—''

''असू द्या हो. आम्हालाही घरी आल्यासारखं वाटेल—'' असं म्हणून सुमती उठलीही.

सगळ्याच जणी काही ना काही करू लागल्या.

रात्री एकत्र बसून समींदराबाईंकडून गाणी ऐकली. सुनांकडून उखाणे ऐकले. त्यांना जेवढं सांगता आलं तेवढं स्त्री शिक्षण आणि स्वातंत्र्याबद्दल सांगितलं.

''फारच छान दिवस. मी कधी विसरायची नाही.'' रीमा म्हणाली, ''आता लांब केस वाढवते आणि एकदा नऊवार नेसून आंबाडा घालून कॉलेजात येते—''

सगळ्या हसत सुटल्या.

नव्या जागेत रात्री सुमतीला झोप येईना म्हणून ती उठून परसदारी गेली. एक चाळीसचा बल्ब फिका प्रकाश फेकत होता. मागच्या ओट्यावर तिला समींदराबाई बसलेल्या दिसल्या. त्यांना जागं पाहून तिला आश्चर्य वाटलं. तिला पाहताच समींदराबाई म्हणाल्या, ''झोप येईना व्हय?''

''नवीन जागेत मला असंच होतं. सवय नसते, पण तुम्ही कशा जाग्या? दिवसभर इतक्या दमलात. पडलं की झोप लागायला पाहिजे.''

''जीव थोडा घाबरा हुतोय मधुनमधून. मोठं आप्रेशन झालंय तीन वर्षाखाली. तवापासून असं हुतय—''

''कसचं मोठं ऑप्रेशन?'

समींदराबाईंनी छातीला हात लावला.

''एकबाजूची छाती काढून टाकली. मोठी बिमारी हुईल म्हुन.''

'कॅन्सर,' सुमतीच्या मनात आलं. ती आश्चर्यचकितही झाली.

''रॅडिकल मॅस्टॅक्टॉमी केलेली बाई आजाराचं नाव न काढता दिवसभर श्रमतीय!''

''तुम्ही इतकं काम कशाला करता?'' ती अभावितपणे म्हणाली.

''कामानं माणूस मरतंय व्हय? उलटं लोकांचं कराया बरं वाटतं. सेवा करायची ठरवली तं व्हत नाय. माह्या पोराच्या मनात लई माया हाय— त्यो करायचं म्हंतो तं आपन आडं कशापाई यावं? फक्त एक वाईट वाटतं. त्यो इतकं साऱ्यांचं करतो पर देव त्यांच्याकडं बघत नाय—''

सुमतीला वाटलं त्याला मुलगा नसल्याबद्दल असणार! ती तोंड उघडून उद्बोधन वर्ग घेणार त्याच्या आत त्या म्हणाल्या,

''त्याच्या मोठ्या पोरीच्या पायावर पांढरं आलंय. लई डागतर झाले पर त्ये

वाढतंच हाय. तिला बघितलं की जिवात कालवाकालव व्हतीया. पोरीचं सारं आयुष्य पडलंय. अशा कोडामुळं आता तिला पत्करेल त्याला देणं आलं. आपल्या काई आटी घालता येतील हो? भरीतभर मला डागतर म्हनले की पुन्हा आप्रेशन करावं लागंल. गर्भाशयाची पिशी काढून टाकावं लागंल. दिसा काय वाटत नाय. पर रात अंगावर आल्यावानी हुती. झोप येत नाय. जीव घाबरा हुतोय.'' समींदराबाई उसासून म्हणाल्या.

काय बोलावं हे न कळून आणि तरीही त्यांना आधार व्हावा या इच्छेनं ती नुसती बसून राहिली.

''जा लवंडा जरा. आपच येईल झोप. मीबी काय माझं सांगीत बसले. जितं राहायचं म्हंजे ह्ये सगळं आलंच नव्हं? शरीर हाय. झाडाला कीड धरतीया. त्या कीडीलाबी परमेश्वर पोसतोय. मंग गाऱ्हाणं कुटं मांडायचं? आन मांडून बी काय फायदा? डागतर धा वर्षं वाचवंल. इस वर्षं वाचवंल. पर त्याचा हातोडा कुनी काढून घेतलाय? देव ठरवील त्ये होईल. शरीर हाय तोवर हुईल तेवढी सेवा करावं.''

सुमतीला रात्रभर झोप आली नाही. सकाळी सकाळी डोळा लागला.

नगरला परत येताना बसमध्ये तिनं सगळ्यांना ही गोष्ट सांगितली.

रीमा म्हणाली, ''आपण काय बोडकं सेवा करायचं शिकवतो. ही बाई देशाच्या एका छोट्याशा कोपऱ्यात बसून जे करतेय ते होतंय का आपल्याच्यानं? खरी शौर्यपदकं अशांना द्यावीत.''

''पण नगरची संस्था पैसे देत असेल ना त्यांना?'' कुणीतरी बसच्या कोपऱ्यातून म्हणालं.

खरं तर सुमतीला राग आला. आजकाल सगळ्या गोष्टी पैशाच्या तराजूत मोजण्याची लोकांना सवय लागलीये.

''देतात ना, पण फक्त जेवणाच्या खर्चाचे. हा माणूस कष्टाचा पैसाही घेत नाही. एखादा केटरर लावला तर काय भावात गेलं असतं. सामानातही घरचं धान्य भरपूर असेल तर तोही पैसा घेत नाही. शेतातले कांदे, भाज्या, पपया, हरभरा हे तो प्रेमानं देतो.''

विशाखा न राहावून मोठ्या आवाजात म्हणाली,

''शेतकरी खरा उदार! ज्यांना शेती असेल त्यांना हे माहीत असेल. त्याच्याजवळ जे असतं ते उदारपणे तो देतो.''

''कंजूषी, पायापुरतं पाहणं, स्वार्थ साधणं हे शहरांमध्ये जास्त. आपल्या कष्टाचे तर घेतीलच पण जास्त कुठून मिळवता येईल याचा विचार. आपल्या

पोळीवर दुसऱ्याचं तूप ओढता कसं येईल, हे पहायचं.'' रीमा म्हणाली.

''सगळे तसे नसतात—'' एकजण म्हणाली.

''अगं, कष्टकऱ्यांच्याकडूनही असले लोक पैसे घेतात. रोहियो योजना पहा. भर उन्हात दगड फोडणाऱ्या गरीब मजुरांना सोडीत नाहीत. त्यांच्या रोजंदारीतून मुकादम पैसे खातो. तू म्हणतेस सगळे तसे नसतातच; पण असतात असे राक्षसी! नोकरी लावायची तरी पैसे घेतात. फक्त कॉंट्रॅक्टर वगैरेच नाही. शिक्षणक्षेत्रात काय कमी चाललंय?'' सुमती म्हणाली.

''प्राध्यापक व्हायचं, शिक्षक व्हायचं त्याचा पाया कसा घातला जातोय पहा. अगदी तासाप्रमाणे येणाऱ्यांचंही शोषण चालू असतं, नाहीतर मग फेवरीटिझम किंवा नातेसंबंध तरी असतात.'' रीमा म्हणाली.

तिच्या बोलण्यानं सुमतीला परमारची आठवण झाली. ती तिथे नसताना त्याला एकदा तरी निश्चित त्रास होणार! त्यात चटर्जी गेल्यामुळे वाकडे. नवीन वाकडेही तिच्याचतर्फे आलेल्या. डिपार्टमेंटमध्ये काय काय चाललंय देव जाणे!

होस्टेलवर परत आल्यावर रीमा म्हणाली, ''कसचा तरी विचार करतीयेस तू. काय झालंय? की होमसिक वगैरे झालीयेस?''

''छे गं. होमसिक-बिक नाही म्हणता येणार. जीव घरी लागतो तो काळजीनं. खरं म्हणजे काळजी करण्यासारखंही काही नाही. आई आहे. रोहन आता बऱ्यापैकी मोठा आहे. कळता आहे. मला जरा डिपार्टमेंटची आठवण झाली. परमार प्राचार्यांचा नावडता. चटर्जीऐवजी विसपुते आणि वाकडे आहेत, तेही नवीन. वाकडे कुणाच्याच ओळखीच्या नाहीत. त्यांना फोनवरच टाइमटेबल दिलंय. विसपुते माहितीचा आहे म्हणजे विद्यार्थी म्हणून; पण वाकडेची तशी माहिती नाही—''

''जाऊ दे गं. करेल मॅनेज. आधीचा अनुभव आहे का?''

''कुठेतरी पार्टटाईम केलंय वाटतं. मला आता आठवत नाही. माटेबाईंच्या थ्रू आलीये.''

''कोण उमा माटे? तिला फारच उद्योग आहेत बाई. माझ्याकडेही एक मुलगी दिली होती. मोठ्ठं रामायण झालं तिचं!''

''ही दुसऱ्या विद्यापीठाची आहे. एवढंच माझ्या लक्षात आहे.''

''तीही परप्रांतीयच होती. पीजीला वडिलांची बदली झाल्यामुळे दुसऱ्या वर्षाला आपल्या विद्यापीठात आली होती. तुला आठवत असेल एक सुंदर, गोरी, उंच मुलगी होती बघ! सिमरन म्हणून. माझ्याकडे पार्टटाईम होती.''

''आता लक्षात येत नाहीये. नंतर नको तेव्हा आठवेल! तुझ्या विभागाशी आमचा संबंध फारच थोडा येतो. आता तुझीमाझी मैत्री आहे म्हणून आपण लक्ष ठेवतो. नाहीतर मी तर फारच अनमाईंडफूल आहे. इतर विभागांमध्ये काय चालतं

हे मला कळत नाही, ना मी जाणून घेण्याचा प्रयत्न करते! मग कधीतरी कुणाकडून तरी कळतं!''

''तू म्हणतेस तशी मीही होते सुरुवातीला! पण आपल्या स्वत:ला त्रास झाला की माणूस सावध होतो. नेहमी सावध राहता येतंच असं नाही; पण निदान डोळे आणि कान उघडे ठेवतो! मला सिमरन-प्रकरणात इतका त्रास झाला की पुन्हा तशा पद्धतीची ढिलाई मी कधीही करणार नाही.'' ''तुलाही सांगून ठेवते, अशा पार्टटाईम म्हणून येणाऱ्या असतात त्यांचा काही भरोसा नसतो. त्यांना नोकरी पाहिजे असते ती पूर्णवेळ. मिळालेली अस्ते अर्धवेळ किंवा आता घेतात तशी तासांवर. त्यांचे डोळे पूर्णवेळ नोकरीवर असतात. ती कसंही करून मिळवायला पाहतात.''

''पण यात चूक काय आहे?'' सुमती मध्येच म्हणाली, ''आपण त्यांच्या जागी असतो तर आपल्यालाही तसंच वाटलं असतं. शेवटी पैशासाठीच नोकरी करायची मग एकदा कष्ट करायचे ठरवले की संपलं. शिवाय आजकालची महागाई. कसं भागवायचं ते पाहतात.''

रीमा तिला तोडत म्हणाली, ''हा विचार मी करत नसेल असं तुला वाटतं का? पण स्वत:चा स्वार्थ पाहताना कुठली हद्द हे गाठतात, याची कल्पना तुला नाही.''

''सिमरन की कोण? तिनं असं केलं का काही?''

''तिनं असं काही केलं नाही कारण मीच तिला प्रोटेक्ट करत होते; पण अशा कितीतरी केसेस माझ्या पाहण्यात, ऐकण्यात आहेत. म्हणून सांगते की हा विसपुते असो की ती वाकडे, तू सावध रहा. त्यांना थोडीही ढील मिळाली की त्रास होऊ शकतो.''

सुमतीनं मोठा श्वास टाकला.

''अजून तरी तसं झालेलं नाही म्हणजे अशा पद्धतीचा विश्वासघात वगैरे किंवा तसले अनुभव. कारण बहुतेक वेळेला वरूनच उमेदवार मिळतो. त्याला फक्त आपल्याला वागवायचं असतं. कधी कधी थोडासा त्रास होतो पण फार नाही. हे लोक जाऊन काय सांगतील खरं नाही— तू म्हणतेस तसं त्यांना नोकरीची गरज असते. तसा विसपुते आहे. मला मात्र थोडी परमारचीच काळजी वाटते. फारच गरीब आहे.''

''होईल तयार. स्वभाव बदलतात अनुभव यायला लागले की. सर्व्हायवलचं तत्त्वच आहे. माणूस रोखठोक तयार होतो. जगायचं म्हणजे संघर्ष आला, कॉम्प्रमाईज आलं. थोडं चढेलपण आणि बरंच झुकणं-वाकणं—''

तिचा रोख लक्षात आल्याबरोबर सुमती म्हणाली, ''परिस्थितीनं अतिगरीब आहे. तशात आता भावाला शिकायला आणलंय. गरिबीनं स्वभाव मवाळ होतोच! मला बरा वाटतो. आपल्यालासुद्धा डिपार्टमेंट चालवणं आहेच!''

परमार सोडला तर डिपार्टमेंटची काळजी वाटावी असं सुमतीकडे काही नव्हतं.

नाही म्हणायला या एकदीड आठवड्याची प्रॅक्टिकल्स घेणं या नव्या लोकांना जमलं नाही तर रिपोर्ट द्यावा लागेल इतकंच!

तरीही रीमा बोलली ते ती विसरू शकली नाही. वरवर जरी ती अनेक गोष्टींत गुंतली तरी मनात कुठेतरी हा भाग राहील, ह्याची तिला खात्री होती. कित्येक वेळा असंही व्हायचं की एखाद्या प्रसंगी तिला असे सावधपणाचे सल्ले आठवायचेच नाहीत. उलट, त्या प्रसंगात ती वाहून जायची. मग त्या प्रसंगाची उजळणी करताना तिला एकदम अशा सावधगिरीची गोष्ट आठवायची. खरं तर तशी उजळणी ती मुद्दाम करायची नाही. मागे जाऊन तो प्रसंग पुन्हा अनुभवला जाणं हे तिच्या स्वभावातच होतं. तशी उजळणी प्रसंग संपला की लागलीच सुरू व्हायची.

मधल्या रविवारी खरं तर रोहन आणि जयंत नगरला यायला तयार होते; पण तिला घरीच जाऊन येण्याची इच्छा होती. त्यामुळे रीमानंही मावशीकडचा प्लॅन बदलला. तीही शिवापूरला परतली. त्यासाठी समन्वयकांकडून शुक्रवारी रात्रीच जाण्याची परवानगी घेतली. अर्थातच खरी कारणं कधी सांगता येतात?

शनिवारी घाईनं ती कॉलेजला गेली. जयंत म्हणालासुद्धा— 'इतकी कॉलेज आणि डिपार्टमेंटची काळजी कुणाला वाटत असेल, असं मला वाटत नाही. काम जरूर करावं; कारण त्याच्याच पैसा आपल्याला मिळतो; पण जास्तीचं काम आणि मन:पूर्वक जीव लावून केलेल्या कामाचं मोल कुठे झालंय, हे ऐकीवात नाही.' त्याचं बोलणं ती ऐकतच होती गेली अनेक वर्ष. असं मोल होत नाही हेही जाणत होती, अनुभवलंही होतं, तरीही ती स्वत:ला बदलू शकली नव्हती. इतकंच काय पण नगरमधल्या गमती, नवीन ओळखी, अनुभवही संध्याकाळी निवांतपणे सांगू— आधी काम निपटू हेच तिनं ठरवलं होतं. तिनं ठरवलं नसतं तरी तसंच केलं असतं.

तिला सही करायचीच नव्हती. त्यामुळे प्राचार्यांना ताबडतोब भेटणं आवश्यक नव्हतं. ती गेली तेव्हा डिपार्टमेंटमध्ये गिरमेशिवाय कोणी नव्हतं. तो लॅब असिस्टंट होता. क्लेरिकल कामंही करायचा.

"सगळं ठीक आहे, मॅडम." तो म्हणाला. "पण तुम्ही परत कशा आलात? गुरवारी जॉईन होणार असं त्या नवीन बाई म्हणाल्या."

"कसं चाललंय सगळं? ज्युनियरची प्रॅक्टिकल्स सुरू झाले असतील ना?"

"अजून नाही, मॅडम. या वेळी थोडे उशिरा सुरू करू म्हणताहेत म्हणजे परीक्षेपर्यंत पोरं सब्जेक्टमध्ये फ्रेश असतील असं सर म्हणाले."

"आणि आपले?"

"कालच सुरू केले. वीकएंड गेला की तुम्ही परत येईतो एकेक दोनदोन प्रॅक्टिकल्स होतील. मागच्या वर्षीचंच टाईमटेबल सुरू ठेवलंय. तुम्ही आल्यावर

मग काय बदल असतील ते बघून घेऊ— असं प्राचार्यांनी सांगितलं.''

''त्यांनी का सांगितलं?'

''तुम्ही नव्हता, नवीन दोघांचं काय करायचं ते कळेना. परमारसरांनी त्यांना सांगितलं की तुम्ही दोघा नवीन आलेल्यांना तास वाटून दिलेत म्हणून; पण तरी त्यांनी त्या दोघांना बोलून घेतलं— ते काय म्हनाले ते कळलं नाही.''

तिच्या कपाळावर संशयाची आठी उमटली. म्हणाली, ''पण अशा पद्धतीनं तास तत्त्वावर आलेले लोक काय नवीन नाहीत. यापूर्वी पण झालंय की— तेव्हा कधी ते काही म्हणाले नाहीत?''

''ते विसपुते त्यांचे पाव्हने असतील. कारण ते तिथं बसलेले दिसतात असं बुवा म्हणाले.''

तिचा संशय वाढला आणि रागही.

''झालं सुरू!'' ती मनात म्हणाली, 'वाकडेला विचारू.'

''हे बुवा कोण?''

''प्राचार्यांचा खास प्यून नाही का?''

''हाऽऽ विसरलेच होते.''

'विसरले' ही गोष्ट तिलाच भावली. कॉलेजच्या नित्याच्या वाटणाऱ्या गोष्टीतल्या काही गोष्टी जरी विसरलो तरी सुख होतं, हे तिनं या मुक्कामात अनुभवलं.

''आपल्याला काही गोष्टी लॅबसाठी ऑर्डर कराव्या लागतील, मॅडम—''

ती काही बोलायच्या आत वाकडे केबिनमध्ये दाखल झाल्या.

''गुडमॉर्निंग म्यॅडम,'' हसताना तिच्या गालावरचा खरबुडेपणा सुमतीच्या डोळ्यात आला.

''तुम्ही गुरवारी येणार होता ना? मी घरी फोन केला होता. तुमच्या मुलानं सांगितलं— तेच नगरला येणार होते ना? डिसिल्वा म्यॅडमचे मिस्टर पण—''

सुमतीच्या कपाळावर नापसंतीची आठी आली. 'रोहनला अक्कल नाही. सगळ्या गोष्टी कशाला सांगायच्या इतरांना? पण कितीदाही सांगितलं तरी करायचं तेच करतात.'

चेहरा साफ ठेवत ती म्हणाली, ''बसा, मॅडम. नव्हते येणार नी; पण काही कामं राहिलीत. शिवाय तुम्ही आणि विसपुते लागलात आणि नी नाही असं झालंय— टाईमटेबलचं—''

तिला तोडीत वाकडे म्हणाल्या, ''तुम्ही दिलं तसं करतोय, म्यॅडम; पण विसपुतेसरांना थर्ड इयरचे दोन पीरियड्स नकोयेत म्हणून मी घेते म्हणाले.''

''अहो, पण मला न विचारताच तुम्ही हे कसं ठरवलं?'' सुमती चिडली.

''तुम्ही नव्हता. प्राचार्यांनी बोलावलं. तिथं हा विषय निघाला. ते नको म्हणाले

तर प्राचार्यांनी मला विचारलं तुम्ही घेऊ शकाल का? मी हो म्हटलं.''

तिच्या चेहऱ्याचा अंदाज घेत वाकडे पुढे म्हणाल्या, ''म्हंजे तुमच्या ऑर्डरच्या बाहेर मी घेणारच नव्हते; पन तुम्ही नव्हता. आनी त्यांना घेऊ शकत नाही म्हणाले असते तर कपॅसिटी नाही, असं त्यांना वाटलं असतं—''

''अहो पण, वाकडे, मी येईपर्यंत थांबते असं म्हटलं असतं तरी काय बिघडलं असतं? दोनतीन दिवसांत असा काय फरक झाला असता? अजून थर्ड इयरच्या ॲडमिशन चालल्यात आणि मुख्य म्हणजे एम्‌एस्सीत तुमचा हा पेपर नव्हता ना?'' आवाजावर नियंत्रण ठेवीत चीड लपवत ती म्हणाली. एकीकडे वाकडेंनी परस्पर हा प्रश्न मिटवला म्हणून तिला बरंही वाटलं.

''नव्हता पेपर; पन वाचून शिकविन मी, म्यॅडम. तुम्ही आलात की टाइमटेबल रीॲडजेस्ट होईल ना?''

''का रीॲडजेस्ट? तुम्हाला दिलंय ना?''

''मॉर्निंगचे लेक्चर्स वाया जाऊ देऊ नका, असं प्राचार्य म्हणाले. म्हणून आम्ही सकाळचे करून घेतले.''

आता मात्र सुमती फारच डिस्टर्ब झाली. तिच्या विभागात झालेली ढवळाढवळ तिला झोंबली. विषय बदलत, अस्वस्थता बाजूला सारीत ती म्हणाली, ''कसं वाटतंय कॉलेज? झाला ॲडजेस्ट?''

''हां म्यॅडम, मागच्या वर्षी मुगदिया कॉलेजला केलं होतं. दोनच तास होते पन ठीकए. आमच्यासारख्या अनोळखी मानसांना कोण एकदम काम देणार? ॲडजेस्ट व्हायला त्रास नाही होत; पन काम पाहिजे. माटेमावशींमुळे हे जमलं—''

सुमतीनं चमकून वर पाहिलं.

''म्हंजे तुमची त्यांची ओळख होती, म्यॅडम म्हणून जमलं.''

सुमतीचं लक्ष गिरमेवर होतं. त्यानं हे ऐकू नये असं उगीचच तिला वाटलं.

''तुम्ही देवासारख्या पावल्या. मला फार गरज होती—'' असं म्हणत वाकडे रडायला लागल्या.

'हे काय होऊन बसलं!' असं वाटून सुमती गडबडली.

''प्लीज, प्लीज रडू नका. मी देवबिव नाही, पण तो वर असेल म्हणून तुमची, माटेंची, माझी ओळख निघाली. झाली. इतकंच. लायब्ररीचं काय? पुस्तकं आहेत तुमच्याकडे?''

वाकडेंनी डोळे कोरडे केले.

दोनदा नाकानं सुंसुं आवाज केला.

त्यात मोठा पॉज गेला.

सुमती तिच्याकडे निरखून पहात होती. लहान कपाळ. तेलकट त्वचा. कपाळावर

कुठंमुठं फोड. मागे गच्च बांधलेले केस. भरलेला गोबरा चेहरा. जाड मान. भरलेले खांदे, मोठे हात, लांब आणि जाड. मोठे पंजे. 'डायनासोअर—' तिला वाटून गेलं. माणसातही तशी स्पीसीज् असेल.

"लायब्ररीत नाही गेले अजून. तिथं फॉर्मवर हेड म्हणून तुमची सही लागेल असं चंद्रात्रे म्यॅडम म्हणाल्या. आता तुम्ही आलाय, तर मी सही घेऊन टाकीन."

हेड म्हणून ती सुखावली. तेवढ्यात विसपुते आले.

"गुडमॉर्निंग, मॅडम" म्हणत काही म्हणायच्या आत खुर्चीत बसलेही.

"वाकडे मॅडम, हे विसपुते आमचे माजी विद्यार्थी आहेत बरं का!"

सुमतीनं त्यांच्या परवानगीशिवाय बसण्याला टोला मारला. विसपुते निर्लज्ज हसले. सुमतीला तसं वाटलं. पुन्हा तोच विषय.

मध्येच गिरमे म्हणाले, "फॉरमॅलिन या वर्षी बदलावं लागेल. मॅडम, तो एजंट आला होता. त्याला करू का फोन?"

"कोण एजंट आहे?" विसपुतेंनी विचारलं. गिरमेला आश्चर्य वाटलं असावं.

"तुमचा विषय नाहीये हा, विसपुते. तुम्ही आता जाऊ शकता. मी आल्यावर पुन्हा तुमच्याशी बोलते."

"सॉरी, मॅडम. तुमच्या कामात दखल नाही देत; पण माझ्या ओळखीचा एक माणूस आहे. चांगलं मटेरियल आणि रीझनेबल किंमती लावतो." विसपुते हार न मानता म्हणाला.

"ठीक आहे. काम पडेल तेव्हा सांगेन—" असं म्हणत तिने त्याला जवळ जवळ बाहेरच काढलं.

"काय खट माणूस आहे. आत्ता आलाय. अजून धड कामही सुरू केलेलं नाही की डिपार्टमेंटमध्ये लुडबुडायला सुरुवात.' ती वाकडेकडे पहात म्हणली.

गिरमे चेहरा कोरा ठेवत म्हणाले,

"मी फोन करतो, मॅडम, अर्ध्या तासात तो येईल."

"ठीकए, गिरमे. आणि प्लीज, इथून पुढे असल्या गोष्टी विसपुतेंपुढे काढू नका."

"नाही काढणार, मॅडम. माझ्याही लक्षात आहे हा पोरगा. त्याला प्रॅक्टिकलला आपण मदत केली होती ग्रॅज्युएशनला."

गिरमे निघाले तशी सुमती म्हणाली, "जाता जाता चहा पाठवा आणि हो तुम्ही पण घ्या. माझ्या नावावर लाव म्हणावं."

गिरमे एकदम हसले. मान डोलावत गेले.

"कशाला चहा, म्यॅडम?"

"घ्या हो."

"हे विसपुते कोणाच्यातरी ओळखीनं आलेत का? म्हंजे मॅनेजमेंटमधून?"

"प्राचार्यांचे कँडिडेट आहेत."

हे आपण उगाच बोललो असं सुमतीला वाटलं. सारवासारव करत ती म्हणाली, "तुम्ही नाही का माझ्या थ्रू आलात?"

वाकडे लघट हसत म्हणाल्या, "तुम्हाला कमीपणा येईल असं काही माझ्या हातून घडणार नाही, म्यॅडम. मी ना तुमच्या ओळखीची; पण तरीही तुम्ही विश्वास दाखवला. तुमचे उपकार झालेत माझ्यावर"

"छे छे, मोठेमोठे शब्द वापरू नका. मी एक लहान बाई आहे. शक्य झालंय ते केलंय; पण आता विसपुतेही आलेत, तुमचं डिपार्टमेंटमध्ये लक्ष असू द्या. काही वेगळं वाटलं तर मला सांगा. कधी कधी गोष्ट छोटी असते; पण राईचा पर्वत होऊ शकतो."

"हो, म्यॅडम. तसं काही वाटलं तर मी तुम्हाला जरूर सांगीन. आता निघते. उद्या भेटते."

"नको. नको. मी एका दिवसासाठी आलेय उद्या दुपारपर्यंत निघेन."

"म्यॅडम, तुम्हाला त्रास होणार असेल तर नाही येत."

सुमतीला काय बोलावं कळेना.

'ठीक ए' म्हणत तिनं फाईल उघडली.

शब्द दिल्याप्रमाणे वाकडे सकाळी साडेआठलाच हजर. हातात एक किलो सफरचंद. तोंडावर ठेवणीतलं हसू.

या भेटीत त्यांनी प्राचार्यांच्या केबिनमधला प्रसंग वर्णन करून सांगितला. सुमतीनंही उत्सुकतेनं ऐकला. सफरचंद घेताना मात्र 'पुन्हा माझ्यासाठी काहीही प्रेझेंट आणू नका,' हे तिनं निक्षून बजावलं.

वाकडेंना रोहननं चहा आणून दिला तेव्हा मुलाचा आज्ञाधारकपणा आणि आईचे संस्कार कसे चांगले, हे त्या आवर्जून म्हणाल्या.

वाकडे जाताच रोहन उखडला. "तू दीड दिवसासाठी आलीस. या बाईनं सकाळ नासवली. तू त्यांना येऊच कसं दिलं? मला तुला कितीतरी गोष्टी सांगायच्यात. काल कॉलेज, आज ही बाई. तू म्हणायला आमच्यासाठी आलीस."

त्याच्या बोलण्याची री ओढत आई म्हणाली, "रोहन दिसतो मोठा; पण अजून तुझ्यात गुंतलेला आहे. मी आले तशी रोज रात्री माझ्याजवळ येऊन बसतो. शाळेतल्या गोष्टी सांगतो. हुरहुरलाय पण दाखवत नाही. तू थोडं काम बाजूला ठेवावं. घर आधी. आपला नवरालेकरू पहावं."

"आई, त्याच्यासाठीच तर आले. आणि एकदा नोकरी धरली की हे जू मानेवर

आलंच. त्यात या वाकडेबाई आताच आल्यात. कॉलेजमध्येसुद्धा सारखी खुसपटं काढणं चालू असतं. थोडं लक्ष तर ठेवावंच लागतं. अर्थात् हे तुला म्हणून सांगते. अगदी वाकडेंना बोलतानाही कॉलेजचा कारभार स्वच्छ आहे असंच सांगतो आम्ही. आता हेच बघ, मी देऊन गेलेलं टाईमटेबल बदलण्याचं प्राचार्यांना कारण होतं का? पण काहीतरी कारणं काढायची आणि मीच कसा मोठा हे दाखवायचं—'' ती हसली. ''वास्तविक तेच काय ते मोठे अशीच मी वागत आलेय.''

आई चकीत पाहात होती.

''मला वाटलं शिक्षण क्षेत्रात असं काही नसेल. आमच्या काळात गुरुजी म्हणजे केवढी मोठी आसामी! त्यांचा धाक तेवढा. मानही तेवढाच. कॉलेजं फार नव्हती आणि शाळेच्या पलीकडे मला अक्कल पाजळावी लागली नाही. पण तुमच्या वेळीसुद्धा असले उद्योग नव्हते.''

''काय माहीत? असतीलही, आपणसुद्धा इनोसंट असतो. आतल्या गोष्टी काय चालतात हे विद्यार्थ्यांपर्यंत कुठे येत होतं? आता विद्यार्थ्यांना आतलं बाहेरचं सगळं ठाऊक असतं. लहान कॉलेजात तर प्राध्यापकांचे आतले संबंध कसे आणि कुठे आहेत हेसुद्धा! कारण ही असली राजकारणं. आता मात्र परिस्थिती वेगळी आहे. मुलं कॉलेजमध्ये आहेत तोच त्यांच्या संघटना आहेत. त्यांना राजकीय पाठबळ आहे. किंबहुना, राजकीय पक्षांच्याच ह्या संघटना आहेत. तरुण मुलामुलींना या वयात फारसं कळत नाही. म्हणजे आपल्याला वापरून घेतात वगैरे.''

''तुमच्या ह्या गोष्टी मला फार कळत नाहीत; पण यात तुझ्या डोक्याला फार त्रास करून घेऊ नकोस. तुझ्या कॉलेजच्या प्राचार्यांनं दिले ना पीरियड्स, देऊ देत. त्यांचा अधिकार तुझ्यापेक्षा जास्त आहे. तो नेहमीच तसा राहणार! खुर्चीवरच्या अधिकाऱ्याला विरोध नको असतो, हे लक्षात ठेव. त्याला कुणाला काय द्यायचं देऊ देत. कुणा एजंटाला काम द्यायचं देऊ देत. आपण आपलं काम करावं आणि घरी यावं—''

''आज्जी, काय म्हणतेस? म्हणजे आईनं त्यांनी कसंही वागलं तरी सहन करायचं?'' रोहनला ही कल्पना साफ नामंजूर होती. त्याचं 'दोन दणके द्यावेत किंवा कानाखाली वाजवावं' असं वय होतं.

''रोहन बरोबर बोलतोय, आई. त्यांना जरूर अधिकार आहेत; पण आम्हालाही काही अधिकार आहेतच ना? थोडे असतील. ठीक आहे. पण त्यात तर ढवळाढवळ करू नका. पण असं होत नाही म्हणून चिडचिड होते.''

''पण करू नये. आपल्या मनाला तसं शिकवावं.'' आई म्हणाली. तिचा स्वर समजुतीचा होता, हे कळूनही सुमती उखडली.

''हे तू आत्ता शिकवतेएस. आम्हाला लहानपणापासून अन्याय सहन करू

नका, अन्यायाविरुद्ध लढा द्या, हे शिकवलं. 'आता स्वत:ची चमडी वाचवा. स्वत:पुरतं जगा, स्वार्थ बघा.' असं शिकायचं म्हटलं तर किती अवघड आहे. गरीब बायकांना एकत्र जमवून, त्यांना छोट्या-मोठ्या गोष्टीं शिकवून, स्वत:च्या पायावर उभं करायचं काम तू आयुष्यभर केलंस. आता जिथे आम्ही काम करतो, ज्यांच्यासाठी करतो, त्यांचं हित बघायचं काम मात्र आमचं नाही हे तू सांगावंस? ते आता शक्य नाही. प्राचार्यांना त्यांचा एजंट पाहिजे. कारण स्वच्छ आहे. त्यासाठी विसपुतेचा वापर. अधिकार जरूर वापरा; पण संस्थेचं हित पाहताहेत का?''

रोहननं टाळ्या वाजवल्या. म्हणाला,

''तू कॉलेजात कशी शिकवत असशील याची ही झलक! झाली तुझी पंचेचाळीस मिनिटं! आता तुला हलकं हलकं वाटत असेल.''

सुमती - आई हसल्या.

''तू बदलायला अवघड आहेस, बाई!''

''पण लढाबिढा देण्याचा भाग मीच केलाय असं वाटत नाही. जगता जगता ती उर्मी मरून जात असावी आणि आपोआपच कॉम्प्रमाईज करायची सवय लागत असावी. रोजच्या कटकटीच इतक्या त्यांच्याशी दोन हात करता करता नाकी नऊ येतात. जिथे कधी कधी जगण्याची प्रेरणाच नाहीशी झाल्यासारखी वाटते तिथे लढणं दूर— माझा तर आजकाल कोणावरच विश्वास बसत नाही. लोक दिसतात एक, असतात एक—''

''तू आता आलेल्या बाईवरही फार विश्वास ठेवू नकोस. कारण काय की वरिष्ठाकडे प्रेझेंट घेऊन येणारे लोक मला नेहमीच चालू वाटतात.'' आईनं धोका लक्षात आणून दिला.

''ही तशी वाटत नाहीये. गरजू आहे. शिवाय तासाप्रमाणे येणार आणि जाणार. ह्यामुळे तसा तिचा संबंधच येणार नाही. तरी तू सांगितलंस ते लक्षात ठेवीन.''

शेवटचं वाक्य ती आईच्या चेहऱ्याकडे पाहात मनात म्हणाली. तिला तसं करण्याची गरज वाटली नाही, कारण तिच्या एवढ्या नोकरीमध्ये असे अनेकजण येऊन गेलेले होते.

बहुतेक वेळा हे लोक निरुपद्रवी म्हणावेत असे होते. गरजेपोटी नोकरी करीत असले तरी एकीकडे एकतर पुढचं शिक्षण घ्यायचे किंवा एखादी पार्टटाइम नोकरी करायचे. कित्येक कॉंट्रिब्युटरी लॉ किंवा एमबीएसारख्या कोर्सेसना जायचे. फावल्या वेळात शिकवायचे. परिणामत: वेळेत येऊन काम झाले की न रेंगाळता पळायचे.

'काळाची गरज' म्हणत सुमती या प्रकाराकडे कधी गंमतीशीररीत्या तर कधी काळजी वाटत पहायची. नव्या पिढीला भरपूर स्पर्धा आणि भरपूर कष्ट आहे असं ते प्राध्यापक आपापसात बोलायचे.

नगरच्या नंतरच्या चार दिवसांच्या कोर्समध्ये फक्त हसणं, गप्पा आणि पत्ते एकमेकींना देणं चाललं होतं. या कोर्सला आल्यामुळे आपल्याला वेगळ्या गावचे मित्र-मैत्रिणी मिळाल्याचं ते सगळेच म्हणत होते. एकमेकांना आमंत्रण देत होते. पुढं काय व्हायचं ते होवो, त्या दिवसांमध्ये आपुलकीचा धागा अधिकाधिक घट्ट विणला जात होता.

त्यांनी शेवटच्या दिवशी होस्टेलमध्ये न राहता रीमाच्या मावशीकडे जाण्याचं ठरवलं. तसा फोन केला तर मावशीनं रात्री मुक्कामालाच या म्हणून आग्रह केला. उघडच रीमाला नाही म्हणणं अवघड होतं. किंबहुना, मावशीबरोबर वेळ घालवता येईल म्हणून ती खूष होती. संकोची स्वभावानुसार सुमती जायला तयार नव्हती. यावर शेवटी रीमा म्हणाली,

''मी साडेतीन-चारला जाईन किंवा लंच झालं की जाईन, कारण आज दुपारी आपल्याला रिपोर्ट्स तयार करायला सांगितलेत. त्यामुळे रिपोर्ट न लिहिता सगळ्यांनी कुठेना कुठे जाण्याचे प्लॅन्स बनवलेत. तू एकटी इथे बसून काय करशील? सातारा ग्रुप साड्या खरेदीला जातोय. विशाखाही नसेल. बरं, सकाळी तू येणारच आहेस तर आताच का चलत नाहीस? फक्त रात्रीचा प्रश्न आहे. माझ्या मावशीकडे तुला एकदम घरच्यासारखं राहता येईल. आहेच कोण तिच्याकडे? ती आणि नवरा. मार्था, तिची मुलगी मुंबईला एअर होस्टेसच्या ट्रेनिंगला गेलीये आणि मुलगा अमेरिकेत आहे. तू चल. ती स्वभावानं फार चांगली आहे. यू विल लाइक हर. कम ऑन. बी अ स्पोर्ट. इतका संकोच केलास तर जगणं अशक्य होईल!''

शेवटी सुमती तयार झाली.

रिक्षा एका बंगल्यापुढे थांबली. तो छोटेखानी बंगला सुमतीला भावला. समोर बाग होती. दोन्ही बाजूला गुलाबाची आणि कॅक्टस्‌ची झाडं.

दारात मध्यमवयीन, सावळी, आखूड केस कापलेली आणि अगदी ब्रिटिश पद्धतीचा स्कर्टब्लाऊज घातलेली बाई उभी होती.

ती प्रसन्न हसली.

रीमाला कवेत घेत तिच्या दोन्ही गालांवर ओठ टेकवत ती 'रीमा डार्लिंग' म्हणत थोडा वेळ थांबली. रीमानं सुमतीची ओळख करून दिल्यावर तिच्याशी शेक हँड केला.

''माझी मावशी- मार्गरिट. तुला बोललेच.''

मावशीनं मान हलवली. 'मला मॅगी म्हणू शकतेस' ती म्हणाली.

कुठलंही संबोधन न वापरता नावानं हाक मारणं सुमतीला जमेना. शेवटी सध्या 'आँटी म्हणू' असं तिनं ठरवलं.

हॉल शांत होता. ख्रिस्ताच्या तसबिरी होत्या. एक क्रॉस समोर लावलेला. त्या

पुढे एक मेणबत्ती भली मोठी. थोडी फुलं.

"फार चांगलं झालं तू आलीस. कॅथी कशी आहे? तुझा नवरा? अजून रागीटच आहे का? आणि सॅमी? आणि पपा?"

सुमतीला मात्र परिचय होतोय असं वाटत होतं.

"सगळे छान आहेत."

"सॅमी रुळला का आता?'

"अगदी! तब्येतीनंही सुधारलाय. उंची वाढलीये. तू ओळखणारसुद्धा नाहीस!"

"चल, गॉडची कृपा. मला ते एवढंसं, हडकुळं, काळं पोरगं तू घेतलंस तेव्हा धास्ती पडली होती. तुझं काम सांभाळत तू ह्या पोराचा सांभाळ कसा करणार म्हणून. तू हट्टी. कॅथीची इच्छा नव्हती."

"एव्हरीथिंग वेन्ट ऑलराइट. आता मिस्टर डिसिल्वा खूष आहेत."

"एटथ् स्टँडर्ड का? की नाईन्थ?"

"सेव्हंथ! तू त्याला खूपच पुढे नेतेय. मला अजून त्याचं चाइल्डहूड एन्जॉय करायचंय!"

सुमती नुसतीच टकमक पहात होती. रीमाचा मुलगा तिचा नाही, दत्तक घेतलाय हे तिला आत्ता कळत होतं. इतके दिवसांत रीमा काही बोलली नव्हती; पण सुमती इतक्याच ओढीनं ती शिवापूरला परतली होती आणि घरी भेटून आली होती.

'हे सगळं केव्हा घडलं असेल. तिनं मुलगा दत्तक का घेतला असेल, तिला मूलबाळ होणार नाहीये का,' असे अनेक प्रश्न तिच्या डोक्यात चालू असताना मावशी विचारत होत्या, 'तुला मुलं किती? घरी कोण कोण आहे?' वगैरे.

त्या एकीकडे काम करीत होत्या. त्यांच्या हालचाली चपळ, आवाज न होता होत होत्या. सुमतीला ही स्वच्छ घर ठेवणारी, नीटनेटकी बाई आवडली.

"तुमची दोन्ही मुलं बाहेर आहेत. तुम्हाला करमत नसेल ना?"

"मुलगी गेल्या वर्षी गेलीये. करमत नाही असंही नाही; पण अंकल आजारी असतात. त्यांची तब्येत बिघडली की थोडं घाबरायला होतं. दोघंही फोन करतात. दिवसाआड एकाचा फोन यावा अशी व्यवस्था आहे. तरीही कामामुळे त्यांना कधी कधी जमत नाही."

"मुलगा परत येत नाहीये का?" सुमतीला आईवडिलांकडे दुर्लक्ष करणाऱ्या मुलांचा राग येई.

"तो यायचं म्हणतो. मीच नको म्हणते. आपल्याकडे नोकऱ्या कुठेत? अमेरिकेत राहून तो दोन कुटुंबं चालवतो. त्याचं आणि आमचं. तो परत आला तर त्या पगारात घर चालेल का असं वाटतं. आमच्याकडे काही प्रॉपर्टी नाही. मुलं शिकले; पण नोकरी मिळेना. आम्ही कन्व्हर्ट ख्रिश्चन, म्हंजे लाँग बॅक केव्हातरी

आमचे आजेलोक ख्रिश्चॅनिटी ॲक्सेप्ट केलेले. त्यामुळे आज आम्ही राखीव कॅटॅगरीत नाही. ओपनमध्ये जॉब मिळत नाही. हेसुद्धा फादर सुहार्नोंनं केलं म्हणून झालं.''

बोलता बोलता त्यांचा चेहरा झाकोळल्यासारखा झाला. डोळ्यांशी पाणी जमा झालं.

रीमा उठली. मावशीजवळ जाऊन तिच्या खांद्याभोवती हात टाकला. त्या म्हणाल्या,

''मुलांची आठवण आली की मनावर सावली पडते. त्या सावलीखाली जीव हुरहुरत राहतो.''

'मनावर सावली पडते' हा वाक्प्रचार सुमतीला एकदम आवडला. 'आठवणींचे ढग जमा होऊन मन झाकोळून जाते आणि मग अजिबात करमत नाही' या संवेदनेसाठी, त्या उदासीनतेसाठी हा वाक्प्रचार आपण वापरायचाच, हे तिनं ठरवलं.

तिनं रीमाकडे पाहिलं. रीमाच्या डोळ्यातही तिला हे जाणवलं.

''रीमा आली, आय ॲम हॅपी. तुम्ही पण आलात. नाहीतर मी आणि रॉबर्ट दोघंच. काम तरी काय? मुलगी आली की मात्र फेस्टिव्हलसारखं होतं. रीमाचे पप्पा ॲक्सिडेंटमध्ये गेले. त्याच्यानंतर कॅथीला एकटीला सगळं बघायला लागलं, तिचे फादर इन लॉ आणि मदर इन लॉ होते. तेही म्हातारे. नवऱ्याची पेन्शन; पण कॅथी डेअरिंग करणारी होती. व्हेरी ब्रेव्ह. पोटी ही पोरगी. ओन्ली डॉटर. नथिंग टू लुक फॉरवर्ड टू. बट शी डिड् मॅनेज् इट. सगळं केलं. रीमा शिकली. टाइम फ्लाइज्. आय स्टील रीमेम्बर, रीमा इज अ स्मॉल चाइल्ड. कन्फ्यूज्ड. टेरीफाइड विथ हर फादर्ज ॲक्सिडेंट. लहान मुलीला मरण म्हणजे काय कळतं? बट शी वॉज इंटलीजंट. कॅथी इज लकी. तिची मुलगी तिच्याजवळ आहे.''

मावशी पुन्हा भावनावश झाली. डोळे ओलावले. रीमाने तिला आणखी जवळ घेतलं.

''हे बघ, तुझी मुलं लांब असली तरी मी जवळ आहे. तू आणि अंकल माझ्याकडे रहा. माझं मोठ्ठं घर आहे. आपण सगळे एकत्र राहू. ममी आहे. तुम्ही सगळे माझ्यापाशी म्हणजे गॉडज् गिफ्ट!''

''तुझ्या घरापेक्षा तुझं मन मोठं आहे, रीमा. सगळ्यांना समजावून घेते. कॅथी फोनवर सांगते मला. चांगलं वाटतं. रॉबर्टला बरं वाटलं की आम्ही येऊन जाऊत.''

''तू आता तर येच पण ख्रिसमसला ये. आधीच ये. जमतील तेवढ्या नातेवाईकांना बोलावू. सेलिब्रेट करू.''

मावशीला बरं वाटावं म्हणून सुमती म्हणाली, ''मलाही बोलाव. मी येईन रोहनला घेऊन. त्याला चर्च वगैरेचं फार आकर्षण आहे. स्पेशली तुमच्या प्रार्थना

म्हणतात त्याचं. चर्च, गंभीर पण प्रसन्न वातावरण आणि पियानो— खरं तर मलाही आवडतं.''

''मग रीमाबरोबर तू संडेप्रेयरला जा आणि आम्ही तिथे आलो की सेलिब्रेट करू. मग ख्रिसमस असो वा नसो. सगळे सण एकत्र येऊन प्रेमानं आणि आनंदानं साजरे करण्याचे खरे—'' मावशी म्हणाल्या.

त्या दिवशी मध्यरात्रीपर्यंत रीमा आणि मावशी बोलत बसल्या. आपल्या आजोळची आठवण सुमतीच्या मनात उमलून आली. थोड्या वेळ गप्पा मारून सूज्ञपणे ती झोपायला गेली.

नगरच्या वास्तव्यात सुमतीला रीमाविषयी बऱ्याच गोष्टी कळल्या. मुख्य म्हणजे रीमा सायन्सचीच विद्यार्थिनी होती आणि वडील ॲक्सिडेंटमध्ये गेल्यामुळे मार्क्स असूनही ती मेडिकलला जाऊ शकली नव्हती. घरच्या परिस्थितीनं तिला ती वाट बंद करावी लागली होती, याचं दुःख तिला आणि तिच्या आईला आजतागायत होतं. आईला जास्त; पण दुःख करायला किंवा खेद करायलाही वेळ मिळाला नव्हता. तिनं फॅकल्टी बदलली होती. मिळतील तशा छोट्याछोट्या नोकऱ्या करून शिकली होती. अगदी डॉक्टरकडे रिसेप्शनिस्ट म्हणूनसुद्धा काम केलं होतं. मावशीकडे राहून शिक्षण घेताना तिच्यावर पूर्ण भार पडणार नाही, याचा विचार ठेवला होता. दुकानात विक्रेती म्हणून, प्रदर्शनांसाठी विक्रेती म्हणून, छोट्या कंपन्यांच्या वस्तू दारोदार घेऊन जाऊन, मासिकांची लायब्ररी चालवून ती शिकत राहिली होती.

मात्र वरिष्ठ महाविद्यालयात शिक्षण सुरू झाल्यावर दोनएक वर्षे फक्त एका मोठ्या कंपनीत रिसेप्शनिस्ट राहिली होती.

'माझं इंग्रजी मला कामी आलं हे खरं; पण आयुष्याच्या अनेक काळ्या बाजूही दिसतात. आराखडा कळतो. शेल्टर्ड, सुखाचं, सुरक्षित आयुष्य जगणाऱ्या मुलींपेक्षा मी निश्चित वेगळी आहे; कारण आयुष्य मी स्वतःच्या डोळ्यांनी आणि मनानं अनुभवलंय. कोणी मार्गदर्शन करायला नाही, ना कुणी सांभाळून घ्यायला. आपलं काम आपण करायचं. त्याचबरोबर आपली बोलणी आपणच खायची. अपमानही सोसायचा. ही मोठी गठुडी माझ्याकडे आहे.' ती म्हणे.

जिद्दीनं प्राध्यापक आणि विभागप्रमुख पदाला पोचली, तरी कुठल्याही कामाला ती तयार असे आणि अनुभवानं कुणाला जवळ करायचं, कुणाला टाळायचं हेही ती सहजी करे.

झोपायच्या खोलीत मॅगी मावशीच्या मुलीचे-मुलाचे फोटो होते. एका फोटोकडे सुमतीचे विशेष लक्ष गेले. त्यांच्या मुलीचा लहानपणचा फोटो असावा. ती कॉटच्या जवळ जमिनीवर गुडघे टेकून बसली होती. कॉटवर हात टेकलेले, एकमेकात गुंतवून डोळे मिटून ती प्रार्थना करीत होती. चेहऱ्यावर निष्पाप भाव होता. पांढऱ्या

फ्रॉकमधली ती गोड पोरगी पाहताना सुमतीला वाटलं, माणसाला असंच देवभोळं जगता आलं असतं तर किती बरं झालं असतं?

दिवसभर रखरखीत, कडू सत्याला सामोरं जात झोपण्यापूर्वी इतकं निष्पाप, निरागस अणि निख्खळ माणूस होता आलं असतं, तर किती बरं झालं असतं!

८

कोर्ससारखं निवांतपण पुन्हा वर्षभर मिळालं नाही. परतल्यावर कॉलेजच्या नेहमीच्या कामात ती गुंतली. घर आणि काम ह्या दोन गोष्टींमुळे स्वत:साठी ती वेळ देऊ शकत नव्हती.

विसपुते आणि वाकडेंना तासांचं री-डिस्ट्रिब्यूट तिनं करून दिलं. तिसऱ्या वर्षाचे लेक्चर्स आणि प्रॅक्टिकल्स तिनं आणि प्रा. जाधवनी करायचे ठरवले.

सगळं मार्गी लागलं म्हणून तिनं हुऽऽश्श केलं. चटर्जी परतल्यावर नेहमीसारखं विभागाचं काम चालू होईलच, हे तिच्या मनात कुठेतरी होतंच.

स्टाफरूममध्ये ती गेली तेव्हा समोर चंद्रात्रेच भेटल्या.

"कित्ती दिवसांनी मॅडम—" त्या म्हणाल्या, "कसा झाला ओरिऐंटेशन कोर्स? डिसिल्वा मॅडम भेटल्या होत्या. म्हणाल्या, खूप एंजॉय केलं. खूप मित्र-मैत्रिणी मिळवल्या—"

सुमती हसली.

"मला यायला मिळालं असतं तर मीही एंजॉय करू शकले असते; पण आपलं कुठं नशीब?"

सुमतीला आश्चर्य वाटलं. ती म्हणाली, "तुम्हाला कुणी थांबवलं होतं? उलट मलाच जाण्याची इच्छा नव्हती; पण कुणी जात नाही म्हणून ही दावणीची गाय पाठवली. रीमाला बिचारीला तर हकनाक यावं लागलं. तुम्ही प्राचार्यांना म्हणाला असता तर त्यांनी तुम्हाला नकार दिला नसता."

'हूंऽऽ' करीत चंद्रात्रे म्हणाल्या, "माघारेंना नकोय—"

"पण एरवी तर ते तुमची फार तारीफ करतात!"

"ते सगळ्याच बायकांची करतात."

"हे जरा जास्तच झालं—" सुमती हसत टाळी देत म्हणाली.

"पानसरेबाईंशी तर आजकाल सारखे बोलताना दिसतात आणि तुमच्या

वाकडेबाईंनाही. नातेसंबंध अणि हितसंबंध त्यांना कुठून कळतात देव जाणे—''

''पण तुमच्याशीही ते बोलतातच. अगदी विषय काढून—''

''छे. हो.'' चंद्रात्रेंना हा विषय पुढे नको होता; पण सुमतीनं धागा सोडला नाही.

''छे म्हटल्यानं काय होतं? तुम्ही प्राचार्यांच्या 'गुडबुक्स' मध्ये आहात, हे जोखलंय त्यांनी.''

मग इतर गप्पा मारत त्या बसल्या, तोच रीमा आली.

''सुमी, तुला कळलं का चटर्जींना एक वर्षाची स्कॉलरशिप मिळाली?'' भेटल्या भेटल्या क्षणाचाही विलंब न लावता ती म्हणाली.

''कधी? मला नाही कळलं.'' सुमती एकदम भांबावल्यासारखी झाली, त्याला चटर्जींचं स्कॉलरशिपचं कारण नव्हतं, डिपार्टमेंटच्या एकूणच कामकाजाचा आराखडाच पुन्हा करावा लागणार, याचा त्रास होता.

''कमालये. तुझ्या विभागाचा माणूस आणि तुला माहिती नाही? चंद्रात्रे तुम्हालाही माहीत असणार—''

चंद्रात्रे हो-नाहीवर घुटमळल्या. आपण बराच वेळचं सुमतीशी बोलतोय तरीही ही गोष्ट बोललो नाही, याची सजग जाणीव त्यांच्या चेहऱ्यावर आली आणि तरीही ''छे छे. मला नाही माहिती. यांच्या विभागाचं आमच्यापर्यंत कशाला येतंय?'' त्या म्हणाल्या.

''तुम्ही अगदी प्राचार्यांच्या पठर्डतलं बोलतात. तुम्ही माहीत आहे असं म्हणाला असतात तरी तुम्हाला काही त्रास झाला नसता.''

''मला खरंच माहिती नाही.'' रीमाकडे पाहात त्या म्हणाल्या.

सुमतीला अतिशय संताप आला होता.

''वाकडेबाईंकडे लक्ष ठेवल्यामुळे त्यांना ही न्यूज मिळवायला वेळ नाही मिळाला. हो ना, चंद्रात्रे?''

चंद्रात्रेही भडकल्या.

''मला काय पडलंय कुणाचं? मी सहज गप्पा मारायला म्हणून थांबले—''

त्या तरातरा चालायला लागल्या.

दोघींनी तिला थांबवलं नाही.

''तू ताबडतोब काहीतरी कर. विसपुतेंसाठी ही रजा मंजूर केलीये असं मला कळलं. तुला तो मुलगा नको असेल तर रजा द्यायचं तू नाकारू शकतेस. शिवाय त्या संस्थेनं चटर्जींना आधी तीन महिनेच दिली होती ना? या वेळी कॉलेजेस् फुल स्विंगमध्ये चालू असतात. विभागातला एखादा माणूस नसला तर काय होतं याची कल्पना त्यांना नसते—''

सुमतीनं भुवया उंचावल्या.

"म्हंजे त्याचे काय रीपर्कशन्स होऊ शकतात. ही गैरसोय न होता कसा सोयीचा स्वार्थ होऊ शकतो, हे त्या लोकांना कसे कळेल?" रीमा हसत म्हणाली, "माझं काम मी केलं. आता तुझे तू ठरव. तुला हे मान्य असेल तर वेल अँड गुड."

संताप आणि अपमान.

"आत्ता चंद्रात्रे म्हणत होत्या की वाकडे माघारेंशी बऱ्याच गप्पा मारताना दिसतात म्हणून—" तिने रीमाला सांगितले.

"मलाही कळलंय. अर्थात माघारेंची कोणतीही गोष्ट फार सीरियसली घेऊ नये. ते फक्त सर्व्हायवल इन्स्टिक्टनं कामं करतात; पण वाकडे आणि पानसरे बऱ्याच एकत्र दिसतात. तू कँटीनला कमी येतेस; पण परवा दोघी तिथे बसलेल्या होत्या. ही तुझी नवीन बाई मला जास्तच फिरताना दिसते. अर्थात् तुला चांगली कल्पना असणार."

"तिच्या आणि पानसरेंच्या मैत्रीबद्दल आपण काय बोलू शकतो? ते अगदी वैयक्तिक आहे. जिथे माघारे, माधवन्, वहाबांसारखी जुनी, सीनियर माणसं त्यांच्या पुढे पुढे करतात, तिथे ही तर नवी गरजू मंडळी!" सुमती म्हणाली. "चला, आधी हे चटर्जी प्रकरण बघते—"

प्राचार्यांच्या केबिनमध्ये फिजिक्सचे माधवन् बसले होते.

"या, म्याडम!" प्राचार्य कधी नव्हे तो प्रसन्न स्वरात स्वागत करते झाले.

"तुमच्याशी जरा बोलायचं होतं—" ती थांबली.

"बोला ना."

तिने न उठणाऱ्या माधवन्‌कडे पाहिलं तसं ते उठले. टेबलावरचं वर्तमानपत्र डोळ्यांपुढे धरत बसले.

"ते चटर्जींना एक्सटेंशन दिलंय म्हणे? पण मला त्यांनी कळवलेलं नाहीये. शिवाय असं अधे मधे त्यांना कसं रिलिव्ह करणार? त्यांचं वर्कलोड—'

तिला तोडत प्राचार्य म्हणाले, "वर्कलोडचं काय, म्यॅडम? अहो, तुमच्या विभागातल्या एका माणसाला असा राष्ट्रीय मान मिळतोय म्हणून तुम्ही खूष व्हायला पाहिजे. सगळ्यांना मिळतोय का?"

"पण सर, डिपार्टमेंटला कोप करायला फार त्रास होतो. जाधव आणि मी राहतो. त्यात कॉलेजची कामं, कमिट्या, समारंभ— शिवाय आमच्या कॉन्फरन्सेस. टीचिंग सफर होतं. पुन्हा अभ्यासक्रम पूर्ण नाही झाला तर रिझल्ट्‌सवर परिणाम होतो."

"मग?" प्राचार्यांनी विचारलं.

"त्यांना लीन देऊ नये असं मला वाटतं. परत बोलावून घ्या. फार तर मार्च-एप्रिलमध्ये त्यांनी जावं."

“त्यानं काय साधेल?”

“पुढच्या वर्षीसाठी काहीतरी काँक्रीट ठरवता येईल.”

“काँक्रीट काय ठरवणार? ह्या सगळ्या गोष्टी तेव्हाही असणारच! काय माधवन्?”

माधवन्नी पेपराबाहेर डोकं काढलं.

“काय सर?” जसं त्यांनी काही ऐकलंच नव्हतं!

“नाही. आपल्या चटर्जीसरांना तीन महिन्यांची रेसिडेंशियल शिष्यवृत्ती मिळाली होती. ती वाढवली म्हणून त्यांचा अर्ज आलाय. ते अजून वायझॅकलाच आहेत. आता त्यांनी म्यॅडमला सांगायला पाहिजे होतं, ते चुकलं. पन कार्यकारिणीला आन मला अर्ज पाठवलाय. ॲक्शन तं घ्यायला पाहिजे. म्यॅडम म्हनतात, विभागाची अडचन होईल.”

“त्यांनाही अनुभव असेलच.” सुमती मध्येच म्हणाली, “किंवा नसेलही. त्यांच्या डिपार्टमेंटला भरपूर हॅंडस् आहेत. शिवाय सगळ्यांच्या अडचणी सारख्या कशा असतील?”

“अडचन सांगाना, म्यॅडम.” प्राचार्य ठणकावल्यासारखे म्हणाले.

“अशाच परिस्थितीत तुम्ही मला जाऊ दिलं नव्हतं, सर. मला शिष्यवृत्ती मिळूनही गमवावी लागली होती. तीही परदेशातली.” सुमती सात्त्विक संतापानं म्हणाली.

“हांऽऽ” मुद्दा सापडल्यासारखे प्राचार्य म्हणाले. “पन आपन लिबरल रहायला पाहिजे. तुमी हेड आहात. मोठ्या मनाच्या रहायला नको? आपलं नाही झालं तर दुसऱ्याचं बी हू नये, हे चुकीचं आहे. तुमी उलट एनकरेज करायला पाहिजे—”

“पण डिपार्टमेंट—?”

“व्हाता रायला वर्कलोडचा प्रश्न. तं, आता विसपुते आहेत. ‘तुमच्या’ वाकडे आहेत. एखादा हॅंड अजून घ्या. संस्था दील पैसे. पन एकाद्याच्या प्रगतीत रोडा टाकू नाई— ह्ये आपलं मत.”

सुमती तरीही बसून राहिली.

“शिवाय कार्यकारिणी आहे ना वर. त्ये घेतील त्यो निर्णय ठरल. तुमी मन मोठं करा, म्यॅडम. तुमची उदाहरनं आमी लोकाला देतो— विसपुते आणि त्या बाईंना पाठवा माज्याकडं, मी सांगतो.”

सुमतीच्या कपाळावर आठ्या पडल्या. मनात आलं, ‘त्यांना कशाला ह्यांच्याकडे? सोयीचं तत्त्वज्ञान सांगतोय मेला. विसपुत्याला नोकरीत टिकवायचं म्हणून चटर्जींचा पुळका. नाहीतर हुंगून विचारलं नसतं. त्यांना कॉलेजची काळजी आहे म्हणे. आत्ता पास होऊन बाहेर पडलेला मुलगा! थर्ड इयर वाकडेंना शिकवायला लावलं.

प्रॅक्टिकल सांगून निघून जातो. तो गिरमे ओढतोय काम— आणि— चटर्जी? धन्य माणूस. इकडं कळवतो. पत्रं पाठवतो. त्याला मला कळवायला धाड भरलीये? एकजात स्वार्थी मेले! कुठे लाळ घोटायची हे चांगलं माहीत! चटर्जी असे निघतील असं वाटलं नाही. तो घुम्या माधवन् मुद्दाम ढुंगण टेकून बसला. सगळं ऐकायला! प्राचार्यांची कृपा. दुसरं काय? आता स्टाफरूममध्ये जाऊन ओकेल. थोडं ऐकलेलं, थोडं मनचं! तिखटमीठ लावून मी त्या चटर्जींच्या कशी विरोधात आहे, मोठ्या मनाची नाही इथपासून ते मला चटर्जींबद्दल कशी जेलसी आहे इथपर्यंत शेंड्या लागतील!'

चटर्जींमुळे वाकडे डिपार्टमेंटमध्ये स्थिरावल्या!

तिच्या परवानगीशिवाय त्या प्राचार्यांनाही भेटल्या. विसपुते आणि वाकडेंमध्ये चांगलं अंडरस्टँडिंग असल्याचं तिला जाणवलं.

काळाचा रट्टा इतका वेगवान की या सगळ्या गोष्टींचा एकत्रित साकल्यानं विचार करावा एवढा वेळ तिला मिळाला नाही. उलट कसं का होईना, विभागातलं काम पार पडतंय आणि वर्ग होताहेत, यावर तिनं समाधान मानलं.

आणि परीक्षेचा काळ आला.

राहिलेली प्रॅक्टिकल्स संपवणं सुरू झालं. ज्युनियरची बारावीची परीक्षा म्हणजे दर वर्षी एक तारेवरची कसरतच होती.

या काळात आपण अज्ञातवासात जाऊन राहावं, असं सुमतीला वाटे. प्रॅक्टिकल परीक्षांच्या मार्कांमुळे एकूण टक्केवारी वाढे. हा टक्केवारी वाढण्याचा हमखास मार्ग होता. त्यासाठी वर्षभर बेल वाहणारे विद्यार्थी आणि पालक असत; पण जानेवारीपासून जो ओघ सुरू व्हायचा त्याला तोड नव्हती.

कुणा अतिशहाण्या माणसानं प्रथम अशा पालकाला भेटू दिलं, त्या प्राध्यापकाबद्दल सुमतीला विलक्षण तिरस्कार होता. तो संताप तिच्या बोलण्यातूनही जाणवे.

जयंतचं मत यावर सारखंच असलं तरी तो मुळातून विचार करून या विषयावर बोलायचा. वास्तविक घरातले सगळेच या सुमारास परीक्षा, प्रॅक्टिकल्स आणि मार्कांविषयी बोलायचे.

'आपला इतिहासच असा आहे लाच देणं आणि सवलती मागणं, पर्यायानं स्वार्थ साधणं, हे परंपरागत होत आलंय. पूर्वी राजा पॉवरफुल. त्याच्या मर्जीने राज्यातल्या एकूणएक गोष्टी घडणार म्हणून त्याची मर्जी राखण्याची चढाओढ लागे. त्याला नजराणे दिले जात. वास्तविक एवढ्या श्रीमंत माणसाला अशा नजराण्यांनी काय होणार? पण कितीही श्रीमंत माणूस असेल आणि त्याला रस्त्यात

एक रुपया जरी सापडला तरी आनंद होतो; कारण रुपया फुकट मिळालेला असतो!'

'मग कुठल्या तरी हुषार माणसाच्या ही गोष्ट लक्षात आली. त्याने रीतसर नजराणे सुरू केले. आता नजराणे गेले. त्यामुळे ऑफिशियली कायदेशीररीत्या हे होणं थांबलं. ह्याला पर्याय शोधणं भाग झालं मग 'लाच' आली. कारण एक असंही होतं की राजा एकटा होता. मर्जी अर्थातच एकाची होती. आता आपण लोकशाही आणली. अनेक डोकी त्यात आली. अधिकार आणि सत्तेउतरंड आली. त्यात खालपासून वरपर्यंत मर्जी राखणं आलं. त्यात ग्रेडेशन आलं. म्हणून 'लाच' ह्या एका गोष्टीचे विविध प्रकार आले.'

अर्थातच सुमती सहमत व्हायची. हसायचीही. कारण घरगुती लोणच्यापासून साडीपर्यंत, गरज नसताना किंवा कुठल्यातरी अति क्षुल्लक प्रसंगी पालक तिला प्रेझेंट देऊ पहायचे आणि निग्रहपूर्वक तो ते परत करायची.

हे वर्ष इतर वर्षांसारखंच आलं.

बोर्डाकडून प्रॅक्टिकल्सच्या तारखा आल्या. तिकडे मीटिंगला जायला ती निघाली तेव्हा तिला रीमा भेटली

सुमती म्हणाली, "बोर्डात मीटिंग आहे. सालाबादाप्रमाणेच अजेंड्यावर विषय असतील; पण जाणं आलंच."

रीमा म्हणाली, "माझं काही काम नाही त्या बाजूला; पण जाता जाता थोड्या गप्पा होतील."

तेवढ्यात एक जाडसर, प्रौढ बाई समोरून आल्या. म्हणजे अगदी आडव्याच आल्या.

"नमस्कार, मॅडम." त्या सुमतीकडे पाहात होत्या.

"नमस्कार." असं सुमती म्हणाली खरी; पण बाईंचा चेहरा ओळखीच्या कोणत्याही कप्प्यात तिला घालता येईना. तुलनात्मक चेहरे डोक्यात सुरू झाले. तिच्या चेहऱ्यावरचा गोंधळ रीमाच्या लक्षात आला.

"आपण कधी भेटलोच पूर्वी?" रीमा तिच्या इंग्रजाळलेल्या मराठीत म्हणाली.

ती बाई गांगरली. तिला वाटलं ती चुकीच्या मॅडमशी तर बोलत नाही.

"मी सुखटणकर मॅडमला भेटायला आलीये. तुम्हीच ना?"

सुमतीनं होकारार्थी मान हलवली.

"माझी मुलगी बारावीत आहे. सीमा माणगावकर. आठवली का तुम्हाला? जरा सावळी, उंच—"

सुमतीनं रीमाकडे पाहिलं. नकारार्थी मान हलवली.

"अभ्यासात चांगली आहे—" ती बाई अडखळली.

"मी तुम्हाला आधी भेटायचा प्रयत्न केला; पण तुम्ही भेटला नाहीत."

“कशाला?” सुमतीच्या प्रकार लक्षात आला.

“इथं आम्ही बदलून आलोत. फार ओळखी नाहीत—”

“केव्हा?”

“चार वर्षं होऊन गेली.”

“मग बऱ्याच ओळखी झाल्या असतील ना?” रीमा मध्येच म्हणाली.

तिच्याकडे दुर्लक्ष करीत ती बाई म्हणाली, “सीमाचे प्रॅक्टिकल्स या महिन्याच्या शेवटी आहेत. तिला मदत करा म्हणून विनंती करायला आलेय.”

बाईंनी फार वेळ घालवला नाही.

“आम्ही सावंतवाडीकडचे. इकडं कुणी नाही. प्रॅक्टिकल परीक्षेत मदत करतात असं ऐकलं. तिचं पर्सेंटेज वाढेल. मुलींना शिकवलं पाहिजे. काळ तसा आलाय. आपला काळ गेला.”

“मुलींना ‘असं’ शिकवणार? ” सुमतीच्या स्वरात राग होता.

बाई ढिम्म होत्या.

“नंबर देईन तुम्हाला किंवा फोन करीन.”

“फोन करू नका. माझ्या घरी कुणी नाही. या आता. मला मीटिंग आहे.” सुमतीच्या कोरड्या, रुक्ष आणि अलिप्त स्वराकडे लक्ष न देता ती बाई बत्तीस दात दाखवत हसली.

रीमा हसली.

“तुझी डोकेदुखी सुरू झाली.”

“मुलांच्या पालकांनीच असा दृष्टिकोन ठेवावा, हे फार झालं! दर वर्षी अशा विनंती करणाऱ्या पालकांची संख्या वाढतीये. सगळा प्रकार वैताग देणारा आहे. त्यापेक्षा भयप्रद आहे, कोणत्या प्रकारची पुढची पिढी तयार करणार आपण?”

“इथे कुणाला पडलंय त्याचं? ना शिक्षण क्षेत्राला, ना पालकांना. मुलांना उज्ज्वल भविष्यकाळ देण्यासाठी पालकच रिंगणात खेळायला उतरलेत.”

“कसला उज्ज्वल भविष्यकाळ? फक्त अर्थशास्त्राशी संबंधित आहे सगळं! तुझ्याकडे इंग्रजी ऐच्छिकला मार्क द्या म्हणायला येतात का? पण इथं डॉक्टर इंजिनियर करायची शर्यत लागलीये. हा देश उद्या फक्त या दोन जातींचा असेल. वेडे झाल्यासारखे वागतात. त्यांना वाटतं मुलगा डॉक्टर झाला की खोऱ्यानं पैसा कमवेल. असं होतं का?” सुमती म्हणाली. “त्याच्यापेक्षा डोकं वापरून काम केलं तर जास्त कमवेल आजकाल. शिवाय किती इंजिनियर्स आणि डॉक्टर्स झालेत, माशा मारीत बसतात. शिक्षणात घातला तेवढा पैसा तरी मिळवतात का परत? स्पेशली डोनेशन देणारे?”

रीमा म्हणाली, “ते गणितच वेगळं आहे. डिग्ऱ्या, मार्क्स, गुणवत्ता आणि

पैसा याचा काय मेळ आहे? चांगले मेरिटवाल्यांपेक्षा एखादा मॅट्रिक बारावीवाला जास्त कमवताना दिसतो. नशीब पाहिजे. आमच्या साहित्यात फेट म्हणजे दैववाद आहे. दैव ओव्हरपॉवरिंग आहे, अशी संकल्पना आहे. तू फेटॅलिस्टिक दिसतीये; पण आपण अशी काही उदाहरणं पाहतो की या गोष्टींवर माझा विश्वास बसतो. नाहीतर प्रयत्न करणारे इतके दिसतात. समजा, प्रयत्नांना यश येतं हे आपण गृहीत धरलं तर या सगळ्यांना यश यायला पाहिजे. ते होत नाही. जे ठरवलं ते होत नाही.''

''हे तू वर्गात सांगू नकोस. नाहीतर करायचा तेवढाही प्रयत्न मुलं करणार नाहीत.''

''ते करणार नाहीत पण पालक करतील ना! हल्ली, मला लहानपणी हे मिळालं नाही ते माझ्या मुलाला मिळालंच पाहिजे, म्हणून जिवाचं रान करतात. त्याला उत्तम आयुष्य मिळालं पाहिजे, पैसा मिळाला पाहिजे. तो जीवनात स्थिरावला पाहिजे म्हणूनही तेच प्रयत्न करतात. एकूण ते काहीही मुलांच्या दैवावर किंवा नशिबावर सोडायला तयार नाहीत.''

''ते स्वत:च देव व्हायला पाहताहेत, हेही त्यांना कळत नाही.'' सुमती म्हणाली.

''तू काय करतेस अशा पालकांचं?''

''खरं तर त्यांना समोर उभं करू नये असं वाटतं; पण त्यांनी हे उद्योग करू नयेत आणि मुलांना त्यांच्या त्यांच्या कुवतीप्रमाणेच करू द्यायला पाहिजे. म्हणजेच ते आयुष्यात ठामपणे उभे राहू शकतील म्हणून जीव तोडून सांगते. ऐकलं तर तेवढंच पुण्यकर्म आपल्याकडून झालं. काही ऐकतात. काही करायचं तेच करतात.''

तिचं वाक्य पूर्ण होईतोच एक पोलीस आला. त्यांच्या पुढ्यात उभा राहिला.

''त्या बाई आता आल्या होत्या. त्यांचं कार्ड आहे. असिस्टंट कमिशनर साहेबांच्या बहीण आहेत.'' तो गेला.

सुमतीनं रीमाकडे पाहिलं. दोघींना हसू आलं.

''प्रेशर टेक्निक.'' रीमा म्हणाली.

''चलता है.''

पेपर सेटिंग, प्रिलिम्स, विविध चर्चासत्रांची निमंत्रणं, अनेक कमिट्यांची कामं यात सुमतीला मान वर करायला होईना.

प्रिलिम्सचे पेपर तिने वाकडे-विसपुतेंवर सोपवले. प्रॅक्टिकल्सच्या तयारीसाठी तिने गिरमेंना सांगितले. त्यांना वाकडेंनी स्वत:हून मदत केली. विसपुतेंनी एक पेपर काढला नाही. आयत्या वेळेवर काय करायचं याची काळजी करीत असताना वाकडे पुढं झाल्या. 'मी काढून देते,' म्हणून. संध्याकाळपर्यंत पेपर काढून आणून दिलाही!

सुमतीचा जीव भांड्यात पडला.

वाकडेंचं वेळी-अवेळी, आधी न सांगता घरी येणं तिच्या अंगवळणी पडत होतं. तिच्या अशा वागण्यानं सुमती कुठेतरी सैल झाली होती. वाकडेंवर अवलंबून राहात होती. वाकडे मदत करतात. काम सांगितलं तर दहा कारणं पुढं करत नाहीत, ह्याची नोंद तिच्या मनात होत होती.

घरात वाकडेंबद्दल बोलताना आपोआपच तिच्या स्वरात मऊपणा आला होता.

१

पुन्हा जून.

सुटी लागते ना लागते तोच कॉलेज पुन्हा सुरू होतं, असं प्रत्येक प्राध्यापकाला वाटत असणार, याबद्दल सुमतीची शंभर टक्के खात्री होती. वर्षभर काही वेगळं करायचे प्लॅन्स मे महिन्यावर ढकलले जातात, हेही सर्वमान्य होतं. नातेवाईकांना घरी बोलावणं, त्यांची सरबराई करणं, देवदर्शनाला जाणं, बाहेरगावी ट्रीपवर जाणं, एखाद्या थंड हवेच्या स्थळी जाणं, कुणी बोलावलं असेल तिथे जाणं, इतकंच काय पण सगळ्या खरेद्या याच काळात करण्याचं ती ठरवायची. स्वतःच्या सवयी बदलणं, रेग्युलर व्यायाम, फिरायला जाणं, मे महिन्यात सुरू करू म्हणून ठेवलेलं.

यातलं काहीही व्हायचं नाही.

म्हणजे पूर्णपणे.

एखादं पिकनिक, एखादा प्रवास किंवा एखाद्या नातेवाईकांची भेट असा ठरवलेल्या भागातला पंचवीस टक्के भाग पूर्णत्वाला जाता जाताच नाकीनऊ यायचे.

या मेमध्ये ती कुठेही जाऊ शकली नव्हती. एप्रिलपासून रोहनचे दहावीचे वर्ग सुरू झाले होते. शाळेसारखंच दहा ते सहा तो वर्गांना जात होता. चांगल्या वर्गांना प्रवेश मिळणंही त्रासदायक झालं होतं.

जयंताच्या मते शेळ्यामेंढ्यांच्या कळपासारखे कळपच्या कळप या क्लासेस्-बाहेर दिसायचे. बाहेरगावाहून फक्त अशा कोचिंग क्लासेसला शेकडो विद्यार्थी येतात, त्याबद्दलही तो सखेद आश्चर्य व्यक्त करायचा. 'मी एम्.कॉम. केल्यानं माझं काम वाईट झालं? किंवा आर्टस्च्या लोकांची पोटं काय भरत नाहीत? ते रस्त्यावर भीक मागताना दिसतात का?' असे प्रश्नही त्याला पडायचे.

त्याच्या मतांचा फटका अर्थात्च घराला बसणार, हे सुमतीला माहिती होतं. त्यामुळे रोहन कोचिंग क्लासला जावा किंवा नाही यावर एक वादळी चर्चा पार

पडली होती. रोहनच्या क्लासेसमुळे तिनंच नणंदेला आणि तिच्या मुलांना बोलावलं होतं.

जूनच्या एक तारखेपासूनच तिची अस्वस्थता सुरू झाली.

हेही नित्याचं होतं.

एखादी परीक्षा जवळ यावी तसं.

तिच्या येण्याची भीती असावी तसंच.

रीमा तिला म्हणाली होती, 'तू किती ताणली जातेएस? दर वर्षीच नाही हे होत? तुला परीक्षेचा फोबिया असणार! अनेकांना असतो. त्या दिवसांत काही मुलं हमखास आजारी पडतात. तुला तशी भीती असल्यामुळं प्रत्येक न आवडणारी गोष्ट करताना आपण परीक्षेला चाललोय, अशी भावना होते; पण तू प्रयत्नपूर्वक या सायकीतून बाहेर पड. नाहीतर ही मानसिकता तुला गिळून टाकेल. मग ब्लडप्रेशर, डायबेटिस पॅरलिसिस, हार्ट ॲटॅक इ. इ. इ. तेव्हा सावरा—'

पण ते सोपं नसतं हे सांगणारं रीमाला कुणी भेटलं नसावं.

सुमतीचं टेन्शन वाढलं ते ऐन कॉलेज सुरू होतानाच. दिलीप येत होता. जवळ जवळ दोन वर्षांनी. पंधरा दिवसांसाठी. त्याच्याबरोबर राहता यावं म्हणून आईला तिनं बोलावून घेतलं होतं; पण तो आल्यावर आपल्याला जास्तीत जास्त वेळ कसा देता येईल, याचाच ती विचार करीत होती. वर्षाच्या सुरुवातीला मीटिंगचा सुळसुळाट. त्यात अनुपस्थित राहणं म्हणजे स्वत: स्वत:साठीचा मेमो तयार करून घेण्यासारखं! तिच्या नकळत ती ह्या गोष्टींचा विचार करीत होती.

दोन जून. सकाळ.

दारावरची घंटा वाजली.

सुमतीच्या कपाळावर आठी.

कारण रात्री तिनं डोक्याला चपचपीत तेल लावलेलं. सकाळी रोहनचा डबा करून देऊन घरच्या गबाळ्या अवतारात बसलेली.

"बघता का?" तिनं जयंतला ओरडून सांगितलं.

मग आवाज नाही.

एकदम जयंत स्वयंपाकघरात.

त्याच्या चेहऱ्यावर त्रस्त भाव.

"तुझ्या त्या बाई आल्यात." त्याने हात बाजूला नेऊन जाडी दाखवली, चवड्यावर उभे राहात उंची. मग एक हात चेहऱ्याकडे नेऊन त्यानं वाळू सोडावी तशी बोटं नाचवली आणि मग कमरेत एका बाजूला वाकून सरळ रेषा वाकडी करावी तसा आकार केला.

सुमतीला हसू आवरेना.

"काय रे— त्या बाईला काय नाव नाही?"

"आहे ना. अवचित जगदंबा. दर वेळी फोन न करता येऊन देवीसारखं दर्शन देते!"

"माझं काम करते ना बिनबोभाट—"

"तर! म्हणून तर माझ्या तोंडाला चिकटपट्टी आहे. ही बघ झिप केलं. तू हात धू. बाहेर जा. मी जगदंबेला स्थान ग्रहण करायची विनंती करून आलोय. खरं म्हणजे खणानारळानं ओटी भरायला पाहिजे, नाही का? कारण ती तुला मदत करते आणि तू माझी सख्खी बायको—"

"काहीतरीच काय? मी चहा ठेवते. तुम्ही पहाल का?"

"का नाही? नोकरी करून लठ्ठ पगार आणणाऱ्या बायकोला नाही म्हणायची माझी टाप आहे का?"

"तुमचं सुरू झालं का? काही पाहू नका चहा. मी तिच्याशी बोलून आल्यावर टाकते."

"नका नका." जयंत नटकीपणे म्हणाला, "मी आहे ना? चहा करून ट्रे भरून घेऊन येतो. तू मात्र नॅपकिन घेऊन जा."

"ते कशाला?" सुमतीला कळेना.

"वाकडेबाई पाचदहा मिनिटांतच दुःख निवेदन करीत रडतील, तेव्हा तो आवश्यक आहे!" दोघंही हसु लागले.

दिवाणखान्यात येत ती म्हणाली,

"कधी आलात गावाहून? इतक्यात सुटी संपली का? अजून शाळा उघडायला अवकाश आहे."

वाकडे उठल्या. सुमतीला त्यांची उंची, जाडी, जाड मान आणि तगडे हात पुन्हा जाणवले. त्या एकदम सुमतीच्या पाय पडल्या.

तिला कळेना काय करावं. 'अहो, हे काय करताय, हे काय करताय.' म्हणत ती वाकली.

वाकडे उभ्या राहिल्या तेव्हा त्यांच्या डोळ्यांत पाणी होतं.

"काय झालं?" सुमतीनं विचारलं तसं उत्तर द्यायच्याऐवजी त्या फु-फु करीत रडू लागल्या. अशा वेळी काय करावं हा सुमतीला नेहमीचा प्रश्न असे. आपण अशा प्रसंगाचं व्यवस्थापन करायला कमी पडतो, हे तिचं वैयक्तिक मत होतं.

"तुम्ही प्लीज रडू नका—" हे म्हणताना तिला आत जयंतबरोबरच्या झालेल्या संवादाची आठवण येऊन फस्सकन हसू आलं. वाकडे चमकल्या. त्यांनी स्वतःला सावरलं.

"काही प्रॉब्लेम आहे का? तुम्ही माहेरी जाणार होतात. वास्तविक कॉलेज

संपलं तेव्हा तर तुम्ही आनंदात होतात.''

वाकडेंनी मान हलवली.

''तुम्ही सगळे फारच चांगले वागलात माझ्याशी. एवढे मोठे प्राचार्य पण तेही सहानुभूतिपूर्वक वागले म्यॅडम. विशेषतः तुम्ही. तुम्ही नसतात तर इथं कोण माझ्या ओळखीचं होतं?''

पुन्हा त्या रडू लागल्या.

''काय झालंय?'' सुमतीला आता फारच उत्सुकता वाटली.

''माझे सासू-सासरेपण इथेच आलेत, म्यॅडम. सासरे आजारी आहेत. सासुबाई म्हाताऱ्या आहेत. त्यांना बीपीचा त्रास आहे आणि मिस्टर वाकड्यांच्या ऑफिसमधून स्टाफ कमी करायचा तडाखा चालू आहे. आधीच मिस्टर वाकड्यांचा पाय एका ठिकाणी टिकत नाही. त्यात आता सासू-सासरे इथं म्हणजे नातेवाईक भेटायला इथंच येणार. तुम्हाला तर माहितीये किती खर्चिक असतं शहरात राहणं—.''

सुमतीला तिची दया आली. तिचा खरबुडा चेहरा खरोखरी केविलवाणा दिसत होता.

''स्त्रियांची दुःखं स्त्रीलाच कळू शकतात. माझी नोकरी सुरू झाली तेव्हा रोहन लहान होता. एरवी सासूसासरे, आमच्या एक दूरच्या आतेबाई होत्या. सगळे यायचे. नोकरी सुरू झाल्यावर माझी फारच तारांबळ उडायला लागली, म्हणून मी सासुबाईंना हजार वेळा विनवलं माझ्याकडे येऊन रहा; पण जाम आल्या नाहीत. त्या वेळी म्हणायच्या सासरे एकटेच राहतात गावी म्हणून, पण अजिबात मदतीला आल्या नाहीत.''

''माझ्या सासूचाही काही उपयोग नाही, म्यॅडम. माझ्या मुलांना पहायला थोड्याच आल्यात त्या? ते तं सासऱ्यांना अर्धांगवायू झालाय म्हणून आल्यात.'' वाकडे म्हणाल्या.

''म्हंजे? आता त्यांना ट्रीटमेंट चालू आहे की काय? हे फार चिकट दुखणं. पूर्वी इलाजच नव्हता. आता आहे; पण नंतर फिजिओथेरपी घ्यावी लागेल. चांगले चारपाच महिने लागतील.''

वाकडेंनी मान हलवली.

''आता सासुबाई आल्यात ना, म्यॅडम. मला कामवाली ठेवता यायची नाही. नाहीतरी ती भांडीच करते म्हणा!''

''तुम्ही नका काढू बाई. सगळं घरचं करणार कसं तुम्ही?''

''त्याच्यासाठीच आलेय मी, म्यॅडम. घरी अशी स्थिती आहे. पैशे तं लागणार. या वर्षी तुम्ही मला घ्याच, म्यॅडम. माझी फार गरज—'' वाक्य पूर्ण न करताच त्या रडू लागल्या. सुमतीला कळेना काय करावं. तिनं ही अपेक्षा केली नव्हती.

चहा घेऊन वाकडे गेल्या.

रात्री स्वयंपाक करत असताना तिला एकदम वाकडेंची आठवण झाली. त्यांचं घर, न पाहिलेलं, दोन मुलं, पलंगावर पॅरॅलिसिस झालेले सासरे, बसलेली सासू, *न पाहिलेला* तिचा नवरा यांचं एक सांघिक चित्र तिच्या डोळ्यांपुढे आलं. तिचं न पाहिलेलं घरही सुमतीनं एका खोलीचं केलं. ते जास्तच केविलवाणं झालं. तिच्या मनात वाकडेंची शरीरयष्टी आली. वाटलं बरं झालं ही बाई शरीरानं तरी धडधाकट आहे. शेवटी कष्टाला शरीर तरी चांगलं पाहिजे

लागलीच तिच्या डोळ्यांपुढे परमार आला. बारका, काळा, किडकिडीत, कुपोषित. चोवीस-पंचविशीतला तरीही सतरा-अठराचा वाटणारा. तोही करेलच चक्कर. मागच्या वर्षी तिनं त्याला एका रात्रशाळेतही काम देववलं होतं आणि जयाच्या शाळेतही. एवढे कष्ट करून तो कसंबसं चालवू शकत होता. दोन चांगल्या पँटशर्टची जोडी त्याच्याकडे होती. कॉलेजात न सांगताही ही गोष्ट विद्यार्थ्यांनासुद्धा माहिती होती; पण कुणीही परमारची कीव केली नव्हती ना कुणी त्याला मदत करण्याचा प्रयत्न केला होता. विद्यार्थ्यांमध्ये रोज एक वेगळा शर्ट घालणारे विद्यार्थी होते. तसेच कापड दुकानदारांची मुलं होती; पण वर्षभरात परमारला कुणी एखादा शर्ट प्रेझेंट म्हणून दिला, हे ऐकीवात नव्हतं. तिनं मात्र जयंतचे चांगले दोन शर्ट आणि पँट काढून ठेवले होते आणि दोन शर्ट पीसही; पण या धावपळीत ते कसे द्यावेत किंवा त्याला काय म्हणावं, हे तिला कळत नव्हतं. शिवाय एकदाही परमार तिच्या घरी आलेला नव्हता. त्या तुलनेत वाकडे अनेक वेळा घरी येऊन गेल्याचं सुमतीला नव्यानं जाणवलं. परमार एकदाही कसा आला नसेल? त्याच्या गरजा वास्तविक वाकडेंपेक्षा जास्त आहेत.

मग तिला वाटलं, वाकडे जरा जास्तच म्हणजे नको तितक्या वेळा येऊन गेल्यात.

रीमाचा फोन आला तेव्हा ती रोहनला अभ्यासाला घेऊन बसली होती.

'झाले फोन सुरू—' ती मनात म्हणत उठली. त्याच्या अभ्यासाच्या वेळी काही अडथळा नसावा असं तिला वाटे; पण ते कधीच शक्य होत नसे. जयंतकडून रोहनच्या अभ्यासाची जबाबदारी आपण केव्हा घेतली, तिला आठवत नव्हतं. आठवतंय तेव्हापासून आपणच रोहनला शिकवतोय की! म्हणजे जयंतनं हे काम कधी केलंच नव्हतं.

फार मागे कदाचित तो पहिलीत होता तेव्हा तो जयंतबरोबर बसला असेल! त्या वेळी शिकवत किती होता देव जाणे; पण शिक्षणक्षेत्रावर सारखी टीका करीत असे.

फोन घेण्यापूर्वीच हा थोडक्यात आवरायचा, असं तिनं ठरवलं होतं. चेहऱ्यावरचा

कटकटीचा भाव रीमाचा आवाज ऐकल्याबरोबर नाहीसा झाला. रोहननं हे हेरलं आणि पाणी प्यायच्या निमित्तानं तो उठला.

सुटीचा सगळा आढावा रीमानं तिला दिला.

रोहनमुळे ती कशी अडकून पडली होती, हे तिनं सांगितलं. कॉलेजमधलं कोण कोण भेटल्याचा विषय निघाला तसं रीमानं विसपुते भेटल्याचं सांगितलं. विसपुते जूनपासून येणार वगैरे बोलला.

फोन ठेवून पुन्हा तिने रोहनला बोलावून आणले.

'तुझी कसली माझीच परीक्षा आहे' म्हणत अभ्यास सुरू झाला. तो गणित सोडवायला लागला. सुमतीला रीमाशी बोललेलं आठवायला लागलं.

'विसपुते म्हणाला की वाकडेंना घेणार असतील आणि कार्यभार नसेल तर मी बॅक आऊट होईन—'

रीमाचं हे वाक्य तिच्या डोक्यातून जाईना. विसपुते रीमाला केव्हा भेटला? वाकडे या संदर्भात का बोलल्या नाहीत? की विसपुते हे मनानंच बोलला? की एक तिच्याच ऐकण्यात चूक झाली? का वाकडेंनी विसपुतेला गळ घातली? एवढा चिवट मुलगा एकाएकी रीमाजवळ असं का बोलला असेल? शंकांनी तिचं डोकं भणभणलं.

उठून तिनं रीमाला फोन लावला.

रीमा म्हणाली त्यावरून वाकडे तिच्याकडे येण्याअगोदर विसपुते तिला भेटला होता. म्हणजे वाकडे आणि विसपुतेंमध्ये चांगलं सामंजस्य होतं. मग तिने ते आपल्याला का सांगू नये? शिवाय स्वत:च्या नोकरीऐवजी विसपुते वाकडेंना का मदत करतोय? की यात काही आणखी आहे?

तिच्या शंका तिने जयंतजवळ बोलून दाखवल्या. अर्थात्‌च त्याने त्या उडवून लावल्या.

'इतका कशाला विचार करतेस? कोणीही तास घेतले तरी काय? मुलांना शिकवलं म्हणजे झालं! आणि विसपुतेंनी त्यांना दिले तास - बिघडलं कुठं?'

रोहनला दुसऱ्या दिवशी क्लासहून आणायला ती गेली. पालकांची मोप गर्दी. सायकल, स्कूटर्स, रिक्षा, गाड्या आलेल्या. हा गदारोळ पाहून ती रोजच आश्चर्यचकीत होई. आपण दहावीला काय केलं, याची तिला आठवण येई. नववीनंतर दहावीत पाय ठेवितो 'मॅट्रिक' या संज्ञेचा विचार तिनं केला नव्हता. फक्त मॅट्रिकला चांगले मार्क मिळाले तर पुढे चांगला स्कोप आहे, एवढंच ज्ञान. तो स्कोपही काय असेल, याची पुसटती अंधूक कल्पना. तेही इतर कुणाबद्दल काही कळलं असेल तेवढंच. म्हणजे गुणवत्तेच्या यादीत नाव येतं, नंतर सायन्स साईडला जाता येतं, डॉक्टर वा इंजिनिअर होता येतं; पण त्याचा ध्यास नव्हता. ना विद्यार्थ्याला, ना पालकाला.

'हा बाजार आहे,' शिक्षणाचा बाजार' तिला वाटायचं. मनातून शिक्षणाचा, शिकण्याचा ध्यास नाहीये. 'ध्यास कुणीतरी होण्याचा' आहे, ते होऊन पैसा मिळवण्याचा आहे. सुस्थिर होण्याचा, मानमरातबाचा आहे. शिवाय, आईबापांच्या आकांक्षाचा आहे, मुलांच्या भीतीचाही आहे. पालकांच्या धास्तीचाही आहे. आपणही वेगळे नाहीत. एरवी वाट्टेल तितके शेरे मारले आपण; पण रोहन दहावीत आला आणि आपणही त्याच— वास्तविक जयंताचं म्हणणं त्याला इतर शाखा घेऊ देत; पण 'दहावी तर चांगलं होऊ दे पुढचं पुढं' म्हणून आपणच घोडं दामटलंय. आपल्याला मनातून तो डॉक्टर व्हावा असंच वाटतंय.

ती विचारात उभी असतानाच तिला प्राचार्य दिसले.

'हे इथं कसे? यांचा मुलगा-मुलगी कुणी दहावीला आहे की काय?' तोवर तेच तिच्या पुढ्यात येऊन उभे राहिले.

"काय, म्यॅडम, इकडे कुठे?"

सुमतीनं उलट विचारलं, "तुम्ही इकडे कसे, सर? कोण आहे?"

"अहो, आता कोण असायचं? पोरंपोरी मोठी आहेत. पवन्यांच्या लेकराबाळांचंबी करून झालंय. हेच आपलं कॉलेज—"

"त्याचं काय?"

"आता दहावीचा निकाल आहे. यांची पोरं नेहमी मेरिटला असतात. आपल्याकडे आली पाहिजेत ना. आता ओढाओढीचा, रस्सीखेचीचा जमाना आहे. म्हून सरांशी बोलायला आलो. शिवाय, ज्यांना कमी मार्क पडतेत तेबी यांचा सल्ला घ्यायला येतेत. त्यांना आपल्याकडं पाठवा म्हंतो. आपल्याकडं मायक्रोबायलॅजी आहे. इलेक्ट्रानिक्स आहे. कॅम्प्युटर आहे. प्रयत्न चालू ठेवावा लागतो. खुर्ची सुखाची नाही बाई—"

तेवढ्यात मागं माघारे आले.

"अरेऽऽ मॅडम?" त्यांच्या स्वरात आनंद-आश्चर्य. "आज डबल लाभ आहे." ते पुढे म्हणाले.

"कसं काय?" ती सहजगत्या म्हणाली.

"तुमच्या वाकडे मॅडम आत्ताच भेटल्या."

"कुठं?" तिनं अनाहूतपणे विचारलं.

"प्राचार्यांकडे आल्या होत्या. चांगल्या आहेत स्वभावानं. दोन तास होत्या; पण प्राचार्य बोअर झाले नाही." माघारेंनी डोळे मिचकवले. सुमतीच्या चेहऱ्याकडे पाहून वरमले. आवाज खाली आणत म्हणाले,

"त्यांना फार गरज आहे म्हणत होत्या. प्राचार्यांनी सीएचबीवर घेतो म्हणून प्रॉमिस केलंय. तुम्हाला सहकार्य करतात ना?"

तिनं यांत्रिकपणे मान हलवली.

माघारे हसले.

"झालं तर! ठीकच झालं म्हणायचं."

"तुमचा मुलगा मॅट्रिकला आहे काय? तरीच मी म्हंतो तुम्ही इथं कशा? आम्ही क्लासवाल्यांना भेटायला आलो. त्यांची चलती आहे. मागच्या वर्षीपासून प्राचार्यांनी स्पेशल ड्राइव्ह सुरू केलाय. मागल्या वर्षी मीच आलो होतो; पण क्लासवाल्यांची 'अपेक्षा' असते. त्यासाठी साहेबांना म्हनलं तुमीच चला. बरं असतं. संबंध राहतात. शेवटी कामं व्हायची म्हंजे संबंध ठेवावेच लागतात. तुमच्या वाट्याला अशी कामं येत नाहीत हे बरं आहे."

"अहो, बाईमाणसं म्हणून काही गोष्टी तर माफ करा—" सुमती पुन्हा हसली.

"आत्ता घ्या. मॅडम, अहो स्त्रीमुक्तीचा जमाना आहे. तुमचं हे बोलणं ऐकलं तर तुम्हाला संघटनेतून काढून टाकायचे! तुमची ही मुक्ती नोकरीव्यवसाय करणाऱ्या बायकांपुरती आहे. म्हणून बरं आहे. नाहीतर आम्ही मंडळी उपाशीपोटीच कामावर आलो असतो!"

माघारे स्वत:च्या विनोदावर गडगडून हसले.

१०

कॉलेजच्या पहिल्या मीटिंगला तिचं आणि रीमाची भेट झाली. दोघी शेजारी बसल्या. मीटिंगमध्ये सालाबादप्रमाणेच विषय होणार हे निश्चित होतं. तेवढ्यात मागच्या बाजूला थोडी गडबड सुरू झाली. हॉलमध्ये पाचदहा मिनिटात हालचाल वाढली. प्राचार्य बोलायला उभे राहिले. तेवढ्यात घुगे व्यासपीठावर गेले. उपप्राचार्यांच्या कानाशी लागले. उपप्राचार्यांच्या चेहऱ्यावर अस्वस्थता पसरली. बसलेले सगळे प्राध्यापक, प्यून प्राचार्यांना सोडून मागच्या हालचाली पाहू लागले. त्यामुळे नाईलाजानं प्राचार्यांनाही मागे पहावंच लागलं. वळताच उपप्राचार्य उठले. प्राचार्यांच्या कानाशी लागले. काहीतरी झालंय एवढंच इतरांना कळत होतं. तोच प्राचार्य म्हणाले, ''आत्ताची मीटिंग आपण लांबणीवर टाकतोय; कारण आपल्या कार्यकारिणीवर असलेले ज्येष्ठ सभासद श्री. उंडणगावकर ह्यांना हॉस्पिटलमध्ये ॲडमिट केलंय. त्यांच्या तब्येतीविषयी नक्की माहिती नाही; पण त्यांना हार्टॲटक आला आहे आणि ते आयशीयूमध्ये आहेत. तेव्हा ही मीटिंग तहकूब झाली आहे.'

प्राचार्य घाईने व्यासपीठावरून उतरले आणि गडबडीने निघून गेले.

प्राध्यापक मंडळी उठली; पण घरी कुणीही जाईना. सगळे तिथेच रेंगाळले. दोन चारच्या गटात मैदानावर उभे राहिले. उंडणगावकरांना काय झाले असेल किंवा कसे झाले असेल, असे दोनचार प्रश्न एकमेकांत चर्चा करून बहुतेक सगळेजण सुट्या कशा गेल्या, कोणाची काय कामं राहिलीत, घरी काय चाललंय, मुलंबाळं काय म्हणताहेत, या चर्चेला सुरुवात झाली.

रीमा आणि सुमती कँटीनला गेल्या.

''कॉलेजच्या पहिल्याच दिवशी सुटी ही फारच अफलातून आयडिया आहे.'' रीमा म्हणाली.

''काय ग— बिचारे ते उंडणगावकर जीवनमरणाच्या उंबरठ्यावर झगडा देताहेत आणि तुला सुटी सुचतेय.''

“यू आर राँग, सुमा. ते कदाचित उंबरठा ओलांडून गेलेही असतील. एकूण ॲटमॉसफियर कसं वाटतंय?”

“एखाद्याच्या मरणाबद्दल तू इतकं सहज कसं बोलू शकतेस?” सुमतीला आश्चर्य वाटलं.

“इथंच तर आपलं तत्त्वज्ञान मार खातं. आपण मृत्यूची अटळता नुसती बोलतो. समजावून घेत नाही. म्हणजे तू नाही, कुणीच. जन्म हा जसा एक न मागितलेला टप्पा आपल्याला मिळाला तसाच मृत्यू. तो टप्पा ज्यानं ओलांडला तो तसा सुखी. जो मागे राहतो तो दुःख करतो, तेही निम्म्या वेळेला सकारण. किंवा भीतीपोटी. कारण भीती वेदनेची असते. आपण असहाय बनू याची असते. एकदा मेलोच की ही वेदना संपून जाईल. म्हणून जातो तो खरं तर सुटला. अडकलो आपण; पण एकदा जगायचं निश्चित झालं की त्याची भीती बाळगून चालत नाही. जगावं तर लागतंच. आत्महत्या न करता जगायचं ठरवल्यावर मग जन्माला येणं किंवा मरणं या दोनच गोष्टी उरतात. त्या स्वीकारल्या की हळहळीचा भाग येतोच कुठे?” रीमा म्हणाली.

“म्हणजे मृत्यूनं हळवं होणं हा काय फालतूपणा आहे?”

“हळवं होणं नॅचरल आहे; कारण ती फॅकल्टी आपल्याबरोबरच जन्माला आलीये, पण त्याचा बाऊ करणे फालतूपणा आहे. शिवाय एवढी हळहळ वाटायला आपला थोडा तरी सहवास असायला नको का? उंडणगावकरांबरोबर दोन वाक्यं तरी बोलल्याचं आठवतंय का? नाही ना? झालं तर मग!”

“मला तर वाटतंय की त्यांची गडबड झालीये. नाही तर प्राचार्य मीटिंग कॅन्सल करणं शक्य नाही!”

त्या बोलत असताना चंद्रात्रे आत आल्या.

त्यांच्याबरोबर वाकडे होत्या.

सुमतीच्या आश्चर्याला पारावार राहिला नाही. धीटपणे पुढं येत वाकडे म्हणाल्या, “नमस्कार म्यॅडम.”

तिनं मान हलवली.

“तुम्ही इथं?” तिने विचारले.

“प्राचार्य येऊन भेटा म्हणाले. चंद्रात्रे म्यॅडमबरोबर निरोप मिळाला. मला वाटलं तुमची मीटिंग झाली असेल म्हणून आले; पण इथं आल्यावर कळलं कुणी म्यॅनेजमेंट मेंबर सीरियस आहेत म्हणून. तर चंद्रात्रे म्यॅडम म्हणाल्या चहा घेऊ. बरं झालं, तुम्ही पण भेटलात.”

वाकडेंच्या स्वरात चोरी पकडल्यानंतरची लाचारी होती.

रीमा सुमतीच्या चेहऱ्याकडे निरखून पहात होती. इतक्या सहवासानंतर तिच्या

मनातली चलबिचल ती ओळखू शकत होती. ती वाकडेंकडेही शोधक पहात होती. एकूण काहीतरी गडबड होती.

"बसा ना आमच्याबरोबर! काय चंद्रात्रे, आमच्याबरोबर चहा गोड लागेल ना? नाही. एरवी तुम्ही मोठमोठ्या लोकांबरोबर चहा घेता—" रीमा हसत म्हणाली.

चंद्रात्रेंचा चेहरा एकदम बावरला.

"ओऽ फरगेट इट. आय वॉज जस्ट जोकिंग, मॅडम. आय नो की मोठमोठ्या लोकांना तुमच्याबरोबर चहा घ्यायला आवडेल. मला नेहमी तुमचं आश्चर्य वाटतं, थोडा हेवाही— तुम्ही स्वत:ला किती फिट ठेवलंय. अँड यू हॅव अ ग्रेट फॉर्म. नाहीतर मला बघा. एकदम बॅरल आहे—'

चंद्रात्रेंचा चेहरा रीमाच्या बोलण्यानं सुखावला.

"यू डोन्ट लूक यूवर एज, मॅडम. नो बडी विल बिलीव दॅट यू हॅव फोर कीडस्."

वाकडेंच्या चेहऱ्यावर आश्चर्य उमटलं. तरीही बत्तीशी दाखवत त्या म्हणाल्या, "खरंच वाटत नाही, म्यॅडम. तुम्ही तिशीच्यासुद्धा दिसत नाहीत—"

रीमानं सुमतीकडे पाहून डोळे मिचकावले.

"तुला छान हँड मिळालाय. तुझी पण स्तुती करतील. सम पीपल आर फ्लॅटरर्स. आपल्याला पाहिजे ते मिळवायचा सोपा मार्ग—"

वाकडे वरमल्या. त्यांना हे अपेक्षित नव्हतं. मग सुमतीने सावरून घेतलं.

"रीमाला फिरक्या घ्यायला आवडतं. तुम्ही मनावर घेऊ नका."

"असं म्हणू नकोस. मग चंद्रात्रेंनी काय करायचं?" रीमा हसायला लागली.

काही न कळून सगळ्या गप्प झाल्या. विषय बदलावा म्हणून सुमती म्हणाली, "चंद्रात्रे, उंडणगावकर तुमच्या ओळखीचे होते का?"

"नाही ना, ऐकूनच माहीत. त्यांच्या घरी खूप शेती आहे ना. मुलगा वकील आहे म्हणे. प्रॅक्टिस खूप चांगली आहे म्हणे.'

"त्यांच्या मुलाची फॅक्टरी आहे—" मध्येच वाकडे म्हणाल्या.

सुमतीनं चमकून तिच्याकडे पाहिलं. नकळत 'तुम्हाला कसं माहीत?' तिनं विचारलं.

वाकडे थोड्या चाचरल्यासारख्या झाल्या. म्हणाल्या, "माझे मिश्टर या फिल्डमध्ये आहेत. त्यांच्या बोलण्यात आलं. त्यांच्या ओळखीचे आहेत."

"यू डोन्ट लेट अलाऊ पिपल इन यूवर प्रायव्हेट लाईफ आय होप. माझं मत हं. अदरवाइज लाइफ वुड बी डिफिकल्ट. पण तुम्हाला जरा जास्तच माहिती दिसतेय. म्हंजे उंडणगावकरांच्या घरची. आम्हाला फक्त नाव माहिती आहे. ते ही इतक्या वर्षांनंतर. तुमची घरची ओळख दिसतेय—"

वाकडेंच्या चूक लक्षात आलीही असेल, पण इलाज नव्हता.

सुमतीच्या मनात वेगळंच चाललं होतं.

"तुम्हाला प्राचार्यांनी कसं काय बोलावलं? त्यांना तुमचा फोन नंबर वगैरे तर माहीत पाहिजे."

"विसपुतेसरांकडे होता. विसपुतेसरांनीच चंद्रात्रे मॅडमना सांगितलं."

सुमतीनं मान हलवली.

"तुझ्याकडे वर्कलोड आहे? आता चटर्जी परत येतील ना? आज दिसले नाहीत?" रीमानं शंका काढली.

"तसंच काहीतरी असेल म्हणून वाकडेंना बोलावलं ना? प्राचार्य सर्वेसर्वा. आपलं काय चालतं?" चंद्रात्रे म्हणाल्या.

चहा घेऊन त्या उठल्या तशा वाकडे पर्समधून पैसे काढू लागल्या.

"नाही. नाही." सुमती एकदम म्हणाली. "तुम्ही नका देऊ. आम्ही सीनियर आहोत. मी देते."

रीमा हसली.

'हे सीनियर प्रकरण मला त्रासदायक वाटतं. वुई डोन्ट नो. आजकाल ज्युनियर आलेली माणसं सुपरसीड करून पुढे जाऊन हेड होताहेत. गव्हर्नमेंटची रिझर्वेशन पॉलिसी! एका इंजिनियरिंग कॉलेजमध्ये तर एक सीनियर टीचरच डावलला गेला. त्याचा ज्युनियरमोस्ट हँड त्याचा हेड म्हणून आला.'

"काळाचा महिमा. दुसरं काय? " सुमती म्हणाली. "पण आपण वयानं आणि अनुभवानं मोठ्या आहोत, हे सत्य कुठे नेऊन ठेवणार?"

"त्या सीनियर माणसाला काय वाटत असेल, नाही?" चंद्रात्रे म्हणाल्या.

"क्लेश होत असणार. दुःख होत असणार! तुमच्या हिंदीत म्हण आहे तसं 'चुल्लूभर पानीमे डूब मरू' असं वाटत असणार. हा दिवस देवानं आपल्याच आयुष्यात का लिहून ठेवला, असं वाटत असणार! आयुष्यभराची मेहनत, प्रामाणिक प्रयत्न, प्रगतीसाठी केलेली धडपड नसती केली तरी चाललं असतं असं वाटत असणार!" रीमा म्हणाली

"तू असं बोलतीयेस जसं तुला स्वतःला हा त्रास झालाय." सुमती म्हणाली.

"ते गृहस्थ आमचे चांगले मित्र आहेत. त्यांना वाटणारी मानहानी मोठी आहे. त्यापेक्षाही आपण नोकरीवर लाथ मारून बाहेर पडू शकत नाहीत, ही असहायता त्यांना खातेय. ब्लडप्रेशर झालंय— हे पाहिलं की माझं डोकं चालेनासं होतं."

"पण इतकी वर्षं रिझर्वेशनवाल्यांना त्रास झालाच की! तेव्हा आपण हे काहीच पाहिलं नाही. त्यांची दुःखं, त्यांची असहायता. त्यांना आत्ताशी संधी मिळतेय. त्यांना दोष कसा देता येईल?" सुमती.

"तू हे घाबरून बोलतेस. मी वास्तविक अल्पसंख्याक आहे. मायनॉरिटी; पण मला भीती वाटत नाहीये. कधी काळी झालेल्या अन्यायाबद्दल मलाही दु:ख आहे; पण त्याचा वचपा आपल्याच पिढीत काढण्याचा अट्टाहास मला चूक वाटतो. पूर्वजांनी केलेला अन्याय, असमतोलाची वागणूक किंवा हा शब्द तरीही पुस्तकी पठडीतला आहे— वाईट वागणूक, याची शिक्षा त्यांना झालीच नाही; पण जे लोक हे होताना कुठे, आध्यात्मिक भाषेत सांगायचं झालं तर कुठे आत्म्याच्या रूपात असतील ते याची जबरदस्त किंमत चुकवताहेत. म्हणजे आपली पिढी."

"मला तसंच वाटतं." वाकडे म्हणाल्या.

चंद्रात्रे 'नरो वा कुंजरो व' ही भूमिका वठवत राहिली.

"तू चुकते आहेस. नंतर शांतपणे विचार करून मला सांग, आपण अन्याय जाणला. नवे नियम केले ते खरोखरच्या सार्वजनिक हितासाठी. ज्यांना संधी मिळाली नाही त्यांना देण्यासाठी. ज्यांच्यावर अन्याय झाले ते अंशत: कमी करण्यासाठी; पण हे एरवी बोलताना गोड वाटलं तरी त्याची अंमलबजावणी करताना मात्र जड जातं. सगळे खुर्च्यांवर बसलेले याचा डिंगोरा पिटतात. प्रत्यक्षात आचरणात आणताना मात्र मागं सरतात." सुमती तळमळीनं म्हणाली.

"वा, वा. मॅडम. मान गये आपको." मागून आवाज आला. वहाब उभे होते. "आप तो एकदम लीडरकी तरहा बात कर रहे. अपनेको प्राचार्य के सेवानिवृत्तीके बाद किसीको ढुंढनेकी जरुरत नही!" ते मनापासून बोलले.

तेवढ्यात माघारे आले.

"प्राचार्य वगैरे तर नंतर व्हा. आता घरी जा. उंडणगावकरांनी शिट्टी मारलीये."

सगळ्यांच्या चेहऱ्यावर आश्चर्य आणि सुटकेचा भाव होता.

"बुरा हुआ! आदमी कैसा भी क्यों न हो, अपने बीच रहे तो अच्छा." वहाब म्हणाले. "पर अब क्या करना?"

"कुछ भी नही! आता घरी जायचंय. प्राचार्य दवाखान्यात गेलेत. आपण मंडळी तिकडेच जाऊ. त्यांचे अंत्यसंस्कार त्यांच्या गावी होतील." माघारे.

"मग तुम्ही नाही जाणार?" चंद्रात्रेनी विचारलं.

"जाणार ना. सगळं होईतो चार तास जातील. इथं चहा घेतो. मग थेट दवाखाना!" माघारे.

"काय वर्षाची सुरुवात ना?" सुमती म्हणाली. "पहिल्याच दिवशी सुटी. उद्याही काही होणार नाही. बहुधा शोकसभा आणि मीटिंग."

"मग चांगलं आहे ना, मॅडम. मला अजून विद्यार्थी असल्यासारखं होतं. सगळ्या नेत्यांवर मी लक्ष ठेवून असतो. एखाद्याची तब्येत खराब होऊन तो दवाखान्यात भरती केला, हे वाचलं की त्याचा फॉलोअप ठेवतो. सुटी ती सुटी!"

“काय, माघारे? धीस इज टू मच. जाणारा जिवानिशी जातो आणि तुम्ही असं बोलता?” रीमा म्हणाली.

“आता घ्या, हे बघा सुखटणकरमॅडम. माणूस प्रामाणिकपणे बोलला तर लोकांना काय वाटतं?” माघारे हसले. तंबाखू हातावर चोळून त्यांनी चिमटीत पकडली.

चहा पिऊन उठल्यावर चंद्रात्रे-वाकडे गेल्या. त्या दिशेला पहात रीमा म्हणाली, “वाईट युती.”

“का ग?”

“अग, चंद्रात्रे प्राचार्यांना नावं ठेवीत त्यांच्या पुढे पुढे करणारी. स्मार्ट. शी नोज हाऊ टू यूज हर पर्सनॅलिटी. तू तिची बॉडी लँग्वेज बघ. हिच्याबरोबर तुझी ही वाकडे राहिली तर गुण उचलेल.”

“जाऊ दे गं. गरजू आहे.”

“मला वाटतं, सुमती, यू आर टू सॉफ्ट. माझ्याकडे ती अशी आली असती तर मला संशय आला असता. हाऊ कॅन शी कम ऑल द व्हेरी फर्स्ट डे? तिला प्राचार्यांनी डायरेक्ट कसं बोलावलं? तुला विचारलं होतं?”

सुमतीनं नकारार्थी मान हलवली

“बघ. मग तिच्याशी त्यांचं काय काम असणार? तुला ह्या बाईच्या बाबतीत सावध रहावं लागेल, असं दिसतंय. उंडणगावकर तिच्या ओळखीचे कसे? तू तर म्हणाली तिच्या ओळखीचं कुणीच नाही. तुला ती खोटं सांगतेय का? विचार कर.”

सुमतीनं ‘तू फारच संशयी’ म्हणून तिचं म्हणणं उडवून लावलं. म्हणाली, “चल, जयूकडे जाऊ.”

जयूकडे त्या पोहोचल्या तेव्हा बारा वाजून गेले होते. जयू नेहमीसारखी मुलांच्या गराड्यात होती. त्यांना पाहून ती उठली. छोट्या बाळासारखं कुणी रडतंय, हे सुमतीला जाणवलं. तोच तिच्याकडे काम करणारी उषा एका छोट्या बाळाला घेऊन आली.

“हे कुणाचं?” सुमतीनं विचारलं. तशी जयूनं हसून हात पुढे करून ममत्वानं ते मूल घेतलं. त्याला शांत केलं.

“कुणाचं ते ठाऊक नाही. असंच. मिळालं. ठेवून घेतलं.”

“मिळालं अन् ठेवून घेतलं? अग, वस्तू की काय? अन् असं कसं ठेवलं? माहितीशिवाय? तू अनाथाश्रम सुरू केलाय की काय?”

सुमतीला आश्चर्य वाटलं.

“पसारा वाढतोय माझा. बहुतेक विश्वमाता होईल माझी!” जयू हसत म्हणाली. “शिवाय दिलीपदादांसारखे अजून दोनचार मिळाले तर माझा नकार नाही.”

सुमती गप्प झाली. मग तिची तिलाच लाज वाटली. दिलीपचे पैसे. त्यानं दिले. आपलं काय जातंय. त्याचा त्यानं केलेला विचार. तोही वाईट नाही.

मग तीही हसली. म्हणाली,

"मी तुझ्यासाठी पायगुणाची झाले. हो ना?"

"हो ग माय." जयू प्रेमानं म्हणाली. त्या बाळाला थोपटू लागली.

रीमा हा प्रकार पाहात होती.

"आता तू अनाथ मूल घेऊन पाळणाघर सुरू करतेस काय?" सुमती.

"ती आली तर आपोआपच होईल पाळणाघर." जयू.

"अग, पण कशाला? तुझा आधीचा उद्योग काय कमी होता?" सुमती धास्तावल्यासारखी म्हणाली. जयूला रक्तदाबाचा त्रास सुरू झाल्याचं तिला ठाऊक होतं.

"अनाथ आश्रम नाही. तुझ्या डोळ्यांपुढे बहुतेक पंढरपूर आलंय. बाहेर पाळणा. त्यात मूल ठेवून जाणं— तसं; पण ही मदत आहे. मागच्या झोपडीत राहणाऱ्या मधुराची मुलगी आहे. ती कामाला जाते. नवरा गेल्या वर्षी गेला. सासूसासऱ्यांनी घराबाहेर काढली. माझ्याकडे आली. तिला एक छोटी खोली भाड्यानं मिळवून दिली. तिच्या पायावर उभी राहितो मदत करते. उषा येतेच रोज. तिला विचारलं की सांभाळायचं काम आहे. करायचं का? ती 'हो' म्हणाली; पण तुला सांगते, माझा वेळ इतका छान जातो."

"बाप रे. मला माझा मुलगा सांभाळतानाच नाकीनऊ आले होते! अशा पद्धतीचं धाडस तूच करू जाणे!" सुमती.

रीमानं मान हलवली. जयूच्या स्वभावानं, तिथल्या वातावरणानं ती भारावून गेली.

"आमच्याकडे कधी तरी परदेशी ग्रँटस् येतात. त्या तुझ्याकडे पाठवण्याचा मी प्रयत्न करीन. तुमची ही इन्स्टिट्यूट रजिस्टर्ड आहे ना? मग झालं तर. हल्ली तो एक उद्योग आहे."

जयूच्या चेहऱ्यावर आनंद आणि समाधान उमटलं.

जयूच्या आग्रहापोटी जेवायला बसल्या.

जेवण उत्तम. भाज्या सॅलडसह.

रीमा आश्चर्यानं म्हणाली, "इतकं चांगलं जेवण? पोळीसहित?"

"का ग?" जयूला वाटलं काहीतरी चुकलंय.

"नाही, मला वाटलं, भाकरी-पिठलं असेल. सेवाभावी संस्थांमध्ये जेवायची वेळ आलीये, मी हेच खाल्लंय. मला वाटतं भाकरी आणि साधेपणा किंवा भाकरी आणि सेवाभाव असं काहीतरी कॉम्बिनेशन आपल्या सायकीत पक्कं झालंय. सेवा

करणाऱ्यांनी सुती कपडे घातलेच पाहिजेत. दागिना नको. बूट नको. झिजलेली किंवा अति सिंपल चप्पल पाहिजे, असा दंडक कुणी घातला आणि का घातला देव जाणे!'' रीमा म्हणाली.

''मला वाटतं याचा संबंधही भ्रष्टाचाराशी आहे. साधा सामान्य परिस्थितीत सुरू झालेला सेवाभावी गाड्या-बंगल्यात जाताना लोकांना दिसला तर पैशाच्या पाळामुळांपर्यंत गाडं जातंच. मग आलेला पैसा, त्याचे खोटे हिशेब वगैरे प्रकरणं बाहेर येतात.'' सुमती.

''प्रकरणं बाहेर येत नाहीत. फुगलेल्या श्रीमंतीच्या चर्चा येतात आणि सेवाभावी संस्थेतल्या हालअपेष्टांमध्ये फारसा बदल होत नाही म्हणून लोकांवर बिंबवण्यासाठी असा साधेपणा आणायचा.''

जयूच्या चेहऱ्यावर व्यथा होती. ती पाहून सुमती म्हणाली, ''सगळ्या संस्था तशा नसतात. तू त्यातली नाहीयेस आणि आता मी पण आहेच की यात. आपण काही वेगळं करून दाखवूत. आता ह्याच मधुराचं बघ ना, तू करतीये ना मदत?''

''हे उलट चांगलं आहे. अशा साधेपणाच्या किंवा भाकरी वगैरेच्या संकल्पनातून तुम्ही लोकांना बाहेर काढाल. पूर्वी ठीक होतं. लोक खरोखर साधे होते. त्यांनी प्रामाणिकपणे काम केलं. ते काम लोकांना आवडलं, पटलं. त्यांचा त्यातला त्याग जाणवला, समर्पणाची भावना आवडली. म्हणून या त्यांच्या आचरणातल्या गोष्टी मान्य झाल्या आणि जवळ जवळ त्या मिथ्स झाल्या. मिथक; पण यातला काळाचा, त्यांच्या प्रामाणिकपणाचा किंवा नव्या जगण्याच्या संकल्पनांचा विचार आता व्हायला हवा. जुनी मिथक पुन्हा पुन्हा कसाला लावण्यापेक्षा प्रामाणिकपणाच्या बळावर आणि सचोटीवर नवी मिथकं जन्माला घालायला पाहिजेत.''

सुमती आणि जयूनं खरकट्या हातांनी टाळ्या वाजवल्या. ''ग्रेट! तू साहित्यच जगतेस, रीमा! मला तर खरोखर तू सांगितल्यावरच या गोष्टी लक्षात आल्या. एरवी मला असा साधेपणा जर कुणी दाखवला असता तर मी 'हे ढोंग कशाला?' असं मनात म्हणाले असते. पण आचारधर्म आणि मानसिकता हे तू किती सहज सांगितलंस!'' सुमती म्हणाली, ''आय ॲम प्राऊड ऑफ यू. तुम्ही मला मैत्रिणी म्हणून मिळाला माझं भाग्य!''

सुमतीचे पाणावलेले डोळे पाहून जयूनं तिच्या पाठीवर हात ठेवला. थोपटलं.

''आम्ही पण भाग्यवान आहोत बरं. तू आमची मैत्रीण आहेस.'

''आपण मैत्रीची लग्नासारखी शपथ घ्यायला पाहिजे— इन हॅपिनेस- इन सॉरो, इन थिक अँड थिन— वुई वील स्टँड बाय इच अदर—'' रीमा म्हणाली

''मानसिकरीत्या आपण ते स्वीकारलंय की!'' या जयूच्या वाक्यावर त्यांनी टाळ्या दिल्या.

दुसऱ्या दिवशी रीतसर श्रद्धांजली सहवर्तमान मीटिंग झाली. त्यात संस्थेचे अध्यक्षांसह पदाधिकारी आले होते. भाषणं झाली. मग चहापान. एक तास प्राचार्यांच्या केबिनमध्ये ते लोक बसले. दुपारी एक वाजता हा भाग संपला.

मग स्टाफ मीटिंग.

सकाळच्याच मीटिंगचा धागा पकडून प्राचार्य बोलायला लागले. तेव्हा सगळ्यांचे धाबे दणाणले. आता पुनःश्च हरी ओम् होणार! 'कॅसेट रिवाइंड झालीये' कुणीतरी म्हणाले; पण नंतर सालाबादप्रमाणे 'सुटी तुम्ही आनंदात घालवली असेल' हे वाक्य आल्याबरोबर मीटिंग सुरू झाली, हे सगळ्यांनी ताडलं. मग विविध कमिट्या. त्याचे प्रभारी प्राध्यापक वगैरे. सुमतीला सारखं वाटतं होतं की तिला राष्ट्रीय सेवा योजनेचं प्रमुख करणार. ती प्राचार्यांच्या नजरेला आपण पडू नये याचा प्रयत्न करीत होती. ओरिएंटेशन कोर्सनंतर आता आपलाच पुन्हा नंबर, हे तिला वाटत होतं. तेवढ्यात माघारेंचं नाव आलं. त्याला अनुमोदनही आलं. सुमतीनं सुटकेचा श्वास टाकला. रोहनची मॅट्रिकची परीक्षा तिच्या डोक्यात घर करून होती. या वर्षी आपल्याला जबाबदारीचं कोणतंही काम देऊ नये, असं तिला आतल्या आत वाटत होतं. प्रत्येक प्राध्यापक मनातून कोणत्या कमिटीला राजी नसतो, हे तिचं स्वतःचं लाडकं मत होतं. कारण इतक्या वर्षांत मीटिंगनंतर पंधरावीस दिवस ती यावरच्या चर्चा आणि कुरकुरवजा तक्रारी ऐकत असे.

तेवढ्यात तिचं नाव ऐकू आलं. र्ती गडबडली. कोणती कमिटी?

एन्. एस्. एस्.

तिनं खालून नकारार्थी मान हलवली.

प्राचार्य म्हणाले, "तुमच्या म्हणण्याप्रमाणे इन्चार्ज नाही केलं. आता मेंबर व्हायला काय वांधा आहे? तुमचा एक्सपिरीयन्श आहे, आता नगरचा कोर्स झालाय. मेंबर व्हा. आन् इंग्रजीच्या म्यॅडमलाबी घ्या कमिटीत.'

ती उलट उत्तर देऊ शकली नाही.

मीटिंग संपली तेव्हा तिच्याकडे सात कमिट्या आल्यात, हे तिच्या लक्षात आलं.

रीमा सहा कमिट्यांत होती.

चंद्रात्रेंना चार कमिट्या होत्या. बहुतेक सगळ्या प्राचार्यांशी संबंधित.

तिचं डोकं उठलं; पण लागलीच तिनं ठरवलं की इतर किती कमिट्यांमध्ये आहेत त्याची गिनती करत बसायची नाही.

एकूण जयंतच्या बँकेचं वेळापत्रक, तिचं वेळापत्रक आणि रोहनचे वर्षभर चालणारे क्लासेस, जानेवारीपासून सुरू होणाऱ्या टेस्ट बॅचेस ते एप्रिलपर्यंतचं भलं मोठं वेळापत्रक तिच्या नजरेसमोर आलं. मनातून ती वैतागून गेली.

प्राचार्यांशी तिनं आपल्या प्रश्नांबद्दल बोलावं आणि काही कमिट्यांतून तरी वगळा म्हणून सांगावं असं रीमानं तिला सुचवलं. सुमतीला खात्री वाटत नव्हती तरी ती गेली. ती विचार करीत होती. 'समजा, केल्या कमिटीज् कमी तर सोन्याहून पिवळं आणि नाही केल्या तरी निदान आपली इच्छा नव्हती, हे तर त्यांना कळेल किंवा अडचण असूनही काम करताहेत असं वाटेल किंवा असं वाटून जबाबदारी तरी कमी टाकतील. आपण इतरांची उदाहरणंही देऊ. कित्येकजण मुलगा-मुलगी दहावीबारावीला होते तेव्हा महिना महिना मेडिकल घेऊन घरी बसलेले आपल्याला माहिती आहे. सीनियर बायका तर मुलींच्या बाळंतपणासाठीसुद्धा घरी बसल्यात.'

पण प्राचार्यांनी तिचं ऐकून घेतलं नाही. उलट तिलाच सुनावलं.

"तुमच्यासारख्या एज्युकेटेड मानसांनीच कामाची कुरकुर केल्यावर कसं व्हायचं? इथं प्रत्येकजण येऊन कन्सेशन मागतोय. प्रत्येकालाच कन्सेशन दिलं तं कॉलेज चालवायचं कसं? मग मीच घेतो साऱ्या कमिट्या आन् घेतो कार्यक्रम. मुलगा दहावीलाच आहे ना? बारावीला न्हाई. तुम्ही टेन्शन घेऊ नका. काय कमी-जास्ती झालं तं त्या क्लासवाल्याला म्या खुद जाऊन सांगतो. तुम्ही एन्एस्एस् नको म्हनाला. दिलं नाय. कल्चरल काय? रोज नाही. उलट तुम्ही काम करतो म्हणून आमचे हात बळकट करायचे. ते दिलं सोडून!"

त्यांचं बोलणं संपेना. सुमतीला राग आवरेना. त्यांच्याकडे साफ दुर्लक्ष करीत ती बाहेर पडली.

रस्त्यानं तिनं स्वतःलाच दोष दिला. इथून पुढे कधीही सवलत मागायला 'ह्या' माणसाकडे जायचं नाही. हे कसं टाळायचं हा एकच विचार तिच्या मनात होता आणि स्वतःचं काम ती स्वतःच्या डिपार्टमेंटच्या लोकांनाच देऊ शकत होती किंवा रीमा. फार तर एखादा समंजस प्राध्यापक.

म्हणजे वाकडे किंवा परमार किंवा कांबळे.

विसपुतेला तर ती म्हणूच शकत नव्हती. रेग्युलर असलेल्या इतरांना दिलं तरी त्यांनी या कॉंट्रिब्युटरीजना गाठलं असतं.

कॉंट्रिब्युटरीजवरून तिची गाडी वाकडेंवर येऊन थांबली. रीमा म्हणालेल्या सगळ्या गोष्टी तिनं मनात पुन्हा तपासून पाहिल्या.

ती पहिल्याच दिवशी कशी आली?

विसपुतेंनी तिला तास दिले तर मी अर्ज करीत नाही असं का म्हटलं?

चंद्रात्रे तिला घेऊन कशी काय आली? चंद्रात्रे आणि तिचा संबंध काय?

उंडणगावकरांकरवी तिनं प्रयत्न केला होता का?

प्राचार्यांनी आपल्याला डावलून तिला कसं बोलावलं? एका हातानं एखादं रोप उपटून टाकावं तशा तिनंच त्या शंका बाजूला केल्या.

स्वत:ला बजावलं— मला तिची गरज आहे. रोहनची दहावी होईतो तरी. ती मदतीला तयार आहे. गोष्ट फक्त काही तास देण्याची आहे. ती काही कायमस्वरूपी माझ्या विभागात नाहीये. रीमाला तिचा अनुभव नाहीये. इतर कुणी काही म्हटलं तरी विभागात काम नीट चाललंय हे इतरांना फारसं आवडत नाही. त्यातल्या त्यात काहीजण काडी बहादूर असतात, त्यांना तर मुळीच नाही. तेव्हा वाकडेंच्या बाबतीत वाकडा विचार मनात नको. प्रश्न मिटला.

११

वर्ष खरोखरी धकाधकीचं होतं. तिच्या प्रश्नांची उत्तरं तिला चमत्कारिकरीत्या मिळत होती. चटर्जींची स्कॉलरशिप पुन्हा वाढवली गेली होती. आता वाकडे, विसपुते, परमार डिपार्टमेंटमध्ये स्थिरावले होते. उत्साह दाखवत होते, काम करत होते.

वाकडे कोणत्याही कामाला तयार होत्या. त्यांना वेळेचा प्रश्न नव्हता किंवा त्या तसं दाखवत नव्हत्या. भरपूर वेळ कॉलेजला थांबत होत्या. स्टाफरूममध्ये बसत होत्या. इतर विभागातल्या प्राध्यापकांशी मोकळं बोलताना दिसत होत्या. त्यातल्या त्यात त्या पानसरेंबरोबर जास्त दिसत होत्या.

पण सुमतीच्या डोक्यात कोणताच संशय नव्हता. त्यामुळे त्या कुठेही दिसल्या तरी ही इथं कशी हा भाग नव्हता. उलट, पार्टटाइम काम करीत असूनही इतक्या समर्पित वृत्तीनं त्या करताहेत, ह्याचं ती कौतुक करीत होती. त्यांचं आणि विसपुतेंचं जमत असल्यानं त्या दोघांना एकत्रित मोठं काम देणं सुमतीला सोयीचं होतं.

मुख्य म्हणजे पहिल्या टर्मनंतर विद्यार्थ्यांबरोबर त्या जास्त दिसायला लागल्या. इतक्या की एक दिवसाच्या ट्रिपचा प्रस्ताव घेऊन सेकंड इयरचा एक मुलगा तिच्याकडे आला. तिलाही चलण्याचा आग्रह करू लागला.

आश्चर्यचकित होण्याची वेळ सुमतीची होती; कारण इतक्या वर्षांत ती स्वत: कुठल्याही ट्रिपला गेलेली नव्हती आणि जे कुणी विद्यार्थी तिच्याकडे असा प्रस्ताव घेऊन आले होते त्यांना तिनं नकारच दिला आणि कॉलेजमध्ये अशा पद्धतीच्या विभागीय सहली जात नाहीत, हे त्याला ठणकावून सांगितलं.

आठवड्यानं जास्त मुलांना घेऊन तो मुलगा परत आला. जवळ असणाऱ्या डोंगरापलीकडच्या छोट्या गावाला एका दिवसात जाऊन येतो म्हणून ही मुलं हट्ट धरून बसली आणि तुम्ही चला म्हणूनही.

सुमती सुखावली. तिला जाणं शक्यच नव्हतं. प्राचार्यांच्या परवानगीचा अडसर

तिनं दाखवला.

दुसऱ्या दिवशी पुन्हा मुलं हजर. या वेळी प्राचार्यांची परवानगी, बसचं बुकिंग, लागणाऱ्या पैशाचं बजेट, परडोई येणारा खर्च, जेवणाची व्यवस्था, परतीची वेळ या सगळ्या आखीव प्लॅनिंगसह ते आले. तिचा नाईलाज होता. मनात धाकधूक होती.

या पद्धतीनं इतर काही विषयांची मुलंमुली एका दिवसाची ट्रिप करतात, हे तिला ठाऊक होतं; पण तरीही जबाबदारी होतीच.

यांच्याबरोबर कुणाला पाठवावं?

कुणीतरी प्रौढ, जबाबदार, थोड्या जास्त वयाचा माणूस पाहिजे.

गंमत म्हणजे त्याही प्रश्नाचं उत्तर मुलांकडे होतं.

विसपुते.

तिला पोरगेल्या वयाचा विसपुते या मुलांना नीट नेऊन सहीसलामत परत आणेल, ही खात्री वाटेना.

मग वाकडे?

ठीक आहे, तिला वाटलं.

आणखी मदत म्हणून तिनंच गिरमेंना पाठवायचं ठरवलं.

विद्यार्थी सहमत नव्हते पण त्यांनी वेळ मागून घेतला. संध्याकाळी गिरमेंना न्यायला ते तयार झाले.

थर्ड इयरचं प्रॅक्टिकल सुरू होतं. परमार घेत होता. पलीकडच्या लॅबला दुसऱ्या वर्षाचं प्रॅक्टिकल कांबळे घेत होता. सुमती तिच्या केबिनमध्ये बसलेली होती. प्रॅक्टिकल चालू असतानाच हजारे आला. हजारे हुषार विद्यार्थी होता. त्याला बऱ्याच शंका असत. त्या सोडवून घ्यायला तो प्राध्यापकांकडे येई. त्याला सुमती अकरावीपासूनच ओळखत होती. त्याला दारात पाहताच तिनं विचारलं.

"येस?"

"मे आय कम-इन, मॅडम?"

"ये. काय पाहिजे?"

"तुमच्याशी जरा बोलायचंय."

"सांग ना."

तो चाचरला. बहुधा सुरुवात कशी करावी यासाठी.

"एक तक्रार होती, मॅडम—"

सुमतीच्या कपाळावर आठी उमटली. लॅबमध्ये अनेक वेळा या गोष्टी होत. विद्यार्थ्यांना स्पेसीमन्स न मिळणं, जर्नल्स वेळेवर न मिळणं, इथपासून ते बसायला स्टूल न मिळण्यापर्यंत आणि पर्यायानं प्यून्स किंवा गिरमेंनी उद्धटसारखं बोलण्यापर्यंतच्या

तक्रारी ती अनेक वर्षं सोडवीत होती. तिला फक्त 'नवीन काय' हा प्रश्न होता. या वर्षी पहिली टर्म संपली तरी तक्रार नव्हती.

"काय?" तिनं विचारलं.

"आम्हाला परमारसर काय शिकवतात ते कळत नाही."

"काय?" तिचा चेहरा आक्रसला. "हजारे, परमार तुम्हाला गेल्या वर्षीपासून शिकवताहेत. या वर्षीही पहिली टर्म संपलीये. आता एकदम काय झालं?"

तिला प्राध्यापकांविषयी विद्यार्थी अकारण बोललेलं आवडत नसे.

"त्यांचं काहीच समजत नाही." तो भाडकन् म्हणाला. "ही इज रफ. चटकन रागावतात. नोट्स् देत नाहीत."

"पण तुम्हीच नोट्स् काढायला नकोत का? आय ॲम शुअर ते रेफरन्स बुक्स देत असणार! ही इज अ व्हेरी इंटलिजंट स्टुडंट. मी त्यांना ओळखते आणि तुला एकट्यालाच अडचण आहे का?"

तिच्या बोलण्यानं हजारे जरा चोपला; पण हे सांगायचंच असं ठरवून तो आला असावा.

"मला नाही. बऱ्याच जणांना आहे." त्यानं तीनचार जणांची नावं सांगितली.

"ही मुलं तुझ्याच ग्रुपची आहेत. इतर कोण आहे? तुझ्या ग्रुपनं तास रेग्युलर केले नसतील."

"नाही, मॅडम. मी रेग्युलर आहे. आम्हाला त्यांचं कळत नाही. हे तुमच्याशिवाय आम्ही कोणाला सांगणार? नाही तर थेट प्रिन्सिपॉल—"

प्राचार्यांचं नाव ऐकल्यावर तिचा स्वर बदलला.

"तिथपर्यंत कशाला जाताय? आय विल लुक इन टू द मॅटर. तू जा आता."

तो गेल्यावर सुमती विचारात पडली— असं काय असावं जे या पोरांना कळत नाहीये? हा पोरगा फाजील उत्साही आहे, प्राचार्यांकडे जाऊ शकतो. तिनं परमारला काय चॅप्टर्स शिकवायला दिलेत, याची फाईल तिने काढली. असा काहीच अभ्यासक्रम नव्हता जो शिकवायला अवघड किंवा समजायला अवघड असावा. तिला कळेना काय चाललंय!

प्रॅक्टिकल संपल्यावर तिनं परमारला बोलावून घेतलं. तो केबिनमध्ये आला तेव्हा उघड्या दारातून तिला हजारेचा ग्रुप बाहेर उभा असल्याचं दिसलं. रागाची एक लहर पुन्हा तिच्या मस्तकात उठली. परमारच्या चेहऱ्याकडे पाहून तिला दया आली. आता याला काय म्हणावं. हेही तिला सुचेना.

"बसा. कसं चाललंय शिकवणं?'

"चांगलं आहे, मॅडम. मी तुमच्याकडे येणारच होतो—"

"कशासाठी?"

"एन्.ए. नांगरे कॉलेजला काही लेक्चर्स आहेत. असं कळलंय. तुम्ही त्यांच्या हेडशी बोललात तर मला मिळतील."

"पण दोन्ही दोन्हीकडचं कसं जमवगार?"

वास्तविक 'तुम्हाला इथंच प्रॉब्लेम आहे तर तिथे काय करणार?' असं तिला म्हणायचं होतं. जमवावंच लागेल, मॅडम. गावाकडून धाकटा भाऊ आणलाय. त्याला इथे शाळेत घातलंय. पैशे तर लागतात."

"पण तुम्ही दोघं बाहेर. मग स्वयंपाक कोण करतं?"

सुमतीच्या डोक्यातला विषय बाजूला पडून स्त्रीसुलभ उत्सुकता आली.

"दोघंही करतो."

"केवढा आहे भाऊ?"

"आठवीत."

"लहान आहे रे मग."

"चालतं, मॅडम. शिकायचं म्हणजे कष्ट आलेच."

"बरं परमार, थर्ड इयरचा काही प्रॉब्लेम आहे का?"

त्यानं नकारार्थी मान हलवली.

"पुस्तकं वगैरे व्यवस्थित आहेत न? तुम्ही तयारी करून शिकवता ना? कुणी काही शंका विचारल्या तर उत्तरं देता ना?"

या सगळ्या प्रश्नांची उत्तरं होकारार्थी होती. मग सुमतीला काय बोलावं कळेना. त्याचा भाऊ आणि तो एवढ्या तुटपुंज्या पैशात कसे भागवतात, हा विचार एकीकडे त्रासदायक होता.

"हे बघा, परमार, तुमच्याबद्दल तक्रार आहे. तुम्ही घरच्या बाबी बाजूला ठेवून शिकवण्यावर एकाग्रता करा. रेफरन्सेस पहा. नवीन जर्नल्स बघा. मुलांना कळतंय ना असं विचारा. मधुनमधून असं विचारलं तर आपल्याला फीडबॅक मिळतो. त्यांना कळलं नाही तर तसं ते आपल्याला सांगतात. तुम्ही असं करताना दिसत नाहीये. या गोष्टी वरपर्यंत जाऊ नयेत असं मला वाटतं. तुम्ही लहान आहात पुढे खूप मोठं करियर आहे. मी काय म्हणतेय कळतंय ना?"

परमारनं मान हलवली?'

"तक्रार कुणी केली, मॅडम?"

"ते जाऊ द्या. तक्रार पुन्हा येऊ देऊ नका."

"मी अगदी मन लावून शिकवतो. माझ्या घरच्या गोष्टींचा खरोखरी काही परिणाम होऊ देत नाही. हे पहा."

त्यानं फाईल उघडून स्वतः काढलेल्या नोटस् तिला दाखवल्या.

पण कसं काय की ही गोष्ट प्राचार्यांपर्यंत पोचली. सुमतीला प्राचार्यांनी बोलावलं

तेव्हा तिला ही गोष्ट ठाऊक नव्हती.

"काय म्हणतंय डिपार्टमेंट?" त्यांनी विचारलं.

"ठीक आहे, सर."

"काय ठीक आहे?" ते जवळ जवळ ओरडले. "परमारबद्दल तक्रारी आहेत. तोंडी आहेत. लेखी आहेत. तुम्हाला लक्ष घालायला पाहिजे का नको?"

प्राचार्य 'खुर्चीतून' बोलत होते.

सुमतीकडे 'चौकशी करते. परमारना मी समजावून सांगितलंय. ते चांगले शिक्षक आहेत.' एवढंच उत्तर होतं.

या प्रकारानंतर एके दिवशी दुपारी रीमा घाईघाईनं तिच्या विभागात आली. सुमतीला शिकवण्यामधून तिने बाहेर काढलं.

"माझ्याबरोबर चल." म्हणत त्या जिना उतरून आल्या. तिनं तिला कँटीनच्या बाजूला नेलं. बाहेरून खिडकीतून तिनं दाखवलं.

हजारे, त्याचे मित्र आणि वाकडे!

सगळे हसत होते. बोलत होते. चहा आणि खाण्याच्या प्लेटस् समोर होत्या. तीनचार मुलीही होत्या. सुमती त्यांना ओळखत होती. त्या डिपार्टमेंटला परतल्या.

"या प्रकारात काहीतरी गडबड आहे, सुमती. तू मला परमारच्या तक्रारीबद्दल बोललीस, त्याच्याआधी मी वाकडेंना कॉलेजात हजारेंबरोबर पाहिलं. कॉलेज संपून तास होऊन गेला होता. मी लायब्ररीत रेफरन्सेस बघत होते. उशीर झाला म्हणून घाईनं बाहेर पडले, तर तुमच्या लॅबच्या जिन्यापाशी ह्या दिसल्या. प्रॅक्टिकल उशिरा सुटलं म्हणाल्या; पण इतर मुलंमुली नव्हत्या. शिवाय, मला पाहिल्यावर ते दोघं बोलताना एकदम थांबले. हजारेंचा चेहरा काहीतरी महत्त्वाचे शिजत असताना पकडला गेल्यासारखा झाला. त्याचे दोन मित्रही होते. हा मुलगा वैताग प्रकार आहे. दर वर्षी एक तरी त्रासदायक प्रकार तो करतो; पण वाकडेंचं त्याच्याशी काय काम असेल? परमारची तक्रार, ते तू न सांगताही प्राचार्यांना कसं कळलं? हजारे सरळ प्राचार्यांकडे जाणार नाही. मला उगाचच वाटतं की या सगळ्या गोष्टींचा एकमेकांशी संबंध आहे. माझा सिक्स्थ सेन्स सांगतोय."

सुमती फक्त अवाक् होती. आजवर ती कधीही विद्यार्थ्यांबरोबर कँटीनमध्ये गेली नव्हती. तिला एकच गोष्ट कळत होती.

वाकडेबाई दिसतात तेवढ्या साध्या नाहीत.

त्यानंतर गमतीदार प्रकार सुरू झाला. परमारपाठोपाठ फर्स्ट इयरच्या मुलांनी पोर्शन पूर्ण करीत नाही म्हणून कांबळेंची तक्रार केली. वास्तविक कांबळे तसे सीनियर. डिपार्टमेंटमध्ये त्यांना सहा वर्षं झाली होती. या काळात त्यांच्याविषयी

तक्रार नव्हती.

तक्रारीचं स्वरूप तसंच. आधी सुमतीकडे, नंतर प्राचार्यांकडे.

नंतरचा नंबर विसपुतेंचा होता.

तक्रारीचं स्वरूप थोडं नम्र, एवढाच फरक; पण तरीही तक्रार.

फक्त सुमतीकडे.

नंतरचा भागही सारखा.

प्राचार्यांचं बोलावणं.

मग त्याबद्दलचा खुलासा.

सुमती खरोखर वैतागली होती. प्रत्येक वर्गात विद्यार्थ्यांनी नीट वागावं हे सांगताना कुणाच्या सांगण्यावरून तक्रार करू नका, हे सांगायला विसरत नव्हती.

हे सगळं पुढे दोन वर्षं चालणार होतं, ह्याची सुमतीलाच काय कोणालाही कल्पना नव्हती. रोहनच्या मॅट्रिकचा रिझल्ट लागेतो तिला श्वास घ्यायला फुरसत नव्हती.

नंतरच्या वर्षी जयंतची बदली एका चौकशी कमिटीचा सभासद म्हणून पुण्याला झाली. रोहनचं कॉलेज, घर, नातेवाईक आणि जयंतचं सारखं जातयेत राहणं, यामुळे तिला कुठेच नीट वेळ देता आला नाही.

मात्र एक गोष्ट झाली.

या वेळी थर्ड इयरचा 'फेअरवेल' समारंभ गाजला.

कारण प्राचार्य.

त्यांनी आर्ट्स कॉमर्स आणि सायन्सचा निरोप समारंभ एकत्र करायचं ठरवलं. त्यामुळे तिन्ही फॅकल्टीचे प्राध्यापक आणि विद्यार्थी असा मोठा जमाव तयार झाला. भरपूर भाषणबाजी झाली.

विद्यार्थ्यांचं शेवटचं वर्ष. त्यांनी कॉलेज-संदर्भातल्या भावना बोलून दाखवाव्यात, असं म्हटल्यावर अनेक उत्सुक दिसले.

यातही एक गोष्ट ठळकपणे पुढे आली.

झुऑलॉजीविषयी बोलताना दोन मुलींनी उत्तम शिकवणाऱ्या उत्कृष्ट शिक्षिका म्हणून वाकडे मॅडमचंच नाव घेतलं. सुमती किंवा इतर कुणाचंही नाही. बोलणारी मुलगी वाकडेंबरोबर कँटीनमध्ये बसलेली होती, हे सुमतीला पक्कं माहिती होतं आणि तिला आत्यंतिक आश्चर्य वाटलं होतं. तिच्या नावाचा उल्लेख येताच रीमानं सुमतीकडे सहेतुक पाहिलं होतं. हिंदीबद्दल बोलताना पानसरेमॅडमचा उल्लेख तीनचार विद्यार्थ्यांनी केला. एका विद्यार्थिनीनं तर त्या आईसारख्या मायाळू आहेत वगैरे म्हणून डोळ्याला रुमालही लावला. चंद्रात्रे उघड उघड अस्वस्थ झाल्या. त्यांना अस्वस्थता लपवणं जड गेलं.

कितीही नाही म्हटलं तरी सुमतीला झाला प्रकार फार झोंबला.

"आपण इतकी वर्षे झक मारली," ती चिडून म्हणाली. "काल आलेल्या ह्या बायका विद्यार्थ्यांवर काय जादू करताहेत देव जाणे. वास्तविक शिकवायला सगळे जीव तोडून शिकवतात. मी लग्गयानं आलेल्यासारख्यांचं म्हणत नाही. जे मेरिटवर आलेत त्यांच्याविषयी बोलतेय. चंद्रात्रेही वैतागल्या. त्यांना चांगलं म्हणू नका असंही मी म्हणत नाही; पण इतर एखाद्या तरी टीचरचं नाव घ्यायचं? वर प्राचार्य आणि त्यांचे इतर अनेक चमचे दात काढत गेले. 'तुमच्या डिपार्टमेंटमध्ये उत्कृष्ट शिक्षक आहेत, मॅडम. रिझल्ट उत्तम लागणार!' म्हंजे रिझल्ट फक्त यांच्यामुळे चांगला लागणार! इतकी वर्षं अनेकजण काम करून उत्तम निकाल लावताहेत, त्यांचा 'निकाल' लावला! प्राचार्य तर जाताना म्हणाले, "तुमच्याकडे आता बेस्ट हॅंडस् आलेत, म्यॅडम. विभागाचा उत्कर्ष झाला पाहिजे! तुम्ही भाग्यवान आहात. मेरिटचा कॅंडिडेट असेल; पण तो चांगला शिकवतोच असं नाही!"

स्टाफरूममध्ये ती आणि रीमा बोलत होत्या. चंद्रात्रे बाजूला होत्या. तिथे जोशी आले. म्हणाले, "काय निवान्त बसलाय?"

"हो. आता निवान्त बसू शकतो. डिपार्टमेंटला फार एबल हॅंडस् आलेत. आता मी काय, चंद्रात्रे काय, बॅकबेंचला बसू शकतो. काय बरोबर आहे ना मी म्हणते ते?"

चंद्रात्रेही चिडल्याच होत्या. पानसरे आल्यापासून त्या कार्यकारिणीच्या नात्यातल्या असल्यामुळे त्यांनी मिळतं घेण्याचं धोरण ठेवले होतं. त्याबद्दल जोशी, सुमती आणि इतर अनेक प्राध्यापकांनी त्यांना टोकलंही होतं; पण चंद्रात्रे बधल्या नव्हत्या. आज मात्र त्या स्वत:चा राग आवरू शकल्या नाहीत.

"आपण इतके दिवस शिकवलं म्हणजे पाट्या टाकल्या. असं दोन-चार वर्षांत 'बेस्ट टीचर्स'चं बक्षीस आपल्या पदरात पडलं नाही!"

"त्यांना विद्यार्थ्यांकडून चांगलं म्हणवून घेतल्यानं तुम्ही वाईट शिक्षक होत नाही, मॅडम. तुम्ही लोक उत्तम शिक्षक आहात हे सांगायला ना तुम्हाला विद्यार्थ्यांना उभं करावं लागलं, ना सगळ्यांना हे व्यासपीठावरून कळवावं लागलं. सोनं ते सोनं. त्याला चमकवावं लागत नाही. कॉलेजात काही दूधखुळे लोक नाहीत. त्यांनाही कळतं." जोशी म्हणाले.

"पण सर, तुम्ही एक बघितलं का, फक्त या दोनच मॅडमची नावं घेतली मुलांनी? इतके विभाग, इतके प्राध्यापक इथं आहेत, त्यांच्यापैकी कुणाचंच नाव घेतलं नाही." घुगे म्हणाले.

त्यांना कुठेतरी स्वत:चं नाव न घेतल्याचा सल असावा.

"अहो घुगे, तुम्ही बी—? अरे हे इतकं वरवरचं प्रकरण नसणार — अशा प्रॉमिनंट गोष्टी घडल्या की समजावं पाणी मुरतंय—" माघारे म्हणाले.

''कुठे मुरतंय?'' सुमती म्हणाली.

''आता कळेलच. त्याला थोडा वेळ द्यायला पाहिजे का नको?'' ते म्हणाले.

''पण जमलेल्यांना तर हे वाटलं ना की विभागात इतके इतके जुने लोक आहेत, त्यांच्यावर यांनी शिकवण्यात वरचा नंबर मारला!'' चंद्रात्रे चिडून म्हणाल्या.

''तुम्हाला हा खेळ कळला नाही— का हो, जोशीसाहेब. तुम्ही परमनंट आहात. टिकलेल्या आणि टेकलेल्या आहात. नावं घेतलेले नवीन आहेत— नव्या आशा आहेत— कळतंय का तुम्हाला?''

जोशींनी एकदम समजल्यासारखी मान हलवली.

''लक्षात येत नाही लवकर. पण आता काय विद्यार्थ्यांना हाताशी धरणार की काय?'' जोशी.

''ही काय आजची गोष्ट आहे होय? तुम्ही भाषण केलेलं एखादं पोरगं गाठा, मॅडम. गुंता तुमच्याही लक्षात येईल.''

''पण हे सगळं करायची गरज काय? ते चांगले असतील तर चांगले रिपोर्ट हेड लिहितीलच ना.'' घुगे म्हणाले.

''घुगे, तुमचं काय झालंय, तुम्ही प्राचार्यांजवळ फार बसता. त्यामुळे तुम्हाला इतर काही गोष्टी कळतच नाहीत. तुम्हाला पाहिलं की ते नियम बोलायला लागतात.''

''त्यानं काय होतं?'' घुगे म्हणाले.

''एका दगडात दोन पक्षी. ते नियमानं चालतात हे सिद्ध होतं आणि तुमची एंट्री नियमबाह्य झाली, हेही सिद्ध होतं.'' घुगेंच्या चेहऱ्यावर रागाची लहर उमटून आली.

माघारेंनी लागलीच त्यांच्या पद्धतीने ते सावरून घेतलं. ते म्हणाले,

''यातून सिद्ध काही होत नाही; पण तुम्हाला गिल्टी फिलिंग देता येतं—''

जोशी आणि सुमती हसले.

''तुम्ही हुषार आहात, माघारे. नीट अभ्यास केला तर तुम्हाला उत्कृष्ट शिक्षक पुरस्कार मिळाला असता!'' जोशी म्हणाले.

माघारेंनी विनोदी केविलवाणा चेहरा केला.

''पण त्याच्यासाठी अभ्यास करावा लागतो, सर. मी फार कष्टात दिवस काढले. तेव्हा फार अभ्यास केला; पण आता कष्ट न करता पारितोषिक आणि क्रेडिट कसं मिळवायचं, याचा अभ्यास करतोय.''

सगळेच हसायला लागले.

''मग या परीक्षेत तुम्ही पास झालात असंच म्हणायला पाहिजे.'' जोशी म्हणाले.

''तुमच्यासारख्यांनी असे आशीर्वाद दिले तर सगळं 'घडवणं' शक्य होईल.'' माघारे हसत म्हणाले.

"पहा बरं, मॅडम, याला आशावाद म्हणतात."

"पण मॅडमच्या मनात आज फक्त आशावाद आहे! काय, मॅडम?" रीमा फार वेळानं बोलली.

"वाद नाही. संशयी विचार आहे." घुगे म्हणाले.

"पण तसा संशय यावा असाच प्रकार आहे." रीमाच्या या म्हणण्यावर सगळेच गंभीर झाले. जोशींनी जोर केल्यामुळे रीमानं पाहिलेला प्रकार त्यांना सांगितला. तेही गंभीर झाले.

"असं असेल तर हे फार वाईट आहे. आत्ता मॅडमनी इतर प्राध्यापकांबद्दलच्या तक्रारींचं सांगितलं."

"दोन अधिक दोन केलं तर गोष्ट स्पष्ट होऊ शकेल." रीमा म्हणाली.

"पण हे कोण करतंय आणि कशासाठी—" माघारेंची उत्सुकता त्यांना गप्प बसू देत नव्हती.

"येत्या काही काळात कळेल. त्या दोघी पेपर सेटिंगला वगैरे नव्हत्या ना?" ते म्हणाले.

"अहो, त्या तासिका तत्त्वावर आहेत. तुम्ही सुतावरून स्वर्गाला जाताय." सुमती म्हणाली.

"मॅडम, तुम्ही पेपर सेटर असाल. बहुतेक वेळा नकळत आपण काही बोलून जातो. आपल्या 'आजूबाजूचे' चाणाक्ष असतात, माफ करा; पण तुमच्या ह्या वाकडेबाई जरा फास्ट वाटतात—" घुगे म्हणाले. "म्हंजे प्राचार्यांवर त्यांनी जे इंप्रेशन टाकलंय त्यावरून म्हंतो."

"हे जरा जास्त फार फेच्ड् होतंय. ही सगळी गुंतागुंत आहे आणि तरीही एक सलग धागा आहे. वुई विल हॅव टू फाइंड आऊट अबाऊट इट." रीमा म्हणाली. "सुमती, यू बी व्हेरी केअरफुल टिल देन."

सुमती विचारात पडली होती. तिनं मान हलवून होकार दिला.

त्या दिवशी जयंतला तिनं कॉलेजात काय घडलं, ते सांगायला सुरुवात केली. एकदम जयंत म्हणाला की त्यांनी लांब फिरायला जावं. गावाबाहेर स्कूटर उभी करून ते चालायला लागले.

'हं सांग आता' असं त्यानं म्हणताच ती एकदम सुटली. वाकडेंसंदर्भात विद्यार्थिनींनी केलेलं मतप्रदर्शन सांगितलं. अर्थात् हे अगदी नॉर्मल आहे असं जेव्हा जयंत म्हणाला तेव्हा तिने रीमा कशी तिच्याकडे येऊन तिला घेऊन गेली, कसं विद्यार्थ्यांबरोबर तिनं वाकडेंना पाहिलं वगैरे सांगितलं. उंडणगावकरांच्या मृत्यूच्या वेळचा भाग सांगितला.

जयंतही विचारात पडला. म्हणाला, "हे घडलंय त्यात निश्चितच गडबड आहे;

पण त्या बाई तर तुझ्याजवळ म्हणाल्या की त्यांचं इथं कुणी नाही. तू असं कर माटेबाईंनी जर त्यांची शिफारस केली असेल तर त्यांनाच विचार.''

रात्री सुमतीला झोप येईना. कुस बदलत राहिली. विचार तिचा पिच्छा सोडेनात. स्वत:लाच ती प्रश्न विचारत राहिली. उत्तरं शोधत राहिली.

वाकडेंची स्तुती केली म्हणून मला वाईट वाटतंय का, असा प्रश्नही तिनं स्वत:ला विचारला.

उत्तर नकारार्थी आलं. कारण अनेक वेळा तिच्या विद्यार्थ्यांनी तिच्यावरची भक्ती बोलून दाखवली होती. 'टीचर्स डे'ला कार्ड आणि फुलं देऊन व्यक्त केली होती.

त्याहीपेक्षा ती शिकवत असताना ज्या तन्मयतेनं तिचे विद्यार्थी शिकत असायचे, त्या प्रत्येकाच्या चेहऱ्यावरचा भाव हे तिचं सर्टीफिकेट असायचं. आदर दर्शवणारी प्रशस्तीपत्रं.

मग अस्वस्थता कशामुळे?

वाकडेंनी फसवल्यामुळे.

गरीब आहोत, गरजू आहोत, तुमच्याच आधारानं राहतो आहोत— हे दाखवत दाखवत केलेली फसवणूक.

वाकडेंना हे करण्याची गरज नव्हती.

तिला अशा पद्धतीनं आधारस्तंभ वगैरे करून तिचा इगो कुरवाळण्याचीही वाकडेंना गरज नव्हती. सामान्य आणि सरळ दिसणाऱ्या वाकडेंचं आपल्याला मनोविश्लेषण करावं लागेल, असं तिला वाटलं नव्हतं; पण एकूण सगळ्या प्रकारानं ते भाग पडलं.

'मागे रीमा तिला म्हणाली होती की वाकडेच्या लाचारी वगैरेमुळे मन भरून वगैरे यायला नको; कारण तो तिच्या व्यक्तिमत्त्वाचा भाग आहे. ती तशी लोचट वागली नाही तर आपण स्वत: चूक वागलोत, अशी तिची भावना होईल. काही लोकांना कायम असं वागण्याची सवय असते. त्यात त्यांचं सुख असतं. कदाचित अशा वागण्यानं लोक आपल्याकडे वळवून घेऊ शकतो, असं त्यांना वाटतं. ही लाचारी एक हुकमी शक्ती असल्यासारखी ते वापरतात आणि आपण लोकांची नस बरोबर पकडून काम करून घेतलं, असं वाटून ते सुख पावतात. वाकडे त्या माणसांसारखी आहे. शिवाय तिला इतर कुठल्याही गोष्टीत रस नाहीये. ती, तिचं घर आणि ही नोकरी हेच तिचं ध्येय आहे. म्हटलं तर अगदी छोटं, सामान्य ध्येय. म्हणून ती करत असलेल्या सगळ्या उलट्यापालट्या गोष्टीसुद्धा खऱ्या क्षुल्लक. त्यातून दुसऱ्यांना त्रास होईल, याची तिला कल्पनासुद्धा नसेल. कारण स्वत:च्या पायापुरतं पहाणाऱ्या स्वार्थी माणसाला इतरांशी घेणंदेणं नसतं. इतरांना स्तुती करून सुखवायचं, तेवढ्यासाठी 'लहानाहून लहान व्हायचं' हे वाकडेंनी ठरवून घेतलंय.

'रीमाचं म्हणणं सुमतीला पटल्यासारखं झालं. याचा अर्थ वाकडेंच्या दृष्टीनं सुमती त्या सगळ्या 'इतरां'सारखी होती. वाकडेंना वाटत असावं की, ती सामान्य माणसासारखी आदरासाठी, सन्मानासाठी, इगो कुरवाळून घेण्यासाठी भुकेली आहे.'

'यामुळे तिला मात्र वाकडेंच्या कुवतीची कल्पना येत होती.'

याचा अर्थ त्या प्राचार्यांनाही आधीच भेटलेल्या असणार! चटर्जी परत येत नाहीयेत, हे प्राचार्यांना तर ठाऊक होतंच. म्हणजे तास देण्याचंही आधीच ठरलं असणार! म्हणजे प्राचार्यांनी धूर्तपणे तिच्याकडून वाकडेंसाठी वर्कलोड देववला. अर्थात् आपली ही खेळी उत्कृष्ट झाल्याबद्दल ते दोघेही मनात खदखदून हसले असतील. माझ्या भंगडपणाला. साध्याभोळ्या किंवा मूर्ख स्वभावाला!'

या विचारासरशी राग, असाह्यता आणि चीड, फसवल्या गेल्याच्या जाणिवेनं ती चटकन उठून बसली. मग तिची झोप पूर्ण उडाली.

थोड्या वेळानं ती उठली.

पाणी पिऊन, बाथरूमला जाऊन पुन्हा येऊन पडली. मग हा क्रम सकाळ होईतो चालू राहिला.

सकाळी तारवटल्या डोळ्यांनी ती चहा प्यायला बसली, तेव्हा जयंत म्हणाला, ''रात्री झोपली नाहीस? हे बघ, तू झाल्या प्रकाराबद्दल फार विचार करू नकोस. आयुष्यात किती किती प्रकारची माणसं भेटतात! असा विचार करीत बसलीस तर झालंच. अशा वेळी आपण आपलं काम करावं. बाकीच्या गोष्टीत अजिबात लक्ष घालू नकोस. कॉलेज, आपले लेक्चर्स, डिपार्टमेंटचं काम, एवढंच बघावं. पुढच्या वर्षी या वाकडेबाईंना घेऊ नकोस. काम झालं.''

अर्थात्च सुमती ह्या सगळ्या सांगण्यावर मान डोलावत होती; पण तो काय सांगत होता याकडे तिचं अजिबात लक्ष नव्हतं.

त्या रात्रीपासून सुमतीचं वेळापत्रकच बदललं. तिच्या वेळापत्रकात रोहन, जयंत, घर, नातेवाईक, तिची इतर कामं, यात वाकडेंचा समावेश झाला.

रोज.

दररोज.

तिच्या नकळत तिचा एक डोळा वाकडेंवर स्थिरावू लागला.

त्या काय बोलतात, काय विचारतात.

कुणाशी बोलतात.

कुणाशी मैत्री करतात.

कुणाच्या घरी जातात.

कुणाच्या मार्फत काय प्रयत्न करतात.

विभागात त्यांच्या जवळचं कोण.

कोणते विद्यार्थी-विद्यार्थिनी त्यांच्या आजुबाजूला घुटमळताहेत.

या प्रश्नांची उत्तरं मिळायला लागली तशी ती आश्चर्यचकित झाली.

तीन वर्षांत या बाईंच्याकडे आपलं केवढं दुर्लक्ष झालंय, हेच तिच्या लक्षात आलं.

पानसरेंशी वाकडेंचे जिव्हाळ्याचे संबंध आहेत, हे प्रथमच तिच्या लक्षात आलं, पण संपत आलेलं वर्ष आणि वर्षाच्या शेवटी असणारी कामं यामुळे सुमती पुन्हा कामात गुंतली. परीक्षा, लॅबची स्वच्छता, प्रॅक्टिकल्ससाठी लॅब्ज तयार करणे, स्पेसिमन्स तयार ठेवणं अशा आणि विद्यापीठाच्या परीक्षा, बाह्य परीक्षक म्हणून जाणं, हे सगळंच सुरू झालं.

बाहेर पडल्यावर तिच्या डोक्यातून वाकडे पूर्ण निघून गेल्यासारख्या झाल्या.

'जागा निघाल्याशिवाय त्या भरल्या जाणं शक्य नाही.' रीमा, जोशी आणि इतरही म्हणतच होते. त्यामुळे वाकडे असोत की विसपुते, दोघांनाही कायमस्वरूपी तिच्या विभागात येण्याची मुळातच संधी नव्हती.

या दरम्यान प्राचार्यांनी घाईनं मीटिंग बोलावली. या वर्षी साल बादप्रमाणे व्हायचे काही कार्यक्रम झालेले नव्हते. त्यात एनसीसी आणि राष्ट्रीय सेवा योजनेसंबंधात कार्यक्रम होते. विद्यापीठानं ग्रॅन्टस् थांबवून धरलेल्या होत्या.

''ज्या वर्षीचे कार्यक्रम त्याच वर्षी न घेतले तर ग्रँटस् परत जातील, असा सरकारचा नियम आहे; पण या वर्षी सासवडे इन्चार्ज आहेत एन्.एस्.एस्.चे. त्यांना घरगुती अडचणी असल्यानं त्यांनी कॅम्प घेतलाय; पण इतर योजना ते राबवू शकलेले नाहीत, तेव्हा मी आता सुखटणकर म्यॅडमना विनंती करतो की त्यांनी उरलेल्या योजना पार पाडाव्या, तशाही त्या आणि इंग्रजीच्या म्यॅडम नगरला ओरिऐंटेशन कोर्सला जाऊन आल्यात—''

सुमती भडकलीच.

''मला तुम्ही माझी इच्छा नसताना नगरला पाठवलंत. सासवडेंची अडचण आहे म्हणून. तेव्हाही मी तुम्हाला हे सांगितलं होतं की मी आता एन्एस्एस् करणार नाही.''

प्राचार्यांना हे अपेक्षित नव्हतं. तेही चिडले, पण वरकरणी तसं न दाखवता म्हणाले, ''तसा हा कार्यक्रम 'कमवा आणि शिका' योजनेतला आहे. रजपूत बघत होते इतकी वर्षं; पण ते या वर्षी रिटायर झालेत. पुढच्या वर्षाला कुणीतरी इन्चार्ज करू; तंवर तुमी हे करा. तेवढीच कॉलेजला मदत!''

''मदतीला पुष्कळ लोक आहेत इथे, सर. सगळे सुज्ञ, जबाबदारीची जाणीव असलेले आणि भरपूर शिकलेले आहेत. त्यांनाही कामाची संधी द्यावी अशी विनंती मी तुम्हाला करते.'' रागानं तिचा आवाज कापत होता.

प्राचार्य इरेला पेटल्यासारखे झाले.

पण जोशी मध्ये पडले

''त्यांच्याकडे आता प्रॅक्टिकल्स असतात, सर. आपण हे काम एकतर आर्टस्‌च्या कुणाला तरी देऊ. नाहीतर मग माघारे करतील; कारण माघारेंना कार्यक्रम अरेंज करण्याचा आणि ते यशस्वी करण्याचा तगडा अनुभव आहे.''

टिपणीसांनी त्यांच्या प्रस्तावाला अनुमोदन दिलं. तमाम आर्टस्‌च्या प्राध्यापकांनी माघारेंच्या नावाचा पुकारा केला.

माघारे उठले.

''हा पुकारा आर्टस्‌वाल्यांनी केला त्याचा अर्थ मी फार योग्य माणूस आहे म्हणून नाही तं त्यांना ह्ये काम नको म्हणून आहे, हे मान्यवर महोदयांनी लक्षात घ्यावं.''

मग एकच गोंधळ उठला. सगळे एकाच वेळी आपापसात आणि प्राचार्यांना उद्देशून बोलू लागले.

प्राचार्यांनी टेबलवरची कर्कश्श बेल वाजवताच शांतता पसरली.

''ठीकए माघारे, एवढा एकच कार्यक्रम आहे. तुम्ही लगोलग पार पाडा. उद्या माझ्या ऑफिसला या. मार्चएंडपर्यंत पर्यावरणासंबंधी ग्रँटचा आनी हा अहवाल देऊन टाकू.''

माघारेंनी हात हतबलपणे वर केले.

''मी हे प्रोस्टेटखाली घेतोय. मन लावून काम करणं आनी गळ्यात आलेलं काम करनं यात फरक आहे, हे लक्षात ठेवा. आनी आज माझी बारी आहे. उद्या तुम्हाला पन हे चुकणार नाही, हे लक्षात ठेवा.''

''सर, तुम्हाला चांगली टीम देतो. ते मदत करतील. उद्या यादी लावून टाकू कमिटीची! कामं करून घ्या.''

माघारेंनी उपहासगर्भ मान हलवली.

''आपल्या कॉलेजच्या इतिहासात कमिटीतल्या सगळ्यांनी कामं केल्याची नोंद नाही—'' ते टिपणीसांकडे वाकून पुटपुटले.

प्राचार्य उभे राहिले.

''बुधवारी आपल्याकडे संलग्नीकरण समिती येतेय. ॲफिलिएशन. सगळ्या विभागांनी आपापले रेकॉर्ड तयार ठेवा. कारण मला ऑफिस बघावं लागेल.''

पुन्हा एकदा गोंधळ उठला.

'किती उशिरा सांगतात. आधी सांगू नये का?' अशी वाक्यं उमटली. 'बाप रे! काय वैताग, यांना कामं नाहीत, अहो, ते इन्स्पेक्शनच,'– असे उद्‌गार उमटले.

पुन्हा कर्कश्श्य बेल.

मीटिंगमधले इतर मुद्दे.

दुपारचे चार वाजले.

‘‘चहा सांगितलाय का?’’ या प्रश्नाची पुटपुट वाढली.

‘‘अहो पांचाळ, च्या झाला का नाही? का मळ्यात गेलाय तो दार्जिलिंगला?’’ प्राचार्य ओरडले.

गार पडत चाललेल्या चहाचा राऊंड सुरू झाला.

स्टाफ सेक्रेटरी उभे राहिले.

‘‘या मीटिंगनंतर लागलीच विभागप्रमुखांशी प्राचार्य थोडा वेळ बोलतील.’’

विभागप्रमुखांच्या चेहऱ्यावर नाराजी पसरली.

‘‘आता कशाला?’’ सुमती म्हणाली.

‘‘पहिली मीटिंग आधी घ्यायची, नाहीतर ही उद्या ठेवायची.’’ जोशी म्हणाले.

‘‘पण सायन्सचे लोक नाहीतरी पाचपर्यंत असतातच.’’ सुमती म्हणाली.

‘‘पण आम्हाला सवय नाही.’’ कुणीतरी मागून म्हणालं.

‘‘काय घुगे, कॉलेजला वेळ द्यायला नको का?’’ प्राचार्य म्हणाले, ‘‘क्यों वहाबसर?’’

वहाबांनी मान डोलावली. होकारार्थी.

‘‘पिछले जनम में मैं गधा रहा होगा—’’ ते पुटपुटले.

विभागप्रमुखांच्या बैठकीत इतर अनेक गोष्टींबरोबर प्राचार्यांनी प्रत्येक विभागाचे वर्कलोड मागितले. सगळे उपस्थित प्राचार्यांच्या बहुतेक प्रस्तावांना ‘हो’ म्हणत होते. आणखी एकदा कोमट चहाचा राऊंड झाला.

बाहेर पडताच झालेल्या विषयांवर कॉमेंट्स् सुरू झाल्या. आपापल्या दिशांना जाताना ‘उद्या भेटू तेव्हा बोलूत’ म्हणत सगळे पांगले.

‘‘बिचाऱ्या माघारेंच्या गळ्यात ‘कमवा-शिका’चं घोंगडं टाकलं.’’ टिपणीस म्हणाले.

‘‘आपल्या जनरल मीटिंगमध्ये पार्टटाइम शिकवणाऱ्यांना कसं काय बसायला लावतात हो?’’ चंद्रात्रे म्हणाल्या. पानसरे बसल्यामुळे त्यांचा अहंकार दुखावला गेल्याचं त्यांना नव्यानं जाणवलं असावं.

‘‘अगदी चुकीचं आहे हे करणं! एकतर ते अगदीच तात्पुरते असतात. शिकवून निघून जाणे’ हेच खरं त्यांचं काम. अशा तऱ्हेनं बसायला लागले की कॉलेजचे इन्स आणि आऊट त्यांना कळतात. हे योग्य नाही.’’ जोशी म्हणाले.

‘‘अशा पद्धतीनं आतल्या गोष्टीत त्यांचा शिरकाव नाही व्हायला पाहिजे.’’ घुगे प्रौढपणे बोलले.

‘‘मग तुम्हीच आता याची नोंद घ्या. हिंदीच्या पानसरे आणि झूऑलॉजीचे

वाकडे, विसपुते, मराठीच्या बिंदू, सोशॉलॉजीच्या दुसऱ्या बाई, अकाऊंटसचे नागोरी—''

घुगे टिपणीसांना थांबवत म्हणाले, ''मोठी लिस्ट आहे, सर—''

''हे सगळंच तुम्ही लक्षात ठेवा.'' टिपणीस हसून म्हणाले.

घुग्यांचे कार्यकारिणीबरोबरचं नातं लक्षात ठेवून टिपणीसांनी 'लक्षात'वर जोर दिला.

''कळलंच पाहिजे पण कार्यकारिणीला,'' रीमा म्हणाली. ''इटस् टू मच. आज 'कमवा-शिका'ची ॲडजस्टमेंट किंवा वर्षाच्या सुरुवातीला करायच्या गोष्टी आपण कशा पार पाडतो, हे ह्या नव्या लोकांपुढे डिस्कस होऊ नये.''

''पण लक्षात कोण घेतो?'' टिपणीस म्हणाले, ''म्हंजे ही कादंबरी आहे बरं का—''

सगळे हसले.

१२

सकाळी साडेआठ नऊच्या सुमारास फोन खणाणला.

''तुझा फोन—'' ओरडत रोहननं बाथरूम गाठलं.

''तू जाऊ नकोस. मला जायचंय आंघोळीला—'' म्हणत तिनं फोन उचलला.

''माघारे सरांनी फोन करायला सांगितलंय. आज दुपारी साडेतीन चारला 'कमवा आणि शिका' अंतर्गत एक सत्कार समारंभ ठेवलाय. तुम्ही एक वाजेपर्यंत या असा निरोप आहे.''

''कोण बोलतंय?'' सुमती वैतागानं म्हणाली.

''मी ढमढेरे. कार्यालयातून बोलतोय.''

''ढमढेरे—'' सुमती सात्त्विक संतापानं म्हणाली. ''तुम्ही आता फोन करताय?''

''मला आत्ताच सांगितलंय, मॅडम.''

''पण माझ्याकडे प्रॅक्टिकलच्या परीक्षा आहेत. त्या मागं लागून मी एकपर्यंत येऊ शकणार नाही. दोनपर्यंत येते. मला काय काम सांगितलंय?''

''नुसतं यायला सांगा म्हणालेत. कालच ठरलंय. कार्यकारी सभासदही येतील. कुणी वर्ल्ड कल्चरल डेव्हलपमेंट का काय असे पाहुणे आहेत, असं प्राचार्य म्हणत होते.''

''ठीकये'' म्हणत तिनं रागानं फोन आपटला.

तेवढ्यात जयंत आला. त्याच्याकडे रागाने पहात ती म्हणाली. ''निखळ गाढवं केलीयेत आमची. हे झालं की ते काम. श्वास घ्यायला वेळ ठेवला नाहीये. परवा विद्यापीठात गेले तर आमचे तिथले हेड म्हणाले, 'अगदीच रिसर्चवर्क ठप्प झालंय तुमचं. असं करू नका.' त्यांना काय माहिती की इकडे रिसर्चची 'री'सुद्धा उचलली जाऊ शकत नाही. गंमत म्हंजे परवाच्या सेमिनारला मी नाही गेले; पण वाकडेबाई गेल्या.''

''त्या बाईचं बोलू नकोस. तुझ्या हातानं आणलेला वैताग आहे तो! किंवा ती

माटीण—'' जयंत हसायला लागला.

''आत्ता फोन आलाय. तीनला कार्यक्रम आहे. माघारेंना पण आधी सांगता येत नाही. बरं, कमिटीत घेऊ नका म्हटलं तर बळजबरीनं घालतात. जी माणसं कधीच काम करत नाहीत, ती कधीच गठतही नाहीत आणि कामंही करीत नाही. जी कामं करतात त्यांनाच पुन्हा पुन्हा ताबडतात. चांगलं मोठ्ठं ओझं वाहणारं गाढव. म्हंजे मी.'' ती वैतागली. ''किती कमिट्यात घातलंय! रोज कुणाची ना कुणाची मीटिंग. उरलंसुरलं डिपार्टमेंट. मग उरलं तर माझं करियर. तो चटर्जी कसा निसटला तसं काहीतरी करावं; पण या कार्यक्रमातून वेळ उरला तर!''

''तू थोडी अलिप्त रहा ना. चटकन कामाला हो म्हणायची, पुढं होऊन काम करण्याची सवय लागलीये तुला.''

''पटकन काम संपवून बाहेर पडावंसं वाटतं.'' सुमती

''पण ते होणार नाही. आज तू इन्व्हॉल्व होऊ नकोस. शांतपणे बाजूला थांबावं. सांगतील तेवढं करावं.'' जयंतनं सुचवलं.

''आज करूनच पाहते—'' म्हणत ती आवराआवरीला लागली.

प्रॅक्टिकल्स संपायलाच दोन झाले. तिला खूप दमून गेल्यासारखं झालं होतं. तिथेच थांबण्याचा निर्णय घेऊन ती खाली आली. खाली ग्राऊंडवर सामसूम होती. कार्यक्रमाची जागा चुकली की काय असं वाटून ती कँटीनकडे वळली. जमलं तर चहा घ्यावा या इच्छेनं. अडीच वाजून गेले होते. तिनं चहाची ऑर्डर दिली.

तेवढ्यात दुरून अतिशय वेगात माघारे स्कुटरवर येताना दिसले. कँटीनच्या बाजूने पार्किंग दिसत होते. माघारेंनी स्कूटर पार्क केलेली तिनं पाहिली. समोरच्या ग्राऊंडवर कोणी नव्हते, हे तिला माहिती होतं. त्यामुळे माघारे मुलांना शोधत मागच्या ग्राऊंडवर जाणार, हे तिने ताडले. तिकडेच एन्‌एस्‌एस्‌ आणि स्पोर्टस्‌ची कार्यालयं होती. कँटीनवाल्याला चहा तिकडेच पाठव आणि चार चहा जास्त पाठव म्हणून ती मागच्या ग्राऊंडकडे निघाली.

बदामाच्या झाडाखाली मुलामुलींचा एक मोठा जथ्था उभा होता. आजूबाजूला दोन-दोन, तीन-तीन मुलंमुली उभ्या होत्या. काही विद्यार्थी गप्पा मारीत होते. काही हसत, खिदळत होते.

माघारेंना पाहून काही मुलं त्यांच्या जवळ येऊन उभी राहिली असावीत. ती पोचली तेव्हा माघारेंचा तीव्र स्वर तिच्या कानावर पडला.

''इथं काय करताय रे? तिथं स्टेजपाशी एक कुत्रं नाही. कार्यक्रमाचं लक्षात आहे ना? की लोखंडी कंपाऊंडला दिवे लटकावून कार्यक्रम करायचाय?''

सुमती मागे येऊन उभी राहिली. माघारेंना ती दिसली नाही. ''तू रे— रोहित, तुला एन्‌एस्‌एस्‌चा प्रमुख प्रतिनिधी केलंय ना? थर्ड इयरची पोरं, तुम्हाला जबाबदारीची

जाणीव नाही?''

रोहित चपापला. सर इतके कधी रागवत नसतात हे त्याला ठाऊक होतं. त्यांच्याविषयी विद्यार्थीवर्गात विशेष प्रेम होतं. मुलींसाठी त्यांची थोडी झुकती बाजू असते याची कल्पना असूनही. मुलांमध्ये त्यांच्यासारखंच रहायचे म्हणूनही.

''आम्ही तिकडंच जात होतो, सर; पण तो मंडपवाला येतो म्हणाला इथं म्हणून थांबलोय. तो आला की स्टेजची मांडामांड करतो.'' रोहित म्हणाला

ते म्हणाले, ''ए झांबड, जा रे. तू जाऊन त्या मंडपवाल्याला घेऊन ये. तुझ्याकडं गाडी आहे ना?''

त्याच्याकडे वडिलांची जुनी फियाट होती.

''हो, सर.'' तो काम करायला उत्सुक होता. ''चल रे सुभ्या.'' म्हणत, ''याला नेतो सर बरोबर'' हसत सुभ्याला ओढू लागला.

माघारे हसायला लागले. ''तुला कशाला पोरीसारखी सोबत लागते रे?''

झांबड सुटला. ''पोरगी नाही म्हणून तर याला नेतो, सर—'' आणि दात काढत सुभ्याला टाळी देत निघाला.

वातावरणाचा ताण कमी झाला. हसत माघारे पुटपुटले, ''बेशरम साला.''

''सरऽऽ चक्क शिवी देताय—'' डोळे मोठे करीत इशा किंकरली.

''साला नाही म्हणालो मी, 'झाला' म्हणालो. नीट ऐकत नाहीस. बरं तू गुच्छ आणणार होतीस ना?''

सुमती गप्प बसून ऐकत होती. खरं तर तिचं उत्तम मनोरंजन होत होतं.

तिच्या मते कॉलेजमध्ये असल्याचा हा एक फायदा असतो. इतर काहीही गोष्टी असोत, तरुण मुलं-मुली, त्यांचं बोलणं, त्यांचं हसणं पाहणाऱ्याला वय विसरायला लावतं. तेवढ्यात माघारेंचं तिच्याकडे लक्ष गेलं.

''काय, मॅडम? अहो, किती वाजले? कार्यक्रम कितीचा? तुम्ही कमिटी मेंबर्स. तुम्हीच वेळेवर आला नाहीत तर इतरांना काय बोलणार?'' ते म्हणाले.

''तब्बल दोनपासून उभी आहे इथं. तुम्हीच अडीचला आलात. तुम्हाला पाहिल्यावर चहासुद्धा घेतला नाही मी! आणि अर्धातास झालाय तुमचा आणि मुलांचा सुखसंवाद ऐकतेय. विचारा मागच्या मुलांना! आणि उरलेले मेंबर्स कुठेत?''

माघारे तिच्या तोफखान्यापुढे वरमले.

''चला. आपण आहोत ना? टाकू पाट्या!''

''पाट्या कसल्या? चांगलं काम करतोय की—''

''बरोब्बर! आपण खोटी फेक कामं करत नाही. मागच्या वर्षी तीन हजार रुपयात खेड्यात संडास बांधायचं काम सरकारनं रासेयोला जाहीर केलं. दुसऱ्या कॉलेजनं काम केलं असं दाखवून ग्रँट घेतली. प्रत्यक्षात काम ग्रामपंचायतीनं केलं.

आपण तसं कधी केलं नाही.'' माघारे सांगत असतानाच रोहिणी म्हणाली,

''माझी मैत्रीण आहे, सर टी.सी. कॉलेजला. ती सांगत होती की रासेयोतर्फे जर खेड्यात कॅम्प झाला तर मुली तिथे राहात नाहीत. कॉलेज रोज चारपाच नव्या मुली सकाळी पाठवतात. संध्याकाळी परत. दिवसभर काहीतरी काम केल्याचं दाखवतात. म्हणायला हा निवासी कॅम्प!''

सुमती सुरसरम्य कथा ऐकल्यासारखं ऐकत होती. या गोष्टींवर विश्वास बसावा असं समोरचे बोलत होते आणि सरकार एवढे पैसे दर वर्षी यात घालून काय मिळवते, असा प्रश्न तिला पडला होता.

''काय मिळतं, सर, असं करून. ही सेवायोजना, सेवावृत्ती तयार व्हावी, वाढावी म्हणून लावलेली. तरुणांकडून कामं करवून घेऊन श्रमाची प्रतिष्ठा वाढावी म्हणूनच सुरू केली असणार ना?'' ती म्हणाली.

''कोणत्या जगात राहता तुम्ही? मागच्या वर्षी मी एन्‌एस्‌एस्‌चा इन्चार्ज होतो का? नव्हतो. तरी माझा सत्कार झाला होता.''

तेवढ्यात चहा आला. सुमती पैसे देणार तोच माघारेंनी त्यांना थांबवलं.

''कमिटीतर्फे, मॅडम.''

चहा घेताना सुमती म्हणाली, ''तुम्ही ते सत्कारासंबंधी सांगत होतात—''

''हो तर! तेव्हा माधवन् सरांची टर्न होती. रस्ता तयार करायला सांगितला होता. सरांनी त्यांच्या सिन्सियर, माईल्ड पद्धतीनं पोरांना सांगितलं असेल; पण पोरं लाडकी. 'हम दो हमारे दो' फॅमिलीतून आलेली. त्यांनी छाछू केलं. रस्ता काही होईना. शेवटी ते आले माझ्याकडे. मला जायचं होतं रीफ्रेशर कोर्सला. नाहीतर इतर चांगली कामं करणारी पोरं पकडून अर्धं कामं तरी करून घेतलं असतं.''

''मग?''

''मग काय, मॅडम. सहा मजूर अन् एक ट्रॅक्टर गाठून दिला. बी अँड सीला आपला म्येव्हना आहे. त्याच्याकडून रोडरोलर दिला. रस्ता तयार! या आजकालच्या पोरापोरींनी हे कवा करावं?''

''म्हणूनच तुमचा सत्कार केला जोशींनी. त्याचे फोटो आले होते वर्तमानपत्रात.'' टिपणीस हसले.

''तरीच मी म्हणतोय माधवन तुमच्या विरोधात बोलायचं का टाळतात!''

चहा संपला.

माघारेंनी सूत्रं हातात घेतली.

''जा रे, तांबे. ऑफिसमधून शारदेचा, गांधींचा, इंदिरा गांधींचा आणि शिवाजी महाराजांचा फोटो घेऊन ये. अन् हो आपल्या फाऊंडर अध्यक्षसाहेबांचा विसरू नको.''

"आणि आंबेडकरांचा—" सुमती म्हणाली.

"हो. हो." माघारे म्हणाले. "मागल्या दोन वर्षाधरनं पन मुहूर्त लागेना. तीन बिल्डिंगा बांधून झाल्या पन एक नवा फोटो आणणं जमेना.'

तेवढ्यात टिपणीस म्हणाले, "फुल्यांचा फोटो विसरला. तो तांबे आणेल का?"

"ए, ए पोरा, इकडं ये. आधी ऑफिसमध्ये जा. तांब्याला म्हन फुल्यांचा बी फोटो आन. पळ जा."

मग ते दोघांकडे वळले.

"थोडी चूक परवडत नाही. आपल्याला कुनाला दुखवायचा हेतू नाही पण—"

"आजकाल सगळंच बदललंय. नुस्ते फोटो लावून त्यांची तत्त्वं अमलात येतील का? पण हा विचार कुणी करत नाही." सुमती म्हणाली.

"अहो, विचार करायला नको म्हणूनच फोटो लावायचे. एकदा का फोटो लावला की विचार फोटोत. आपलं काम चालू. ते काम फोटोत लपतं. हे फोटो एक लपायची जागा झालीये." टिपणीस म्हणाले.

सुमतीच्या कुटुंबात या गोष्टीची चर्चा नेहमीच चाले. बदलती राजकारणं, त्यानुसार होणारे सामाजिक बदल आणि त्या बदलांचा समाज परिवर्तन किंवा समाज मानसावर होणारा परिणाम, या गोष्टींचा ऊहापोह सकाळी वर्तमानपत्रं हातात पडल्यावरच सुरू होई.

"एकेका जातीजमातीनं एक एक महापुरुष वाटून घेतलाय. ती व्यक्ती ही त्या समाजाची मालकी. वास्तविक एकूण समाजाच्या परिवर्तनासाठी कामं करणाऱ्या अशा महापुरुषांच्या तत्त्वज्ञानाचा हा पराभव आहे, असं मला वाटतं. कारण मालकी हक्क तर सांगितला जातो. पण ते तत्त्वज्ञान अजिबात आचरणात आणलं जात नाही. त्या फोटोसारखंच ते टांगलं जातं आणि हारांखाली दडपलं जातं." सुमती म्हणाली.

"आपण शिक्षक मंडळी तरी काय करतोय दुसरं? हे चूक आहे असं म्हणण्याची आपल्यापैकी एकाची तरी हिंमत आहे का? हे फोटो नुसते मांडू नका. त्यांना हार घालून नुसती महानता देऊ नका. असली महानता त्यांना अभिप्रेत नव्हती, हे आपण सांगू शकत नाही. महापुरुषापुढे हात जोडले, दिवा लावला, त्यांची नावं संस्थांना दिली की संपलं. त्यांच्या शिकवणीबद्दल काय? पण इथे कुणाला वेळ नाहीये." टिपणीस पोटतिडकीनं म्हणाले.

आजूबाजूची मुलंही त्यांचं बोलणं लक्ष देऊन ऐकत होते.

"यात स्वातंत्र्य मिळाल्यानंतरच्या आपल्या पिढीचीही चूक आहे. ज्या लोकांनी

एवढ्या मोलाचं स्वातंत्र्य मिळवून दिलं, त्यांची चरित्रं आपण वाचावीत, त्यातून काही मिळवावं, त्यांच्या पद्धतीनं छोट्या छोट्या संघटना उभ्या कराव्यात आणि त्यातून राष्ट्रभक्तीची सूत्रं अंगीकारता येतील हे पहावं, हे न करता नुसता 'माझा देश', 'राष्ट्रभक्ती' या शब्दांचाच घोळ आणि खेळ झाला. आता ही राष्ट्रीय सेवा योजना पहाना— केवढं मोठं नाव आणि काय चाललंय? दिव्याखाली अंधार—'' सुमती म्हणाली.

''आज, मॅडम तुमचंच भाषण ठेवायला पाहिजे—'' उभा असलेला एक विद्यार्थी म्हणाला.

''ही पहा रिॲक्शन! अरे, नुसती भाषणं तर नकोत. नुस्ते 'ऐके' होताय तुम्ही.'' पुन्हा टिपणीस म्हणाले.

''हे सगळं कधी सुधारेल का? असा प्रश्न पडतो मला!'' सुमती म्हणाली.

''अगदी बरोब्बर बोलला, मॅडम. तुमच्या शंकेतच तुमचं उत्तर आहे. हे सध्या तरी सुधारेल असं वाटत नाही. आपल्यासारख्या शिक्षकांमधूनसुद्धा 'ऐके' तयार झाले दोन्ही पद्धतीनं. 'ऐकणं' आणि 'आज्ञा पालनार्थ ऐकणं.' नाहीतर आपण या फिल्डमध्ये आलो तेव्हा पुष्कळच उमेदीनं आलो होतो. पण आता? 'ठेवा फोटो' म्हणाले, ठेवा. काढा म्हणाले काढा. हार घाला, तसं. हुकुमाचे गुलाम. फार खोलात कशाला जायचं? आणि खोलात जाऊन होणार काय?'' माघारे म्हणाले.

''पण हे आज्ञापालन करताना डोकी गहाण ठेवावी लागतात त्याचं काय?'' टिपणीसांनी विचारलं.

''तुमचं म्हणणं मला मान्य! शिकून आपण चांगला विचार करायला लागलो म्हणून हे सुचतं. पण अनुभव? अनुभव काय सांगतो सर? आहे त्या सिस्टीमला तुम्ही विरोध करू शकता? तसं केलं, साधं तसं जरी म्हटलं तरी रोजचं जगणं मुष्किल होईल. तुमचं पहा; पन्नाशी ओलांडली. घरी लग्नाची मुलगी, मुलाला परदेशात जायची इच्छा. आता तुम्ही घरचं पाहणार की रोज इथला त्रास आन् डोकेदुखी सहन करणार?''

''माघारे बरोबर म्हणताहेत,'' सुमती म्हणाली. ''अशा तत्त्वांपायी शास्त्रीसरांची काय स्थिती झालीये. सात वर्षं झाली. त्यांना पेन्शन मिळत नाहीये. कागदपत्रंच पुरी करून पाठवत नाहीत! बिचारे किती चकरा मारतात! कारण किती क्षुल्लक. या प्राचार्यांना हे पद द्यायच्या वेळी त्यांचा पाठिंबा नव्हता. तसं ते सेक्रेटरींजवळ बोलले होते. तेही सेक्रेटरींनी विचारल्यावर!''

''मी तुमच्या सारखाच होतो, सर—'' माघारे म्हणाले. ''स्पष्ट बोलणारा. पण खरं बोलणं फार बोचतं, सर. तो इंग्रजीतला कवी आहे इलीयट, तो म्हणतो तसं— निखळ सत्य माणसाला पचू शकत नाही!''

"अरे वा, सर. तुम्ही साहित्यिक बोलायला लागलात!" सुमती.

"साहित्यिकही आणि द्वैअर्थीही." टिपणीस म्हणाले.

"सत्य खरंच कटू असतं." आता त्यांनी आजूबाजूला नजर टाकून विद्यार्थी ऐकताहेत याची खात्री केली. "आता हे रासेयो. काय काँक्रीट होतंय यातून? मध्यम वर्गातली पोरंपोरी शिकतात; पण त्यांना अंगमेहनत नको. मातीत हात घालणं नको. खेड्यात रहायला जायला नको. झोपडपट्टीत काय चाललंय याच्याशी यांचा संबंध नाही. तिकडं हे फिरकणार नाही. मदर टेरेसासारखं शेंबडंमेकडं नागडं गरिबाचं पोर यांनी कधी कडेवर घ्यावं? हे कशाची मेहनत करणार? जे करतात ते लागलीच ओळखू येतात. आपण तत्त्वं तयार केली. त्याची प्रत्यक्षात कृती काय? शून्य! तरीही अशा योजना आपण राबवणार हे पाहिलं की ताण होतो! त्यापेक्षा 'राब्या' बरा! बहुधा माझं तसंच झालंय." नंतर विद्यार्थ्यांकडे पाहात ते म्हणाले, "चला रे, कामाला लागा—"

सुमतीकडे पाहून म्हणाले, "आपण असतो एक. होतो एक. माझ्याबरोबर शिकणारी आय्‌एएस्‌ झालेली क्लासमेट भेटली आज. तिचंही दुःख असंच! तऱ्हा वेगळी. मोठ्या स्तरावरचं राजकारण! मी तर विचार करणं सोडून दिलंय. होईल ते करायचं. यालाच 'पाट्या टाकणं' म्हणत असतील!" माघारेंनी मोठा सुस्कारा टाकला.

ही चर्चा ऐकताना तिला वाटलं, काम न करताही ते केलं असं दाखवणं किती अवघड आहे; पण ते जर जमलं तर त्यासारखं सुख नसावं. तसंच इतरांना पटवता आलं तर त्यासारखी दुसरी गोष्ट नाही. तथ्य नसलेल्या ॲक्टिविटीज करीत राहणं आणि 'पाटी टाकली' म्हणून त्यातून बाजूला होणं, या दृष्टीनं माघारे सुखी असावेत.

मग माघारे मुलांकडे वळले. त्यांच्या आवाजात नाट्यमय घाई आली.

"मंडपवाला आला का? हार आणले का?"

कोणीतरी मंडप तयार असल्याची माहिती दिली. तोच 'हार किती आणायचे?' असा मंजूळ स्वर काढत प्रश्न आला.

"हत्‌ तेरी! अजून आणलेच नाहीत का?" ते म्हणाले.

"तुम्ही बोलत होता. तुम्ही नंबर नाही सांगितला." रीमा तोंडाचा चंबू करीत म्हणाली.

"आता घ्या. त्याला काय काऊंट असतो का? दोनचार जास्तीचे राहिले तरी चालतेत. तू फिजिक्स डिपार्टमेंटच्या संभाजीला बोलाव. त्याला करेक्ट अंदाज आहे. मागल्या बारीला हेऽ लांब बांबूभर हार आणले होते."

"त्यामुळे कार्यक्रम राजकीय वाटतो. कुणालाही हार घालायचा. त्या माणसाच्या कार्यक्रमाशी संबंध नसतो." टिपणीस म्हणाले.

"हीच तं मेख आहे! सगळ्यांना कार्यक्रमपरत्वे खूष ठेवायचं. नाही ठेवलं तं काय होतं कल्पना आहे ना? मागच्या बारीला कार्यकारिणीतल्या एका मेंबरला हार विसरला होता."

तेवढ्यात वहाब तिथं पोहोचले.

"हो गयी क्या तय्यारी? कुछ मदत करूं?"

"करा. करा ना. हे आत्ता हाराबद्दल बोलत होते. तुमाला चांगला अनुभव आहे. सांगा त्यांना." माघारे.

"जाने दो, सर. पुरानी बातोंको क्या लेके बैठे? घाला दोन-चार हार जास्त. कुठं बिघडतं?"

"तुमचा अनुभव सांगा हो—" टिपणीस.

"आपण मागे मराठी नटी बोलावली होती गॅदरिंगला. तुम्ही नव्हतात की. मॅडम होत्या. माघारे या क्षेत्रात नवे होते. त्यांनी हिशेब करून खुर्च्या, हार, फोटो, गुच्छ, नारळं, शाली— सगळं मोजमोजून लिहून काढलं. तेवढेच पैसे अॅडव्हान्स घेतले; पण नटी प्रसिद्ध. त्यामुळे सगळे आले. कार्यकारिणीच्या मेंबरची अपेक्षा स्टेजवर बसायची. इतके हिसाबी पद्धतीसे वो मुमकिन नही था. मेंबर्स चिढ गये. माघारेंना झाडलं. ते तिथंच संपलं नाही. पुढं त्यांनी माघारेंची मेडिकलची बिलंसुद्धा सँक्शन होऊ दिली नाहीत." वहाब म्हणाले.

"बिलाचा काय संबंध?" सुमतीला आश्चर्य वाटले.

"संबंध आहे ना, मॅडम. क्लार्क असो की ऑफिस सुपरिंटेंडेंट कार्यकारिणीतल्या कुणाची ना कुणाची माणसं—" वहाब.

तेवढ्यात हाश हुश करीत आशा वाकडे पोहोचल्या. सुमतीच्या कपाळावर बारीक आठी आली. 'ही कशी?'

"या, या." माघारे म्हणाले. इतरांना वाकडं बोललेल्या माघारेंच्या स्वरातल्या अजीजीनं सगळेच चमकले. आपली भरदार मान हलवून त्यांनी 'नमस्ते, म्यॅडम' म्हटलं.

सुमतीच्या चेहऱ्यावरच्या आश्चर्याला उत्तर म्हणून माघारे म्हणाले, "तुमच्या डिपार्टमेंटमधल्या तुम्हा दोघींना कमिटीत टाकलंय."

"अरे, आप रेग्युलर हो गये क्या?" वहाबांनी विचारलं.

वाकडे निर्लज्ज हसल्या.

"म्यॅनेजमेंटने शिफारस केलीये, सर. गेली दोनतीन वर्षं इथं तासिका तत्त्वावर असले तरी कितीतरी काम करते, सर. अगदी रेग्युलरइतकं. म्यॅडमला माहितीये."

सुमती गप्प होती.

"परवा आमच्या कॉलनीत दिसला—" टिपणीस म्हणाले.

आता सुमतीला रहावले नाही. ती म्हणाली, ''त्या नेहमीच जातात कार्यकारिणीसभासदांकडे.''

वाकडेंनी तिच्याकडे आश्चर्याने पहिले; कारण आजवर सुमती हे बोलली नव्हती.

''प्राचार्यांच्या सांगण्यावरून! तुमची केस पुढे नेण्याचा प्रयत्न चाललाय ना?'' सुमती म्हणाली.

यावर हा टोला आपल्याला लागलाच नाही अशा अविर्भावात निलाजरा चेहरा ठेवत वाकडेंनी मान हलवली.

''टेंपररी असूनसुद्धा किती कमिट्यांमध्ये मी काय करतेय! परवा एक दिवसाच्या ट्रिपलासुद्धा मला जायला सांगितलंय.''

''ती पण कमिटी आहे का?''

''पानसरे त्या कमिटीवर आहेत—'' वाकडे.

''मग बरोबर आहे. त्या तुमच्या मैत्रीण ना. तुम्हाला मदतीला पाठवलं असेल!'' सुमती म्हणाली.

''कसली मदत, म्यॅडम. आपल्याला जमेल तेवढं करायचं.''

''पण ते कुणासाठी करायचं, हे तुम्हाला चांगलं कळलं.'' सुमती खवचटपणे म्हणाली.

माघारेंनी परिस्थिती ओळखली.

''किती उशीर, वाकडे मॅडम? तुम्हाला माहिती होतं तुम्ही कमिटीत आहात. आम्हाला येऊन तास होऊन गेलाय.''

''सर, जमाना बदल गया. अब हमको देखो इत्ती सिनियॉरिटी होके भी भागते भागते टाइम संभालते हे और ये ज्युनियर लोग देखो—'' वहाबांचं वाक्य टिपणीसांनी तोडलं. म्हणाले,

''ये कहाँ ज्युनियर है, सर? हे टेंपररी आहेत. अजून ज्युनियर नाहीत. तुमच्याच बाबतीत नाही बरं का मॅडम, मी सर्वसाधारण बोलतोय.''

''तुम्हाला काय बोलायचं ते बोला, सर; पण आम्ही तुमच्याइतकंच काम करतो. तरी आमचा विचार कुठे? कुठलीही कमिटी आम्हाला दिली— आम्ही जातो.''

टिपणीसांनी भुवया उंचावल्या.

''पर तुम तो रेग्युलर हो गये ना? तुम और हिंदीके पानसरे? तभी तो प्राचार्यने नाम सुझाया होगा—''

''काय या कमिटीत नाव प्राचार्यांनी सुचवलं?'' सुमतीनं विचारलं

''सुचवलं? मला घ्या म्हणून सांगितलं. मी घेतलं. चौथ्या युनिटला प्रमुख

म्हणून मोरेंबरोबर यांचं नाव लिहा म्हणाले.'' माघारेंनी स्पष्टीकरण दिलं.

''धन्य!'' सुमती पुटपुटली.

आश्चर्य आणि संताप दोन्हीलाही वाट करून द्यायला तिला वाव नव्हता. आपला संताप दाबत ती म्हणाली,

''काय ना वेळ आलीये. आपण शिकलेसवरलेले लोक कठपुतळ्या झालोत. आपण विचार एका पद्धतीचा करतो आणि हातानं काम वेगळंच करतो. आपण खरे एक असतो आणि नोकरीसाठी मुखवटा वेगळाच लावतो. हा खरं म्हणजे स्वत:वर अत्याचारच करीत असतो.''

''म्हणून तर आजकाल ब्लडप्रेशरचा विकार अगदी लहान वयात होतोय.'' टिपणीस म्हणाले.

मग संभाषणाचा ओघ ब्लडप्रेशर, डायबेटिस, इतर विकार, आयुर्वेदिक उपचार, योगा वगैरेंकडे वळला.

याचा फायदा घेत सुमती म्हणाली, ''मी चलते, माघारे. आता इथे पुरेशी माणसं आहेत मदतीला. चारला येते. साधारण पाऊण तास आहे, चटकन खाऊन येते.''

''थांबा ना, म्यॅडम'' वाकडे सलगी आणि अजीजीच्या स्वरात म्हणाल्या. ''इथंच काहीतरी मागवू.''

तिच्याकडे संथ दृष्टिक्षेप टाकून सुमती म्हणाली,

''नको, घरी तयार असेल.''

तिची आणि टिपणीसांची नजरानजर झाली. दोघांनी एकमेकांकडे सहेतुक पाहात मान हलवली.

ती जायला निघाली खरी, तेवढ्यात प्राचार्यांना त्यांच्या दिशेला येताना पाहून ती थांबली. माघारेंची पाठ असल्यानं त्यांना दिसले नाहीत. त्यांचं बोलणं चालू झालं.

''तुमचं म्हणणं खरं आहे टिपणीस; पण आपल्या हातात काय आहे? इथं आमंत्रणाच्या कार्डचा रंग आणि आकार प्राचार्यांना दाखवून ठरवावा लागतो.''

''आणि मजकूरही.'' रोहन मध्येच म्हणाला. आपण हे बोलायला नको होतं हे त्याचं त्यालाच जाणवलं. वास्तविक मंडप लागलाय, लाऊडस्पीकर लागलाय, हे सांगायला तो आला होता. गेली तीन वर्षं तो रासेयोमध्ये होता.

वहाब म्हणाले, ''कुणाला माननीय किंवा आदरणीय म्हणायचं हेही तेच सांगतात. ये बच्चे बोल रहे थे.'' पोरांनी माना हलवल्या.

''पिछले साल गुरुसहानी सरांचा काऊंसिलचा कार्यक्रम होता. त्या नगरसेवकाला बोलावलं होतं पहा. गुरुसहानींना त्याची माहिती होती. जातीचं खोटं सर्टिफिकेट दिल्याची त्याच्यावर केस होती. त्यांचं म्हणणं त्याला बोलावू नका; पण त्यानं

सिमेंटचे बाक, टी गार्डस्, नळाचं नवं कनेक्शन देण्याचं कबूल केलं होतं. झालं! गुरुसहानींचं काही चाललं नाही.''

''हे चालणार, सर. धिस इज पार्ट ऑफ द लाईफ. आपण त्याच्यात पडू नये.'' वाकडे प्राचार्य बाहेर येताना पाहून म्हणाल्या.

आता माघारेंनाही ते दिसले. आठवल्यासारखे म्हणाले, ''पाहुण्यांचा परिचय आणायला सोनाली गेली होती का?''

''विद्यार्थी कशाला पाठवायचा? बायोडाटा मागून घ्यायचा.''

''एका वर्षी इंग्रजीच्या प्राध्यापकाला समारंभाला बोलावलं होतं. त्यांचा बायोडाटा इंग्रजीत. आमचा विद्यार्थी खेड्यातला. त्याला लिहिलेलं कळेना. इंग्रजी उच्चार जमेना. प्राध्यापक चिडले. पाहुण्यांनी कार्यक्रमानंतर आम्हाला मोठ्ठं व्याख्यान दिलं—'' माघारे म्हणाले.

''तुम्हाला प्राचार्यांच्या नात्यातली माणसं बोलवायचा सोस आहे.'' टिपणीस म्हणाले.

माघारे दुखावल्यासारखे झाले.

''मी लँडलॉर्ड नाही, सर. ना माझी वीटभट्टी आहे, ना प्रिटिंग प्रेस! गरिबाची एकुलती एक नोकरी आहे. आपला वरचा बॉस कोण? त्याला दुखवायचं नाही हे आपलं तत्त्व.''

''म्हणून मेहुणीच घेतलीय तुमच्या विभागात?'' वहाब गडगडून हसले.

''लायब्ररीत त्यांचा भाचा आहे, सर.'' पोरं म्हणाली.

''हा तर शोधच आहे—'' सुमती म्हणाली.

माघारे या चर्चेला कंटाळले. एक तर त्यांचा कार्यक्रम होता आणि अशा कार्यक्रमाच्या वेळी चर्चेला उधान येतं, हे त्यांना माहिती होतं. अशी चर्चा म्हणजे शेणगोळ्याजवळ चिलटांचा आवाज चालतो तशा. कारण स्टाफरूममध्ये उघड चर्चा अशक्य. तिथं प्राचार्यांची पेरलेली माणसं आणि चमचे भरपूर. त्यामुळे सगळेच बिचकून.

म्हणून अशा कार्यक्रमांच्या वेळी चर्चांना बहर. प्राचार्यसुद्धा मोकळेपणानं बोलायचे. मग अनेक घडामोडी कळायच्या. एरवी त्या गुप्त समजल्या जायच्या.

एरवी प्राध्यापक मंडळी 'आपण भले आपलं काम भलं' अशा वृत्तीचे. एखादं प्रकरण उघडकीला आलं तर मात्र त्यामागच्या राजकारणाची कल्पना येई आणि जास्त खोलात गेलं तर राजकीय डावपेच कळून आश्चर्य वाटे.

माघारेंना नुसती चर्चा नको होती. त्यांनी स्वत: कधी हरिश्चंद्राचा आव आणला नव्हता. अनेक खोटं बोलणारी प्राध्यापकमंडळी त्यांना माहिती होती. वरवर विरोध दाखवणारे पण आतून पायचाटू वृत्ती असलेले. स्वत:बद्दल बोलताना ते म्हणत,

'आपण बाहुलं आहोत. किल्ली मारली की चालणारं. डोकं गहाण ठेवलं तरच जगणं सुसह्य होतं—'

आता चर्चेचा शेवट केल्यासारखं ते म्हणाले, "चर्चा पुरे. कार्यक्रम यशस्वी झाला तर कुणी बिरुदं देणार नाहीत; पण नाही झाला तर मात्र—" तेवढ्यात त्यांना दूरवर चंद्रात्रे स्कूटर स्टँडकडे जाताना दिसल्या.

"अरे, चंद्रात्रेबाई चालल्या. अहो, म्यॅडम—" ते ओरडले; पण त्यांना ऐकू गेलं नसावं. "जाता का जरा, वाकडे म्यॅडम. त्या चालल्यात. त्यांच्या लक्षात आहे की नाही देव जाणे. त्यांच्याकडे नाश्ता आहे. रिफ्रेशमेंट कमिटी! आणि अध्यक्षांचा परिचय—" वाकडे गेल्या.

टिपणीस सुमतीस म्हणाले, "काय गंमत आहे. काम केवढं? दाखवायचा भाग केवढा? खरं कसं आहे. माणसे आहेत खूप. प्रत्येकाला काहीतरी काम दिलंच पाहिजे ही प्राचार्यांची भावना आहे. नाहीतर आपण नुसतेच बसून खातोय, असं होईल ना? पण माघारे त्रस्त झालाय. भरपूर प्राध्यापकांना ॲकमोडेट करायचे भरपूर कमिट्या केल्यात. तेल एकाला तर वात एकाला आणायला लावणं, हे श्रमविभाजन! शिवाय नवीन माणसाला काम दिलंच पाहिजे, आता वाकडेचं पहा. त्यांना रेग्युलर म्हणून घ्यायचंय. घातलं कमिटीत. त्या काम करतात हे दाखवलं पाहिजे ना!"

"जरा जास्त स्पष्ट बोललात—" सुमती हसली.

"रिटायरमेंटला आलोय तेव्हा तरी खरं बोलावं इतके दिवस खोटे मुखवटे घालूनच काम केलं. हल्ली मला अशा गोष्टी सहन होत नाहीत. वयाचा परिणाम असावा. चला. सगळे गेलेत पुढे."

मोठा घोळका कार्यालयासमोर उभा होता. आत माघारे सेठीयांना संचलन करण्याचा आग्रह करीत होते. सेठीया जिवाच्या आकांतानं मला ते जमणार नाही म्हणत होते. माघारेंचा आग्रह प्रेक्षणीय होता. कारण सेठीयांची वर्णी सचिवालयातून लागली हे त्यांना ठाऊक होतं. त्यांचे मामा पी.ए. होते. हेल्थ मिनिस्ट्रीला. अर्थात अशी माहिती काढण्यात माघारे निष्णात होते.

पण सोबत सेठीयांचं व्यक्तिमत्व रुबाबदार होतं. गोरे, उंच, काळे दाट केस आणि चेहऱ्याला उठाव देणाऱ्या मिशा. ते चालले की पोरी अक्षरशः थांबून पहायच्या. त्यात त्यांचं लग्न झालेलं नव्हतं. त्यामुळे तर जास्तच. सेठीया कॅम्पसवर चालायला लागले की त्यांच्या उंचीमुळे एकूणच उरलेले गरीबगुरीब वाटायचे.

"स्वागतगीताच्या मुलंमुली आल्या का? आणि तबला-पेटीवाले?" सुमती गंभीर होत म्हणाली.

"किसीको सालभरका काँट्रॅक्ट दो करके हम कबसे बोल रहे. पण कोण ऐकतोय? दर वेळेला कुणाला तरी पकडून आणावं लागतं." वहाब.

"यूथ फेस्टिवलच्या वेळी किती त्रास झाला—" वाकडे म्हणाली.

वाकडे युथ फेस्टिवललाही जाऊन आल्याचं सुमतीच्या लक्षात आलं.

वसेकर मॅडमवर युथ फेस्टिवलची जबाबदारी होती. रमनसरबरोबर जायला त्या तयार नव्हत्या. सुमतीला त्या याबाबत बोलल्या होत्या. कुणीतरी सोबत असावं म्हणून त्यांनी चारपाच नावं घेतली होती. त्यात वाकडेचं नाव आलं होतं; पण सुमतीला त्यात गैर वाटलं नव्हतं. 'येत असतील वाकडे तर घेऊन जा.' असं सुमतीनं सहज सुचवलं होतं. आणि त्यांच्याबरोबर वाकडे जाऊन आली, की नाही याची साधी चौकशीही तिनं केली नव्हती. 'काही लोकांना बाहेर जायला मिळत नाही. या निमित्तानं ते फिरून येतात.' हाच तिचा समज होता.

वाकडेच्या या वाक्यानं ती कॉलेजात कशी मुरू पाहतेय, हेच तिच्या लक्षात आलं. वाकडेला या विषयावर बोलू द्यायचं नाही हे ठरवून ती म्हणाली, "पण अशा कार्यक्रमात शाळेसारखं स्वागतगीत पाहिजेच कशाला? किती बोअर होतं. शिवाय सगळे सुरात गातातच असं नाही."

"अकारण वेळ घालवणे," टिपणीस म्हणाले.

अनितानं टेबल प्रोग्रॅम दाखवला. तिला सरस्वतीची पूजा आधी की पाहुण्यांचं स्वागत आधी, हे काही ठरवता आलं नव्हतं. माघारे नव्हते म्हणून ती सरळ प्राचार्यांकडेच विचारायला गेली होती.

हे कळताच माघारे चिडले.

"एवढ्यासाठी तुम्ही प्राचार्य गाठले? धन्य. म्हणजे आता पुन्हा एकदा बिनपाण्याची होणार! मागच्या बारीला गुच्छ कमी पडले तवा प्राचार्यांनी कार्यकारिणीच्या म्हाताऱ्याला स्वतःचा बुके दिलता. माझ्या आदी मी ज्येष्ठ सभासदाचा सन्मान करतो म्हणून. तेव्हा माझी अक्कल निघाली होती."

अनिताला काय करावं कळेना. ती कावरीबावरी झाली. विद्यार्थी, सेठीया, कारकून ढमढेरे सगळेच डोळे चुकवीत इकडंइकडं पहायला लागले. मग ढमढेरेंनी संधी साधली सहानुभूती दाखवायची! कारण ते डायरेक्ट माघारेंच्या हाताखाली होते.

"तसं दोनदा झाल्तं, सर. वैताग झाल्ता. पन विसरा ते. आधीच तुम्ही ब्लडप्रेशरचं पेशंट."

टिपणीस हसले. म्हणाले, "तुमची अक्कल निघाली नाही, सर. आम्हा सगळ्यांना माहिती होतं की बुके मुद्दाम कमी मागवलेत. म्हणजे एखादा बुके कमी पडतो, अशा वेळी स्वतःचा बुके मॅनेजमेंट मेंबरला दिला की प्राचार्यांच्या मनाचा मोठेपणा दिसतो. तुमच्या आधी हापसेसरांचा हाच अनुभव. ते तर डोळे सुजेतो रडले होते, बाईसारखे!"

माघारे सावरले. म्हणाले,

"कबूल सगळं. पण, प्राध्यापक मूर्ख ठरतो ना! अध्यक्ष म्हणाले होते मला की तुमाला पाहुणे आणि गुच्छांच्या संख्येचा साधा मेळ घालता येत नाही म्हणून. तर हे आयत्या वेळेला स्टेजवर इतकी माणसं आणून बसवतेत. सगळेच 'विशेष उपस्थित.' त्यांना साऱ्यांना हारतुरे कमी पडलं तं आपन मूर्ख."

"बरं, आभाराचं पहा." वहाब म्हणाले, "बच्चोंको मत बोलो. ते नावं विसरतात."

"हां सर, ते तुमीच करा मोठ्या हातानं." ढमढेरेंनी सूचना दिली. "गेल्या वक्ताला एकदोघांची नावं राहिली व्हती. तवा मेमो इश्यू केल्ता."

एक एक करीत कार्यक्रमसूची पुढे सरकू लागली.

"मग पाहुण्यांचा प्राचार्यांच्या हस्ते सत्कार."

"कशाबद्दल?" "रोहिणीनं विचारलं.

"विचारायचं नाही! सत्कार करा म्हटले करा. अन् नाहीतरी कार्यक्रमभर करायचं काय?" सुमती कडवटपणे म्हणाली.

"मग?"

"यानंतर 'कमवा अन् शिका' ह्या योजनेतल्या दोन विद्यार्थ्यांचा सत्कार. गुड."

माघारे 'गुड' म्हणाले खरे आणि एकदम दचकले,

"च्या मायला! विसरलोच." ते पुटपुटले.

सुमती-रोहिणी आपलं काम करीत राहिल्या.

माघारे झटक्यात ढमढेरेंपाशी गेले.

"ढमढेरे, ही दोन पोरं कोणएत?"

"कोणएत?" ढमढेरे मूढपणे म्हणाले.

"तुमाला यादी काढायला सांगितली होती."

"काल्डी हुती. तुमच्या टेबलावर ठिवली हुती."

माघारे जोरजोरात कागद खालीवर करायला लागले.

काहीतरी घोटाळा झालाय हे ढमढेरेंना कळलं. त्यांनी सावंत प्यूनला बोलवलं. ते तिघं खोलीच्या बाहेर गेले.

माघारे तावातावात बोलत होते. ढमढेरे चष्मा सावरत खाली मान घालून होकारार्थी-नकारार्थी मान हलवत होते. सावंत नीट लक्ष देऊन शांतपणे ऐकत होता. माघारेंनी खिशातून रुमाल काढून कपाळावरचा घाम पुसला.

सेठीया खिडकीतून हे पाहात होते. त्यांनी टिपणीसांना हाक मारली. बाहेरचा प्रसंग दाखवला. सावंतनं सवयीनं तंबाखू तळव्यावर घेतली, तेव्हा माघारेंनी चिडून त्यांच्या हातावर मारल्यासारखं केलं.

हे स्तब्धपणे बघणारे टिपणीस, सेठीया, वहाब बाहेर आले.

"काय झालं?" त्यांनी विचारलं.

"कमवा-शिकाची पोरंच नाहीत—"

"असं कसं झालं?" टिपणीसांच्या लक्षात गोंधळ आला.

"पण सगळा कार्यक्रमच त्यांच्या सत्काराचा आहे ना? त्यांनी कष्ट करून डिग्री घेतल्याचा?"

"हाऽऽना. पण आता काय करायचं?" माघारे वैतागून म्हणाले.

"ह्या ढमढेरेला सांगितलं होतं—"

"कुणी दोन मुलं उभी करा कार्यक्रमापुरती!" सेठीया.

त्या नव्या अल्पानुभवी प्राध्यापकाकडे माघारे डोळे ताणून पहायला लागले.

"आधी हा कार्यक्रमच ठरला नव्हता. आपण असा विद्यार्थ्यांचा सत्कार वगैरे कुठे करतो? त्यात फेब्रुवारी लागलेला. पोरं परीक्षेच्या व्यवधानात; पण प्राचार्यांनी फोर्स केलं. हा माणूस वर्ल्ड बँकेशी संबंधित आहे, का त्यांचा कुणी पाहुणा आहे, माहिती नाही. माझी इच्छा नव्हती. मी नकोही म्हणून पाहिलं; पण ऐकलं नाही. माझ्यामागं एवढी लफडी आहेत, सर. आईला बरं नाही, पोरांच्या परीक्षा. बायको माहेरी गेलीये. लोक भेटायला येतात."

माघारे भरभर बोलत होते.

त्यांचा ताण स्पष्ट जाणवत होता.

"ढमढेरे, तुमच्याकडे कमवा-शिकाच्या मुलांची यादी आहे का?"

टिपणीसांनी सूत्रं हातात घेतली.

ढमढेरेंनी होकारार्थी मान हलवली.

"वहाब, यादी पहा. पत्ते पहा. कुणी जवळ राहतं का ते कळेल," माघारे म्हणाले.

"अय्या, ज्यांचा सत्कार तेच नाहीत?" अनिता चित्कारली.

"व्हाट अ ब्लंडर! " कुणीतरी पोक्तपणे म्हटलं.

विद्यार्थी मागं आल्याचं लक्षात येताच वहाब मागे वळले.

"बच्चेलोग, जाओ अभी. अपना अपना काम करो. सब ठीक हो जाएगा. कम ऑन, गो."

त्यांच्या आवाजात मार्दव आणि अधिकार होता.

अनिता तिथून सरकली.

तेवढ्यात प्रभाकर आला. तो प्रिन्सिपॉलच्या ऑफिसचा प्यून होता. म्हणाला,

"पावने अर्ध्या घंट्यात प्रिनशीपलसाहेबाच्या चेंबरमध्ये येतील असा निरोप हाय. म्यानेजमेंटचे लोक आले की डायरेक्ट स्टेजवर येतू म्हणाले."

"नको. नको." माघारे घाईघाईने म्हणाले, "आधी इथं ऑफिसमध्ये येऊ द्या. डायरेक्ट स्टेजवर नको. कळलं का? डायरेक्ट स्टेजवर नको."

“तू निरोप प्राचार्यांना सांग. म्हणावं, थोडा वेळ आहे. इकडची तयारी झाली की निरोप करतो.” टिपणीस शांतपणे म्हणाले.

“बरंऽऽ सांगतू—” म्हणत तो वळला. त्याची दृष्टी सावंतवर पडली. सावंतच्या चेहऱ्यावरून काहीतरी वेगळं घडल्याचा त्याला संशय आला; पण प्रभाकरला कुणी तिथे थांबू देईल असे वाटले नाही. सावंतला ‘नंतर भेटू’ असं नजरेनं कळवत तो गेला.

मग सावंत, ढमढेरे, सेठीया, माघारे, वहाब आणि टिपणीस गोलाकार उभे राहून शक्याशक्यतेचा विचार करू लागले.

ढमढेरेंना यादीतील मुलं सापडणार नाहीत, याची खात्री होती. शेवटी ती जबाबदारी सावंतावर टाकली.

तेवढ्यात सुमती बाहेर आली. तिला कशाचीच कल्पना नव्हती; पण सगळ्यांचे चेहरे पाहून ती गोंधळली.

“एनिथिंग रॉंग?”

सेठीयांना काय बोलावं कळलं नाही. ते माघारेंकडे पाहू लागले.

“त्यांना काय रॉंग आहे सांगणं भाग आहे. त्या कमिटी मेंबर आहेत. आपला प्रश्न त्यांचाही प्रश्न आहे. उगाच घोळ घालण्यापेक्षा सांगणं बरं.”

सुमती नुसतीच पहात होती.

“मॅडम; आज ज्यांचा कार्यक्रम आहे, तेच गायब आहेत.”

ह्या सगळ्या गोंधळात प्रभाकर पुन्हा अवतरला.

“माघारे सर, पावने आलेत. सरांनी तुमाला बलविलंय.”

माघारेंनी कपाळावर हात मारला.

“हा गोंधळ सोडवल्याशिवाय मी येऊ शकत नाही. म्यॅडम, तुम्ही जा. किल्ला सांभाळा. आज माझ्या हातून फार मोठी चूक झालीये. काय झालं, कसं झालं या विचारानं मला सुचत नाहीये. तुम्ही जा. परिचय करून घ्या आणि जेवढा वेळ काढता येईल तेवढा काढा. तोपर्यंत आम्ही इकडं कसं जमतं बघतो. इतकी वर्षे प्रामाणिकपणे काम केलंय. आजची तयारी चांगली झालीये; पण हे कसं काय झालं?” माघारेंच्या चेहऱ्यावर अपराधीपणाची भावना ठळक होती.

प्राचार्यांच्या केबिनमध्ये खचाखच गर्दी होती. अंग चोरून सुमती उभी राहिली. तिला पाहताच प्राचार्य म्हणाले,

“माघारे आले नाही?”

“ते तिथली व्यवस्था पाहताहेत.” सुमती.

“बरं या, या.”

बसायला खुर्ची नव्हती. मग कुणीतरी उठलं. दोन कार्यकारिणी सभासदही तिथे

बसलेले. सुमतीला संकोचल्यासारखं झालं.

"ह्या सुखटणकर म्यॅडम. झूऑलॉजीच्या एचओडी. म्यॅडम, हे आजचे पाहुणे.'डल्ब्यू ओ'चे ऑनररी मेंबर आहेत. वर्ल्ड कल्चरल असोसिएशन आणि ह्युमॅनिटीजचेसुद्धा. फार काम आहे यांचं! आणि नावही. रिसर्च आणि सोशलवर्कचं एक्सलन्सचं पारितोषिक आहे."

"मी शिवकुमार गुप्ता." पाहुणे हात जोडून स्वच्छ मराठीत बोलले. "सर जरा जास्त स्तुती करताहेत माझी."

"नाही. असं नाही. उगाच कोण स्तुती करेल? कर्तृत्व असावं लागतं." प्राचार्य अघळपघळ बोलले.

सुमतीनं गुप्तांचं निरीक्षण केलं.

फिकट निळ्या रंगाचा सूट. स्वच्छ, प्रसन्न चेहरा, तिशी-पस्तिशीचा माणूस.

'इतक्या लहान वयात?' तिच्या मनात आलं.

"तुमचं मराठी चांगलं आहे." सुमती म्हणाली.

"मुंबईला शिक्षण झालं."

"आमच्या कॉलेजला—" सुमतीला कसं विचारावं कळेना.

"अकरावीला या कॉलेजात होतो, तेव्हा सर प्राचार्य नव्हते; पण शहर ओळखीचं आहे."

गुप्तांविषयी सुमतीचं मन एकदम चांगलं झालं. भाषेवर प्रभुत्व, मांडणी करण्याची पद्धती चांगली आणि मुख्य म्हणजे अतिशय सौम्य आणि सभ्य.

"कॉलेजांमधूनच उत्तम बौद्धिक रॉ मटेरियल आहे; पण आपण ते आकारायला कमी पडतो. योजना खूप आहेत; पण त्या राबवल्या जात नाहीत. म्हणजे पाहिजे तशा. एकदा योजना सुरू करून दिली की सरकारही निश्चिंत बसतं. फक्त कागदपत्रं पाहिली की संपलं. हे वर्ल्ड ऑर्गनायझेशन्समध्ये होत नाही. इतक्या मेटिक्युलसली प्लॅनिंग असतं की चूक होण्याची शक्यता थोड्यात थोडी असते."

मग अनेक विषयांवर चर्चा सुरू झाली.

तेवढ्यात सुमतीला दारात रोहन दिसला. त्यानं सगळं ठीक असल्याची खूण केली. तिनं एकदम सुटकेचा श्वास टाकला.

संस्थेचे अध्यक्ष आले.

प्राचार्य खुर्चीतून उठले. त्यांनी अध्यक्षांना खुर्ची दिली. पाणी, चहा लगबग सुरू झाली.

"म्यॅडम." प्राचार्य म्हणाले, "कार्यक्रमाची तयारी झाली का पहा."

अध्यक्षांना नमस्कार केल्यासारखं करीत ती जाऊ लागली. तसं ते म्हणाले,

"आपले आजचे पाहुणे चांगले आहेत. विद्यार्थ्यांना कल्पना दिलीये ना? त्यांनी

ऐकलं पाहिजे.''

सुमतीनं मान हलवली.

मंडप विद्यार्थ्यांनी भरला होता. खुर्च्यांवर बहुतेक सगळे प्राध्यापक होते; पण कमिटीतल्या लोकांच्या चेहऱ्यावर तणाव होता.

सत्कार आधी होते.

सुमतीला इतकं धडधडत होतं की तिच्या छातीचे ठोके तिलाच ऐकू येत होते.

माघारेंनी चांगला तोल सांभाळला होता. तरीही तणाव आणि काळजी दोन्हीही दिसत होती.

दीपप्रज्वलन.

पाहुण्यांचं स्वागत. भरपूर गुच्छ होते.

अध्यक्ष आणि कार्यकारिणी सदस्यांचं स्वागत झालं.

मग पाहुण्यांचा परिचय. त्यांच्या परिचयानं आता काहीतरी चांगलं ऐकायला मिळणार, याची श्रोत्यांना खात्री झाली. त्यासोबत त्यांनी मार्गदर्शनपर बोलावं अशी विनंती त्यांना करण्यात आली.

मग माघारेंचं प्रास्तविक. सुमतीला वाटलं ते नेहमीसारखं बोलू शकत नाहीयेत.

पण मुलांचा प्रतिसाद उत्तम होता.

टाळ्या पडत होत्या.

आता 'कमवा-शिका'च्या मुलांचा सत्कार.

टिपणीस, सेठीया, वहाब, वाकडे, सुमती सगळे स्तब्ध होते.

माघारेंनी चेहरा कडक, विनातणावाचा केला. चेहऱ्यावर हसू आणलं. कौतुकही.

नावं उच्चारली. एक तरुण मुलगा आणि एक मुलगी. दोघांच्या अंगावर अतिसामान्य कपडे. चेहरे भांबावलेले.

सुमतीला वाटलं, आपण ह्यांना कुठंतरी पाहिलंय. शाल-श्रीफळ-गुच्छ देऊन मुलांच्या खांद्यावर पाहुण्यांनी थोपटलं. सावंत त्या दोघांनाही घाईघाईने स्टेजवरून घेऊन गेला.

सगळ्यांनी सुटकेचा श्वास टाकला.

पाहुणे बोलायला उभे राहिले.

त्यांनी कष्ट करून शिकणाऱ्या मुलांचे अभिनंदन केले. रासेयो विद्यार्थ्यांना समाजाभिमुख करते, म्हणून ही योजना चांगली असल्याचे नमूद केले. आश्चर्य म्हणजे ह्या योजना प्रत्यक्षात कशा पद्धतीने राबवल्या जातात हेही सांगितले. शंभर टक्के ही योजना राबवली गेली नाही. तरीही जी पन्नास टक्के राबवली जातेय त्यातूनही फायदा होईल, होऊ शकतो, हे त्यांनी आग्रहपूर्वक सांगितले. ते म्हणाले,

'अशा योजनांमधूनच बंधुता जन्माला येते. तिचा नामघोष करून, बॅनर्स लावून

नाही. आज जागतिकीकरण, उदात्तीकरण आणि खासगीकरणाच्या संकल्पना येताहेत. माणसापुढे अनेक आव्हानं आहेत. जगण्याचा मार्ग विषय लढायांमधून जातोय. स्वार्थ भ्रष्टाचाराला जन्म देतो. सत्ता विषम बळावर जिंकली जातेय. लहान-मोठेपणा विषम सामुग्रीच्या आधारावर ठरतोय. एकीकडे अन्य ग्रहांवर अधिराज्य करण्याच्या आकांक्षा आहेत, तर दुसरीकडे छोट्या गल्लीत राज्य करण्यासाठीची जीवघेणी चढाओढ आणि मारामारी आहे. भ्रष्टाचार, लढाया, रक्तपात, अतिरेकी संघटनांच्या घातपाती कारवाया, निवडणुकांमधील अंदाधुंदी, धर्माच्या अतिरेकी कल्पना आणि त्यातून निर्माण होणारे कलह, हे सगळं आपल्यासमोर आहे. एकूणच जगाचं चित्रं काळवंडून गेलंय. उदात्त मूल्यांना मूठमाती मिळतेय. विज्ञानाचा उपयोग विध्वंसासाठी चाललाय. सत्याला, नियमांना बाजूला सारलं जाऊन असत्याचा विजय होताना दिसतोय. सत्य पायदळी तुडवलं जातंय. त्याच्या वेदना आपण सगळे वेगवेगळ्या वेळी भोगतो; पण एकत्र येऊन आपण सत्यापाठी उभे रहात नाही. लोकांचा न्यायव्यवस्थेवरही विश्वास राहिलेला नाही. या अराजकाच्या परिस्थितीत माणसाच्या भावनांचा बळी जातोय. प्रेम, दया, क्षमा, बंधुता ह्या भावना जीवनातून निघून चालल्यात. अगदी साहित्यातूनही अभावानं आढळताहेत. इतक्या गोंधळ्यातही काही मूठभर माणसं चांगल्या जगाची, चांगल्या जगण्याची स्वप्नं पाहताहेत. चांगली उद्दिष्ट्ये मांडताहेत. ती पूर्ण करण्यासाठी मदत करताहेत. अशा संस्थांना तुमच्यासारख्या तरुण माणसांकडून सबल भूमिकेची आणि कटिबद्धतेची अपेक्षा आहे. आपण सगळ्यांनीच ही जबाबदारी स्वीकारली पाहिजे. कारण ज्या वेळी आपण योजना तयार करतो, त्या वेळी त्यांची ध्येयधोरणं निश्चितच उच्च, चांगली आणि समाजोपयोगी असतात. मग चुकतं कुठं? तर त्याची अंमलबजावणी नीट होत नाही. ती अंमलबजावणी जर आपण पूर्ण जबाबदारीनं, वचनबद्ध राहून केली तर जगात आपल्या देशासारखा देश नसेल. आपण माणसाला वाचवलं पाहिजे, निसर्गाला वाचवलं पाहिजे आणि माणसामाणसांतील संबंधांनाही वाचवलं पाहिजे. माणसामाणसात दया आणि प्रेम राहिलं तर बंधुभाव जागायला वेळ लागणार नाही. त्यासाठी आज ज्या दोन मुलांनी कष्टानं शिक्षण मिळवलंय, त्यांच्यासारख्यांना समाजाच्या मुख्य प्रवाहात सामावून घेण्याचीही जबाबदारी आपण पार पाडली पाहिजे.''

टाळ्यांचा कडकडाट झाला.

भाषण खरोखरच प्रेरणादायी होतं. टिपणीससरांनी स्वत:हून थोडं बोलण्याची इच्छा व्यक्त केली. त्यात त्यांनी गुप्तांच्या भाषणाबद्दल, लहान वयात त्यांनी यशाचं शिखर कसं गाठलं असेल, याबद्दल स्तुती केली. त्यांच्या सकारात्मक दृष्टिकोनाची प्रशंसा केली आणि सध्या शिक्षणक्षेत्रात काळोखाची परिस्थिती आहे. तरीही अशी माणसं अशा अंध:कारात ज्योतीचं काम करतील म्हणून आशा पालवत रहायला

हरकत नाही, हेही नमूद केलं.

आभार.

कार्यक्रम संपला.

नंतर प्राचार्यांच्या केबिनमध्ये चहापानाचा कार्यक्रम.

गुप्तांच्या भाषणाचा परिणाम विलक्षण होता. कित्येक विद्यार्थी त्यांच्याभोवती कोंडाळं करून स्वाक्षरी घेत होते. प्रश्न विचारत होते.

गुप्ता हसून उत्तरं देत होते.

शेवटी प्राचार्यांनी गुप्तांना अक्षरश: मुलांमधून ओढून आणलं. माघारे आणि कमिटीतले सदस्य तिथे आले. कार्यकारिणीतले सदस्यही त्यांच्या भाषणानं इतके भारावले होते की लगेच न जाता नंतर चहासाठी थांबले.

अध्यक्ष म्हणाले, ''फार उत्तम भाषण. फार दिवसांत ऐकलं नाही. ठराविक गोष्टी ठोकळ्यासारख्या पोरांच्या डोक्यावर मारताना वक्ते दिसतात. तेच तेच ऐकून आमच्यासारखे लोकही अशा कार्यक्रमांना यायला नाराज असतात; पण आज प्राचार्यांनी आग्रह केला म्हणून हे ऐकता आलं.''

प्राचार्य खूष होऊन हसले.

''यायला नकोच म्हणत होते. पर मी म्हटलं की गुप्तासाहेबांचं एकदा ऐकाच भाषण— मी एका कॉन्फरन्समध्ये ऐकलं होतं. तेव्हाच ठरवलं होतं, की शिवापूरला तुम्हाला आणायचंच. तुम्ही या भागात येणार असं कळलं की लगेच काँटॅक्ट केलं—''

आता त्यांना भरपूर क्रेडिट घ्यायचं होतं.

''कॉलेजसाठी काहीतरी चांगलं करावं अशी संस्थेची आणि प्राचार्यांची नेहमीच धडपड असते.'' चिकट घामेजल्या चेहऱ्याचे आणि तरीही सुटका झाल्याच्या आनंदात माघारे स्तुती करते झाले.

''चांगली गोष्ट आहे. मी अनेक सेमिनार्सना आणि कॉन्फरन्सेसना परदेशात जातो. तुमचे विद्यार्थी तयार असतील तर त्यांनाही परदेशी शिष्यवृत्त्या मिळू शकतील, मी प्रयत्न करीन.''

''वा, वा!'' अध्यक्ष उत्साहीत झाले. ''फार उत्तम साहेब.''

''तुम्ही जर टॅलेंटेड आणि मेरिटच्या विद्यार्थ्याला मदत करू इच्छित असाल तर तशा योजना आहेत. किंवा आर्थिकदृष्ट्या कमकुवत मुलांमुलीसाठीही आहेत. अर्थात याचं प्रमाण खूप कमी आहे आणि राष्ट्रीय पातळीवर त्यांना स्पर्धा करावी लागते; पण तरीही आपल्या प्रांतातली मुलं जाऊ शकतील.'' गुप्ता म्हणाले.

सगळेच लक्ष देऊन ऐकत होते.

''प्राध्यापकांसाठी काही?'' टिपणीसांनी विचारलं

अध्यक्षांनी कौतुकानं त्यांच्याकडे पाहिलं.

"आहेत ना!" गुप्ता म्हणाले, "मी तुम्हाला काही पत्ते पाठवतो. स्त्रियांसाठीही वर्ल्ड बँकेच्या, रेडक्रॉसच्या आणि अंध-मूक-बधिरांसाठीच्या कामाच्या योजना आहेत. तुमच्यापैकी कुणी इंटरेस्टेड असेल तर—"

त्यांनी स्त्रीवर्गाकडे पाहिलं.

अध्यक्ष म्हणाले, "का नाही? मोठ्या स्तरावर काम केलं तर कॉलेजला फायद्याचं होईल. काय, मॅडम?"

त्यांनी सुमतीकडे पाहिलं. "ह्या मॅडम तीनचार देशात कॉन्फरन्सेससाठी जाऊन आल्यात."

गुप्तांच्या चेहऱ्यावर उत्सुकता दिसली.

"विषय कुठला तुमचा?"

"झुऑलॉजी."

"मग तर खूप स्कोप आहे. फिशरी, सी लाइफ प्रिझर्वेशन, सी फूड, कितीतरी प्रॉजेक्टस् तुम्ही करू शकाल. आर यू इंटरेस्टेड?"

अध्यक्ष, कार्यकारिणी, प्राचार्य त्यांच्याकडे पाहू लागले.

तिला 'हो' म्हणणं भाग होतं. शिवाय, असले प्रॉजेक्टस् इतक्या सहजी मिळत नाहीत, हेही तिला माहिती होतं. त्याची प्रपोजल्स तयार करणं, सिनॉप्सिस पाठवणं, त्यातल्या आर्थिक बाबी - एक मोठी साखळी होती. तिच्या 'हो' म्हणण्याने कुणी हातातली माळ तिच्या गळ्यात टाकणार नव्हतं.

"वेल, आय वील राइट टू देम. तुम्हाला तीन महिने ते दोन वर्षे अशी प्रॉजेक्टस् करता येतील."

मग इतर अनेक विषयांची चर्चा झाली. सुमतीच्या लक्षात आलं की गुप्ता कोणत्याही विषयाबाबत निराश किंवा उदासीन नाहीत. मग तो गरिबीचा प्रश्न असो, लोकसंख्येचा, जागतिकीकरणाचा. त्यांची भूमिका ठाम आणि स्पष्ट आहे.

सगळेच प्राध्यापक गुप्तांमुळे प्रभावित झाले. त्यांच्या विचाराची पद्धतीही सकारात्मक होती. ठराविक साच्यात विचार करत राहिल्यानंही नैराश्य येतं. समारंभाच्या धावपळीचा भाग सोडला तरी हा भाग अर्थपूर्ण होतो.

घरी जेवायच्या वेळी तिनं रोहनला त्या दिवशीचा सगळा वृत्तान्त मुद्दाम सांगितला.

ज्या ज्या नव्या गोष्टी तिला कळायच्या त्याची माहिती रोहनला असावी, अशी तिची इच्छा असायची. परदेशात अनेक क्षेत्रांमध्ये सक्रिय संशोधन चालू असल्यामुळे तिथं अत्याधुनिक शास्त्रं प्रगत झालेली आहेत, हे तिचं मत होतं. नुसत्या 'अवकाश'शास्त्रातच ती प्रगती नाही किंवा कॉम्प्युटर्सच नाहीत, तर इतर शास्त्रांतही उत्तम संशोधन झालंय आणि चाललंय, हे ती स्वत: शिकवत होती त्या विषयांवरूनही

कळत होतं.

"तू आत्तापासूनच तुला काय करायचं ते ठरव. म्हणजे संशोधन करावंसं वाटलं तर चटकन शक्य होतं. माझ्या मैत्रिणीची मुलगी आहे. फार हुषार नव्हती. आर्टस्‌ला गेली. हिंदीत बी. ए. केलं. लागलीच एम्. ए. आणि नंतर पीएच्. डी. वयाच्या पंचविशीत डॉक्टरेट करून टाकलं. तिला आता इतका स्कोप आहे. भाषाशास्त्रातली फेलोशिप मिळवण्याच्या मागे आहे. पुढे चालून एशियाटिक स्क्रिप्चर्सवर संशोधन करायचं म्हणतेय. करण्यासारखं कितीतरी असतं. आपणच त्याच त्या गोष्टीत डुबक्या मारत बसतो."

"आईऽ प्लीज. अग. मला मॅट्रिक तर होऊ दे." रोहन म्हणाला.

"आईला वाटतंय, तू चटकन मोठा होऊन झगझगीत करियर करावंस. ताबडतोब! ती कुठूनही काही ऐकून आली की तो प्रयोग घरात करून पाहण्याची तिला घाई असते. इस्पेशली तो तिला करता येत नसेल तेव्हा! बरं झालं, आता तू थोडा तरी मोठा झालास. नाहीतर सगळं मलाच ऐकावं लागायचं." जयंत हसत म्हणाला.

"तू काहीही केलं नाहीस." सुमती रागावून म्हणाली.

"रोहन, हिचं म्हणणं माझी एम्‌कॉम्‌ची डिग्री आहे." जयंत.

"माझं म्हणणं एम्‌कॉम्‌नंतरही बरंच काही करता आलं असतं; पण तुम्ही काहीही केलं नाही. बँक जी धरली— ती सोडली नाही. मी कित्ती वेळेला किती कोर्सेस सांगितले!" सुमतीने म्हटले.

त्यांची जेवणं संपताहेत तोच बेल वाजली.

"इतक्या रात्री कोण आलंय?" जयंत आश्चर्यानं म्हणाला.

दारात परमार उभा होता.

"मॅडम आहेत?" त्यानं विचारलं. जयंतनं आत येऊन सुमतीला बोलावलं. "नमस्कार, मॅडम."

त्याच्या येण्यानं सुमती आश्चर्यचकित झाली. इतक्या रात्री याचं काय काम असेल असा विचार मनात. तो पूर्वी कधी तिच्या घरी आलेला नव्हता.

"परमार? इतक्या रात्री काय काम काढलं? आज फार थकलीये. दिवसभर तो कार्यक्रम पुरला. प्लस वर्ग घेतलेत. आजचं पहिलं जेवण इतक्यात जेवलेय मी." सुमती भराभर बोलली.

तिला आता झोपायची इच्छा होती. बिनात्रासाची.

"काय करू, मॅडम? यावंच लागलं. माझा प्रॉब्लेम झालाय—"

"काय?"

"खोलीचं भाडं तुंबलंय. बरीच चालढकल झाली. मी पुष्कळ वायदे केले; पण

देऊ नाही शकलो. आजचा वायदा होता. जमलं नाही. शिकवण्या करून मी परत गेलो तर भाऊ दारात बसलेला. मालकानं कुलूप लावलं. त्यानं मला खूप शोधलं; पण नेमका आज मी रात्रीच्या लायब्ररीत गेलो होतो.''

हा पैसे मागायला आला या कल्पनेनं सुमती मनातून चिडली. तिनं जयंतकडे पाहिलं.

''मग आता काय पाहिजे? माझ्याकडे पैसे नाहीयेत आत्ता.'' ती घाईनं म्हणाली.

तिच्या बोलण्यानं जयंतच्या चेहऱ्यावर आश्चर्य पसरलं. ती थकलेली आणि त्रासलेली आहे, हे त्याला माहिती होतं. तो आता मध्ये पडला.

''आत या. बसा. सांगा काय झालं ते.'' तो म्हणाला.

परमार आत येऊन सोफ्याच्या अगदी टोकावर अंग आकसून बसला.

''मालक असं काही करेल असं मला वाटलं नव्हतं. मला पैसे नकोत, मॅडम. मी चारपाच ठिकाणी प्रयत्न केला होता. आता मीच गावी जातो. जमलं तर पैसे घेऊन येतो; पण भावाला नेणं शक्य नाही. तो तुमच्याइथे थांबला आजची रात्र तर चालेल का म्हणून विचारायला आलो.''

सुमती भांबावली.

वास्तविक एरवी ती इतऱ्याजणांना मदत करे. 'आज आपल्याला हे काय झालं? आपण असं का बोललो?' असं वाटून ती मनात शरमेली झाली.

''राहू देत इथे. पण भाऊ कुठंय?''

''बाहेर उभा आहे.''

''अरे, त्याला बाहेर का उभं केलं? आत बोलाव.'' सुमती म्हणाली.

त्यानं जाऊन भावाला बोलावलं.

''हा लखन.''

किरकोळ शरीरयष्टीचा, काळा, काटकुळ्या हातांचा, विस्कटलेला, भांबावलेला मुलगा उभा होता. त्याच्या केसांना तेल नसल्यानं ते रुक्ष वाटत होते. त्वचाही साफ कोरडी. त्यामुळे काळपट भुरक दिसणारा. डोक्यावर उभे केस, मोठे डोळे असलेल्या लखनला पाहून तिला वाईट वाटलं.

त्यांना बाहेर बसवून जयंत आत गेला. त्यानं सुमतीला आत बोलावलं.

''मला वाटतं त्याला पैसे द्यावेत. तीनशे रुपयांचा प्रश्न आहे. फार तर त्याचा पगार झाल्यावर घे तू.'' जयंतनं सुचवलं.

''पण मी माझ्याकडे पैसे नाहीत असं म्हणालेय.''

सुमतीला आपण हे जरा जास्तच कठोर बोललो, हे जाणवत होतं.

''पण माझ्याकडे नाही असं मी कुठे बोललोय? मी देतो असं सांगतो. अर्थात

तुझी हरकत नसेल तर! कारण आता किती वाजलेत बघ. केव्हा त्याला बस मिळणार, केव्हा तो जाणार? रात्री कोण त्याला पैसे देणार? हा मध्यरात्रीनंतर पोचेल. तो मुलगा - बापरे त्यांना घरात जाऊ दिलं नसेल तर त्यांची जेवणंसुद्धा झालेली नसणार! घरभाडं देऊ शकत नाहीत तर हॉटेलात काय जाणार? घरात आहे का काही त्यांना खायला द्यायला?'' जयंत हे भरभर बोलला. सुमतीच्या होकारार्थी चेहऱ्याकडे पाहताच बाहेर गेला.

सुमती स्वयंपाकघरात गेली. बशांमध्ये फरसाण आणि घरामध्ये जे काही होतं ते थोडं थोडं घालून घेऊन ती बाहेर आली.

परमार वरवर नको म्हणाला तरी थोड्या वेळात बशा साफ झाल्या.

ओशाळपण उपकृत चेहऱ्याचा परमार निघताना अचानक परतला. दोघांच्या पाया पडला.

सुमतीच्या डोळ्यात पाणी आलं. वळताना ती म्हणाली,

''असले प्रसंग कुणावरही येऊ नयेत. तरुण मुलांवर तर मुळीच नाही. असं पाहिलं की माझा देवावरचा विश्वास उडतो. चोच देतो आणि चारा महाग करतो. अगदी दुष्प्राप्य करतो. अशी शिक्षा द्यायची तर जन्माला न घालता त्याच्या पापांसाठी त्याला सरळ नरकात पाठवावं. इथं जमिनीवर हे भोग कशाला?''

जयंतनं मान हलवली.

''आपल्यासारख्यांच्या मुलांना किती फॅसिलिटीज् मिळतात यामानाने!''

''आपल्याकडे सगळं चित्रच एक्स्ट्रीम आहे. अगदी टोकाचं. एकीकडे भूकबळी आहेत, दुसरीकडे अंगावरची चरबी कमी करायला ऑपरेशन्स करावी लागताहेत. एकदम गावंढळ तर एकदम मॉडर्न. निरक्षर एकीकडे तर दुसरीकडे थेट परदेशातल्या संशोधन क्षेत्रात आघाडीवर. काय देश आहे?'' जयंत म्हणाला.

दुपारच्या कार्यक्रमात गुप्तांनी सांगितलेले संशोधन प्रकल्प तिला आठवले. तिनं ते जयंतला ऐकवले.

''या परमारला मिळवून देता येतो का बघ एखादा प्रोजेक्ट. अगदी परदेशात नसला तरी इथे मिळू शकेल ना एखादा. नाहीतरी त्या तसल्या संशोधनानं फार काही साध्य होतं असं मला वाटत नाही; पण चला धूळफेक करायला का होईना थोडंफार वाचलं जातं.'' जयंतचं म्हणणं सुमतीला पटत होतं.

सरकारी, निमसरकारी, स्वयंसेवी संस्था अशा पद्धतीनं संशोधनाला आर्थिक मदत देऊन प्रोत्साहन देतात; पण त्यातून कुठलाच मोठा शोध लागत नाही किंवा निष्कर्ष निघत नाही. एकदोन वर्ष असा प्रकल्प होतो. पुढं त्याचं काही होत नाही.

''आपले सगळे प्रश्न अर्थकारणाशी जोडलेले आहेत—'' सुमती म्हणाली.

आपापल्या विचारातच ते झोपले; पण सुमतीला झोप येईना.

'कदाचित या कारणामुळेच परमार कार्यक्रमात दिसला नसावा.'

मग तिला आठवलं की इतरही अनेक प्रसंगी ती परमारला सामंजस्य दाखवत नव्हती. बहुतेक वेळी वाकडे तत्परता दाखवून काम करायला उत्सुकत दाखवत आणि विसपुते गठत नसल्यामुळे छोटीमोठी कामं आपोआपच वाकडेच्या पदरात पडत. अर्थातच यानं वाकडेचा फायदा होई. एकतर ती सतत प्राचार्य आणि स्टाफच्या समोर काम करताना दिसे. दुसरं, तिला काम करण्याबद्दल सहानुभूती मिळे.

कधी कधी इतर कुणी दिसलं तर सुमतीच्या हातातलं काम त्या अक्षरश: काढून घेत. उदा. कारकुनी पद्धतीची कामं— अर्ज देणं, याद्या करणं, फोन करणं इ. कधी तरी सुमतीचा अहंकार यात समाधान पावे. विशेषत: तिचे सहकारी तिला 'काय, मॅडम, थाट आहे. तुम्हाला मदतीला हँड आलाय—' असं म्हणत तेव्हा.

पण कधी तिला या प्रकाराचा वीट येई. मुद्दाम इतर प्राध्यापकांसमोर वाकडे जास्तच लीन होऊन काम केल्याचं दाखवत तेव्हा!

एरवी पानसरेंबरोबर स्टाफरूममध्ये गप्पा मारत असताना, सोमवंशीबरोबर चहा पीत कँटीनमध्ये असताना किंवा प्राचार्यांच्या केबिनमध्ये घुगे किंवा वहाबांबरोबर असताना वाकडे नम्रतेचं एकही प्रतीक दाखवायचं सोडत नसे उलट पानसरेंबरोबर त्या इतक्या गढलेल्या असत की लक्ष नाही हे दाखवणं त्यांना सोयीचं जाई. आणि अगदी लक्ष गेलंच तर आपली जाड मान हलवून त्या अभिवादन केल्यासारखं दाखवत.

तिला आठवलं की वर्गाशिवाय अन्यत्र परमार तिला भेटला नव्हता.

सकाळी केबिनच्या दाराशी परमार उभा होता. तिच्याआधी येऊन उभा असावा. त्याचा चेहरा झोप न झाल्यासारखा दिसत होता. केस विस्कटलेले, भांगात न बसलेले, उभे, चेहरा लाचार आणि केविलवाणा.

परमारचे डोळे भावासारखेच मोठे असल्याचं सुमतीला पहिल्यांदाच जाणवलं.

तो मान झुकवून 'गुड मॉर्निंग' म्हणाला. तिच्यापाठोपाठ आत आला.

बसण्यापूर्वी खिशातून तीनशेच्या नोटा काढून तिच्यापुढे धरल्या.

"काल घेतलेले."

"इतकी काय घाई होती? आणि तुम्हाला हे पैसे मिळाले कसे, कुठून?"

"जमवाजमव केली."

त्याचं वाक्य पूर्ण होईतो रीमा तिथं पोचली. परमारच्या हातातले पैसे आणि एकूण प्रकारावर ती गप्प उभी राहिली.

परमारनं तिच्यासाठी खुर्ची ओढून दिली. तो उभाच राहिला.

"तुमची सोय होईतो पैसे राहू द्या. नंतर द्या. घाई नाही."

"आमच्यासारख्यांची कधीच सोय होत नाही, मॅडम." त्याच्या डोळ्यांत पाणी आलं.

रीमा म्हणाली, "काय प्रॉब्लेम आहे?"

"पैशाची गरज होती त्यांना—" सुमतीनं वाक्य अर्ध सोडलं.

"तुम्ही इतर कॉलेजात का तास घेत नाही? माझी ओळख आहे. मी सांगते." रीमा म्हणाली.

"वेळ मिळत नाही—" तो पुटपुटला.

"पण इथे तुम्ही फक्त सातच तास घेताय."

"प्रॅक्टिकलची तयारी, चार्टस् तयार करणं, कार्ड तयार करणं अशी कामं राहतात—"

"पण ती कितीक?" सुमती म्हणाली.

तो घुटमळला.

सुमतीला एकदम लख्ख झालं.

"इतर तुमच्याकडून करवून घेताहेत का?" तिनं विचारलं.

तो भांबावला. त्याला हो-नाही सांगता येईना.

"कोण?" सुमतीचा आवाज कडक झाला.

"ते म्हणत नाहीत मीच करून देतो." तो चाचरत होता.

"कोण?" तिनं विचारलं. तो बोलेना हे पाहून ती म्हणाली, "विसपुते? कांबळे? वाकडे?"

त्यानं मान खाली घातली.

"ते पुष्कळ म्हणतील. तुम्ही का करता?" रीमानं विचारलं

"त्यांच्यामुळे माझे तास राहिलेत."

"कुणामुळे?" सुमतीच्या आश्चर्याला आणि रागाला पारावार नव्हता.

"म्हणजे तुमच्यामुळे आणि वाकडेमॅडममुळे."

"बट वाकडे इज कॉंट्रिब्युटरी. व्हाट शी हॅज टू डू विथ इट? त्यांचा काय संबंध? त्या तुमच्यासारख्याच आहेत." रीमालाही रहावलं नाही.

"या जूनमध्ये प्राचार्यांनी बोलावून काम नाही म्हणून सांगितलं होतं; तुम्ही बाहेरगावी होता. पण वाकडे मध्ये पडल्या. त्यांनी प्राचार्यांकडे शब्द टाकला म्हणून—"

सुमतीचे डोळे खोबणीतून बाहेर पडतील की काय इतके विस्तारले.

"परमार—" कडक पण हतबल आवाजात ती म्हणाली,

"इतके दिवसांत तुम्ही मला शब्दानं बोलले नाहीत—"

"तुम्ही फार बिझी होता, मॅडम. तुम्हाला त्रास द्यावा असं वाटलं नाही. शिवाय,

तुम्हाला मधूनमधून कॉलेजातही त्रास असतोच.''

परमारला कारण सुचेना.

''गरजवंत!'' रीमा म्हणाली, ''अगं, पण ही बाईसुद्धा टेंपररीच की! भलतीच मजल मारलीये. इतक्या वर्षांत आपलं इथं कुणी काही ऐकल्याचं मला तरी आठवत नाही.''

आता सुमती सावरली.

''तरीच तुम्ही मला कधी दिसत नाहीत! या लोकांची कामं करण्यात वेळ जात असणार! आणखी काय काय करता?''

तो ओशाळला. मानेनं नाही म्हणाला.

''सांगता येत नाही, इतकं करताय. आणखी करतच असणार. नुस्तेच शिकले तुम्ही. कसं वागावं कळत नाही. स्वार्थ कळला पण माझ्यामुळे इथे आलात ते विसरला. येऊन सांगण्याचं सौजन्य दाखवता आलं नाही.''

सुमतीचा पारा चढला.

रीमानं तिला खूण केली.

भुवया चिमटीत धरून ती म्हणाली.

''तुम्ही जा, परमार.''

पैसे टेबलवर ठेवून परमार उठला.

''हे पैसेही त्यांनीच दिले का? गॉडमदर तुमच्या—''

परमार बोलला नाही. त्याच्या डोळ्यांत पाणी आलं. त्याच्यापाठोपाठ रीमा बाहेर आली. बराच वेळ त्याच्याशी बोलली. परतल्यावर म्हणाली,

''ही इज अ व्हिक्टीम. तू काही करू शकत नाहीस. इट्स ऑल अ गेम. ते पोरगंही एक प्यादं आहे. वाकडेंना डिपार्टमेंटली सेट करण्यासाठी त्याला वापरलंय. पोरांकडून त्याच्या विरोधात अर्ज लिहून घेतलेत. डर्टी पॉलिटिक्स. त्या जोरावर त्याला पीरियडस् नाकारले. प्रॅक्टिकल्स आणि थेअरी वेगवेगळं करून या बाईंनी फुल वर्कलोड मिळवलंय—''

''अगं, मला कळूसुद्धा दिलं नाही? व्हॉट अ फूल आय वॉज! आणि प्रॅक्टिकल्स ज्युनियरची आहेत!''

''सोड नाद. या मुलाचा दोष नाही, एवढं लक्षात धर. ही डझंट नो एनिथिंग. फक्त स्वतःच्या सर्व्हायव्हलचा विचार तो करतोय. त्याच्या परिस्थितीतला माणूस फक्त छप्पर आणि भाकरीचा विचार करू शकतो. हे खेळ तर भरल्या पोटाची माणसं करतात. फक्त एक सांगते. सावध रहा.''

१३

माघारेंच्या 'कमवा-शिका' समारंभाचे पडसाद कॉलेजात दुमदुमलेच. त्या विषयावर चर्चाही घडल्याच; पण आपापसात.

रीमा म्हणाली,

"त्यांच्या जागी आपण असतो आणि आपल्या हातानं एवढी मोठी चूक झाली असती तर आपल्याला यात सातआठ मेमो आले असते. कार्यकारिणीनं बोलावून झाडलं असतं. एखादे वेळी माफीपत्रसुद्धा मागितलं असतं.''

"माफीपत्र तर त्यांनी त्याच दिवशी मागितलं असतं!'' सुमती म्हणाली.

"पण कार्यक्रमानंतर लागलीच कुणाला कळणार? सगळा चोरीचा मामला!'' रीमा.

"प्राचार्यांच्या नजरेतून सुटलं असेल असं तुला वाटतं?'' सुमती.

"डोमकावळा आहे तो! दुसरीकडे पाहतोय असं वाटलं तरी लक्ष असतं.'' रीमा.

"मग इतके दिवसांत काहीच ॲक्शन कशी घेतली नाही?'' सुमतीनं विचारलं.

"सुमती, तू खरंच ॲबसेंट माईंडेड आहेस. कॉलेजात काय चाललंय याची तुला कल्पना नाही? किती चर्चा चाललीये या प्रकरणावर! म्हणजे प्राचार्यांवर. तू तुझ्या डिपार्टमेंटला गेलीस की जगापासूनच तुटतेस. तू आणि तुझी केबिन. तुझी वाकडे मात्र न चुकता स्टाफरूममध्ये येते.''

"कशाला?''

"तिला उघडच उचापतींचा नाद आहे. नाहीतर जगाची खबर ठेवण्याचा. प्रिमायसेसवर काय घडतंय याची बित्तंबातमी आहे तिला. पानसरेच्या निमित्तानं येते. दोघी बसतात. ही गप्पात भाग घेते. स्टाफरूममध्ये बसलेल्या सगळ्यांशी बोलते. त्यात भेदाभेद नाही. म्हणजे लिंगभेद किंवा अर्हताभेद! शब्द बरोबर आहे ना? मला सीनियर-ज्युनियर भेद म्हणायचाय. बाकी घट्ट बाई आहे. माझ्यानंतर तीच मला

लिंगभेद करताना दिसत नाही." रीमा मोठ्यांदा हसली. म्हणाली, "खेद फक्त एकाच गोष्टीचा. मला तिच्यापेक्षा हे करेज उशिरा आलं. ती परमनंट नसताना हे करू शकते मात्र!"

"घसरलीस का तू तिच्या विषयावर?" सुमती.

"तुझीमाझी मतं वेगळी आहेत. जाऊ दे. हे ऐक. माघारेंचा प्रताप कर्णोपकर्णी असूनही प्राचार्य गप्प आहेत. का?" रीनानं ठासून विचारलं.

"मला वाटतं त्यांना कळलेलं नाही. कळल्यावर ते गप्प बसणार नाहीत. त्यांना माघारेंबद्दल सुप्त जेलसी आहे." सुमती म्हणाली.

"हॅ. हॅ. जेलसी कशाला असेल? त्यांना काय कमी आहे? पैसा आहे. पोझिशन आहे. पॉवर आहे. वर्तमानपत्रातून उदोउदो आहे—" रीमा.

"पण माघारेंना पॉप्युलॅरिटी आहे. पोरंपोरी त्यांच्या मागेमागे असतात. पुढे पुढे करतात. ती दोन मुलं कोण आणली होती?"

रीमानं नकारार्थी मान हलवली.

"माझा अंदाजए आपल्या कॉलेजच्या फेन्सिंगवॉलला लागून जी झोपडी आहे, तिथं राहणारं जोडपं आहे. ते म्हातारा होता बघ. त्याचा हा मुलगा-सून. ह्या मुलानं मागं बारावीला ॲडमिशन घेतली होती. बहुतेक. फार भांडणं झाली होती. मागे. सावंतनं त्यालाच बोलावलं असावं. माघारेंची पॉप्युलॅरिटी अशी आहे की कोणी पोरं तयार झाली असती!" सुमती म्हणाली.

"माघारे लकी आहेत." रीमा.

"त्यांना प्राचार्यांचा आशीर्वाद आहे."

"म्हंजे एकीकडे प्राचार्यांचा आशीर्वाद. दुसरीकडे कार्यकारिणीत गॉडफादर आहे आणि विद्यार्थी त्याच्या ऐकण्यात आहेत. ही त्रिसूत्री साधल्यानं हे प्रकरण फक्त कुजबुजण्याच्या लेव्हलवर आहे. नाहीतर मोठा ह्यू ॲण्ड क्राय झालं असतं."

सुमती हसली. म्हणाली,

"हे संपूनही जाईल. काही न झाल्यासारखं, वाळूत पाणी मुरून जातं तसं. माघारेंवर आच नाही. आपल्याला असलं करणं कधी जमत नाही. कधीतरी स्वत:चाच राग येतो. गेंड्याचं कातडं म्हणतात ते हे!"

खरोखर होणारी कुजबुज बंद पडली.

एके दिवशी सकाळीच किणीकरांची गाडी सुसाट येऊन करकचून ब्रेक लावून थांबली.

बेंचावर पाय वर घेऊन पेपर वाचणाऱ्या प्रभाकरचं लक्ष नव्हतं. किणीकरांच्या गाडीचं दार खाडकन वाजलं. तसा तो पेपर टाकून उभा राहिला. ताडकन! गडबडीत पँटच खाली ओढायचं त्याला सुधरलं नाही. पायजम्याचा एक पाय लांब आणि एक

बसल्यामुळे दुमडलेला तसाच राहिला. त्यातून त्याचा लांब, केसाळ, लुकडा पाय उघडा पडला.

रुबाबदार किणीकरांनी एखाद्या गोचिडाकडं पहावं तसं त्याच्याकडे पाहिलं. ते प्राचार्यांच्या केबिनमध्ये घुसले.

त्यांचा त्रस्त, चिडका चेहरा. येऊ घातलेल्या संकटाचा नकाशा होता. प्यूननं अनुभवीपणे ते जाणलं आणि तो ऑफिसमध्ये धावला. तिथे अजून ऑफिस सुपरिंटेंडंट आलेले नव्हते. मग तो बसलेल्या क्लार्कच्या कानाला लागला.

तेवढ्यात प्राचार्यांनी मारलेली कॉलबेल घणाणली.

प्रभाकर केबिनकडे धावला. क्लार्कही खुर्चीवरून उठला.

प्राचार्यांच्या खोलीत काहीतरी घडणार ह्याची कल्पना ऑफिसमधल्या लोकांना आली. कारण किणीकर—

सहा फूट तीन इंच उंच. मोठं कपाळ. झुपकेदार मिशा. मोठे डोळे. तजेलदार गोल चेहरा. सुटसुटीत कमावलेलं शरीर. ते मिलिटरी शिस्तीचे आहेत हे बघताच जाणवे. शॉर्ट सर्व्हिस कमिशनतर्फे युद्धकाळात काम केलेले होते. त्यांचा चेहरा एरवीच उग्र आणि दबदबा तयार करणारा होता.

प्रभाकर दारात दिसताच प्राचार्य म्हणाले,

"ओएस, आलेत का रे?" त्यांच्या स्वरात अधिकार होता आणि नरमाईही! नरमाई किणीकरांमुळे होती. ते कार्यकारिणी सभासद होते.

कोणासमोर प्राचार्यांचा चेहरा कसा होतो, हे प्रभाकरला चांगलं माहिती होतं. तसंच त्यांच्या आवाजातल्या बदलावर काय घडतंय हेही तो जाणू शके.

'बघतोए' म्हणत तो सुटला. वास्तविक ऑफिसमध्ये ओएस नाहीत, हे त्याला माहिती होतं.

पाच मिनिटांत तो परतला. बाहेर घुटमळला. पुन्हा बेल खणाणल्यावर आत धावला.

"ओएस आलेले न्हाईत, साहेब." तो भाबडा चेहरा ठेवीत बोलला.

प्राचार्यांनी घड्याळाकडे पाहिले.

"येतीलच आता." ते पुटपुटले.

टेबलवरचे ग्लास उचलत प्रभाकरने ओएसविरुद्धची संधी साधली.

"अर्ध्या तासात येतील त्ये. बरूबर साडेनऊला. त्येंचा टाइम हाय."

"कितीचा?" किणीकरांच्या भारदस्त आवाजानं तो दबला.

"नऊचा—"

किणीकरांनी त्याच करारीपणानं प्राचार्यांकडे पाहिलं.

"वेळेवरच येतात नेहमी," प्राचार्य ओशाळले. म्हणाले, "काही काम असेल

जा रे फोन मार त्येंच्या घरी—''

त्यांना प्रभाकर तिथे नको होता. प्रभाकर तिथेच घोटाळला.

खोलीबाहेर जाण्यापूर्वी 'विद्यापीठ' हा शब्द त्याला ऐकू आला आणि माघारेंचं नावही.

रेस्ट इज हिस्टरी.

किणीकरांची विद्यापीठात उठबस असे. कुलगुरूंपासून चतुर्थश्रेणी कर्मचाऱ्यांपर्यंत त्यांच्या ओळखी होत्या. विद्यापीठातल्या जवळजवळ प्रत्येक विभागात त्यांची एक-दोन माणसं असतच. त्यामुळे तिथली कामं असली की संस्था त्यांना सांगायची. ते ती यशस्वीरीत्या पारही पाडायचे. मिलिटरीमुळे शिस्त आणि नियमात पक्के आणि युद्धनीतीमुळे गनिमी काव्यात पक्के, असा त्यांचा लौकिक होता. त्याला साजेसं त्यांचं वागणं असल्यामुळे त्यांच्याकडून काम झालं नाही असं होतच नसे.

त्यांच्या येण्यामुळे कॉलेजात खळबळ उडाली. 'जाणकारां'च्या मनात उत्सुकता, नक्की कशाला आलेत म्हणून. प्राध्यापकांच्या किंवा कर्मचाऱ्यांच्या नियुक्त्या, ग्रँट मिळवणं किंवा कुणाचे काही उद्योग निस्तरणं असं काही असल्याशिवाय किणीकर यायचे नाहीत हे निश्चित!

किणीकर बराच वेळ प्राचार्यांशी बोलून गेले. मात्र दिवसभर त्यांच्या केबिनमध्ये ये-जा चालू राहिली.

त्यात मुख्यत्वेकरून माघारे होते आणि विद्यार्थी.

माघारे घाम पुसत बाहेर आलेले प्रभाकरने पाहिले. नंतर अस्वस्थपणे दिवसभर ते या ना त्या प्रकारे आतबाहेर करत होते.

दुसऱ्या दिवशी टिपणीसांना बोलावलं गेलं.

एकानंतर एक.

सुमतीला निरोप आला तेव्हा ती प्रॅक्टिकल्समध्ये होती. नंतर येते सांगून ती कामाला लागली, तर प्रभाकरने वाकडे मॅडम कुठे आहेत असे विचारले. तिच्या मनात शंकेची पाल चुकचुकली; पण विद्यार्थ्यांसमोर बोलणं शक्य नव्हतं.

दुपारी साडेतीनला मोकळी झाल्यावर ती प्राचार्यांकडे गेली. ते जेवायला गेले होते. 'काय काम असावं' म्हणून ऑफिसमध्ये गेली. ऑफिस गप्प होते.

ओएससमोर टेकली.

''कशाला बोलावलंय वाघोबांनी ?'' वातावरण हलकं व्हावं म्हणून ती म्हणाली.

''काय की बा -'' ओएस.

''काही तं असेल! तुम्हाला सांगायचं नसेल तर राहू द्या.'' ती म्हणाली.

''खरंच नाही, मॅडम. मी नव्हतोच. किणीकरसाहेब आले होते म्हणे. पण काय

झालं कळलं नाही. तुम्हाला का बोलावलं काही कल्पना नाही.'' ते नरमाईने म्हणाले.

त्यांचा हा आदबीचा स्वर खरा नव्हता. ही युक्ती होती. त्यांचा नम्रतेचा स्वर ते कधीही बदलू देत नाहीत आणि स्वत:चा भोळेभाबडेपणाचा आव ते सोडत नाही, हे सगळ्या स्टाफला ठाऊक होतं. आपण नम्र आहोत असं इतरांना वाटावं हा भ्रामक विश्वास त्यांनी वाढवला होता.

सुमतीचाही समज ते नम्र आहेत वगैरे होता; पण रीमानं तिचा तो समज चुकीचा असल्याचं दाखवून दिलं. 'माहिती नाही' असं म्हणाले तरी त्यांना माहिती होतं, हे सुमतीला जाणवलं.

सुमतीला स्वत:ला ज्ञात होतं की आपल्याला माणसं ओळखता येत नाहीत. जयंतचंही मत असंच होतं. त्यामुळे स्वयं-पुनर्तपासणी करणं तिला आवश्यक होऊन बसायचं.

तिनं ओएसचा नाद सोडला.

ऑफिसमध्ये पलीकडे बसलेल्या जोशींना तिनं 'काय कसं काय' विचारलं. त्यांच्या चेहऱ्यावर काहीतरी सांगण्याची उत्सुकता तिला दिसली. त्यांच्या टेबलापाशी गेल्यावर त्यांनी स्वागत केलं.

''कशाला बोलवलंय प्राचार्यांनी?'' तिनं विचारलं.

''ते तं माहीत नाही.'' जोशींनी मान हलवली. नंतर आवाज खाली आणत कुजबुजल्यासारखे म्हणाले, ''पन कालपासून हालचालींना वेग आहे. किणीकरसाहेब आलते. थोडा वेळ थांबून गेले. ते होते तेव्हा केबिनमधून जोरजोराने बोलण्याचा आवाज येत होता. प्रभाकर म्हन्ला. पन तुम्हाला का बोलावलं कळंना झालं.''

जोशी एकाच वेळी अधीर अन् हतबल वाटले. सुमतीला हसू आलं.

''तुम्ही इतके टेन्स होऊ नका. मला भेटले प्राचार्य की कळेल. नंतर तुम्हाला सांगते. ठीक?''

ती सांत्वन केल्यासारखी म्हणाली.

पोर्चमध्ये प्राचार्यांची गाडी आली.

प्रभाकर उभा राहिला. त्यांच्या विश्वासातला.

महादेवाच्या देवळाबाहेरचा नंदी. सुमतीला तो म्हणाला,

''तुम्हाला सकाळच्याला बलावलं हुतं. तुमी आला नाइत. साहेब लई चिडले हुते.''

सुमतीच्या चेहऱ्यावरचा गोंधळ त्यानं वाचला.

''तसं कालच्याधरून ह्येच चाललंय. काल किणीकरसाहेब आल्ते. तवाधरून येकेकाला आवतान देनं चाललंय. तुमच्या वाकडेबाई येऊन गेल्या सकाळच्याला.

तुमीच व्हायला आणि वहाबसर—''

प्राचार्य पायऱ्या चढून आले. तिच्याकडे न पाहताच केबिनमध्ये गेले. वास्तविक ती तिथं उभी असलेली त्यांनी पाहिलेलं होतं.

''मे आय कम इन?'' म्हणत ती सरळ आत गेली.

''याऽऽ'' प्राचार्य खुर्चीत टेकत म्हणाले.

''काही काम होतं का, सर?''

''आता बिगरकामाचं बोलवायला मला येड लागलंय का? आन एक गोष्ट खरी सांगतो, या खुर्चीत बसलं की येड लागायचंच काम आहे. त्यात आपली इंटलीजंट प्राध्यापक मंडळी. सकाळी बोलवलं तं दुपारी येतात.''

सुमती चुळबुळली.

''मी प्रॅक्टिकल्समध्ये होते. संपलं की आले. तर तुम्ही घरी गेला होतात.''

प्राचार्य तडकले. आपल्यावरची टीका त्यांना सहन व्हायची नाही.

''आता मी पन मानूस आहे, काही जेवणखाण? घरदार आहे. का तुमचीच वाट बघत बसू?''

ती गडबडली. तिचं बोलणं त्यांनी चुकीच्या अर्थानं घेतलं होतं.

''माझ्या म्हणण्याचा अर्थ तसा नव्हता, सर. तुम्ही बोलावलं म्हणजे महत्त्वाचं काम असणार म्हणून थांबलेय मी इतक्या वेळची—''

''उपकार झाले. बरं आहे निदान काम असंल असं तरी तुम्हाला वाटलं—''

ती गप्प उभी राहिली. प्राचार्यांचा मूड एकदम वाईट होता. ते काहीही ऐकून घेण्याच्या मन:स्थितीत नव्हते. तिचा चेहरा आपोआपच गंभीर झाला.

अशा वेळी तिला कधीही संरक्षक उपाय सुचायचा नाही. आजही सुचला नाही.

दर वेळी अशा प्रसंगी आपण का घाबरून जातो, हे तिला उमगायचं नाही.

रीमाच्या मते अशी बोलती बंद होणं हे बाई असल्यामुळे होतं. लहानपणापासून 'मुलगी' या संज्ञेच्या सावलीत आपण वाढतो. व्यक्ती म्हणून नाही. ही 'मुलगी'पणाची सावली आईवडिलांनाही भेडसावत असावी. आता दिवस बदललेत. वीसपंचवीस वर्षांपर्यंत मुलगी व्यक्ती असण्यापूर्वी 'स्त्री' असायची. तिला लहानसहान चुकांसाठी दाटलं जायचं. 'मोठ्यांना उलट उत्तर द्यायचं नाही' हा दंडक कडकपणे पाळला जायचा.

अशा वातावरणात वाढल्यामुळे सुमतीला वाटायचं, आपल्या रक्तातच उसळणं नाही. तेच रीमाच्या बाबतीत ती विचार करायची तेव्हा ती स्वतंत्र वातावरणात वाढलेली, वेगळ्या संस्कारात वाढलेली - कदाचित धर्मामुळे असेल पण पटकन विरोध करायची. रागवायची. उसळून नकार सांगायची. आता ती जर असती तर प्राचार्यांना निश्चितच दाटलं असतं. तिच्या गप्प, गंभीर चेहऱ्याकडे पाहून प्राचार्य

भानावर आल्यासारखे म्हणाले, “बसा.”

गेल्या पंधरावीस मिनिटातलं हे एकमेव चांगुलपण.

“तुम्ही एन्एस्एस्च्या आहात ना? म्हंजे त्या कमिटीत? का इन्चार्ज आहात?”

“मागच्या वर्षी माझी टर्म संपली, सर.”

सुमतीला वाटलं पुन्हा हे लचांड आपल्यापाठी लागतंय की काय! सासवडे तसे. माघारेही तसेच. या लोकांना बाहेर पळता येतं. रजेचा प्रश्न येत नाही. आपलं तसं नाही.

“तेच ते.” प्राचार्य म्हणाले, “मागच्या वर्षीपर्यंत होतात ना तुम्ही?” त्यांच्या आवाजात जरब होती.

तिनं मान हलवली. आज्ञाधारक.

“मग? नियम माहिती आहेत ना सगळे? आपल्याकडे ही योजना गेली चाळीस वर्षे आहे. काही भानगड नाही.”

तिनं पुन्हा होकारार्थी मान हलवली.

“मग? आता काय हा घोटाळा केला?” त्यांनी दम देत विचारलं.

“कोणता घोटाळा?” सुमतीनं विचारलं.

तिला खरोखरच काही माहिती नव्हतं. म्हणजे याक्षणी. या घडीला हा माणूस कोणत्या संदर्भात बोलतोय हेच तिला कळेना.

“जसं तुम्हाला माहितीच नाही! तुम्ही कमिटीत. तुमच्या संमतीशिवाय निर्णय कसे घेतले जातील?”

तिला समजेना, हे कोणत्या निर्णयाबद्दल बोलताहेत.

“कमवा-शिका आणि राष्ट्रीय सेवा योजनेचा एकत्र कार्यक्रम केला. आठवतोय ना?”

“महिन्यापूर्वी तर झाला. मग?”

“मग काय? तुम्हीच सांगा. शिक्षणक्षेत्रात काम करता. कुणाच्या डोळ्यांत धूळफेक करता? एवढं पवित्र काम आपलं. लोकांना शिकवून शहाणं करायचं तर तुम्हीच लांड्यालबाड्या करताय?”

“आम्ही? आम्ही काय केलं?”

“तुम्ही नाही तं मी केलं? आणि तुम्हीआम्हीची गोष्ट सोडा. आपण सगळेच! आपल्या सगळ्यांचीच मानगुट पकडलीये किणीकरसाहेबांनी! त्यांच्या कानावर हे गेलंच कसं?”

“काय गेलं त्यांच्या कानावर?” सुमती बुचकळ्यात पडली. या सगळ्या घटनांची साखळीच तिला लागेना.

“मॅडम, वेड घेऊन पेडगावला जाऊ नका. सगळ्या गावभर झालेली गोष्ट

तुम्हाला माहिती नसेल हे शक्य नाही. उलट तुम्ही त्यात असणार!''
ती नुसतीच उभी होती. तेच पुढे म्हणाले,
''सत्कार केलेली मुलं आपल्या कालेजातली नव्हती. कुठून धरून आणली तुम्ही?''
''मी? मला यातलं काही माहिती नाही. अक्षरश: नाही. कार्यक्रम ठरला पण आधी मीटिंग वगैरे झाली नाही.''
''नाही कशी? माघारे म्हणतात मीटिंग घेतली.''
''एक नेहमी होणारी मीटिंग झाली. ती कार्यक्रमाची नव्हती.''
''अस्सं?'' प्राचार्य विचारात पडले. तशी ती घाबरली. तिला वाटलं, आपली चूक झाली की काय? नाहीतर या बोलण्यानं सगळेच गोत्यात यायचे.
''नाही, म्हणजे मीटिंगमध्ये कार्यक्रम होणार हे ठरलं पण रूपरेखा नाही.''
''कोणते विषय असं काही स्पेसिफिक?''
''ह्या कार्यक्रमाचं स्वरूप ठराविक असतं. तसं तर असले ठोकळेबाज कार्यक्रम वर्षानुवर्षं चालतात, सर— '' ती बोलत असतानाच ते खुर्चीतून उठले. खिडकीपाशी जाऊन उभे राहिले.
ते बाहेर पहात काहीतरी निरखीत होते. आतून ओरडले, ''एऽऽ अरे, तू रेऽऽ तिकडं कुठं पाहतो? मी बोलतोय. ती काय थुंकायची जागा आहे का रे? काय पन विद्यार्थी!''
सुमतीला गडबड कळली होती.
पण कार्यक्रम पार पडला त्यासाठी नक्की काय झालं याबद्दल ती अनभिज्ञ होती; पण प्राचार्यांना ते मान्य नाही हे तिला कळत होतं.
''कार्यक्रमात काही उणीव—'' ती विषय वाढवायला म्हणाली. ते उपहासात्मक हसले. मान डोलावत म्हणाले,
''आता घ्या. कमिटी तुमची. समारंभ तुमचा. विद्यार्थी तुमचे; पण तुम्हाला हे कळंना की विद्यार्थी तुमचे होते की नाही?''
''आपलेच होते, सर.''
''गॅरेंटीवर सांगता? लेखी देता?'' ते थांबले. म्हणाले, ''आयडेंटिटी कार्डे पाहिली होती का? नाही ना? चारपाच हजार पोरांचं कॉलेज. कुनी विद्यार्थी म्हणून आला तर?''
''असं कसं होईल? माघारे सर होते ना. त्यांनी अॅरेंज केलं.'' हे म्हणताना सुमतीला काय झालंय याची कल्पना येऊ लागली होती.
''मा-घा-रे! बरोब्बर! त्यांनी आखणी केली. तुमी, टिपणीस, वहाब, तुमच्या त्या वाकडे, तो सेठीया - तुमी काय केलं? दोन बाहेरची पोरं धरून आणली?

सत्कार केला. आमच्या तोंडात शेण—''

तेवढ्यात फोन वाजला.

त्यांचा पारा चढलेलाच होता. त्याच तिरीमिरीत फोन घेऊन ते ओरडले, ''हॅलो, कोण?''

तिकडून आलेल्या उत्तरानं ते एकदम नरमले. त्यांचा चेहरा लीन झाला. तिच्याकडे पहात 'तुम्ही जा' अशी खूण त्यांनी केली.

सुटकेचा श्वास टाकत सुमती बाहेर आली.

बेंचवर प्रभाकर आणि लालचंद बसलेले होते. त्यांच्या चेहऱ्यावर बेरके भाव होते. त्यांना हे प्रकरण निश्चित माहिती असणार.

''काय म्हणताय, लालचंदजी?'' असं तिनं विचारताच त्यानं चेहरा एकदम सरळ, भोळा केला. उभा राहात म्हणाला, ''काय नाय बा. करतूया काम—''

''ही माघारेंची काय भानगड आहे? साहेब एवढे का चिडलेत?''

''तुम्हाला माहीत नाय का काय? हा त्या सावंतचा खेळ हाय सारा! तवा ती पोरं नवती आनली? त्ये सत्काराला वो - ती आपल्या कालीजातली नवती म्हनं—''

लालचंदचा आवाज खर्जात पोचला. तिला अगदी जवळ जाऊन ऐकावं लागलं.

तेवढ्यात बेल वाजल्यानं लालचंद आत पळाला. अर्धवट गोष्ट ऐकल्यानं तिची उत्सुकता तर वाढली; पण काहीतरी गंभीर घडलंय याची कल्पना तिला आली.

नंतरचे दोन दिवस ती या प्रकाराची माहिती काढत होती. हे काम हुंगणाऱ्या कुत्र्यासारखं आहे, अशी मजेशीर भावना होती.

शेवटी तिनं माघारेंशीच बोलायचं ठरवलं. ते शनिवार-रविवार रासेयो कार्यालयात बसतात, हे तिला ठाऊक होतं. तिथंच त्यांना गाठलं.

माघारेंच्या चेहऱ्यावर कुठल्याही प्रकारचा ताण दिसत नव्हता. या माणसावर मोठं प्रकरण शेकतंय किंवा त्यांच्यापाठी चौकशीचा रीग्गा लागलाय असं वाटत नव्हतं. हीच त्यांच्या यशाची गुरुकिल्ली असावी.

आपण मात्र गेले दोन दिवस मूर्खासारखे बेचैनीत काढले, असं तिला वाटलं.

माघारेंनी तिचं अघळपघळ स्वागत केलं. त्यांच्या स्वभावानुसार.

नमनाला वेळ न घालवता ती म्हणाली,

''मला प्राचार्यांनी बोलावलं होतं. खडी तालीम. बोलले ते सगळं अर्धवट. कार्यक्रमाच्या दिवशी काही घडलंय का? ते इतके खोदून खोदून विचारत होते. काय कारण आहे त्याचं? काय झालं?''

''काय व्हायचंय, मॅडम? मी कोणतीही गोष्ट करायला गेलो की एखादा झमेला झालाच समजा. जे केलं ते स्वत:साठी नाही. क्रेडिट कुणाला जाणार? कॉलेजला.

प्रोजेक्ट मिळणार? कॉलेजला. समारंभ कुणाचा झाला? कॉलेजचा. वाईट नाव कुणाचं होणार? माझं! मी हे नाव का मिळवलं? मला डोकं नाही म्हणून. कॉलेजचं भलं करायला निघालो म्हणून. मी कॉलेजचं भलं का करतो? पोटापुरतं मिळतंय म्हणून. पाट्या का टाकत नाही? कारण खाल्ल्या मिठाला जागायचं असतं, असं माझ्या आईबापांनी शिकवलंय. हा सहा फूट देह फसतो कसा? मी गाढवासारखा सगळ्यांवर विश्वास ठेवतो म्हणून.''

सुमती गडबडलीच!

''तुम्ही फारच रागावलाय. यात तुम्हाला त्यांनी दोषी धरलंय का? तुम्ही कशाला स्वत:वर ओढून घेता?''

इतक्या वेळ माघारे जोरजोरात बोलत असल्यामुळे ढमढेरे दारापाठीमागे येऊन उभे होते. पार्श्वभूमीवर सावल्या दिसाव्यात तसे विद्यार्थी दिसत होते. त्यांच्यामध्ये आगेमागे लपत सावंत फिरत होता. माघारेंचा या सगळ्यांवर बारीक डोळा असावा. त्यांना पाहिजे तशीच ती हालचाल असावी. कारण त्यांचा आवाज वाढला.

''मी 'ओढवून' घ्यायचा प्रश्नच नाही, मॅडम. ही माझ्यावर 'कोसळलेली' गोष्ट आहे किंवा 'कोसळवलेली.' तो किणीकर—'' मग त्यांनी चूक सुधारली.'' ''त्या किणीकरांना घरबसल्या कळलं कसं? ठीकए. आपली चूक होती. कमवा-शिकाची पोरं मिळाली नाहीत. त्यांना कुठून शोधून आणायचं? फक्त सकाळी बागेत काम करतात. दिवसभर कुठे जातात कुणाला माहिती? ती कार्यक्रमाला मिळाली नाहीत— मिळू शकली नाहीत. कबूल. चूक झाली; पण ही पोरं आपल्या कॉलेजची एक्स स्टुडंट होती ना. हे सगळं विद्यापीठात आणि किणीकरांपर्यंत जातंच कसं? आणि प्राचार्य आपल्याला प्रोटेक्शन न देता किणीकरांची बाजू घेऊन डाफरतातच कसे? त्यांनी स्वत: सगळी कामं काय कायदेशीरच केली की काय? स्वत:च तर मागच्या दारातून आलेले—''

आता माघारे माघारी फिरणाऱ्यातले नाहीत हे तिला जाणवलं; पण त्यांच्या बोलण्याचा अर्थ असा की बारावीला फॉर्म भरलेला पण परीक्षा न दिलेला माजी विद्यार्थी आणून कार्यक्रम उरकला. त्यांनी ते कबूलच केलंय. ती थक्क झाली.

कुणी असं करू शकेल असं तिला स्वप्नातही वाटलं नव्हतं. माघारे म्हणतात तशी ही गोष्ट कमिटीतल्या लोकांनाच माहिती नव्हती, तर किणीकरांपर्यंत पोचलीच कशी? अगदी थेट किणीकरांपर्यंत? कॉलेजात इतरांना न कळता?

हा प्रवास माघारे शोधून काढणार निश्चित!

पण सध्या प्राचार्यांनी केलेल्या अपमानानं ते फुत्कारत होते. यातून बऱ्याच गोष्टी तिला नव्यानं कळत होत्या. ते म्हणत होते,

''आणि चंद्रात्रे कशा आल्या? चंद्रात्रेंच्या नवऱ्याबरोबर कित्येक वेळा रात्री दोन

दोन वाजेपर्यंत हे ढाब्यावर फिरतात, हे काय मला माहिती नाही? पण आपण म्हणतो शिक्षणासारख्या पवित्र क्षेत्रात आपण काम करतो, आपल्याला काय करायचं? डोळ्यांवर कातडं ओढायचं. गांधीजीच्या माकडासारखं बसायचं.

तिच्या चेहऱ्यावर आश्चर्य होतं. चंद्रात्रेच्या नवऱ्याबद्दल तिनं ऐकलंसुद्धा नव्हतं,

"तुम्हाला सांगतो, मॅडम, सगळ्या गोष्टी आजकाल 'ह्याच्यावर' चालल्यात."

त्यांनी अंगठा तोंडाकडे नेला.

"पण आपण पोटदार माणसं. म्हंजे पोटासाठी दारोदार. अक्षरश: घरोघर भिकाऱ्यासारखं फिरत एकेका जेवणावर शिक्षण झालं माझं. कष्ट सोडले नाहीत. पडेल ती कामं केली. दिलं ते खाऊन डिग्री घेतली. नोकरी मिळवली आणि आता ती टिकवण्यासाठी डोकं गहाण ठेवून कठपुतळीसारखं वागतो; पण हे साले लोक स्वस्थ बसत नाहीत."

स्वत:च्या करुणेवरून ते पुन्हा रागाच्या परिघात आले. या वेळी त्यांच्या भूतकाळानं भारावलेले असल्याने त्यांच्या चेहऱ्यावरचा राग सात्त्विक झाला.

"दोन गरीब पोरांना गुच्छ, नारळ आणि पन्नासच्या दोन शाली गेल्या, एवढंच ना? प्राचार्यांच्या भाच्याला लायब्ररीत लावण्यासाठी आम्ही काय काय नाही केलं ते विचारा, मॅडम. इतरांना डावलण्यासाठी जाहिरातींपासून उचापती केल्या त्या वेळी ह्याच प्राचार्यांच्या तोंडातून शब्दांऐवजी मध बाहेर पडत होता."

यावर काय प्रतिक्रिया द्यावी तिला कळेना. विषय पूर्वपदावर आणण्यासाठी ती म्हणाली,

"आपल्या कार्यक्रमाच्या बाबतीत ते कमिटीलाच जबाबदार धरताहेत. आणि सर, खरं सांगायचं तर आपलं पण चुकलंच. ही नियमबाह्य गोष्ट झाली ना?"

ते उसळले.

"कोणती गोष्ट नियमानं चाललीये? एवढ्याच बाबतीत नियम लावणार? राहता राहिला कमिटीचा प्रश्न. त्यात तुम्ही बाईमाणूस आणि सिन्सियर. म्हणून कुणी बोट दाखवणार नाही. टिपणीस सीनियर म्हणून, तर वाकडे त्यांच्या लाडक्या म्हणून. सेठीयाचा काका-मामा वर मुंबईत सेक्रेटरीएटमध्ये आहे. ग्रँट लवकर सुटायला तो एक्का म्हणून वापरायचाय. राहता राहिले मी आणि वहाब. वहाब मायनॉरिटीचे म्हणून सुटले. मग मी. धोब्यानं कपडा बडवावा तसा बडवला जाईन!"

"पण हे बाहेर आलंच कसं? आता कार्यक्रम होऊन जाऊन दोन महिने होत आलेत. कमिटीशिवाय कुणाला माहिती होतं?"

माघारे चमकले.

"सावंत! सावंतलाच माहिती होतं. त्यानंच ती जोडी आणली—"

"पण तो गरीब आहे. शिवाय त्यानं स्वत:हून मदत केली ना?"

माघारे बोलले नाहीत. ते विचारात पडले. उजव्या हाताच्या दोन बोटांनी त्यांनी भुवयांमधला भाग चिमटीत पकडून रगडला. मग एकाएकी ते खुर्चीतून उठले. खिडकीजवळ गेले. बाहेर पहात खिडकीच्या कट्ट्यावरची तंबाखूची पुडी आणि पोपटी चुन्याची डबी उचलली. तळव्यावर तंबाखू चोळून ती चिमटीनं गालात सरकवली. परत येऊन टेबलाचा ड्रॉवर उघडला.

त्यांच्या दृष्टीनं ती तिथे थोड्या वेळ नसल्यासारखी झाली.

मग पुन्हा ते उठले. खिडकीबाहेर पिंक टाकून तिच्या पुढ्यात येऊन बसले.

त्यांच्या चेहऱ्यावर आर्किमेडीजसारखा सापडल्याचा आनंद होता; पण तंबाखुमुळे तो झाकाळून दबल्यासारखा झाला होता.

"मिळाला क्ल्यू. सावंत. त्याचीच कुरापत असणार! आता लिंक लागली, मॅडम. माझं डोकं आऊट झालं होतं गेल्या काही दिवसांत. विचार करकरून कळंना."

"पण तो काय करू शकणार? प्राचार्यांकडे जाऊन तो कसं सांगणार? आणि मुख्य म्हणजे का सांगणार? तेवढी त्याची हिंमत तर झाली पाहिजे आणि किणीकरांना कसं कळलं?"

"तेच, मॅडम. हे प्राचार्यांना पहिल्यांदा कळलं नाही. पहिले कळलं असंल किणीकरांना. सावंतकडून. त्याचा पाहुणा किणीकरांच्या गाडीवर ड्रायव्हर आहे. हा त्या पाहुण्याकडं बोलला असणार. चहाडी केली असणार!"

"चहाडी? पण का?" तिला कोडं पडलं होतं.

"सिंपल. मागं तो माझ्याकडं— इथंच त्याच्या ओळखीच्या कॉंट्रॅक्टरला घेऊन आला होता. आपल्या लायब्ररीला जोडून एक रिसर्च विंग होतोय. सावंतचं म्हणणं त्याला कॉंट्रॅक्ट द्या म्हणून. मी कावलेला होतो. मला काय माहिती त्याचा माणूस बाहेर उभा आहे म्हणून? चारचार दिवस ऑफिस झाडत नाहीत. फर्नीचर पुसत नाहीत, म्हणून मी चिडलो. 'आधी झाडू मार मग सल्ला दे.' म्हणालो, बरंच बोललो असेन. त्याचा चेहरा पडला होता. नंतर ढमढेरे म्हणाला की तो त्याचा पाहुणा बाहेरच उभा होता. आत्ता त्याचा सिग्निफिकन्स कळतोय. हा त्याचाच वचपा असू शकेल."

"अहो, पण एवढ्या छोट्या घटनेचा एवढा मोठा वचपा? एवढ्या थराला गोष्टी नेईन?"

"तुम्ही भाबड्यासारखं बोलताय. आजकाल जे काम करायला नोकरीवर ठेवलेलं असतं, ते काम करायचं नसतं. दुसऱ्यानं त्या कामाची आठवण दिली तर घोर अपमान वाटतो."

सुमतीनं हसल्यासारखं केलं.

"अपमान? एवढ्याशा गोष्टीचा? मग प्राचार्य बोलतात म्हणून आपण काय काय करायला पाहिजे."

"आपण निगरगट्ट माणसं. शिकलेली म्हणून समजूतदार. निगरगट्ट हा शब्द मी लाचार आणि भिडस्त या संदर्भात वापरला. आपले वरिष्ठ आपल्याला बोलणारच असा आपला ठाम समज असतो. तो वर्षानुवर्षं चालत आलेला समज आपल्याला समजूतदार बनवतो; पण ही लहान माणसं वेगळी असतात. त्यांचा अहंकार फार मोठा असतो. जहरीला नाग जसा काठी मारणाऱ्याची छबी आपल्या डोळ्यांत उतरवतो, तसं हे लोक त्यांचा अपमान त्यांच्या डोक्यात ठेवतात. याचा कसा सूड घ्यायचा आणि शत्रूला कसा धडा शिकवायचा, याचाच विचार ठेवतात. सावंतनं हे किणीकरापर्यंत पोचवलं असंल. तो विद्यापीठात उठबस करणारा माणूस. नियमांची माहिती जोरदार. कॉलेजच्या लोकांना ठोकायला त्याला कोलीतच मिळालं. त्या निमित्तानं प्राचार्यांना झोडपून काढायची संधी त्यांनी साधली."

सुमती हे सगळं नीट लक्ष देऊन ऐकत होती. एकाग्र चित्तानं. एखादी नवी गोष्ट कळावी तशी.

"मला जरा हे जास्त ओढून-ताणून तर्कसुसंगत केल्यासारखं वाटतंय. तुम्ही विचार करा. एवढ्या लहान गोष्टीवरून सावंत एवढी खळबळ माजवू शकेल असं मला वाटत नाही."

"पण दुसरं कारण दाखवा. शिवाय, असल्या गुंतागुंतीच्या राजकारणाची तुम्हाला माहिती नाही म्हणून म्हणताय."

"आता आपण काय करायचं?"

"बघू. अजून चौकशीच चाललीये. आज ना उद्या यामागे कोण होतं ते कळेल. तुम्ही आता हे माझ्यावर सोडा. हे प्रकरण रफादफा करणं भाग आहे. मी करतो."

त्यांनी तिला खात्री दिली.

जयंतला हे सांगितल्यावर तो म्हणाला, "तुमच्या सरांना सावंतची मानसिकता कळते; कारण ती त्यांची स्वत:चीच सायकी आहे. त्याचं साधं कारण आहे. सगळ्या पुरुषांना पुरुषार्थ दाखवायला रणांगण कुठे मिळतं? लहान अंगणात या छोट्या अहंकारामुळेच मोठी युद्धं होतात."

"याला काय युद्ध म्हणायचं? इतकी लहान गोष्ट—"

"का. याला युद्ध का नाही म्हणायचं? एका लहान गोष्टीतून केवढी गंभीर गोष्ट तयार झाली."

"पण मुळात गोष्ट लहान नाहीच आहे."

"मग बरोबरच होतंय ना जे होतंय ते!"

"काय बरोबर होतंय? आमचा काय दोष?"

"इथे दोषाचा प्रश्न नाही. तत्त्वाचा आहे. ते तत्त्व तुम्ही डावललं. म्हणून एका सेवकानं ड्रायव्हरला सांगितलं. त्यानं त्याच्या मालकाला उचकटलं. ड्रायव्हरच्या मालकानं प्राचार्यांना झापलं. त्यानं इन टर्न संबंधित स्टाफला. मग आरोप प्रत्यारोप. राग. स्पष्टीकरणं, आदेश इ. इ. आलं.

खरोखरच माघारेंच्या म्हणण्याप्रमाणे तिला एकटीला बोलावणं आलं नाही. त्यांच्याच म्हणण्याप्रमाणे त्यांनी प्रकरण रफादफा केलं असं तिला वाटलं.

हे त्यांनी कसं मिटवलं असेल असाही प्रश्न तिला सतावत राहिला.

एक गोष्ट मात्र पक्की लक्षात राहिली की लहान माणसांचे अहंकार मोठे असतात आणि मानापमानाची मोठी नाटकं यातून घडतात. अर्थात् प्राध्यापक त्याला अपवाद नाहीत.

पण प्रकरण संपलं नव्हतं.

त्यांच्या पूर्ण कमिटीला प्राचार्यांनी एका संध्याकाळी मीटिंगला बोलावलं. सगळे स्थानापन्न झाल्यावर प्राचार्यांनी झालं प्रकरण कसं चूक झालं, हे सांगून त्यात समिती सदस्यांची बेजबाबदार वर्तनाबद्दल कडक कानउघाडणी केली.

मीटिंग संपण्यापूर्वी त्यांच्यासमोर सहीसाठी कागद आले.

सगळे एकमेकांकडे आश्चर्यानं बघू लागले.

झाल्या प्रकरणाचा वृत्तान्त त्यात लिहिला होता. शिवाय पुन्हा अशी अक्षम्य चूक होणार नाही, अशी हमी नमूद केली होती.

समिती सदस्यांनी मुकाटपणे त्याखाली सह्या केल्या.

१४

प्रा. चटर्जींचा सत्कार समारंभ चालू होता.
कॉलेजच्या प्रथेनुसार प्राध्यापकांचं विद्यार्थ्यांसमोर कौतुक कधी झाल्याचं सुमतीला आठवत नव्हतं.

वर्षातून पाच ते सहा दणदणीत कार्यक्रम व्हायचे. त्या वेळी कॉलेजचे बहुसंख्य विद्यार्थी उपस्थित असायचे. पाचसहा हजार विद्यार्थ्यांपैकी तीन ते चार हजार जरी कार्यक्रमाला आले तरी प्रचंड गदारोळ व्हायचा. माणसं, वाहनं, वर्दळ आणि प्रखर लाइट्समुळे दुरून पाहणाऱ्याला धुळीचा एक भला मोठा ढग दिसायचा. हिरोशिमा, नागासाकीमध्ये बॉम्बस्फोट झाल्यावर धुळीचा जेवढा ढग उठला असेल तेवढा!

अशा मोठ्या कार्यक्रमासाठी बाहेरून एखादा पाहुणा यायचा. मोठा. म्हणजे प्रसिद्ध. एखादा लेखक, कलावंत, गायक, चित्रपट अभिनेता किंवा अभिनेत्री वगैरे. त्या वेळी कार्यकारिणीतल्या लोकांनाही आमंत्रण असे. लग्न समारंभासारखी रूपरेखा आखली जायची आणि लग्नासारखाच सोहळा पार पडायचा.

वार्षिक स्नेहसंमेलन, विद्यार्थी संसदेचं उद्घाटन, विद्यार्थी गुणगौरव, पालक मेळावा, किंवा एखादं मोठं राज्यस्तरीय किंवा राष्ट्रीय स्तरावरचं चर्चासत्र— असे मोजके कार्यक्रम म्हणजे हजारोंचे. त्यात विद्यार्थ्यांच्या जेवणाचाही एक कार्यक्रम असे.

वैशिष्ट्य असे की या सगळ्या समारंभात प्राध्यापक मंडळीही श्रोते म्हणून हजर असायची. कार्यक्रम कोणताही असो, वक्ता कसाही असो, स्वरूप लहानातलं लहान किंवा मोठ्यातलं मोठं असो, प्राध्यापक श्रोते हजर असणारच; कारण तशी नोटीसच निघे. कार्यक्रमाच्या आधी उपस्थिती अनिवार्य. कार्यक्रम लांबला तरी शेवटपर्यंत प्राध्यापकांना थांबावं लागे. अर्थात् हे फार सुखावह नसे. संपूर्ण कार्यक्रमभर प्राध्यापक आपापसांत बोलत रहायचे किंवा गंभीर चेहरा ठेवून वक्त्याला वातही आणायचे. आपल्या दिवसभराच्या लेक्चर्सनंतर जर बसायची वेळ आली तर मग

विचारायलाच नको. काही ज्येष्ठ प्राध्यापक खुर्चीच्या हातावर कोपर टेकवून डोकं पेलत झोपी गेलेले दिसायचे. त्यांचे डोके आणि उभा हात बघताना सुमतीला श्रीकृष्णानं करंगळीवर गोवर्धन पर्वत पेलल्याचे दृश्य आठवायचे.

पण रीमाच्या मते ते हातावर डोकंच पेलतात असं नाही, तर आख्खा समारंभ पेलतात आणि वक्ताही!

याला प्राध्यापिकाही अपवाद नसायच्या. समोरच्या श्रोत्याचा आडोसा घेत काही जणी खुर्चीवर मांडी घालून बसायच्या. लहान कार्यक्रम वर्गात घेतले गेले तर बेंचावर हात आडवा लावून डोके खाली घालून वाचणाऱ्या आणि झोपणाऱ्याही काही होत्या.

अगदी ताठ खुर्चीवर बसून विचारात्मक मुद्रेने ऐकताहेत असे वाटणारे प्राध्यापक जमलं तर डुलकी घ्यायच्या तयारीतच असायचे.

सक्तीने बसवलेल्या प्राध्यापकांच्या कितीतरी तऱ्हा वर्षानुवर्षं सुमती पहात होती.

समारंभ संपताच त्यातल्या सहभागी लोकांना 'कार्यक्रम छान झाला!' असं सांगणारी मंडळी कार्यक्रमभर टीका करताना तिनं पाहिली होती. कार्यक्रम चालू असतानाच 'रनिंग कॉमेंट्री' देणारे प्राध्यापकही कमी नव्हते. वक्त्याच्या भाषणातले मुद्दे, होणाऱ्या चुका किंवा वेगळे उच्चारही यातून सुटत नसत.

वर्गात मागच्या बाकांवर बसणाऱ्या विद्यार्थ्यांसारखे वागणारेही काही प्राध्यापक होते. सुहास्य चेहऱ्यानं प्राचार्यांचं चांगल्या भाषणाबद्दल ते ऑफिसमध्ये जाऊन अभिनंदन करीत होती, तिला ठाऊक होते. कित्येक वेळा खरं काय आणि खोटं काय हे ठरवणं तिला जमायचं नाही.

सुमतीच्या स्वतःच्या कार्यक्रमाबद्दल जेव्हा कोणी तिचं अभिनंदन करायचे तेव्हा ते अभिनंदन संपूर्ण स्वीकारणं तिला अवघड जाई. किंबहुना, त्या अभिनंदनाचा संपूर्ण आनंद तिला घेता यायचा नाही. सुमतीच्या आठवणीत प्राध्यापकांचा सत्कार किंवा त्यांच्या कार्याचा गौरव वगैरे कधी झालेला नव्हता. सत्कार बव्हंशी प्राचार्यांचा किंवा कार्यकारिणीच्या एखाद्या सदस्याचा व्हायचा. फारच झालं तर एखाद्या 'आतल्या गोटातल्या' प्राध्यापकाच.

चटर्जी आतल्या गोटातले नव्हते. दोन वर्षांची फेलोशिप संपवून ते परतले होते. तरीही युवक महोत्सवातल्या यशोगौरव कार्यक्रमात त्यांचा सत्कार ठेवण्यात आला होता.

कुणाचीही भुवई उंचावली गेली नव्हती.

तिच्या विभागात उत्साह होता. रीमा तिच्या शेजारी बसली होती. ती कुजबुजली. "आधी फक्त यशोगौरव आहे म्हणाले. त्या चटर्जींला कसं काय घुसवलं ग?"

"युवक महोत्सवातल्या कार्यापेक्षा मोठी गोष्ट त्यांनी केलीये."

रीमानं तिच्याकडे आश्चर्यानं पाहिलं.

"मान्य. पण आता का ठेवला सत्कार? बिचारा चटर्जी त्याला येऊन एक आठवडाही झाला नाही. ही इज सेटलिंग हिमसेल्फ. परवा भेटला तर म्हणाला की कॉलेजची सवयच गेलीये म्हणून. उगाच परत आलो म्हणत होता. तिकडे वातावरण चांगलं आहे आपल्यापेक्षा. म्हंजे क्लीन. इंटरनल पॉलिटिक्स नाही म्हणत होता; पण आज ही इज ब्लशिंग पिंक."

"मान कोणाला आवडत नाही? त्यात विद्यार्थ्यांसमोर!"

"इट्स ॲन ऑनर, नो डाऊट! पण आपल्यापैकी निदान दहाजणांनी अशा फेलोशिप केल्यात. आय गॉट वन इयर फेलोशिप ॲट सिमला. एकदम रीनाऊंड डिपार्टमेंट आहे. व्हेरी प्रेस्टिजियस; पण मला साधं गुलाबाचं फूल दिलं नव्हतं." रीमा.

"यालाच नशीब म्हणतात. चटर्जी एवढा घुमा आणि मद्दड, पण त्याची लॉटरी लागली! ते तुझं नशीब नव्हतं."

"सम पिपल रिअली आर बॉर्न वुइथ गोल्डन स्पून. हा बंगाली बाबू बघ. माशी उठत नाही त्याच्या चेहऱ्यावरून; पण दोन स्कॉलरशिप्स मिळवल्या. ही इज आफ्टर इट. तरीही माझ्या मनात शंका आहेच की याचा सत्कार का? आपला तर फक्त स्टाफसमोर होतो! त्यात वरताण म्हंजे स्टाफला अजिबात इंटरेस्ट नसतो आणि प्राचार्य म्हणतात की तुमच्या रिसर्चविषयी बोला. एकूण चटर्जी इज लकी!"

सत्कारानं चटर्जी इतका भारावला की शाल आणि हार घातल्यावर स्टेजवरच प्राचार्यांच्या पाया पडला.

"धीस इज टू मच! रिअली टू मच! लर्नेड लोकच डेकोरम घालवायला लागले तर काय म्हणायचं? आणि तेही मिस्टर प्राचार्यांच्या स्टेजवरच पाय पडून? लाचारीची हद्द आहे! सुमती बघ, तुझ्या विभागाचे प्राध्यापक! टीच देम यार!"

"जगभर फिरून आलेल्यांना आपण काय शिकवणार?"

रीमानं डोळे बारीक केले. म्हणाली.

"आय थिंक द होल थिंग इज फिशी!"

कार्यक्रम पार पडल्यावर चटर्जी सुमतीकडे आले. "अभिनंदन." सुमती म्हणाली. चटर्जींचा चेहरा 'कसचं, कसचं' असा झाला. ती पुढं म्हणाली, "दोन गोष्टींसाठी. तुम्ही यशस्वी होऊन आलात म्हणून तर आहेच; पण या कॉलेजमध्ये फक्त प्राध्यापकांसमोर तुमचा सत्कार न होता सगळ्या विद्यार्थ्यांसमोर झाला. तुमच्यामुळे हे भाग्य आपल्या विभागाला मिळालं!"

"अरे बाबा, यू आर प्रिव्हिलेज्ड पीपल. सर, तुम्ही संस्थेचे लाडके आहात."

रीमा म्हणाली.

चटर्जींचा चेहरा लाल झाला. हे काय घडतंय किंवा का घडतंय याची त्यांना कल्पना नव्हती; प्राचार्यांनी आणि स्टाफ सेक्रेटरींनी बोलावून त्यांना सत्काराची गोष्ट सांगितली. त्यांनी ती सहज मान्य केली. आनंदानं.

इतर सत्कार या पद्धतीनं झालेले नाहोत या गोष्टीची त्यांना माहिती असली तरी तेव्हा ती आठवली नव्हती; पण सत्काराच्या वेळी इतर प्राध्यापकांच्या चेहऱ्यावरचे भाव पाहिले मात्र त्यांना ही गोष्ट आठवली. विभागात सत्कार होण्यापूर्वी ते ह्या गोष्टी सुमतीशी सविस्तर बोलले.

या सत्काराचा उलगडा झाला तो मजेदार पद्धतीनं. मस्टरवर सही करून सुमती निघणार तोच प्राचार्य तिला 'बसा' म्हणाले.

"आता तुमच्या विभागाच्या ॲक्टिविटीज चांगल्या वाढल्या पाहिजेत, मॅडम. चटर्जी आलेत. नवीन कोर्सेस किंवा पेपर्स सुरू करा. तुमचा संबंध प्राण्यांशी आहे. तिकडे त्या मनेका गांधी, कमल हसनची बायको वगैरे मरतुकडे कुत्रे, गाई वगैरेंना वाचवताहेत. आपणही काही करावं."

"आता या वर्षी काही करता आलं तर करू. मी काही नवीन उपक्रम सुरू करण्याच्या विचारात आहे. इतर परदेशी विद्यापीठातून आपल्याला ब्रोशर्स येतात." सुमती उत्साहात होती. प्राचार्यांनी मनावर घेतलं तर नवीन कोर्सेस सुरू होऊ शकतात. विभागाचा विकास आणि विस्तार त्यातूनच होतो. दर वर्षी एकदोन विभागांना तशी संधीही मिळत होती. अर्थात् संधी मिळाली तरी प्रकल्पाचे यश तो प्रकल्प राबवण्यावर अवलंबून असे. तिच्या दृष्टीनं प्राचार्यांनी दाखवलेला इंटरेस्ट महत्त्वाचा होता. त्यांच्या चेहऱ्यावरच्या उत्सुकतेनं तिला जरा जोर आला.

"आपला एक विद्यार्थी ऑस्ट्रेलियात आहे. त्यानं काही कोर्सेस सजेस्ट केलेत. मुख्य म्हणजे तो एखाद्या होतकरू विद्यार्थ्याला ग्रॅज्युएशननंतर शिष्यवृत्ती देऊ इच्छितोय. आपण त्याला तसा विद्यार्थी निवडून द्यायचा."

"वा वा! फारच छान! आपण तसा विद्यार्थी जरूर देऊ. आधी म्हणाला असतात तर आपल्याकडे विसपुते होता. त्याचं कल्याण झालं असतं." प्राचार्य अघळपघळ देहानं खुर्चीत सुस्तावले. नग दात कोरीत म्हणाले, "अजून वेळ गेली नाही. तुम्ही त्याचा पत्ता मला द्या. मी पाहतो. कुणी सांगावं एखादा आपला मुलगा ऑस्ट्रेलियात जाईल."

सुमतीला मळमळल्यासारखं झालं. विसपुतेला ती मेरिटचा विद्यार्थी समजत नव्हती आणि अशी वृत्ती असेल तर त्याला परदेशस्थ कोणीही माजी विद्यार्थी एकदा मदत करेल; पण विद्यार्थ्याजवळ गुणवत्ता नसेल आणि तो वशिल्याचा तट्टू असेल तर पुन्हा तसा प्रयोग करणार नाही. हे प्राचार्यांना कळत नसेल असं नाही.

''माझ्याकडे पत्ता नाहीये इथे. नंतर देते.'' म्हणून तिनं वेळ मारून नेली. सारवासारव करावी म्हणून म्हणाली, ''आपण एखादा सेमिनार घेऊ शकतो. या वर्षी. जमलं तर राष्ट्रीय स्तरावरचाही!''

''बरोब्बर! या अशा सेमिनारसाठी पैसा लागतो. तेवढा पैसा उभा होत नाही. संस्था देईलच असं नाही. तुम्ही काही स्पॉन्सरर्स मिळवा. 'दाते' हो. म्हणजे पार पडेल.''

''असे 'दाते' मिळवणं फार अवघड आहे, सर. शिक्षणात आणि थिअरॉटीकल संशोधनात उद्योगपतींना फार कमी रस असतो. त्यांच्या फायद्याचं म्हणजे आर्थिक फायद्याचं असेल तर ते लोक इंटरेस्ट घेतात. त्यांच्या दृष्टीने 'कमर्शियल व्हॅल्यू' असलेला प्रकल्प पाहिजे. तसा नसेल तर मदत मिळत नाही.''

''तुमचं म्हणणं चूक आहे, मॅडम. अहो, कितीतरी धनवान माणसं मदतीला तयार असतात. आपण टॅप करायला पाहिजे. बरोब्बर गोष्टी होतात.''

''मग ते पुरुषच करू शकतील, सर.'' ती प्रांजळपणे म्हणाली.

''असं कसं?'' भुवया उंचावत चेहऱ्यावर मिष्कील हसू आणत ते म्हणाले, ''स्त्रियांचा जमाना आहे. तुम्ही मंडळी लई पॉवरफुल आहात सध्या. स्त्रीजागृती, स्त्रीशक्ती. बरोबरीचे हक्क. सगळं आहे. मग काम का नको? आँ? परवा एका बसमध्ये एक बाई उभ्या होत्या. त्यांना बसायला जागा नव्हती, एका तरुण मुलाला मी म्हनलो तू उभा रहा. तरुण आहेस. बाईंना बसायला जागा दे. तर तो म्हनाला कशासाठी? समान हक्क पाहिजेत तर समान वागणूक का नको? उठला नाही पठ्ठा! म्हंजे पुरुषांच्या बरोबरीनं नोकऱ्या पाहिजेत. तसे पगार पाहिजेत तर काम का नको? सगळं बरोबरीनं होऊ द्या. फंड रेझ करा.''

तिनं जाणलं की विषयानं वेगळं वळण घेतलंय. मूळ विषयाकडे वळत ती म्हणाली,

''नवीन प्रकल्पांबद्दल मी विचार करते. डिपार्टमेंटमध्ये मतं घेते म्हणजे काहीतरी कॉंक्रिट ठरवता येईल. नाहीतर नुसताच विचार चालेल, मतमतांतरानं हाती काही येणार नाही.''

''आपण एखाद्या संस्थेची मदत घेऊनही विद्यार्थ्यांचा फायदा करू शकतो.''

''हो. का नाही?''

''पर्यावरणासारख्या एखाद्या विषयासोबत तुमचा प्रकल्प होऊ शकेल.''

त्यांच्या ह्या म्हणण्यावर ती खूष झाली; कारण चेंजिंग ॲक्वॅटिक एनव्हायरन्मेंटवर तिनं नुकताच एक पेपर तयार केला होता.

''अगदी! मी काम करतेय त्याच्यावर.''

''हा ना. ते समुद्रात तेल सांडतं तेव्हा किती मासे अन् अन्य जीव मरून

किनाऱ्यावर पडलेले दाखवतात. आपला जीव कसनुसा होतो.'' ते म्हणाले.

तिनं मान हलवली.

''इतरही पुष्कळ बाबी आहेत आणि पर्यावरणाचा एक वेगळा पेपर विद्यापीठ लावतंय.''

''पण तो कोणत्या विभागाला ऑफिशियेट करावा कळंना. शिकवण्यापुरता. कारण आपल्याकडे तो नव्यानं सुरू झालाय. अजून प्रॉपर डिपार्टमेंट नाही. तुम्ही नाहीतर बॉटनीला सध्या जोडून घेऊ शकता.''

''पण त्याचे प्राध्यापक?''

''ते होईल हो. सध्या इंटरडिसिप्लिनरी टाइप करून घेऊ. म्हंजे त्यासंबंधीचे प्रकल्प त्या विभागाला घेणं सोपं होईल.''

तिनं होकारार्थी पाहिलं.

''मग तुमच्या डिपार्टमेंटला सुरू करू टीचिंग. लॅबला लागून थोडा चिंचोळा हॉल आहेच तुम्हाला.''

''पण तिथं बोर्ड वगैरे नाही आणि आम्ही परीक्षेचे स्पेसिमन्स वगैरे तिथे ठेवतो. क्लिनिंगही करतो.''

''पण नेहमी नाही ना?''

''नाही.'' ती घोटाळली. तिथे सेवक डबे ठेवतात. छत्र्या, पिशव्या ठेवतात. दुपारी डबे खातात हे ती सांगू शकत नव्हती. तो हॉल स्टोअर म्हणूनही वापरला जात होता.

''ठीक तर मग.''

'हो' म्हणत ती उठली.

प्राचार्यांबरोबर सौम्यपणे बऱ्याच दिवसांनी बोलणं झाल्यामुळे तिला बरं वाटलं होतं. ते शिक्षणाचा विचार करतात, विद्यार्थ्यांचं हित पाहतात, हे ऐकूनही ती बऱ्यापैकी सुखावली होती.

डिपार्टमेंटला परतल्यावर चहाच्या वेळी तिनं ही गोष्ट गमतीत स्टाफला ऐकवली. 'प्रत्यक्षात होईल तेव्हा खरं' असाच सगळ्यांचा सूर होता.

चटर्जी फक्त म्हणाले होते की असं केलं तर डिपार्टमेंटवर लोड येईल.

प्राचार्यांची ही भेट ती विसरूनही गेली होती. फक्त त्याच वेळी तिचा पेपर आणि तत्संबंधीची पुस्तकं आणि जर्नल्स तिनं कपाटात वेगळी काढून ठेवली होती. न जाणो एकदम प्राचार्यांना हुक्की आली आणि यासंबंधी हालचाल केली की नाही, म्हणून विचारते झाले तर!

विभागप्रमुखांच्या मीटिंगची सूचना आली तेव्हा इतक्यात ती कशाला असं

तिला वाटलं.

मीटिंगचा अजंडा भला लांबलचक होता. त्यात अनेक विषय होते.

प्रत्येक मुद्यावर चर्चा होत होती. त्यामुळे एकेक विषय निकालात निघायला वेळ होत होता. तीनला सुरू झालेली मीटिंग साडेसहा वाजले तरी चालूच होती.

आता प्राध्यापकांमध्ये चुळबुळ होती. बायकांमध्ये अधीरता होती. उरलेले विषय पुढच्या मीटिंगमध्ये घ्यावेत, असा सगळ्यांचाच सूर होता.

संपत आलेल्या वर्षात आता करण्यासारखं फारसं नव्हतं ही त्यांची धारणा होती. परीक्षांचा काळ हा वेगळ्या पद्धतीनं शिकवण्यापेक्षाही धावपळीचा होता आणि बहुतेक जण त्यात गुंतलेले होते.

सुमतीच्या डोक्यात आता रोहनच्या परीक्षेचे प्लॅन्स होते. त्याला मॅट्रिकला नेत्रदीपक यश मिळालं नव्हतं; पण निकाल वाईटही नव्हता. त्यामुळे अकरावीनंतर व्हेकेशन क्लास सुरू करण्याचा तिचा मानस होता.

त्या सरांना भेटण्याची वेळ तिनं आणि जयंतनं साडेसातची ठरवली होती आणि सात वाजत आले तरी कॉलेजची मीटिंग संपत नव्हती.

मनातून ती फार अस्वस्थ होती.

शेवटी जोशी उभे राहिले. 'वेळ फार झालाय, काही विषय पुढच्या मीटिंगमध्ये ठेवा आणि पुढची मीटिंग लवकर ठेवा' असा सल्ला त्यांनी दिला. त्यांच्या सांगण्यात नेहमी गणिती अचूकता असे. परिणामत: स्टाफ सेक्रेटरींनी प्राचार्यांच्या संमतीने तसे जाहीर केले.

उठता उठता प्राचार्य म्हणाले,

"या वर्षी नवे पेपर्स वगैरे काही सुरू करायचे असेल तर तसे लेखी द्या आनी प्रत्येक विभागानं आपलं वर्कलोड मला द्या. त्यात विभागातलं कोन कोन किती किती लेक्चर्स घेताय ते लिहा आणि कोनते पेपर घेता ते बी लिहा."

१५

रोहनची बारावी.

आधी रोहन काय करावं म्हणतोय हे बघण्यासाठी महिनाभर गरमागरमी चालली.

सुमतीच्या मते त्यानं डॉक्टर व्हावं. जयंताच्या मते त्यानं आयएएस किंवा आयएफएस व्हावं.

दोघांनी रोहनवर सल्ल्यांचा भडीमार लावला. डॉक्टर व्हायचं तर बारावीच्या मार्कांची फारशी गरज नाही. पुढे प्रवेशपरीक्षा वेगळ्या असतातच. या जयंतच्या म्हणण्यालाही तिचा विरोध होता. कोणत्याही कारणांनी रोहन अभ्यासाला ढिला पडू नये, ही तिची भावना होती. जयंतच्या मते त्याने ताण न घेता आरामशीर पदवीपर्यंत शिकावं. तेवढ्या वेळात स्पर्धा परीक्षांचा अभ्यास एकीकडे चालू ठेवावा. सामान्य ज्ञान वाढवावं.

जयंतचा मार्ग कुणालाही आवडावा असा होता; पण स्पर्धा परीक्षेतल्या यशाची खात्री नव्हतीच.

त्यात असल्या परीक्षांमध्ये अनेकविध उद्योग चालतात, हे त्या दोघांनाही ठाऊक होतं. गुणवत्ता असेल तर मागच्या दारानं काय घडतंय हे बघण्याची गरज नाही, असं जयंतचं मत होतं.

बारावी संपत आलेल्या रोहनपुढे मोठा प्रश्न होता. त्याची इच्छा मित्र करताहेत ते करण्याची होती. तो व त्याचा परममित्र अमर इंजिनिअर व्हायचं ठरवत होते.

आईवडिलांची चर्चा चालू असताना रोहन गप्प बसून राहणे पसंत करी. आपल्याला बोलायला संधी मिळते का याची वाट पाही.

'अरे, तुझी काय इच्छा आहे सांग ना,' म्हणत ते दोघेही त्याला बोलण्याची संधी देत नसत आणि आपापल्या परीनं 'मेडिकल का घ्यावं किंवा कलेक्टर वगैरे का व्हावं' याची सुंदर चित्रं रंगवत असत. पैसा आणि अधिकार या दोनही गोष्टी भावी

आयुष्यात महत्त्वाच्या ठरतात, त्यासाठी गुणवत्ताही लागते हेही पटवून द्यायचे.

शेवटी एके दिवशी चिडून रोहननं आपल्याला कॉम्प्युटर इंजिनियरच व्हायचंय असं जाहीर केलं.

मग मात्र चित्र पालटलं.

दोघेही अफाट नाराज होऊन गप्प झाले, तरी बारावीला महत्त्व प्राप्त झालं. कारण त्या कोर्ससाठी प्रवेश परीक्षा वगैरे नव्हती, बारावीच्या मार्कांवरच भिस्त होती. म्हणजे बायोलॉजी बाद.

तरीही सुमतीवर खूप मोठी जबाबदारी.

सगळ्या घराचंच टाईमटेबल बदललं. रोहन हा मध्यवर्ती मुद्दा. त्याचं कॉलेज, त्याची तब्येत, त्याचे क्लासेस, त्याचे मित्र, त्याचं खाणं, त्याच्या अभ्यासाचा कालावधी. या सगळ्याभोवती घर फिरायला लागलं.

या भानगडीत सुमती इतकी गुंतली की नाही म्हटलं तरी कॉलेजकडे तिचं दुर्लक्ष झालं. अकरावीनंतर एप्रिलमध्ये सुट्ट्या लागल्यावर गावाला वगैरे जाणं तर नव्हतंच. रोहन एके रोहन हाच कार्यक्रम होता.

नाही म्हणायला जयूकडे मात्र तिचं जाणंयेणं चालू होतं.

दिलीपनं घेतलेल्या दुमजली बंगल्यात खालच्या बाजूला मूक-बधिरांसाठी शाळेसारखी व्यवस्था होती आणि एका मोठ्या हॉलमध्ये डॉरमिटरी केली होती. आता तीन बायकाही कामासाठी होत्या. मुलांची संख्या वाढली होती. जयू स्वत: वरच्या भागात राहात होती. तिच्या जुन्या घरात परित्यक्तांच्या निवासाची व्यवस्था करण्याचा तिचा मानस होता. अशा परित्यक्त्या स्त्रियांसाठी काय काय करता येईल, याचा विचार चालू होता.

सुमती आणि ती एकत्रित काम करीत होत्या. त्यांनी एक ट्रस्ट स्थापना करण्याचा निर्णय घेतला होता. त्यात रीमालाही घेतलं होतं. दिलीप आणि सुमती तर होतेच.

त्यामुळे एकदोन दिवसाआड तिची जयूकडे चक्कर होई. तिथे रीमाही येई. मग गप्पांना जोर येई. एकत्रित वेळ घालवण्याच्या आनंदाबरोबर जयूच्या आश्रमशाळेबद्दलही अनेक आराखडे तयार होत. एकूणच समाजातल्या पीडित वर्गासाठी, कमकुवत लोकांसाठी काय करता येईल, या चर्चा चाले. 'करायला खूप आहे पण आर्थिक भक्कम पाठबळच यासाठी आवश्यक आहे' असा सूर निघे.

हसणं, घरचे प्रश्न, तिथली मुलं यांवर वेळ कसा जाई, हेच कळत नसे.

रीमा असली तरी कॉलेजचा विषय दोघीही टाळत. उलट तिथले विनोदी किस्से एकमेकींना सांगत.

मध्यंतरी एक नोटीस लागली. आपापल्या विभागाचा कार्यभार द्यावा म्हणून.

चटर्जी आल्यानंतर त्यांची लेक्चर्स त्यांनीच घ्यायची हे आलंच. त्यामुळे आता विसपुते, वाकडे आणि परमार यांचं भवितव्य काय, हा प्रश्न होता. त्यातल्या त्यात वाकडेच नव्यानं लागलेली होती. कांबळे आधीपासून होते. विसपुतेंचा प्रश्न नव्हता. परमार वाकडेंच्या आधीचा होता. त्यामुळे कामावरून काढायचंच झालं तर वाकडे गेली असती; पण तिच्या मदतीस अनेकजण धावल्याचं सुमतीच्या लक्षात आलं.

चटर्जींच्या आगमनानंतर काही दिवसांत हा प्रश्न अशा पद्धतीनं चर्चेला येईल, हे तिच्या ध्यानीमनी नव्हतं.

आपल्या विभागाचा हा प्रश्न आहे आणि इतर अनेक बाबींसारखा हा प्रश्न आपण मार्गी लावू, अशी तिला खात्री होती. किंबहुना, इतकी वर्षं अशा अनेक बाबी तिनं यशस्वीरीत्या हाताळल्या होत्या.

त्या दिवशी कॉलेजात येतानाच तिला रीमा भेटली. तिनं तिच्या कानावर वाकडेबद्दल येतंय हे सांगितलं. सुमतीला आश्चर्य वाटलं; कारण वाकडेची तिच्या विभागातली नोकरी आणि इतरजण यांचा काय संबंध, असं तिला वाटलं. ते ती रीमाला बोललीही. रीमानं नेहमीच्या पद्धतीनं एकदोघांचं मनोविश्लेषण करून सांगितलं.

स्कूटर पार्किंगच्या तिथे तिला वसेकर भेटल्या. त्यांच्या पाठीमागे पानसरे बसून आल्या असाव्यात, हा सुमतीचा तर्क.

मुद्दाम थांबून ती वसेकरांना म्हणाली, ''हॅलो मॅडम, आपली भेट नेहमी कॉलेजच्या दारातच होते!''

वसेकर होकारार्थी हसल्या. त्या नेहमी त्रस्त असत. काळजीत बुडालेल्या. तशाच आजही होत्या.

''काय म्हणताय, मॅडम? तुमचं बरं आहे. तुमच्याकडे काम करायला माणसं आहेत.

''हे काय नवीन? माणसं तुमच्याहीकडे आहेतच. ह्या काय पानसरे—''

तोपर्यंत पानसरे, मानेनं नमस्कार करत्या झाल्या होत्या.

''अहो, आज चालत येताना दिसल्या. चला म्हटलं तुम्हाला घेऊन जाते.''

''पण पानसरे, तुम्ही तर सुयोग कॉलनीत राहता ना?— म्हंजे वसेकर—? तुम्ही तर विरुद्ध दिशेला?''

सुमतीच्या या प्रश्नावर दोघीही गडबडल्या.

''मी सुयोग कॉलनीकडेच गेले होते. आमच्या ओळखीचे राहतात—'' वसेकरांनी सारवासारव केली.

''ठीकच आहे म्हणा,'' सुमती हसत म्हणाली, ''पानसरेंची सेवा केली की ती आपोआपच वर पोचेल.''

वसेकरांनी आश्चर्यानं पण दुखावल्यासारखं पाहिलं. पानसरेंनी चेहरा साफ ठेवायचा प्रयत्न केला.

"वर म्हणजे परमेश्वराप्रत हो." सुमती पुन्हा हसली.

"तुम्ही म्हंजे फारच बाई—" वसेकर सुटल्यासारख्या हसल्या. "तुमच्या या स्वभावामुळेच मला तुम्ही आवडता. बरं का पानसरे मॅडम, तुम्हाला माहिती नसेल पण मॅडम फारच समजूतदार आहेत."

"वसेकर, तुम्हाला मी चहा पाजायला तयार आहे; पण तुम्ही तोंडावर स्तुती करायची नाही."

"मी खोटं बोलत नाहीये. तुमच्या डिपार्टमेंटचे लोक तुमच्याबद्दल किती चांगलं बोलतात. परवा चटर्जी स्टेजवर म्हणाले ना?"

"ते स्टेजवर माझी नालस्ती कशी करणार? शेवटी हेड आहे." सुमती गमतीनं हसली.

"बाय द वे, आता चटर्जी आले तर कॉन्ट्रिब्युटरीजचं काय होणार?" पानसरे संधीचा फायदा घेत म्हणाल्या.

"जे नेहमी होतं तसं होईल." सुमती सहज बोलली.

तेवढ्यात चंद्रात्रे आल्या. 'हॅलो, हॅलो' होऊन विषय बदलला जातोय असं पाहून पानसरे म्हणाल्या, "म्हंजे नवीन लोक जातील का?"

"बहुतेक."

"कुणाविषयी बोलताय तुम्ही? वाकडेंबद्दल का?" चंद्रात्रे थेट बोलल्या. "मग तसं विचारा ना! मॅडम आपल्याच आहेत."

"आणि आपण बायका तरी एकमेकींशी सरळ बोलू शकतो." वसेकर हसत पण विषय पुढे रेटीत म्हणाल्या.

"तुम्हाला सगळ्यांनाच एवढी का क्युरियॉसिटी आहे?" सुमतीला आश्चर्य वाटलं. "एरवी कधी तुम्ही मला असं काही विचारल्याचं आठवत नाही."

"तुमच्या डिपार्टमेंटला एवढी वर्षे इतर कुणी बाईच नव्हती. ह्या आपल्यातल्या असल्यामुळे—" वसेकर म्हणाल्या.

"का? लखचंदानी होत्या ना?" सुमती.

"बाई ग. ती पंजाबीण! काय बोलायचं तिच्याविषयी? तिला आम्ही रूपसुंदरी म्हणायचो." चंद्रात्रेंना हसू आवरेना.

"पण तिच्या नोकरीची काळजी तुम्ही केली नाही." सुमतीही हसतच म्हणाली; पण मुद्दाम.

"तसं नाही, मॅडम." पानसरे गंभीरपणे म्हणाल्या, "वाकडेंना गरज आहे. त्यांचा स्वभावपण चांगला आहे. विद्यार्थ्यांमध्ये नाव आहे. शिकवणं चांगले आहे,

म्हणून विचारलं. त्यांनी आतापर्यंत चांगलं काम केलंय.''

सुमतीला मनातून राग आला. तिच्या विभागात इतरांना ढवळाढवळ करण्याची गरज नव्हती. किंवा तिच्या विभागातल्या इतर शिक्षकांबद्दलही इतकी चिकित्सा करण्याची गरज नव्हती.

हा सगळा प्रकार वाकडेबद्दलच्या सहानुभूतीमुळे होतोय, हेही तिच्या लक्षात आलं.

''शी इज ॲसेट टू युवर डिपार्टमेंट. खूपच चांगला हँड—'' चंद्रात्रे चक्क इंग्रजीत म्हणाल्या; पण वाक्य त्यांचं नव्हतं. त्यांना इतक्या वर्षांत इंग्रजीत बोललेलं सुमतीनं ऐकलं नव्हतं.

म्हणजे हे वाक्य त्यांच्या तोंडात पेरलं गेलं होतं, याची तिला खात्री झाली.

तरीही त्या सगळ्याकडे दुर्लक्ष करीत ती म्हणाली, ''आता पानसरेंनी एवढं मोठं सर्टिफिकेट दिलं म्हणजे मॅनेजमेंटनं दिल्यासारखंच आहे! कधी कधी आपण किती अनभिज्ञ असतो, नाही? आपल्या विभागात एवढी मोठी व्यक्ती काम करतेय, हेच आपल्या लक्षात येत नाही! तुमचंही असंच होत असेल ना, चंद्रात्रे? पानसरेंसारखा कॉंपिटंट हँड तुमच्या विभागाला मिळालाय. शी ऑल्सो इज ॲन ॲसेट.''

चंद्रात्रेला हे बुमरँग होईल असं वाटलं नव्हतं. त्यांचा पडलेला चेहरा सावरता सावरता तो अधिक पडला; पण तरीही त्या निलाजऱ्या हसल्या. वसेकरांनी सूत्रं हाती घेतली. म्हणाल्या, ''तुम्ही दोघीही भाग्यवान आहात. तुम्हाला चांगले हँडस् मिळाले. रिझल्टची काळजी नको.''

''ती कधीच नव्हती.'' सुमती म्हणाली, ''शेवटी आपण आहोतच डिपार्टमेंटला! आपणही काही कच्चे भिडू नव्हेत!''

''ते तर आहेच हो.'' वसेकर अपराधी होत म्हणाल्या. ''मला म्हणायचं होतं की नवीन लोक चांगले आहेत. तुम्ही वाकडेंना तुमच्या डिपार्टमेंटला ठेवून घेतलं पाहिजे.''

''वर्कलोड पाहिजे ना!'' सुमती हटवादीपणे म्हणाली.

''येईल हो. तुमची इच्छा पाहिजे.'' चंद्रात्रे.

''कॉलेजचं वर्कलोड म्हणजे माझ्या घरातली खिरापत नाही. नाहीतर वाटली असती. नियम आहेत आपल्याला.''

''तुमच्याकडे दोन तुकड्या आहेत ना जास्त?'' पानसरे म्हणाल्या.

''वा! छानच होमवर्क केलंय तुम्ही! तुम्हा सगळ्यांना मागच्या दारानं आवक दिसतेय वाकडेंकडून!''

सुमतीचा सूर त्यांना जाणवला.

''छे हो! चांगुलपणानं म्हणतो. सगळ्या स्टाफची सहानुभूती आहे त्यांना.''

वसेकर चिवटपणे म्हणाल्या. चंद्रात्रे मात्र 'विषय पुरे' असं म्हणून घाईघाईनं जायला वळल्या.

रीमाला हा किस्सा ऐकवल्यावर ती म्हणाली, "वाकडे आल्या तशा डिपार्टमेंटपेक्षा स्टाफरूममध्ये बसतात. त्यात त्यांनी पानसरेंची कास पकडली. पानसरे मॅनेजमेंटच्या नात्यात. त्यामुळे आपले अर्धेअधिक लोक त्यांच्या पुढे पुढे करतात. ह्या बाईनं नस ओळखलीये. त्यात बहुसंख्य पुरुष प्राध्यापकांना त्यांनी त्यांच्या घरच्या परिस्थितीबद्दल म्हणजे वाईट आर्थिक स्थितीबद्दल रडून पडून सांगितलंय. त्यांना तर काय— दे आर रेडी टू ऑफर शोल्डर टू सॅड वुमेन. सिंपथी कशी मिळवायची हे वाकडेइतकं चांगलं कुणाला कळत नाही. आपल्यासारख्यांना आपलं दुःख बाहेर दाखवावंसं वाटत नाही. इथे तीच गोष्ट उलटी केलीये. पहिल्यांदा स्त्रीदाक्षिण्य आणि त्यात दुःखी बाई! बरं हे फक्त पुरुषवर्गापुरतं मर्यादित नाही. त्याचा परिणाम तुला दिसला."

सुमती गप्प होती. कुठं काय चुकतंय तिला कळत नव्हतं. तिचा गंभीर चेहरा पाहून रीमाच सांत्वनपर बोलली,

"यू शुड हॅव बिन केअरफुल. तू तिला इतकी लिफ्ट कशी दिलीस? यू डिपेंडेड ऑन हर गुडनेस; पण सम पीपल आर व्हेरी ट्रिकी. हा एक सर्व्हायव्हलचाच भाग आहे. यात सर्व्हायव्हल ऑफ द फिटेस्ट हा प्रकारच नाही. कारण फिटेस्टमध्ये पूर्वी शक्ती आणि बुद्धीचा भाग होता. आता मॉडिफिकेशन ऑफ बुद्धी अधिक इमोशनल अपीलचा भाग आहे!"

१६

रोहनचं बारावीचं वर्ष इतकं धावपळीचं होतं की तिचा जगाशी संपर्कच तुटल्यासारखा झाला होता. ती प्राध्यापक असल्यामुळे जयंतनं रोहनची जबाबदारी तिच्यावर टाकली होती.

तिनं बहुतेक सगळ्या नातेवाईकांना मुलाच्या बारावीचं कळवलं होतं.

प्लेग झालेलं घर जसं वर्ज्य केलं जात होतं, तसं तिच्या घराचं झालं होतं. अत्यल्प येणारे-जाणारे. तिचंही कुठं जाणं होतच नव्हतं.

कॉलेजात ती अगदी पाहिजे तेवढंच थांबत होती. काम संपलं की घाईनं परत येत होती. आवश्यक मीटिंग्जना तेवढीच जात होती. जिथे म्हणून टाळता येणं शक्य होतं ते टाळत होती. कॉलनीतली स्वत:ची एकमेव भिशीही तिनं बंद केली होती. वास्तविक महिन्यातला एवढा एक दिवस ती कॉलनीतल्या बायकांशी निदान 'हॅलो-हॅलो'पेक्षा जास्त बोलू शकत होती. नाहीतर जो तो आपापल्या घरात दंग होता. तिच्या मते दिवाकरांनी कितीतरी नाट्यछटा शेजाऱ्यांवर लिहिल्या होत्या. ते या शतकात असते तर ते त्यातली एकही नाट्यछटा लिहू शकले नसते. इतकी 'शेजार किंवा शेजारणीची' संकल्पना संपलेली आहे. तिच्या स्वत:कडे कित्येक दिवसांत कुणी कामाशिवाय 'बसायला' आल्याचं तिला आठवत नव्हतं. तरीही रोहनची बारावी म्हणून तिनं शहर लाल केलं होतं.

कॉलेजातलं एकही काम ती घरात आणत नव्हती. कुणाला घरी येऊ देत नव्हती. अगदी वाकडेलाही. येण्यासंबंधात कोणाचा फोन आलाच तर शक्यतो फोनवरच काम उरकत होती.

मनातल्या मनात तिला माहिती होतं की अशा प्रकारची काळजी घेतल्यानं रोहन गुणवत्ता यादीत येईल असं नव्हतं; पण जगरहाटीप्रमाणं आपण वागलो नाही तर आपण किती बेजबाबदार आहोत, हेच चर्चिलं जाईल. किंबहुना, भविष्यात पुढे रोहनही कदाचित आपल्याला दोषी धरेल. तिच्यापुढे तशी उदाहरणंही होती.

एखाद्या राज्यावर शत्रू चालून येणार म्हटल्यावर जशी जय्यत, कडेकोट तयारी लागते, तशी तिची बारावीबाबत भावना होती. तिनं स्वत:च कितीतरी 'बारावीग्रस्त पालकां'ची थट्टा केली होती. अशी काळजी कशी अनाठाई आहे आणि अभ्यास हा पाल्यानंच करायचा असतो, हे गंभीरपणे वाद घालून पटवून देण्याचा तिनं प्रयत्न केलेला होता, पण 'स्वत:वर वेळ आली की खरी गोम कळते.' हे आईचं ब्रीदवाक्य तिला स्वीकारावंच लागलं.

मुख्य म्हणजे रोहननं तिच्या कॉलेजला प्रवेश घ्यायला नकार दिलेला होता. पर्यायानं त्याच्या कॉलेजमध्ये जात राहणं तिला क्रमप्राप्त होतं. सोयीचा भाग एवढाच होता की तिथे एकदोन प्राध्यापक ओळखीचे होते. त्यामुळे कुठल्याही कामासाठी किंवा माहितीसाठी तिला दीर्घकाळ थांबण्याची गरज पडत नव्हती.

त्याचे प्रॅक्टिकल्स आणि थेअरी परीक्षा दरम्यान कॉलेजमधल्या दोन मीटिंग्जना ती गेली नव्हती.

विभागात एक रूढ कार्यपद्धती होतीच, त्यामुळे धावपळीचा फारसा भाग नव्हता.

विद्यापीठाची परीक्षा आल्यावर चीफ सुपरिंटेंडेंट ऑफ एक्झॅमिनेशन म्हणून रीमावर जबाबदारी आली. सुमतीला हे फायद्याचं ठरलं; कारण रीमाकडून तिला सवलत मिळणारच होती. पर्यवेक्षक म्हणून. बाकी या वर्षी ना तिने पेपर सेटिंग घेतलं होतं, ना पेपर तपासायचं काम.

रोहनच्या परीक्षा संपत येत होत्या तेव्हाच दिलीप आला. तो, त्याची मुलं आणि बायको. अर्थातच सुमतीनं त्याला 'बारावी'चा बडगा दाखवल्यानं त्यानं रोहनच्या परीक्षेनंतर यायचं ठरवलं.

सुटी लागताच दिलीप, त्यांचे कुटुंबीय, आई व रोहिणी, सुमती, जयंत, रोहन सगळेच बाहेर पडले. कोल्हापूर, सज्जनगड, सातारा, जेजुरी आणि शेवटी आठवडाभर महाबळेश्वर असा धार्मिक कम सुटीचा मनोरंजन, आनंदाचा कार्यक्रम ठरला होता. कोल्हापूर वगैरेमुळे आई आनंदात होती. बरोबर आजी म्हणून नातवंडं खूष होती. दिलीपला भारतात येणं प्रियच होतं आणि जयंतसुमती 'सुटली एकदाची बारावी'मुळे नि:श्वास टाकून चांगलेच स्वस्थ झालेले होते. एकूण या सुटीत कुठलीही तापदायक मानसिक कुतरओढ नव्हती.

ते महाबळेश्वरला आले.

उंचावर हवा आल्हाददायक. झाडी कमी होऊन काही डोंगरमाथे उजाड झाल्यासारखे झालेले होते, तरी काही पॉइंट्सवर आजही गर्द झाडी होती.

नवीन गावाला आलो की नवनवीन गोष्टी करण्याची इच्छा होते. आठवडाभराच्या

या मुक्कामात अनेक प्लॅन्स. सकाळी उठून लांबवर फिरायला जायचं, ट्रेकिंगला जायचे, उतरलो त्या हॉटेलातल्या छोट्या पोहण्याच्या तलावात पोहायचं, पत्ते खेळायचे, गेम्स खेळायचे, स्वत: बोटिंग करायचं, मागे ठेवलेलं एखादं पुस्तक वाचायचं, गप्पा मारायच्या अशा अनेक गोष्टी. त्यासाठीची सामग्रीही बरोबर आणलेली. बूट, काठ्या, पोहण्याचा पोषाख, पत्ते, सापशिडीसुद्धा!

मुलं जरी खूप एन्जॉय करत असली तरी मोठी मंडळी मात्र गप्पा, लोळणं, खाणं आणि गप्पा हाच कार्यक्रम राबवत होती. संध्याकाळी फिरणं, डोंगरी फळं महागात विकत घेणं, नेहमीचा मका दामदुपटीत आनंदानं घेऊन खाणं असं चाललेलं.

जयंतचा हिशेबी स्वभाव कायम जागा असल्यामुळे तो म्हणे, 'हा आनंदाचा आणि हौसेचा पैसा.'

आई मात्र थक्क होऊन म्हणे, "बरं बाई, आमच्या वेळी हे असलं काही नव्हतं."

दिलीपच्या अमेरिकन डॉलरला मात्र हा खर्च काहीच नव्हता. कोणत्याही गोष्टीसाठी तो तयार असे. बोटिंग असो की घोड्यावर रपेट. उलट बोट तो दोन दोन तासांसाठी ठरवून घेई. एकूण दिवस आनंदाचे.

गप्पांचे विषय अगणित. त्यांचे नातेवाईक, लग्नं, अमेरिकेतले त्याचे मित्र, त्यांचं काम, अनेक. जयंतही खूप अनुभव सांगे. दोघांचेही आर्थिक विश्वाचे अनुभव.

सुमतीला कॉलेजचा जवळ जवळ विसर पडला होता. रीमाचा फोन येईपर्यंत.

रीमा परीक्षेमुळे शिवापूर सोडू शकली नव्हती.

तिनं सुमतीला सुटी कशी चालली वगैरे विचारल्यावर सांगितलं,

"तुझ्यासाठी प्राचार्यांनी तुझ्या घरी फोन केला होता. मग माणूसही पाठवला. तुझ्या विभागाला पर्यावरण विभाग जोडताहेत ते. दहा पीरियडस्चं वर्कलोड वाढवलंय."

"मी नसताना?"

"तुला निरोप तर केला होता ना—?"

"अग, पण सुटी आहे ना! का आता तीही नाही धरायची? आणि वेठबिगारासारखं त्यांच्या मर्जीनं चालायचं! बस म्हटलं की बसा, उठ म्हटलं की उठा—" सुमती वैतागली होती. तिला नवे उद्योग नको होते; कारण नवा विषय जोडला, तोही कितीही उदात्त हेतूनं, तरीहो त्याचं सगळं बाळंतपण करणं आलं, हे तिला माहिती होतं. चार वर्षांपूर्वी एक फिशरीचा प्रकल्प तिच्या विभागाला दिला होता.

"मग बॉटनीला का नाही जोडला?" तिनं विचारलं.

"छे छे. ते नाईक वास्तविक घेतो म्हणाले; पण प्राचार्यांनी तुझ्याच विभागाला जोडलंय. वाढीव वर्कलोड बहुतेक वाकडेंना दिलंय."

"काय?" ती आश्चर्यानं म्हणाली. "मी नसताना? मला विचारल्याशिवाय? आणि वाकडेचा पर्यावरणशास्त्राशी संबंध काय?"

रीमा हसली. म्हणाली, "त्यांचा संबंध प्राचार्यांशी तर आहे आणि अध्यक्षांशी. मीटिंगनंतर आम्ही सगळे अचंबित होतो. याच विषयावर चर्चा चालू होती. माघारेंच्या मते अशी सुटीत हेडस्‌ची मीटिंग फार महत्त्वाच्या नसलेल्या गोष्टींसाठी घेणं म्हणजे वाकडेंसाठी केलेली मशागत आहे. त्यांच्याचसाठी एन्व्हायरनमेंट सायन्स तुझ्या डिपार्टमेंटला टाकलंय् आणि माझ्या गळ्यात एन्‌एस्‌एस् घालायचा विचार आहे. तुम्ही फारच 'फॉरिनर' आहात म्हणाले. जरा देशी चव घ्या म्हणून मागे लागलेत; पण मी विचार करायला वेळ मागून घेतला. इतके इन्सिस्ट करत होते. ही वुडन्ट!

"मग मी आल्यावर माझ्या डिपार्टमेंटचं बघेन असं का नाही म्हणालीस?" सुमती.

"अगं, वेळच दिला नाही त्यांनी. आधी माझ्या एन्‌एस्‌एस्‌चं काढलं. आय हॅड टू व्हर्च्युअली फाईट. आय वॉज एक्झॉस्टेड. त्यानंतर लागलीच तुझं डिपार्टमेंट. आय नेव्हर एक्सपेक्टेड इट. दुसरं, तू नसताना ते निर्णय घेतील असं मला वाटलंच नाही. शिवाय ते म्हणाले की त्यांची आणि तुझी चर्चा झालीये याच्यावर. इतर काय म्हणणार? व्हर्डिक्ट इन ॲबसेंशिया असं झालं."

"पण माझ्याशी ते बोललेच नाहीयेत. चर्चा कसली? ते नुसतं कर्सरीली म्हणाले. ही वॉज नेव्हर सीरियस व्हेन ही सेड इट. वर्कलेड वगैरेची तर चर्चा नाहीच. याला आता बिल्डिंग वगैरेचं काय— शी— वैताग आहे." सुमती त्रासून म्हणाली.

"त्यांनी आणि एओंनी वर्कआऊट केलं असणार. नॉन ग्रँट बेसिसवर आहे म्हणे. वुई विल गिव्ह अ ट्राय ॲंड सी असं त्यांचं म्हणणं. नाही चाललं तर गाजराची पुंगी. एकदोन वर्षे चालेल, नंतर डिसिजन होईल."

"सुटीसुद्धा आनंदानं घालवू देत नाहीत." सुमती वैतागून म्हणाली.

"मी खरं तर तुला फोनच करणार नव्हते. तुझ्या सुपरव्हिजनच्या ड्युटीजसुद्धा ॲडजस्ट केल्या; पण मीटिंग झाली तसं मला चैनच पडेना. तू परत आल्यावर एकदम शॉक नको म्हणून फोन केला. मला यात गडबड वाटली म्हणूनही. तुला नको असेल हा ॲडिशनल चार्ज तर साफ नकार दे. बहुतेक वाकडेंना फेवर करताहेत. इतर हेडस्‌ना तर काहीच माहिती नाही."

"सगळे विभागप्रमुख होते का?"

"छे गं. सगळे कसे थांबणार? सुट्ट्याच कितीक? त्यात या सीझनमध्ये लग्नकार्य असतात, पाहुणे असतात; पण हे झालंय खरं. तुला कळवलं, कारण तुझ्या डिपार्टमेंटची मला आता खडा न् खडा माहिती आहे. वुईथ चटर्जी इन,

वर्कलोड विल बी शेअर्ड. वरचे तिघं राहतात. एखाददुसरा काढून टाकावाच लागेल. अर्थात यू नो बेटर.''

''मी विसरून गेले होते कॉलेज; पण ते कसले मला विसरू देताहेत? अजून काय काय उद्योग केले आहे, देवाला डोळे!''

''जाऊ दे.'' रीमा समजूतदारपणे म्हणाली. ''एन्जॉय युवर हॉलिडेज. सगळे एकत्र आल्यामुळे मजा येत असेल ना? आई कशा आहेत? आणि दिलीप? इकडे येतोय ना?'' म्हणत रीमानं स्वत:च्या घरची खुशाली सांगून फोन ठेवला.

सुमतीच्या चेहऱ्यावरची अस्वस्थता पाहून दिलीप म्हणाला, आज एको पॉइंटला जाऊ. तिथून परतून क्षेत्र महाबळेश्वर.

पोरांना प्रतापगडावर जायचं होतं. हो-ना करता करता प्रतापगड ठरलं. आवराआवरी करताना सुमतीचा चेहरा व्यग्र असल्याचं जयंतनं ताडलं.

सगळे गड चढून वर गेले तेव्हा तिथल्या बागेत पोरं पुन्हा शिवाशिवीचा खेळ खेळायला लागलेली पाहून दिलीप तिथल्या छोट्या टपरीत काय खायला मिळतंय पहायला गेला. ही वेळ बरी आहे असं वाटून जयंत सुमतीजवळ येऊन बसला. 'काय झालंय' हे विचारल्याबरोबर सुमती चिडली.

''कामावरचे व्याप— दुसरं काय?'' ती म्हणाली. मनमोकळं आयुष्य जगणाऱ्या दिलीपच्या बायकोवर तिचे डोळे होते. ''माझं एवढं भाग्य कुठे की मी नोकरी सोडीन? लग्न झाल्यापासून कष्ट आणि त्रास. माझ्या वयाच्या बायका किती मजेत असतात! खावं, प्यावं, मजा करावी अशा. गावात कुठे काय मिळतं, कुठे काय खरेदी करायचं अशा चर्चा! मी पहा. बिचारी म्हातारी! सुट्टीतसुद्धा डोक्याला व्याप!''

तिच्या रागाचं कारण जयंतला कळेना.

''नोकरी तू स्वत:हून घेतलीयेस. चांगलं करियर आहे. आता हा वैताग कशासाठी? गेल्या तीनचार वर्षांपासून नोकरी सोड म्हणतोय. तू सोडते आहेस का? वास्तविक हा तुझा निर्णय आहे. अजूनही सोडून दे. एकच मुलगा आपल्याला.'' जयंत म्हणाला. त्याला दिलीपसमोर असा तमाशा नको होता.

''आता काय सोडते? आधी घर वगैरेची कर्जं. आता रोहनचं काहीतरी ठरेपर्यंत काय करणार? म्हणायला सोपं आहे.''

जयंत गंभीर झाला.

''सुमती, तुझं काहीतरी बिनसलंय. दुपारी रीमाचा फोन येऊन गेलाय तशी तू विचारात आहेस, म्हणून मी विचारलं. त्याचा आणि तुझ्या आताच्या भडक्याचा अर्थ मी एवढाच लावतो, की तुला कॉलेजमध्ये काहीतरी त्रास आहे. म्हणजे आता गेल्या गेल्या तरी आहे किंवा येत्या वर्षात तरी. याउपर मीही विचारणार नाही; कारण आपण सुटीला आलोय. मूड खराब करायला नाही. शिवाय, दिलीप रोज रोज येणार

नाहीये. कदाचित दोन वर्षंही नाही. आई बरोबर आहेत. असा योग नेहमीच येत नाही, तेव्हा तुझा मूड ठीक कर आणि चेहराही. कॉलेजात लागलीच काही काम नाही ना? लागलीच जावं वगैरे लागणार आहे का?''

जयंतच्या बोलण्यानं तिला एकदम रडायलाच यायला लागलं. पापण्या फडफडवत ती इकडेतिकडे पाहू लागली.

''अरे, काय झालं गं? एनिथिंग राँग?'' दिलीप हातात कोल्ड्रिंक घेऊन उभा होता.

''काही नाही.'' ती बळेच हसत म्हणाली.'' ''वारा खूप आहे ना. डोळ्यांत काहीतरी गेलंय.''

दिलीप हसला, म्हणाला, ''वर्षानुवर्षं रडणाऱ्या बायकांनी हेच कारण सांगितलंय. जरा तरी वेगळं काहीतरी कारण शोधलं पाहिजे तुम्ही लोकांनी, नाहीतर अमेरिकेतल्या बायकांसारखं थेट सत्य बोलता आलं पाहिजे.''

ती हसली.

''अमेरिकेतल्या बायकांचे दाखले देऊ नकोस, बाबा.

तसं जर आमच्या बायका वागायला लागल्या तर अर्ध्या लोकांचे संसार उघडे पडतील. असा जुलूम करू नका.'' जयंत खोटं घाबरल्यासारखं लाचार दाखवत हसला.

''सोड ग सुमी. खरं तर जयंतची बँक नसती तर तुम्ही अमेरिकेतच राहू शकला असता. आजही तुला तिथे चांगली नोकरी मिळू शकते.'' दिलीप म्हणाला.

''माझं काय? मी यायला तयार आहे. शिवाय तिथे बसून खाता येईल. स्त्री मुक्ती असल्यामुळे बायकोच्या जिवावर बसून खातो असं होणार नाही. बहुतेक मला हाऊस वाइफचा जॉब करता येईल. ऑफकोर्स आय डोंट माईंड टू बी अ डोमेस्टिकेटेड हजबंड! कारण पुरुषप्रधान कुटुंबव्यवस्था तिथे जवळ जवळ लयालाच गेलीये ना?'' जयंत म्हणाला.

''काही बोलू नका. भारतीय माणसाच्या मनात इतकी खोलवर रुतलीये की बदलणं शक्य नाही.'' दिलीपची बायको— रोहिणी— म्हणाली.

''थांबा. विषय कुठच्या कुठे चाललाय.'' दिलीपनं चर्चा थांबवली. ''इथे कामाच्या जागांवर एवढी कटकट आहे.''

''राजकारण आहे. टू बी एक्झॅक्ट. प्रत्येक छोट्यामोठ्या संस्थेत लहानसं का होईना राजकारण आहे.'' सुमतीच्या स्वरातला त्रागा स्पष्ट होता.

''तुझ्या बॉसनं काही वैताग केलाय का?'' दिलीप.

''राडा केलाय.'' सुमती जोरात म्हणाली. ''माझ्याशी ते नवीन विषय जोडण्याच्या बाबतीत अगदी लाइटली बोलले. सहज. आणि आता मला न विचारता, चर्चा वगैरे

न करता तो विषय सर्टिफिकेट कोर्ससह माझ्या डिपार्टमेंटला जोडून टाकला.''

''मग छान आहे की! यू आर क्वीन ऑफ ग्रेटर एम्पायर!''

''कसली डोंबल्याची क्वोन?''

''एवढं मोठं डिपार्टमेंट आहे. अमेरिकेत अशा पोस्टला खूप मान आहे. व्हॉट अ प्रेस्टीजियस पोस्ट! तू तर पोझिशन आणि ॲकॅडेमिक करियर एन्जॉय करायला पाहिजे! शिवाय इफ दे ॲड टू युवर डिपार्टमेंट, इट इज अ गुड थिंग टू हॅपन. तुला एक्सपान्शनला वाव आहे. पर्यावरण हा बर्निंग इश्यू आहे. यात खूप काही करता येईल.'' दिलीप.

''हे खूप काही करता येण्यासाठी केलेलं नाहीये. हे त्यांना पाहिजे तो उमेदवार सामावून घेण्यासाठी केलंय. ही खेळी बऱ्याच दिवसांची चालू असणार; पण मला साधा गंधही आला नाही. उलट, त्यांनी मला जेव्हा गोडीत विचारलं तेव्हाच हे इतकं गोड का बोलताहेत, हे मला कळायला पाहिजे होतं. निदान इतक्या वर्षांच्या अनुभवानंतर तरी! खरं सांगते, मला ही चालही कळली नसती. रीमानं सांगितली म्हणून कळलं.''

ती काय सांगत होती हे दिलीपला कळलं नाही; पण जयंतच्या लक्षात आलं. त्यानं कपाळावर आठी घालीत विचारलं. ''तुमचं वाकडे प्रकरण वाटतं? आता काय नवीन केलं?''

सुमतीनं शेवटी सांगितलं. आपल्या विभागाचा कार्यभार तिला पाठ होता. तिनं तो लागलीच सांगितला. रीमा म्हणत होती तशाच हेतूनं हे झालं असणार किंवा घडवलं असणार, याची दोघांनाही खात्री होती.

दिलीप म्हणाला ''तू सोडच भारत.''

''रोहनचं काय करू?'' सुमती.

''त्याचा निकाल आता आहे ना? त्याला इंजिनियर व्हायचंच आहे. एखादं वर्ष इथे करू देत. नंतर तिकडे चल.''

''पण तोपर्यंत हे सहन करणं आलं ना!''

''तू जयूबरोबर काम कर. आपण वरचा मजला बांधतोय ना? मी तुला सुपरव्हिजन, बांधकाम इन्चार्ज करतो. पगार देतो. मग तर झालं? तू तिच्या कामात सहभागी हो. तुला हे काम आवडतंय ना?'' दिलीपनं विचारलं.

सुमती हसायला लागली.

''काय झालं?'' दिलीप.

''म्हंजे आपल्या भाकरीतलीच भाकरी खायची. अरे तुझा पैसा आणि आपला पैसा एकच नाही का? मी वेगळं कमवायला नको का?''

''पण मी दुसऱ्या कुणाला तरी देणारच!''

"तरी मला नको आणि कुणालाच नोकरीवर ठेवायची गरज नाही. मी आणि जयू मिळून करून घेऊ. ते काही फार अवघड नाही शिवाय मी आहेच!"

"बघ बुवा. मला वाटतं तुला जॉब सॅटिसफॅक्शन नसेल तिथे लोक त्रास देत असतील तर सोडून द्यावं. जयूबरोबर काम करायचं नसेल तर दुसरा जॉब घ्यावा." दिलीप.

"ही काय अमेरिका आहे का? माझं ज्यात शिक्षण झालंय तेच काम करावं लागणार आणि जिथे करतीये तिथेच पोस्टाच्या स्टॅम्पसारखी चिकटून राहणार. हेच भारतीय वैशिष्ट्य आहे." सुमती म्हणाली.

वातावरणावरचा ताण कमी झाला.

मग सुमतीनं त्यांना कॉलेजमधलं राजकारण समजावून सांगितलं. तरीही दिलीपला सुसंगती लागेना.

"कुठलंही बेकायदेशीर काम सुसंगतीनं सांगणं अशक्य आहे." सुमती ठासून म्हणाली. "सगळ्या गोष्टी एकमेकांशी अत्यंत किचकट पद्धतीनं जुळलेल्या असतात. वरकरणी त्या लक्षात येणं अशक्य. जो उद्योग करतो आणि जे त्यात गुंतलेले असतात, ते सोडून फार थोड्यांना त्याचा सुगावा लागतो. देशाच्या राजकारणात तरी तज्ज्ञ तर्क बांधू शकतात; पण शिक्षणाच्या क्षेत्रात चाललेल्या उद्योगाबाबत सामान्यांना काही कळत असेल हे संभवत नाही. कारण मुळातच हे पवित्र क्षेत्र; पण याची स्थिती गंगेसारखी झालीये हे मान्यच करायला पाहिजे."

सुमतीच्या गंभीर बोलण्याचा परिणाम शिक्षणक्षेत्रावरील एका प्रदीर्घ चर्चेत झाला.

१७

एक पोलीसची गाडी आणि पाठोपाठ एक दिव्याची गाडी कॉलेजच्या आवारात येऊन उभी राहिली तसे उभे असलेले तुरळक विद्यार्थी आणि एकूणएक प्राध्यापक चक्रावले.

पोलीस उड्या मारून उभे राहिले. जिल्हाधिकारी अय्यर खाली उतरले. पाठोपाठ एक बाई. ते प्राचार्यांच्या खोलीकडे गेले.

बाहेर तर्ककुतर्कांना उधाण आलं.

प्रभाकर डोक्यावरची टोपी धरीत पळाला, तो थेट झूऑलॉर्जी लॅबमध्येच थांबला. दम घेत तो कांबळेंना म्हणाला, ''मॅडम आल्या?''

कांबळेंच्या होकारार्थी मानेला जागेवर येऊ देण्यापूर्वी तो सुमतीच्या पुढ्यात होता.

''साहेबांनी बोलावलंय लागलीच. कलेक्टरसाहेब आलेत.''

''कशाला?''

''मला ठावं नाई. ताबडतोब चला.''

प्राचार्यांच्या केबिनमध्ये तिने पाय ठेवताच ते म्हणाले. ''या, या. सुखटणकर मॅडम.''

तिच्या गोंधळलेल्या चेहऱ्याकडे पहात त्यांनी तिला बसायला सांगितलं.

''हे आपले जिल्हाधिकारीसाहेब, नवीन आलेत.''

''थ्री मन्थस टू बी एक्झॅक्ट.'' अय्यर म्हणाले. ''तीन महिन्य पूर्वी मुंबईतून आलोय बदलून. या मिसेस अय्यर—''

मिसेस अय्यरने नम्रपणे हात जोडले.

प्राचार्य म्हणाले, ''ह्या एम्.एस्सी. झूऑलॉजी आहेत.''

पुढे काही ऐकण्याची तिला गरज नव्हती. मागे दोन वेळा जिल्हाधिकाऱ्यांच्या बायकांनी या कॉलेजमध्ये फुलटाइम आणि पार्टटाईम नोकरी केलेली होती.

याचा अर्थ अय्यरबाई तिच्या विभागावर चिकटवल्या जाणार होत्या. ती शांतपणे खुर्चीत बसली. पुढचं बोलणं काय असणार याच्या खात्रीसहीत.

तिला गंमत वाटली. विसपुते, वाकडे आणि आता अय्यर शिवाय परमार.

चटर्जींची परती.

कांबळेचं प्रमोशन.

सहाशे स्क्वेअर फूट आकारमानाच्या झूऑलॉजी लॅबच्या ऑफिसमधील हालचाल किंवा साधारण बाराशे चौरसफूट क्षेत्रफळाच्या लॅबमधील उलाढाल.

बाराशे चौरसफूटांच्या तंबूबाहेर थंड डोळे लावून बसलेली आशा वाकडे.

डोळे बारीक करीत बेरकी पाहणारा विसपुते.

लाचार चेहऱ्याचा परमार.

आणि कालीमातेप्रमाणे अधिकार जतावत प्रगट झालेली अय्यर.

तिला काही बोलायचंच नव्हतं. अध्यक्षांना कलेक्टर किंवा मंत्र्यानं केलेली विनंती म्हणजे किंग्ज रिक्वेस्ट. इन टर्न अध्यक्षांची प्राचार्यांना विनंती. इन टर्न तिला. विभागप्रमुख.

विभागप्रमुख.

केवढा विनोद आहे! कठपुतळ्यांची एक साखळी थेट तिच्यापर्यंत आलेली. विचार करता, एवढी वर्षे आपण मान हलवण्यापलीकडे काही केलंय का? सुरुवातीची वर्षं आधीच्या विभागप्रमुखाला, तेव्हाच्या प्राचार्यांना, उरलेल्या ज्येष्ठ सीनियर प्राध्यापक-प्राध्यापिकांच्या अधिकाराला होकारार्थी मान हलवणं.

आतल्या आत उसळत राहणं.

चिडणं. जळणं.

निषेधाची सगळी वाक्यं मनातल्या मनात किंवा घरात नवऱ्यासमोर किंवा आईवडिलांपुढे म्हणणं.

आलेल्या प्रत्येक घटनेशी, माणसाशी आणि परिस्थितीशी जुळवून घेणं.

समायोजन.

ग्रेट शब्द. किंवा आपल्या जगण्याचंच तत्त्व.

इतर तत्त्वं म्हणण्यापुरती.

पाठ केलेली. तोंडावर फेकता येतील अशी. किंवा स्वत:च्या 'इगोला सुखवायला उपयोगी.

विचारांनी जड झालेलं डोकं बहुतेक लटकत असावं. तशी खाली मान घालून ती डिपार्टमेंटला आली. खुर्चीत बसून पाठीचा कणा ताठ केला. टेबलावरची बेल वाजवली. ''चटर्जी को बुलाओ.''

चटर्जी हातातलं काम टाकून घाईनं आले.

"फर्स्ट इयरची स्पेसिमन्स लावत होतो."

"राहू द्या. इथे बसा. जरा महत्त्वाचं बोलायचंय."

तिने खुर्चीकडे हात केला. प्यूनला म्हणाली,

"थोडा वेळ कुणाला आत पाठवू नको."

वास्तविक अय्यरविषयी बोलूनही, प्राचार्यांनी वाकडेबद्दल एकही शब्द काढलेला नव्हता. तिच्या डिपार्टमेंटचं विस्तारीकरण करूनही तिला सांगितलं गेलं नव्हतं; पण आता अय्यर प्रकरण जसं नाथी मारलं तसंच वाकडेचं होणार, हे तिला कळून चुकलं होतं. ते चटर्जींनाही माहितीच होतं. तेव्हा ते मार्गी लावून टाकणं एवढंच तिच्या हातात होतं. ठरलं तर. एवढंच बसू शकतं.

फार आटापिटा करून परमारला चार लेक्चर्स दिले होते; पण वुइथ मिसेस अय्यर इन, आता ना परमार ना विसपुते राहू शकतात." ती म्हणाली

"आय ॲडमायर, मिसेस वाकडे. शी इज रीयली इन्टेलीजंट. काय लक आहे! शी इज इन फॉर गुड."

"विदाऊट क्वालिफिकेशन."

"पण त्या म्हणाल्या की त्यांनी एनव्हायरनमेंटचा कोर्स केलाय."

"रिअली? आय डोंट नो आणि मला ती माहितीही नकोय. तो विभाग आपल्याला जोडल्यामुळे आपला दुहेरी फायदा होईल, असं वरिष्ठांचं मत आहे. उद्या तुम्ही, मी रजेवर जरी गेलो तरी विद्यार्थ्यांचं नुकसान होणार नाही. कारण वाकडे शिकवू शकतील."

"असं कोण म्हणतंय?'

चटर्जींना ती वाकडं बोलतेय का सरळ कळेना.

"वरिष्ठ."

"ओके फाईन." ते चुळबुळले. "पन आता या दोघांना सांगायला पाहिजे. तो विसपुते व्होल्कॅनो आहे. आता आय-मायवरून शिव्या देईल. प्रोटेस्ट करेल. धमक्या देईल. आता तुम्ही त्यांच्याशी बोलाल तर बरं!"

"नको. एक तर मी अफाट थकलेय. घरचं आधीच कमी. रोहनला घेऊन इंजिनियरिंगचे इंटरव्ह्यूज करता करता आम्ही थकलोय. त्यात आता हे कलेक्टरीणबाईंचं प्रकरण. यू नो चटर्जी, सम टाईम्स आय फिल आय शुड बी दी प्राइनमिनिस्टर ऑफ इंडिया. सगळं सफाचट करून टाकीन; पण आपण पडलो यत्किंचित पामर. आपल्या हातात काही नाही. कधी कधी मला वाटतं की आपल्याला बारके बारके हातपाय आहेत. स्कॅर्ट. छोटे. इतर अवयवांपेक्षा थोडं मोठं डोकं आहे आणि अगडबंब जाडजूड मान आहे."

चटर्जी नुसतेच तिच्याकडे पहात होते.

"कारण जो अवयव तुम्ही वापरता तोच वाढतो. हातपाय तर आपण हलवतच नाही. कारण आपण बाऊंडेड लेबर. डोकं विषयापुरतं चालतं; पण मान मात्र 'हो' 'नाही'मध्ये इतकी हलते की सगळ्यात वेल डेव्हलप्ड ऑर्गन आहे."

ती हसायला लागली. चटर्जींही म्हणाले, "तुम्ही सांगता तर बरं—"

"तुम्ही टाईमटेबल कमिटीत आहात. इथलंही डिस्ट्रिब्यूशन करायला मदत केलीये. अगदी माझं वर्कलोड आणि टाईमटेबलही तुम्हीच दिलं ना मला?"

"माय प्लेझर, मॅडम. तुम्ही विश्वास टाकला म्हणून. नेहमी टाकता. आय फील प्राऊड."

सुमतीला वाटलं विभागप्रमुखापर्यंत आलेल्या साखळीची ही पुढची कडी. हे थांबणं अशक्य. शिक्षण आणि संस्कृतीचे ढोल वाजवणारे आपण नोकरशाहीचे गुलाम झालोत. आत्ता बौद्धिक कुवत दाखवून आलेला चटर्जीही तसाच.

बुद्धीपेक्षा— ब्रेनपेक्षा— पोट पॉवरफुल आहे खरं.

"आपण सगळे बुद्धिवादी लोक, बुद्धीला महत्त्व देता देता तीच शरणागत करतो. दासी. आणि हवेच्या मोठमोठ्या फुग्यांवर अधिकारी म्हणून बसतो. आता मीच बघा, विभागप्रमुख. एका मोठ्या हवा भरलेल्या अल्व्हीवोलवर आरूढ आहे. हॅपी. हॅपी फॉर माय स्टेटस. मला ॲथॉरिटी आहे म्हणून. खालचा फुगा टाचणीचा धनी आणि बुद्धी खुर्चीची दासी. सो वुई लिव्ह."

चटर्जीला ती काय बोलते कळलं नाही. का बोलतेय तेही कळलं नाही.

पण चेहरा नम्र ठेवीत तो म्हणाला, "येस, मॅडम."

"सुखी आहात चटर्जी. सुखीच रहा. अय्यर-कलेक्टरीणबाई पुढच्या आठवड्यात जॉईन होतील. या आठवड्यात त्या साहेबांबरोबर कुलूला चालल्यात आणि एक गोष्ट. आपल्या दोघांनाही आता गिअर्ड अप रहावं लागणार; कारण त्या बाई अशा साहेबांबरोबर ट्रिप्सला जात राहिल्या, तर बराचसा त्यांचा अभ्यासक्रम आपल्यालाच शिकवावा लागेल."

"येस, मॅडम. वुई विल डू मॅडम." चटर्जी म्हणाले. त्याच नम्रपणे.

"धन्य!" तिने मनातल्या मनात त्याला हात जोडले.

"एनिथिंग एल्स मॅडम?"

सुमतीला हसू आलं.

"सरकारी नोकरीत असतात तर फार बढत्या मिळवल्या असत्या तुम्ही."

'कसचं कसचं' करीत चटर्जी दोन्ही हात बांधून उभे राहिले. "हाऊ इज युवर सन, मॅडम?" ते हळूच म्हणाले.

"छान म्हणायचा. मार्क्स असे पडलेत की पाहिजे ती ब्रांच मिळेल इतके जास्त नाही आणि इंजिनियरिंगचा नाद सोडावा इतके कमी नाहीत. त्यामुळे आता

इंटरव्ह्यूजच्या फेऱ्या चालल्यात. तो फ्रस्ट्रेट झालाय.'' नकळत तिने भुवयांची मधली बाजू चिमटीत पकडली.

''तुम्ही मनाळकरांच्या क्लासेसना घालायचं असतं. त्यांचं टिचिंग चांगलं आहे आणि वरपर्यंत पोच आहे.''

सुमतीनं आश्चर्यानं चटर्जींकडे पाहिलं. ते गडबडले.

''नाही म्हंजे, आय हॅव हर्ड अबाऊट हिम. आजकाल पुढच्या झंझटी टाळण्यासाठी पेरेंट्स सोयीचं पाहतात.''

''त्यांची फी अफाट आहे.''

''पण गॅरेंटी राहते. पंचवीस हजार फॉर वन इयर. ठीक आहे. इन्व्हेस्टमेंट धरायची. म्हंजे धरतात.'' चटर्जी.

''मला नाही आवडत. कुवतीप्रमाणं कष्ट करावेत. तेवढे मार्क पुरे झाले. नाहीतर आयुष्यभर लाज वाटत राहील.''

''युवर प्रिन्सिपल्स आर ग्रेट, मॅडम. पण आजकाल कोणी असा विचार नाही करते. यू नो आपल्याकडे ऑफिसमध्ये त्या क्लार्क आहेत— कर्वे मॅडम— हर सन इज इन मेडिकल कॉलेज. त्यांनी मला मनाळकरबद्दल सांगितलं.''

तेलकट चेहऱ्याच्या जाड, बुट्ट्या, मोठ्या पोटाच्या काळेबाई तिच्या डोळ्यांपुढे उभ्या राहिल्या.

तिनं नकारार्थी मान हलवली.

''आय डोंट अ‍ॅप्रूव्ह सच अ थिंग.''

''तुमचे भाऊ गेले परत?'' चटर्जी जाण्याचं नाव घेत नव्हते.

तिनं नकारार्थी मान हलवली.

''तुमचा प्रोजेक्ट झाला पूर्ण?''

''कोणता प्रॉजेक्ट?'

''युवर ब्रदर अँड समबडी इज कन्स्ट्रक्टिंग ॲन इन्स्टिटयूट फॉर हँडीकॅप्ड. इजंट इट?''

सुमतीला आश्चर्य वाटलं. हे तिनं कुणाला सांगितलं नव्हतं. रीमा सांगणं शक्य नव्हतं.

''तुम्हाला कोण म्हणालं?''

''परवा स्टाफरूममध्ये वाकडे, पानसरे बोलत होत्या. त्या तुमच्याविषयी फार आदरानं बोलतात. म्हणत होत्या त्या खूप श्रीमंत आहेत. त्यांचे भाऊ अमेरिकेत आहेत. ते इथे पैसा पुरवतात. प्राचार्यपण म्हणाले की एनजीओला देतात तसे आपल्या संस्थेला दिले तर आपणही एखादा प्रकल्प सुरू करू.''

''व्हॉट?'' तिच्या कपाळावर हजार आठ्या उमटल्या. हे प्राचार्यांपर्यंत पोचवलं.

वाकडेचं काम. 'वन हेल ऑफ वूमन.' ती मनात म्हणाली.

चटर्जी सावधपणे पुढे म्हणाले,

"आपलं एनव्हायरनमेंट नवीन सुरू होतंय. त्यात काही काम होऊ शकेल. ते नॉन ग्रँट बेसिसवर आहे."

'बाप रे!' सुमतीनं आश्चर्यानं चटर्जींकडे पाहिलं. हा बंगाली नम्रता दाखवणारा माणूस किती खोल आहे, हे तिला प्रथमच जाणवलं आणि दोन तासांपूर्वी आपण वाकडे आणि अय्यरबद्दल याच्याच जवळ काय काय बोललो!

आठवायचा प्रयत्न केला तरी काय बोललो हे तिला आठवेना.

"काय करायचं हा निर्णय माझ्या भावाचा आहे. माझा नाही. पैसा त्याचा आहे. माझ्या मतानं चालण्याइतका तो लहान नाही आणि तो त्या अर्थानं पैसेवालाही नाहीये. वाकडेंचा काहीतरी गैरसमज झालाय. तो उदार आहे आणि मोठ्या मनाचा आहे. गरीब आणि अपंगांबद्दल त्याला माया आहे. एवढंच. मी बोलीन वाकडेंशी."

बोलता बोलता ती अलिप्त झाली. गेले दोनतीन तास ती ज्या चटर्जींबरोबर होती, तो नम्र, समंजस, नोकरशाहीचा गुलाम वाटणारा माणूस तिला वेगळा दिसायला लागला. आतल्या गाठीचा. खुर्चीचा गुलाम; पण ही साखळीतली कडी तिला वाटत होती; तशी विभागप्रमुखांनंतरची येणारी असली तरी वरच्या कड्यांशी जोडलेली होती.

"चला तुम्ही." ती तुटक म्हणाली." "मी सांगितलं तसं परमार आणि विसपुतेंना सांगून टाका. दुसरीकडे कुठे नोकरी मिळाली तर पाहतील. थोडं आधी कळलं तर टर्मिनेशनचं पत्र मिळाल्यानंतरचा शॉक कमी होईल."

तिच्या मनात आलं, 'शेवटी सगळे काही वाकडेसारखे नसतात. तिच्यासारखी मागच्या दारानं काम करून घेण्याची कुवत सगळ्यांची नसते. चिवटपणे आपल्याला पाहिजे ते करून घेण्यासाठी कुठल्याही थराला जाण्याची कुवतही सगळ्यांची नसते. आपण सगळे 'साम-दाम-दंड-भेद' तोंडानं म्हणतो; पण करताना यातला एखादा मार्गही पूर्णपणे चोखाळू शकत नाही. किंबहुना, कुठलाही सामान्य बुद्धीचा आणि सामान्य क्षमतेचा माणूस असं करताना आपल्याला क्वचितच दिसतो. म्हणून हे चार मार्ग फक्त राजा करू शकतो किंवा मुरलेला राजकारणीच करू शकतो. याचा अर्थ आशा वाकडे राजकारणी आहेत. तिनं पानसरेंना वापरलं. प्राचार्यांना मुठीत ठेवलं. काळाची पावलं ओळखून दुसरा विभाग अध्यक्षांमार्फत निर्माण केला आणि कलेक्टर जरी आला तरी स्वतःची जागा अबधित ठेवली. माझ्यासारख्या विभागप्रमुखाला, किंवा ऑफिस सुपरिंटेंडंटला तर इतकं गुंडाळून ठेवलं, की या पदाची किंमतच असू नये. अगदी विद्यापीठालाही दयेचा पाझर फोडला. त्यांनी कायद्याला धाब्यावर टाकलं.

वा! वाकडे वा! जो जो तुमच्या खांबासारख्या देहासह मी विचार करते, तो तो 'हॅटस् ऑफ' एवढंच म्हणते. आता परमारसारख्या मुलांना काय सांगावं, काय सल्ला द्यावा असा विचार करते, तेव्हा त्यांनी एम्प्लॉयमेंट एक्सचेंजला खेटे घालणं, कॉलेजेसच्या प्राचार्यांच्या दाढ्या धरणं, विभागप्रमुखांना विनंती करणं, कॉलेज ऑफिसला मस्का मारणं हे करीत असताना स्वत:ची लायकी आहे हे फोडून सांगत राहण्यापेक्षा त्यांनी वाकडेंकडे शिकवणी लावावी, असा मी सल्ला देईन; कारण अनेक 'शॉर्टकट्स' त्यांच्याइतके कुणाला माहिती असणं शक्य नाही.'

१८

लताचे फोनवर फोन येत होते. तिच्या मुलीचं लग्न होतं. तिची ही मुलगी लग्नानंतर लागलीच अमेरिकेला चालली होती. दोन वर्षांसाठी. लताच्या घरचं हे शेवटचं कार्य. अर्थात एकूण दोनच कार्ये. मोठा मुलगा होता. वास्तविक त्याच्यासंबंधात बारशासारखे कार्यक्रम होऊ शकले असते; पण तो लग्नोत्तर ऑस्ट्रेलियात गेला. आणि भारतात सुटीसाठी आला तर सुमतीला भेटून गेला. त्यामुळे लताकडचं हे शेवटचं कार्य.

आपल्या नात्यापेक्षाही जवळच्या मैत्रिणीकडे अशा वेळी न जाणं योग्य नव्हे. तेव्हा दीड दिवसासाठी का होईना, रजा घेऊन जाण्याचं सुमतीनं आणि जयंतनं निश्चित केलं. पुण्याला कार्य होतं. अंतराचा भाग रात्रीच्या रातराण्यांनी सोपा केलेला.

अर्थात अनेक गोष्टींची व्यवस्था करून जाणं आलं. त्यात कॉलेजची कामं करून जाणं, ज्याद्वारे कुठलीही इमर्जन्सी न उद्‌भवो किंवा उद्‌भवली तरी तिची कमतरता न जाणवो. सुमतीनं अय्यरच्या ऑर्डरवर सही केली. डिपार्टमेंटला सगळं ठीक आहे हे तपासून घेतलं. मग रोहन, त्याचं खाणं. घराची सुरक्षा ते दूधवाल्यापर्यंतच्या गोष्टी पार पाडल्या. लॉकरमधले दागिने, साड्यांचे सिलेक्शन, इमर्जन्सी इस्त्री वगैरे.

लग्नघरी पोचली मात्र, सगळ्यांनी तिला घेराव केला. लताच्या चेहऱ्यावर आनंद स्पष्ट होता. तिची मुलं, तिचं कुटुंब, सगळ्यांनीच स्वागत केलं. लतानं उत्साहानं तितक्या गड़बडीत तिला वर खोलीत नेऊन दागिने, साड्या दाखवायला सुरुवात केली. तेवढ्यात कुणीतरी चहा आणला. 'अय्या, विसरलेच की' म्हणत लतानंही घेतला.

सुमतीला वाटलं, 'बरं झालं आलो. कॉलेजच्या वातावरणातून तर बाहेर पडलोच आणि किती तरी प्रेमाची माणसं भेटली.'

तेवढ्यात लताचे आईवडील आले. लता तिची बालमैत्रीण. दोघांनी तिला पोटाशी धरलं. जयंतची प्रेमानं चौकशी केली. रोहनबद्दल विचारलं. दिलीपचा फोन

आल्याचं सांगितलं. तिच्या आईनं घरची चौकशी केली.

बघता बघता सुमती खुलली. तिच्या ओळखीचे अनेकजण येत होते, भेटत होते, बोलत होते. हसत होते. जुन्या आठवणींचा उजाळा चालला होता. त्या वेळी केलेल्या खोड्या, चुका आता विनोदी होऊन हलक्या झाल्या होत्या. अनेकांच्या आठवणी निघत होत्या. जयंतनं स्वत:पुरते दोन मित्र मिळवले होते.

तिच्या-लताच्या शाळाकॉलेजातल्या मैत्रिणी आल्या होत्या. एकेकीशी बोलताना सुमतीला धपापल्यासारखं होत होतं, तरी ती विलक्षण आनंदात होती. त्या एकमेकींना मुलंमुली कितीपासून सांगायला सुरुवात करून घरातले, नोकरीवरचे अनुभव सांगत होत्या. कुणी भारताबाहेर जाऊन आल्या होत्या. कुणी नवं घर बांधलं होतं. एक जण लेखिका झाली होती. सुमती उत्तम पोस्टवर होती. लता झाडांची नर्सरी चालवत होती बोन्साय तयार करून विकत होती. एकूण आपापल्या आयुष्यातल्या चांगल्या गोष्टी एकमेकींना सांगत, खराब भाग किंवा दु:ख सांगण्याचं टाळून, आनंद प्रकट करीत होत्या. एकमेकींना आवर्जून येण्याचं आमंत्रण देत होत्या.

सुमती लताला म्हणाली, ‘‘बरं झालं मी आले. कितीजण भेटले. आपण कॉलेजमध्ये आहोत. शिकवतोय किंवा रटाळ प्रापंचिक कर्तव्य पार पाडतो, हे साफ विसरून गेले. नाहीतर कॉलेजमध्ये इतक्या कटकटी चालू असतात! नोकरीत लागण्यापूर्वी कुणी मला म्हणालं असतं तर माझा विश्वास बसला नसता; पण आता वाटतं जवळ गेल्याशिवाय खरं रूप कळत नाही. नोकरी दुरून साजरी.’’

‘‘मला ते सबॉर्डिनेशन नको वाटतं म्हणून मी स्वत:ची नर्सरी सुरू केली. आपण आपले मालक. घराकडेही फार दुर्लक्ष होत नाही. म्हंजे आपलं होत नसतंच. घरातल्यांना तसं वाटण्याची शक्यता असते. म्हणून आता या लग्नाच्या कामाला मी भरपूर वेळ देऊ शकले. तूही असं काहीतरी कर.’’

सुमती हसायला लागली. म्हणाली,

‘‘आता या वयात? अग, बदलचे दिवस मागेच गेले. नोकरी सुरू केली त्यानंतर दोनतीन वर्षांत जमलं असतं. आता महिन्याला ठराविक पैशाची चटक लागलीये. पगार वाघाच्या तोंडाला लागलेल्या रक्तासारखा असतो. शिवाय डायरेक्ट जबाबदारी नाही; पण हल्ली मात्र मला सगळ्याचा कंटाळा आलाय. कॉलेजच्या राजकारणाचा. वाटतं पुरे झालं.’’

‘‘पण तू राजकारण करण्यातली नाहीस—’’

‘‘नाही ना! पण नकळत ओढले जातो. आताही मी एक प्यादंच आहे खरं; पण इतरांच्या हालचाली पाहणं नशिबी आहे. त्यांच्या हालचाली मला मान्य नाहीत.’’

सुमतीपुढे आशा वाकडेचा चेहरा आला. तिला कसंसंच झालं. आता निदान इथे तरी तिची आठवण नको असं तिला वाटलं.

"लता, आज कॉलेजचा विषय नको. तू खूष आहेस. आपण सगळे एकत्र आहोत. आजही एकमेकींना भेटण्यात आपल्याला आनंद आहे. आपल्याला अजूनही ओढ आहे हे महत्त्वाचं. मला वसुधा भेटली तर काय रागवली! तिच्या मुलाच्या लग्नाला मला जायला जमलं नव्हतं. इथे आल्यावर वाटलं नोकरीकडे दुर्लक्ष करून कदाचित जाणं जमवता आलंही असतं; पण मी कॉलेजचा बागुलबुवा करून गेले नाही. पर्यायानं केवढ्या मोठ्या आनंदाला मुकले."

"होतं खरं असं. आपण आपल्याच कोशात राहतो. आपल्याच विचारात. आपल्याच प्रश्नात व्यग्र. त्यातून बाहेर पडायचे मार्गही आपण हातानं बंद करतो. मला वाटतं आपणच आपले प्रश्न मोठे करतो. इन्फ्लेट करतो. मग त्या फुगवलेल्या प्रश्नांच्या खाली दडपून जातो किंवा दडपून घेतो. त्याचा ताण नकळत वागवायला लागतो."

लता आणखी बोलत राहिली असती; पण कुणीतरी तिला बोलवायला आलं.

"खाली तो फुलवाला आणि स्टेज डेकोरेटर आलाय. तुम्हाला लवकर बोलवलंय."

लता उठता उठता म्हणाली, "आपण आजही हसता हसता गंभीर होतो. नको ते विषय बोलतो."

"मूळ स्वभावच गंभीर आहे. तो काय आता बदलणार? आपली पिढीच अशी आहे. खळखळून हसणं विसरून गेलेली. जा तू आता खाली नाहीतर ते लोक वर येतील."

सुमतीला वाटलं, 'आपण म्हणालो ते खरं आहे. आपण ना एकविसाव्या शतकात जाऊ शकतो, ना एकोणिसाव्या. कदाचित, ही शतकाची गणितं आपल्यासाठी नाहीतच. आपण स्वतःच स्वतःसाठी गणितं तयार करतोय. लता म्हणते तसे प्रश्न तयार करतोय. त्याचा विचार करतो, त्यात गुंतत जातो आणि अडकून पडतो. 'एक घाव दोन तुकडे' ही नीती न वापरता त्यात गुरफटत राहतो. थोडं थोडं कोडं सोडवावं तसा प्रश्न सोडवू पाहतो.

वाकडे असो, परमार असो की कोणी इतर असो, माणसं ओळखता येण्याची कला पाहिजे. त्या बाबतीत आपण अफाट कच्चे आहोत. म्हणूनच तर वाकडे इतकी स्थिरावू शकली. तिला माटेबाईंनी इतका आग्रह का धरला असा प्रश्न पडला होता; पण वाकडेच्या एकूणच नंतरच्या वागण्यानं त्या प्रश्नाचं उत्तर मिळालं होतं. कॉलेज तर कॉलेज; पण विद्यापीठातल्या लोकांनीही जेव्हा त्यांची शिफारस केली तेव्हा ती गार झाली. इतका वेळ सगळ्या व्यापातून वाकडे कशी काढते? तिलाही घर आहे, मुलं आहेत, सासूसासरे आहेत. इतक्या झपाट्यानं ती फिरू शकते, त्या अर्थी तिच्यात नक्कीच 'सुपर वूमन'सारखं एलिमेंट असलं पाहिजे.'

या विचारासरशी तिच्यासमोर आशा वाकडे उभी राहिली. जाड, मोठ्या हातांची, जाड मानेची वाकडे अंगावर तो सुपर वूलनचा गाऊन आणि तोंडावर डोळे दाखवणारा मुखवटा. तिला एकदम हसू आलं. ही कल्पना रीमाला सांगायचं तिनं ठरवलं.

"खयालोंमें— खयालोमें" असं मेहमूदचं जुनं गाणं गात नीता आत आली. "काय बसलीयेस इथे एकटी? खाली मला थांबवलंस. आत्ता येते म्हणून आलीस ती इथेच! मी वाट बघतेय. शेवटी तुझ्या नवऱ्याला विचारलं. ते म्हणाले, तू त्यांच्याबरोबर नाहीच आहे म्हणे आल्यापासून. हा जोक हं. तर ते म्हणाले की तू ॲबसेंट माइंडेड प्रोफेसर आहेस, तेव्हा तुझ्या हे लक्षातही नसेल की तू मला थांबवलं आहेस! आता आपण निघायचं का? मला इथली एक साडी पक्की विकत घ्यायचीये. चल."

सुमतीच्या डोक्यातून कॉलेज उडालं.

भरलेले रस्ते, उत्साही चेहरे, दुकानं, साड्या. मध्येमध्ये दिसेल त्या हॉटेलात घुसून चहा आणि सतत गप्पा.

मधली कितीतरी वर्षं जणू नव्हतीच!

आपल्याबरोबरच्या मुली-मुलं, त्यांची प्रगती, कुटुंब, कितीतरी गप्पा.

"तुला माहितीये, कुसुम होती बघ आपल्याबरोबर, थोडी बुजरी. ती आता पुण्यात आहे. काल भेटली. रसवंतीमध्ये. काय मॉडर्न झालीये. तिला आपण काकू म्हणायचो. आता मीच तिच्यापुढे काकू दिसतेय. तिनंच ओळखलं मला. माय गॉड! आफ्टर ट्वेन्टी इयर्स! तेवीस वर्षे. टू बी करेक्ट! तिचे आईवडील वारले म्हणे अपघातात. खूप वेळ बोलत होती. मी तिला लग्नाला बोलावलं. तिला माहितीसुद्धा नाही की लता इथे आहे! येते म्हणालीये. सगळ्यांच्या भेटी होतील. तू पहाच तिला. एकदम मोठ्ठा बदल! पण आईवडील जाणं म्हणजे वाईटच. तेही एकदम. शेवटी किती मॉडर्न झालो, शिकलो, मोठे वाटलो तरी माहेर ते माहेरच!"

"आपलं लहानपणही असं माहेरासारखंच आपल्या मनात असतं नाही! त्यात असलेले, जोडले गेलेले सगळेच आपले असतात. त्यांच्या कितीतरी आठवणी असतात. असे एकत्र आलो की ते सगळे पुन्हा जिवंत. आपल्याभोवती फिरायला लागतात." सुमतीचे डोळे बोलता बोलता भरून आले.

विषय बदलायचा म्हणून नीता गंभीरपणे म्हणाली, "कविता करतेस का गं?"

न कळून सुमतीनं नकारार्थी मान हलवली. "का?"

नीता हसायला लागली. "कारण तू कविता वगैरे करत असशील तर मी तुझ्याकडे येणार नाही. कवीच्या तावडीत सापडा कुणी?"

सुमतीही हसायला लागली. दोघी पुन्हा नव्या दमानं वेगळ्या विषयावर सुरू झाल्या.

त्या दोन दिवसांत ती अनेकांना भेटली. जमेल तितकी फिरली.

लग्न लावण्यापासून ते पाठवणीपर्यंत लताच्या जवळ थांबली. तिच्या प्रत्येक गोष्टीत मदत केली. एखाद्या लहान बहिणीनं पळापळ करावी तशी केली. ती, नीता, नंदा आणि वंदना सावलीसारख्या एकमेकींच्या बरोबर राहिल्या. एकमेकींच्या नवऱ्यांच्या ओळखी तर होत्याच; पण ते मित्र झाले तर दुधात साखर म्हणून धडपडल्या. अगदी 'भाऊजी' वगैरेसुद्धा म्हणाल्या. मोकळेपणानं एकमेकांना चिडवून बोलल्या.

लग्नात चाललेल्या कार्यक्रमांच्या वेळी फोटोसाठी उत्सवमूर्तीबरोबर याही एकत्रित उभ्या राहिल्या. लता म्हणाली म्हणून गुरुजींनीसुद्धा कन्यादानात त्यांनाही सामील केलं. जयंतही आनंदानं सामील झालाय हे पाहून सुमतीला धन्य वाटलं. नंतर लग्नातल्याच फोटोग्राफरला एकीकडे घेऊन, लताला वधूमाय स्वरूपातच उभं करून ग्रुप फोटो काढले. प्रत्येकीनं फोटोग्राफरला स्वत:चा पत्ता देऊन आवर्जून फोटो पाठवायला सांगितलं. कुसूम आली तेव्हा तिच्याही सोबत फोटो काढून घेतले.

लग्नसोहळा संपून मुलीला सासरी पाठवायचा कार्यक्रम सुरू झाला. वातावरण गंभीर झालं. एक निश्चित भाग. मुलगी सासरी तर जात होतीच; पण नंतर आठवड्यात अमेरिकेला. लता एकदम मोडल्यासारखी होऊन रडायला लागली. सगळ्या मैत्रिणी एकत्र आल्या.

"आपण नाही का गेलो सासरी? तेव्हा तर तू रडली नव्हतीस. उलट, उड्या मारीत भाऊजींच्या पाठोपाठ निघाली होतीस. आम्हालाच तुला थांबवावं लागलं होतं." नीता वातावरण हलकं करायला म्हणाली. मान हलवत, डोळे पुसत ती मलाच जवळ घेऊन रडू लागली तशा सगळ्याच हलल्या. डोळे भरून आले.

जयंतनं फोटोग्राफरला खूण केली. फ्लॅश झाला.

"बरं झालं तुमचा एक रडका फोटो आम्हाला मिळवता आला. नाहीतर तुमच्यामुळे आमचेच असे अनेक फोटो निघालेत—"

नंदाच्या नवऱ्याच्या बोलण्यावर सगळे हसले. लताची मुलगी वाकून नमस्कार करत होती. सगळ्याजणी तिला पोटाशी धरीत होत्या.

कार्यालयातच दुसऱ्या विंगेत लक्ष्मीपूजन झालं आणि गृहप्रवेशाची प्रतीकात्मक सुरुवात. तिच्या मुलीला संध्याकाळी निघायचं होतं. लताची गडबड सुरू झाली. मुलीचं सामान, बरोबर द्यायचं सामान, नाश्ता, जेवण, जावयाच्या ओळखी करून देणं, चाललेल्या पाहुण्यांना निरोप देणं, वगैरे.

सुमती आणि जयंत कार्यालयात एका कोपऱ्यात खुर्च्या टाकून बसले. "छान झालं नाही लग्न? लताला जावई चांगला मिळाला." सुमती कृतार्थ स्वरात म्हणाली.

''मुख्य म्हणजे माणसं चांगली आहेत स्वभावानं. हा खरा चांगला भाग. समजूतदार वाटली.'' जयंत.

''चला! सुटल्या लताबाई. काय रडली बाई लक्ष्मीपूजनात. शेवटी तिची विहीण म्हणाली, 'तुमची मुलगी माझी सून म्हणून नाही, मुलगी म्हणून घरात आणलीये,' तर जावई म्हणतो कसा की तुम्हाला काही नातं असो, नला तिला वागवायचीये अमेरिकेत हे तुम्ही विसरताय! खूपच जॉली आहे. जोडीही चांगली दिसतेय.''

सुमतीच्या स्वरात खूपच कौतुक होतं.

जयंत तिच्या चेहऱ्याकडे पाहात हसला. म्हणाला, ''तुम्ही बायका मोठ्या अजब असता. मुलगी-जावई तिचा; पण तू स्वतःचा असल्यासारखे बोलतेय.''

सुमती आळसावून हसली.

''आहे खरं. मी जावयालाही आपल्याकडे आमंत्रण दिलंय. ते जाण्याआधी येऊन जाऊ म्हणालेत.''

''ते तुझं तू बघ. तुला निमंत्रण देण्याचा फार नाद आहे. मग पाहुणे आले की कॉलेज, तुझे उद्योग यात तुझी तारेवरची कसरत चालते! आता छान वाटलं तरी तेव्हा चिडचिड करू नकोस.''

''चिडचिड नाही होत एरवी. कॉलेजचे व्याप असतील तर होतं कधी तरी. आता नाही होणार. बघाल तुम्ही!'' सुमती ठासून म्हणाली.

''आता असं विशेष काय झालं?''

''या वेळेला मला पहिल्यांदाच असं वाटलं की आपण सारखे एखादा मोठा आनंद आपल्याला मिळावा म्हणून धडपडत असतो; पण खरं तर हे छोटे छोटे आनंदच खरे आनंद! मोठ्ठं असं काही घडतच नसतं. म्हंजे ग्रँड वगैरे. त्या मोठ्या गोष्टीच्या शोधात हे लहान आनंदही आपल्या हातून निसटून जातात.''

''बरं झालं. तुझं तुलाच हे कळलं. मी सांगता तर तू ऐकलं नसतंस. किती वेळा तुला त्या कॉलेजच्या राजकारणाविषयी विचार करू नकोस म्हणून सांगितलं; पण ते प्राचार्य, ते प्राध्यापक आणि तिथल्या उचापती डोक्यात भरून घरी घेऊन यायचं आणि त्याच्यावर विचार करीत बसायचं तू सोडीत नाहीस. उलट, मला आणि घरात रोहनलाही तू सांगायला कमी करीत नाहीस. आम्ही काही प्रतिक्रिया दिली नाही तर तुला चक्क राग येतो!''

सुमतीच्या कपाळाला आठी उमटली.

''तुम्हाला कुणालाही मी काहीही त्रास देत नाही. कॉलेजचं एकही काम घरी आणत नाही. तुम्ही इतर बायका बघा.''

''हे बघ. चिडलीस. त्रास तुलाच होतो सुमाऽ अग, तुझ्या लक्षात आलंय का

की गेल्या दोन वर्षांत एका तरी कार्याला, गेट टुगेदरला किंवा पिकनिकला तू सर्वस्वानं एन्जॉय केलंय? सारख्या त्या वाकडे, ते डिपार्टमेंट, ते विद्यापीठ, ती कुटील मंडळी आणि त्यांचे उद्योग? आम्हाला तुला आनंद मिळावा असं वाटतं. अर्ध्या वेळेला तू रीमा, नाहीतर चटर्जी, नाहीतर माघारे यांच्याशी किंवा यांच्याविषयी बोलत असते. त्या वाकडेबाईंनी तुला भारून टाकलंय.'' जयंत तळमळीनं, आस्थेनं बोलतोय हे पाहून सुमतीचे डोळे भरले.

''आता काय झालं?'' जयंत कावराबावरा झाला. त्याला वाटलं आपण बोलायला नको होतं की काय.

''काही नाही. खरं सांगतोय तू. मला वाकडेचा इतका त्रास होईल असं वाटलं नव्हतं. मीच तिला प्रवेश दिला; पण त्या हिंदी म्हणीसारखं ज्या थाळीत खातात तिथेच छेद करतात. किती भोळी दाखवते स्वत:ला! नंबर एकची चालू आहे! काल आलेली पोरगी आमच्या कार्यकारिणीला, प्राचार्यांना खिशात घालून बसली! आता तर मी ऐकलंय की इंटरव्ह्यू वगैरे शिवायच परमनंट होऊ पाहतेय.''

''ते शक्य नाही! आजकाल कुणी असं चालवून घेणार नाही. शिवाय कायदा, नियम आहेत ना. तुमच्या कॉलेजनं असं केलं तर विद्यापीठ किंवा शासन गप्प बसणार नाही. शिवाय ह्या जॉबच्या मागे आणखी लोक असतीलच की!''

''कसचं काय नि कसचं काय! सगळा आनंद आहे आमच्या कॉलेजात. दोन प्राध्यापकांची नियुक्ती तशी झालीये. आता गेल्यावर मी माहिती काढणार आहे.''

''काही काढू नकोस, झालं का तुझं सुरू? तू ह्या उद्योगात अजिबात पडायचं नाही. तुझा जॉब कर. बस्स. बाकी सगळ्या गोष्टी मार खातात आयुष्यात. तू स्वत:ला त्या एका वाकडेवर केंद्रीत करू नकोस. हा सगळा उद्योग सुरू झाल्यापासून तू एकही गोष्ट रस घेऊन करीत नाहीयेस, हे तुझ्या लक्षात येतंय का? आपल्याकडे कुटुंबात दोन लग्नं झाली, मित्रांकडे कार्ये झाली. कुणाच्या वास्तू झाल्या, बर्थडे झाले, पार्ट्या झाल्या; पण तू कशातही मनापासून सामील झाली नाहीस. हे कशासाठी? कॉलेज हे तुझे आयुष्य नाही. यू मस्ट लिव्ह फॉर युवरसेल्फ!''

जयंतच्या बोलण्यानं सुमतीच्या हे लक्षात आलं की तिच्याकडे जयंतचं पूर्ण लक्ष आहे. कुठेतरी ती सुखावली.

''तू या लग्नाला यायचं म्हणालीस तेव्हा मी ताबडतोब तयार झालो ते ह्या कारणामुळे! वास्तविक आमचे जनरल मॅनेजर आलेत तिथे; पण तुझी इकडे यायची इच्छा दिसली, तुला बदल होईल म्हणून मी आलो.''

सुमतीने एकदम पुढे वाकून जयंतच्या हातावर हात ठेवला.

त्या भरल्या लग्नघरात ते फक्त दोघंच राहिले.

तिच्या डोक्यावर लहान मुलासारखं थोपटत जयंत म्हणाला, ''वेडाबाई! यू

शुड लिव्ह हॅपिली. एवढंच.''

त्यालाही पुढे बोलवेना.

कितीतरी वेळ भरल्या मनानं आणि हेतूहीन डोळ्यांनी ते माणसांची ये-जा निरखत राहिले.

११

फोनची बेल घणघणत होती. शेवटी कुणी उठत नाही असं पाहून वैतागून सुमती उठली. चडफडली.

'कोण इतक्या सकाळी कोकलतंय देव जाणे. रात्री उशिरा आलोय. धड झोपही झाली नाही. तोच दिवस सुरू!'

"हॅलोऽऽ" ती आळसावलेल्या आवाजात म्हणाली. "म्यॅडम-म्यॅडम—" तिकडून एका माणसाचा आत्यंतिक घाबरलेला आणि अधीर आवाज आला.

"बोला—"

"म्यॅडम, मी कॉलेजातून बोलतोय. तुमच्या डिपार्टमेंटमध्ये आत्महत्या झालीय."

"काय?" ती ओरडली.

"हो, म्यॅडम. तुमच्या डिपार्टमेंटच्या परमारनं आत्महत्या केलीये. आम्ही सकाळी पाहिलं."

सुमती खाडकन् जागी झाली. तिच्या हातातला रिसीव्हर हिंदकळला. कपाळावर घाम आला. पायातली शक्ती गेल्यासारखी ती शेजारच्या खुर्चीवर दाणकन बसली.

"काय झालं ते नीट सांग." आपल्या आवाजातला कंप तिला जाणवला. तिनं रिसीव्हर घट्ट धरून, कानावर दाबून धरला.

"काय झालं माहीत नाही. रात्रीच्या वॉचमनकडून मी गेटची किल्ली घेत असतो तशी घेतली. आज कॉलेज उघडायची जिम्मेदारी माझी असती—'

फोनवर मागे आवाज चालल्याचं जाणवलं. खूप गलका.

"पुढं?"

"तुमच्या डिपार्टमेंटला गेलो. दार खोललं. नेहमीसारखा वर गेलो. म्यां नेहमीच चक्कर करतो. तं थोडा घाण वास आला. त्यो बी तिथं येतोच म्हणून निघालो तं खिडकीतून जमिनीवर कपडा दिसला म्हणून पायलं."

सुमती काही बोलली नाही. तिचं डोकं बधिर झालं. परमारचा चेहरा— गरीब

चेहरा तिच्या डोळ्यांपुढे आला. डोळे भरून आले. आपली छाती धडधडतेय हे तिला जाणवलं. ती काहीच बोलत नाही असं पाहून तो म्हणाला,

"साहेब आलेत, म्यॅडम. तुमी लगेच या. पोलीस येतील लागलीच असं सायेब म्हणतेत."

त्यानं फोन ठेवला.

बळ नसल्यासारखी सुमती बसून राहिली. काल रात्री लताकडून आल्यावर ती किती आनंदात होती! आज हे.

काय करावं हे तिला कळेना.

तिचं लक्ष घड्याळाकडे गेलं.

सव्वासात. बापरे! म्हणजे साडेसातला रेग्युलर कॉलेज सुरू!

ती ताडकन् उठली.

तिनं जयंतला हलवून उठवलं

"परमारनं आत्महत्या केलीय." ती म्हणाली. तिच्या आवाजातली असहायता, दु:ख आणि हळहळ जयंतला जाणवली. तो उठून बसला.

"काय झालं? फोन तोच होता का?" त्यानं विचारलं.

"हं. लालचंद म्हणून प्यून आहे. त्याचा होता. मला ताबडतोब बोलावलंय. प्राचार्य तिथे पोचलेत. काय झालं कळत नाहीये. परमारला हे करण्याचं कारण—" तेवढ्यात फोन वाजला.

"माझाच असेल. मी निघालेच म्हणा. माझ्यातर पायातलं बळच गेलंय. काय काय होईल?"

जयंतनं फोन घेतला.

"तुझाच होता. तू येतेय म्हणालो."

"आता पोलीस काय करणार? काय प्रोसीजर असतं. परमारची बॉडी—"

तिच्या अंगावर शहारे आले.

"इतका तरुण मुलगा— ही काय बुद्धी सुचली— मला काही बोलल्याचं आठवत नाही."

सुमतीची बडबड आणि साडी नेसणं चालू होतं. जयंतनं स्वत: कपडे केले व म्हणाला, "मी येतो तुझ्याबरोबर. काही मदत लागली तर करतो. त्या मुलाचा भाऊ आला होता आपल्याकडे. तो कुठे असतो? रहायचा पत्ता माहिती आहे का?"

सुमतीनं आतली मोठी पर्स उचलली.

"बहुतेक कॉलेजची डायरी आणि कागदपत्रं यात आहेत. चला—"

त्यांची गाडी कॉलेजच्या गेटमधून आत जाताना त्यांना जाणवलं की मैदानावर अफाट गर्दी आहे. घोळक्याघोळक्यानं मुलं उभी आहेत.

"इतक्या सकाळी एवढी मुलं?" जयंतनं विचारलं.

"आर्टस्-कॉमर्सची आहेत. साडेनऊला आमचं सुरू होतं."

मुलं तिच्याकडे उत्सुकतेने पहात होती. नक्की काय झालं हे माहिती नसलं तरी येणारा प्राध्यापक त्यासंदर्भात आलाय, हे त्यांना कळत होतं.

"काय विचारतील पोलीस?" स्वरावर नियंत्रण ठेवीत सुमतीनं विचारलं.

"जे काही विचारतील. त्याला नीट उत्तरं दे. म्हणजे फॅक्ट्स सांग. तुला माहिती आहे तेवढंच बोल. खोलात जाऊ नकोस. मी थांबतोच आहे."

"पण घरी—"

"फरगेट इट. खरं ते सांग. मला वाटलं, मला बोलला होता वगैरेत जाऊ नकोस. जितक्यास तितकं सांग. नाहीतर हे पोलीस जास्त खोलात जाऊन नको ते लचांड लावतील पाठीमागे. तो त्यांच्या ड्युटीचा भाग असेल. आपल्याला लचांड वाटत असेल. तरीही माहिती आहे तेवढंच सांग. चुकूनही त्याच्या कारणमीमांसेत जाऊ नकोस." जयंत तिला खालच्या आवाजात बजावून सांगत होता.

स्टाफरूमच्या समोर प्राध्यापक उभे होते. प्राचार्यांच्या केबिनकडे ते निघाले, तर तिला रीमा दिसली. सुमतीनं तिचा हात पकडला. रीमाला त्यातला कंप जाणवला.

"आत्ता आले तेव्हा कळलं. तू कालच रात्री आली असशील ना? माझा सकाळी ऑप्शनलचा जादा पीरियड होता. म्हणून आले. तर हा प्रकार! परमारला हे काय सुचलं? इथे कॉलेजात कशाला? नसती झंझट होणारा आता; पण तू घाबरू नकोस. मी इथेच थांबतेय. डोन्ट वरी. तुझा त्याच्याशी काय संबंध? केवळ त्या पोरानं तुझ्या डिपार्टमेंटमध्ये सुसाईड केलीय— तुझ्या विषयाचा एवढंच."

रीमानं जयंतकडे पाहिलं. "तुम्हाला जायचं असेल तर जा. आम्ही सगळे आहोत. मी तिच्यासोबत थांबते. तुम्ही काळजी करू नका."

जयंत हसला. कसनुसा.

"नको. मी थांबतोच. हिला थोडा बीपीचा त्रास आहे. काही झालं तर चौकशी राहील बाजूला; पण हिला त्रास. त्यापेक्षा थांबतो. सगळं ठीक आहे असं वाटलं तर जातो."

ते तिघं प्राचार्यांच्या खोलीत आले. प्राचार्य डोक्याला हात लावून बसले होते. बाजूला माघारे आणि घुगे होते.

प्राचार्य झोपेतून उठून सरळ ऑफिसला आले असावेत. त्यांचा चेहरा त्रस्त होता. डोळे तांबरलेले होते.

"या मॅडम," ते म्हणाले. "या साहेब," ते जयंतला म्हणाले. रीमालाही त्यांनी बसायची खूण केली.

"असं कसं झालं?" सुमतीला रहावेना.

"आता कोणी मानूस असं का करतो हे कळतं का? त्याच्या मनात काय होतं ते आता नंतर कळेल. चव्हाणसाहेब येताहेत."

"पण एकूण झंझट आली ना पाठीशी!" घुगे म्हणाले. "अहो, करायची आत्महत्या तर कॉलेजमध्ये कशाला? तुम्हालाच तो पोऱ्या कसा ते माहिती असंल. बरं, परमनंटही नाही ना आपल्याकडं—" माघारे म्हणाले.

"लोकांना कामं द्या आणि असले उद्योगही निस्तरा, असं झालंय पहा, साहेब." प्राचार्य जयंतकडे बघत म्हणाले.

"काळ अवघड आलाय. तरुण मुलांची सहनशक्ती आधीच कमी. म्हणजे मानसिक. ताणतणावही वाढले. आपल्याकाळी असे ताणही कमी होते—" जयंत काहीतरी बोलायचं म्हणून म्हणाला.

"ताण आपल्याबी काळी होतेच. कष्ट होते भरपूर पण मन खंबीर ठेवायला पाह्यजे ते कधी कुनी शिकवलं नाही आपल्याला. च्यायला, आमच्यासारखं कष्टाचं आयुष्य आलं असतं तर काय केलं असतं आजकालच्या पोरांनी? सकाळी चारला उठायचो, साहेब मी. गुरंढोरं होती न दुसऱ्यांची. गोठे साफ करायचे. ढोरं सोडायची. पाणी भरायचं. तेबी नदीवरून. मग पाटलाच्या वाड्यावर पानी नेऊन टाकायचं. त्यांनी सांगितलेली कामं करायची. मग शाळा. कधी पहिल्या तासाला हजर व्हायल्याचं आठवत नाही. पन चिकाटी सोडली नाही. आता आपन आपल्या पोरांना लईच जपाय लागलो."

माघारे बोलत होते.

"एक नाहीतर दोन मुलं. त्याचा परिणाम." जयंत म्हणाला.

"तरी आपण त्यांना ताण सहन करायचं ट्रेनिंग द्यायला लागलोय." घुगे बोलले.

"आपल्याला असलं ट्रेनिंग दिल्याचं आठवत नाही. तरलो आपण. माझ्यासारख्यानं तर दर दोन महिन्याला आत्महत्या कराया पाहिजे होती." माघारे.

"याचा अर्थ परमार गरीब परिस्थितीतनं गांजला होता असाच आहे ना?" रीमा मध्ये बोलली. प्राचार्य एकदम दक्ष झाले. ॲलर्ट.

"छ्या, छ्या. आपल्याला काय माहीत तो कसा होता? त्याची घरची स्थिती कशी होती? इथं आला. म्हनाला काम पाहिजे. मॅडमनी त्याला कामावर घेतलं. चार-पाच तास दिले. त्यांच्या कृपेमुळे लागला."

जयंतला त्यांच्या बोलण्याचा अंदाज आला.

"तुलाही त्याच्या घरची वगैरे फारशी माहिती नाही, असं तू आता सांगत होती ना?" त्यानं विचारलं.

सुमतीला हो-नाही काय म्हणावं कळेना. रीमाला सगळ्या संभाषणाचा रोख

कळत होता.

"कुणाची कितीक माहिती असते आपल्याला? विद्यार्थी असतात किंवा ओळखीतून येतात. आपण त्यांचे मार्क्समेमो पाहतो. नियमात बसतात म्हणून घेतो. त्या माणसाच्या मनाची, चारित्र्याची किंवा स्वभावाची कुठं माहिती असते? काही तर गरीब, गरजू म्हणून येतात आणि लाख भानगडी करणारे निघतात. अगदी डोक्यावर बसतात. तुम्ही मराठीत म्हणता तसे मिऱ्या वाटतात."

माघारे हसले. रीमाचा रोख वाकडेकडे आहे हे त्यांच्या लक्षात आलं.

"हा पोऱ्या मॅडमच्या माध्यमातून आला."

प्राचार्य 'एअर ऑफ फायनॅलिटी'च्या आवेशात म्हणाले. त्यांना सुमतीला यात ओढायचं हे स्पष्ट होतं.

"मी एकटी कशी, सर? तो रीतसर इंटरव्ह्यू देऊन आला. मॅनेजमेंट मेंबरही होते इंटरव्ह्यूला." सुमती म्हणाली.

'बुडीन तर सगळ्यांना घेऊन' हा तिचा आव होता. मॅनेजमेंटच्या नावासरशी प्राचार्य आणि घुगे चरकले.

घुगे म्हणाले, "ह्यात मॅनेजमेंट मेंबरचा काही संबंध नाही. मला वाटतं तो आणू नाही. दहा मिनिटांच्या मुलाखतीसाठी येणार ते लोक. तेही त्यांचे व्याप सोडून. संस्थेचं काम आहे म्हणून. तेवढाच त्यांचा संबंध. आपण असं त्यांना या प्रकारात आणायचं कारण नाही."

"का नाही?" रीमा उसळून म्हणाली, "ते इक्वली जबाबदार आहेत. मॅडमइतके. प्राचार्यांइतके. हे काय कुणाच्या घरचं काम नाही." रीमाच्या या बोलण्यानं सगळेच चिडल्यासारखे झाले.

प्रसंगावधान राखून जयंत म्हणाला, "मला वाटतं, इतक्यात कुठलाच विचार करायचं कारण नाही. लांबचा किंवा जवळचा. पोलीस आल्यावरच काय ते ठरेल. आपण सगळ्यांनीच शांत राहणं आवश्यक आहे. शेवटी आत्महत्या त्या मुलानं स्वतःच्या हातानं केलीये. जबाबदारी प्रथम त्याची नाही का? इतरांना गुंतवलं तरच पुढचा प्रश्न—"

प्राचार्यांनी यावर सुटल्यासारखी मान डोलावली. ते म्हणाले, "तुमच्या कुणाचं काही जाणार नाही. हा पोलिसांचा ससेमिरा आता माझ्यामागं राहील. आधीच कॉलेजचे काम, त्यात हा वैताग!"

बाहेरचा गलका एकदम शांत झाला. पोलीस आल्याचं ओळखून प्राचार्य खुर्ची सोडून उठले.

इन्स्पेक्टर चव्हाणांनी क्षणाचाही वेळ दवडला नाही.

"चला."

सगळे निघाले.

"संबंधित फक्त चला."

प्राचार्य, सुमती निघाले. थोडे अंतर ठेवून जयंत आणि रीमा. त्याच्या मागे माघारे, घुगे आणि त्यामागे प्राध्यापक. मुंगीच्या पावलानं विद्यार्थी त्यांच्यामागे.

लॅबचं कुलूप लालचंदनं उघडलं.

"ह्याची चावी कुणाकडे असते?" चव्हाणांचा स्वर तीव्र, तिखट आणि धमकावल्यासारखा होता. सुमती बुजली. तिने मागे वळून पाहिलं. जयंत आणि रीमा इतरांना खाली ठेवून वर आले होते. जयंत पुढे झाला. तिच्यामागे उभा राहिला.

"एक म्यॅडमकडं, एक प्राचार्यांच्या आफिसात." लालचंद म्हणाला.

सगळे आत गेले.

"मागे थांबा." चव्हाण म्हणाले. परमारची बॉडी जमिनीवर पडली होती. मुठी वळलेल्या. डोळे उघडे. चेहऱ्यावर वेदना. चेहरा निळा. त्याच्या ओठांच्या बाजूनं वाळलेला फेस होता. सुमती आणि रीमा त्याला पाहू शकेनात. त्याच्या चेहऱ्यावरची वेदना, अर्धवट वर गेलेल्या पँटमधून दिसणारा काळाकुट्ट पाय, एरवी लक्षात न आलेली छोटी मनगटं आणि त्याच्यावर बांधलेलं एक स्वस्त घड्याळ. फोटोग्राफर फोटो घेत होता. हाताचे ठसे घेणारा पावडर आणि ब्रश घेऊन फिरत होता. या लॅबमध्ये सध्या नुसतं जुनं फर्निचर आणि नको असलेलं सामान ठेवलेलं होतं. आजुबाजूला भरपूर धूळ होती. अर्धवट भरलेला एक काचेचा पेला होता. तिथला वास, परमारचं प्रेत पाहून सुमतीला पोटातून ढवळून आलं. तिला उलटी होईल असं वाटून ती बाहेर आली मात्र. तिला रडू कोसळलं. डोळे पुसून ती पुन्हा आत गेली.

"पोस्टमार्टमला न्यावं लागेल. याच्या नातेवाईकांचा पत्ता, फोन नंबर असेल तर तो द्या. पंचनामा करून घेऊ. हाच परमार. तुमच्या कॉलेजातला लेक्चरर, झुऑलॉजीचा, हा तपशील बरोबर आहे ना?" चव्हाणांनी विचारले.

प्राचार्यांनी मान हलवली.

फोटोग्राफरकडे पहात चव्हाण म्हणाले, "झालं तुमचं?"

त्यानं मान डोलावताच त्यांनी बॉडीला हात लावला. त्याला एका अंगावर केल्याबरोबर त्याला मुंग्या लागलेल्या दिसल्या. सुमतीच्या अंगावर सरसरून काटा आला. तिनं रीमाचा हात घट्ट धरला.

"मॅडमनी इथं थांबायची गरज आहे का?" जयंतनं विचारलं.

"थोडा वेळ. मग त्यांना ऑफिसमध्ये बसू द्या."

चव्हाणांनी लालचंदचा बयान घेतला. त्यानंच हे पहिल्यांदा पाहिलेलं होतं. चव्हाण आणि पोलीस त्या डेड बॉडीची तपासणी करीत होते.

"गरीब दिसतंय पोरगं—" चव्हाण म्हणाले. शेजारी पोलीस त्याच्या जवळच्या

वस्तूंची यादी करायला उभा होता.

एक घड्याळ.

बारा रुपये खिशात.

दुसऱ्या खिशातून त्यांना एक चिठ्ठी मिळाली. ती उलगडली. त्यातून एका दुसऱ्या कागदाची घडी बाहेर पडली. चव्हाणांचा चेहरा गंभीर होता.

"प्राचार्यसाहेब, तुम्हाला पोलीस चौकीवर यावं लागेल." ते म्हणाले. "आणि सुखटणकरमॅडम कोण?"

सुमतीनं चमकून पाहिलं.

"तुम्हालाही चौकीवर यावं लागेल."

"कशाला?" ती घाबरली.

"फॉर्म्यालिटी आहे. तुम्हाला घाबरण्यासारखं काही नाही; पण यावं तर लागेल. जबाब घ्यावे लागतील. या मुलाला कुणी भाऊ आहे का?"

जयंतानं सुमतीला खूण केली. ती गप्प होती.

चव्हाणच म्हणाले, "त्याच्या भावाला तुम्ही सांभाळावं अशी त्यांची इच्छा आहे. वास्तविक आम्ही सांगायला नको. चौकीत तुम्हाला देऊ वाचायला; पण तुम्ही फार घाबरू लागलात म्हणून सांगितलं."

"मग दुसऱ्या चिठ्ठीत काय आहे?" प्राचार्यांना उत्सुकता होती.

"ते सांगता येणार नाही. मला तुमच्या कॉलेजातलं काही कळत नाही; पण तुम्ही नोकरीवरून काढल्याचं लिहिलंय. गरिबीनं जीव घेतला बिचाऱ्याचा! तरुण पोरगं आहे. असे का वागतात कळत नाही." चव्हाण म्हणाले.

कोणीच बोललं नाही.

रोजचंच काम असल्यासारखं— बॉडी हलवायची सूचना देऊन ते बाहेर पडले.

बाहेर तोबा गर्दी होती. ॲम्ब्युलन्स उभी होती. स्ट्रेचरवर परमारची काटकुळी बॉडी घेऊन वॉर्डबॉय बाहेर आले. त्याच्या बॉडीवर साधी चादरही नव्हती. जिन्यावर, मैदानात, बाजूच्या बिल्डिंगच्या गॅलऱ्या, अगदी गच्चीवरही विद्यार्थी उभे होते. दोघंचौघं झाडावर चढले होते.

चर्चांना आणि शंकाकुशंकांना ऊत आला होता. परमारची नोकरी गेल्यापासून ते त्याचा प्रेमभंग झाल्यापर्यंतच्या वावड्या होत्या. त्याच्या गरिबीच्या चर्चा होत्या. त्याला प्रिन्सिपॉलनी मारलं, मॅडमनी काढलं, हेही बोललं जात होतं.

सुमती, रीमा ऑफिसमध्ये बसल्या. जयंत प्राचार्यांच्या केबिनबाहेर उभा होता. आत फक्त चव्हाण आणि प्राचार्य होते. बहुतेक चिठ्ठीतला मजकूर प्राचार्यांना कळला असावा. कारण चव्हाण बाहेर पडताना म्हणाले, "तुम्ही आंघोळबिंघोळ करून या चौकीत. तोवर पोस्टमार्टम होईल. त्याच्या घरी इन्फॉर्म करतो. मॅडमना यायला सांगा."

"नसत्या भानगडीत अडकलो— नसतं लचांड." प्राचार्य पुटपुटले. मग जयंतला म्हणाले, "आता तुम्ही जा. मॅडमना घेऊन जा. आता हा उद्योग निस्तरायला पाहिजे. गरीब, गरीब म्हणावं ते बी कमी नाही. यानं इथं येऊन मरायचं कशाला? आता नोकरी काय माझ्या खिशात आहे? आम्हीच गुलाम. पन लोकांना वाटतं आम्हीच नोकरी देणारे नाही तं काढून टाकणारे—"

जयंत-सुमती घरी आले तर व्हरांड्यातच त्यांना परमारचा भाऊ दिसला. खुरमुंडी घालून, केविलवाणा बसलेला. तिला पाहताच तो उठला. जयंत त्याच्याजवळ गेला तसा तो त्याचा हात धरून मुळुमुळू रडायला लागला. जयंताला कळेना, काय म्हणावं?

"दादा—"

जयंतनं त्याला थोपटलं तसा त्याच्या कमरेला मिठी मारून त्यानं हंबरडा फोडला.

एकूणच या प्रकारानं सुमती हादरून गेली. परमारनं भावाला चिठ्ठीत लिहिलं होतं, की तो त्याला किंवा कुटुंबाला सांभाळायला असमर्थ आहे. नोकरीअभावी तो त्याचं किंवा कुणाचंही शिक्षण करू शकत नाही. या कॉलेजमध्ये आज ना उद्या पक्की नोकरी लागेल म्हणून त्यानं कमी पैशात, अपमान सहन करीत भरपूर काम केलं; पण प्राचार्यांच्या मनाला रुचलं नाही. वास्तविक तो गरजू होता. खरा गरजू होता; पण त्याला त्यांनी धुडकावून लावलं. चटर्जींनी त्याच्या हातात नोकरीवरून कमी केल्याचं लेखी पत्र दिलं.

ते पत्र म्हणजे परमारसाठी कडेलोट होता.

दोन दिवस सुमती रजा घेऊन घरी होती. आजारी असल्यासारखी. परमारचा विचार तिच्या मनातून जात नव्हता. त्याच्या गरीब, लाचार चेहरा तिच्या डोळ्यांपुढून हलत नव्हता. आत्महत्त्येनंतर तो जसा दिसला तसा तो तिला सारखा दिसत होता.

विशेषत: त्याच्या चेहऱ्यावरची वेदना.

जयंत, रोहन, रीमा किंवा अगदी घरातली बाई यांच्याशी बोलताना तिच्या नकळत ती परमारविषयी बोलत होती.

पोलीस ठाण्यात परमारनं तिला लिहिलेली चिठ्ठी तिचा पाठपुरावा करीत होती.

लखनला मदत करा मॅडम, त्याला एखादा धंदा शिकवा. सुतारकामासारखा. मी तर मोठा भाऊ व्हायला लायक नव्हतो; पण तुमच्यासारख्या दयाळू बाईचा परिचय आहे म्हणून तुम्हाला विनंती. तुम्ही मला अनेक वेळा मदत केली. सांभाळून घेतलंत. तुमचे उपकार या जन्मी तर फेडू शकत नाही; पण पुढच्या जन्मी नक्की

फेडीन. माझ्या आईवडिलांना गावी कळवा. गरिबी हा त्यांचा दोष नव्हता. मला खूप करायचं म्हणून जिद्दीने शिकलो; पण आयुष्यात हरलो. मला माफ करा म्हणावं—

परमारच्या चिठ्ठीत सुमतीच्या घरगुती परिचयाचा उल्लेख नव्हता. लखनला पोलीस मदत करायला तयार होते. त्याला रिमांड होममध्ये घालू असं कमिशनर म्हणालेही; पण सुमतीच्या मनाला ते पटेना. शिवाय गावी गेलेला लखन परत शहरात येईल, हेही संभवत नव्हतं.

पण रीमानं आणि जयूनं ही जबाबदारी स्वत:हून अंगावर घेतली.

परमारच्या गावी त्या गेल्या. त्याच्या आईवडिलांना भेटल्या. त्यांच्या दृष्टीनं आता सगळं संपलं होतं. मोठ्या मुलाला दिलेलं शिक्षण, लावलेला पैसा आणि मुख्य म्हणजे उमेद संपली होती. तो काही न कमावता जरी घरी बसला असता तरी आम्ही त्याला पोसलं असतं, असं ते सारखं म्हणत होते. तरुण मुलाच्या मृत्यूचं दु:ख पाहून जीव फाटत होता. रीमाला हे सगळं सहन करणं अशक्य वाटत होतं आणि पतीचा मृत्यू पाहिलेली जयू शांतपणे वाट काढू पाहात होती.

दोघींनी स्वत:च्या जबाबदारीवर लखनला शहरात घेऊन जातो, असं सांगताच परमारची आई आक्रंदून रडली होती. 'शहरानं एक लेकरू खाल्लं, आता दुसरं सोडवत नाही' म्हणून हट्टाला पेटली होती. ह्या दोघी तिची समजूत काढत होत्या.

शेवटी त्याच्या आईवडिलांनी होकार दिला. त्याला आणि त्याच्या लहान बहिणीला– कोसलीला– घेऊनच या परतल्या.

जयूनं दोघांची जबाबदारी घेतली. दोघेही जयूकडे रहायला आले. जयूशी बोलताना सुमतीचे डोळे कृतज्ञतेने भरून आले. "तुझी-माझी भेट झाली तेव्हा पुढे असं काही होईल याची सुतराम कल्पना नव्हती. कदाचित तू म्हणतेस तसा यात देवाचा काही संकेत होता. आता हा कोण कुठला परमार, माझ्यावर त्याचा भाऊ विश्वासानं सोपवून गेला. तू आणि रीमानं तर हद्द केली. त्या बारक्या कोसलीलाही घेऊन आलात. तुमचे माझ्यावर खूप उपकार आहेत—"

जयू हसायला लागली. म्हणाली,

"तूही कमाल करतेस! आपण एकमेकींना मैत्रिणी म्हणवतो ते एवढ्यासाठीच का? मागे तू परमारविषयी बोललीस तेव्हाच मला वाटलं होती, की एखादा गरीब मुलगा मिळाला तर या हँडीकॅप्ड मुलांबरोबर असावा; पण तसं झालं नाही. मला विचारावंसं वाटलं; पण शिक्षणासाठी खोल्या करून राहणारी मुलं एकमेकांचा आधार असतात. अशी अनेक मुलं या शहरात आहेत, त्यांना तोडून वेगळं न ठेवणं चांगलं."

"तू म्हणतेस तसंच होतं. लखन म्हणजे परमारचं कुटुंब होतं. परमारनं खूप कष्ट केले. शिकण्यासाठीही आणि नंतरही; पण बिचाऱ्याच्या नशिबात पोटासाठी

भाकरी नव्हती आणि भाकरीसाठी नोकरीही. तुला सांगते, काय लोक आहेत आमच्या कॉलेजचे! चार लेक्चर्स त्याला देऊ दिले नाहीत. कदाचित थोडी आशा राहती त्याला. तीच मोडली. त्यात तो क्वॉलिफाईंग परीक्षा फेल झाला. ती परीक्षाही अवघड असते. मला सगळं सारखं आठवतं. मुख्य म्हणजे लॅबमधला अस्ताव्यस्त मरून पडलेला परमार— मग झोप येत नाही. रात्री हटकून सगळं दिसतं—'' सुमती म्हणाली.

जयू तिच्याजवळ येऊन बसली. तिच्या खांद्यावर थोपटत म्हणाली. ''तुला आता हे विसरायला हवं. आपल्याला जमेल तेवढं आपण करू. रीमा म्हणतेय की त्याच्या बहिणीला— कोसलीला— तिच्या आंटीकडे नगरला पाठवावं. तिनं त्यांना विचारलेलं नाहीये; पण ते आनंदानं सांभाळतील असं तिला वाटतंय.''

सुमतीनं मान हलवली.

''का? नको पाठवायला?'' जयूनं विचारलं.

डोळ्यात येणारं पाणी पुसत सुमती म्हणाली, ''तिच्या संदर्भात नाही गं. मला कॉलेजातले लोक आठवले. ही कोण कुठली रीमाची मावशी. न पाहिल्या देखल्या कुटुंबातली मुलगी घ्यायला तयार होतेय; पण आमच्याकडचे लोक— मदत तर सोड. नुसती चर्चा. उलटीसुलटी चर्चा. नी किंवा माझ्या विभागातला कुणीही दिसलं की आवर्जून गाठणार. असंख्य प्रश्न विचारणार. मग त्या मुलाबद्दल ज्या वावड्या उठल्यात त्याबद्दल बोलणार. कधी चाचरत. कधी उघड उघड; पण त्यानं हे का केलं याचं खरं कारण माहिती असूनही वेड घेऊन पेडगावला जाणार. त्याच्या कुटुंबाची तो गेल्यानं काय हानी झाली. ते कसे आहेत, हे विचारणार नाहीत तर आजकाल मुलांमध्ये कसं मनोबल नाही, इथपासून ते आत्महत्या मनोविकार आहे इथपर्यंत चर्चा करणार.''

''ह्यांना आपण नीतितत्त्वं जपणारे देशाचे आधारस्तंभ मानतो, ढोंग. निव्वळ ढोंग आहे; पण मी फक्त त्यांनाच नाही म्हणणार. आपण सगळेच ही सिस्टिम सपोर्ट करतोय. आपण सगळेच दोषी आहोत. मला वाटतं, अशा एखाद्या अपराधी भावना वाटण्याच्या क्षणीच मी हा आश्रम चालवायचा निर्णय घेतला असणार.''

सुमती अजून तिच्याच विचारात होती. म्हणाली, ''इतकी चर्चा, इतकी चर्चा चाललीये. परवा घुग्यांनी मला बोलावून घेतलं. त्यांना माहिती पाहिजे होती— परमारनं मला चिठ्ठीत काय लिहिलं. उत्सुकतेनं त्याचा जीव चालला होता. डोळ्यात नक्राश्रू आणून परमार गेला. ते कसं वाईट झालं वगैरे बोलले. मग म्हणाले की 'तुमच्या' परमारमुळे प्राचार्य अतिशय त्रस्त आहेत. गोत्यात आलेत. माझं डोकंच उठलं. 'तुमच्या' परमारनं काय? मी त्याला सांगितलं होतं आत्महत्या कर? प्राचार्यांना चिठ्ठी लिही? तो कॉलेजचा कुणीच नव्हता? तीन-चार वर्षे तुमच्यात

उठणारा-बसणारा माणूस फक्त माझ्या विभागाचा होता? माझा होता? हे लोक निर्लज्ज आहेत. त्या बिचाऱ्याचा जीव गेला. घर उघड्यावर पडलं. जीव का गेला? तुम्हाला माहिती आहे. आता तर सगळ्या कॉलेजला माहिती आहे. अगदी प्यूनपासून विद्यार्थ्यांना माहिती आहे; पण ढङ्खाचार्याचा बुरखा घेऊन बसायचं. आणि प्राचार्यांना काय झालं त्रस्त व्हायला? त्यांना माहिती नव्हतं? त्यांच्या नाकाखाली चाललेल्या गोष्टी त्यांना माहिती नव्हत्या? ते स्वतःच त्यात गुंतलेले होते. मग आता कशाला त्रस्त व्हायचं. तुला माहितीए, आत्महत्येच्या दिवसापासून कमीत कमी वेळ कॉलेजात आहेत. आले की कुणावर ना कुणावर खेकसत असतात.''

जयू उठली. म्हणाली,

''तू हा विचार सोडून दे. हे बदलत नसतं. आपण लहान मुलांना बदलू शकू. हे मोठे झालेत वयानं. 'बन चुके' झालेत. त्यांच्या विचारात आणि वृत्तीत बदल घडवून आणायला आपण काही महात्मा गांधी किंवा महात्मा फुलेंच्यासारखी अद्वितीय माणसं नाहीत. एकूणच सगळ्यांना अशा गोष्टींबद्दल उत्सुकता असते. तुमचं हे प्रकरण पेपरमध्ये आल्यावर गावभर झालंय. मला माझ्या कामवालीनं विचारलं. तिला कुणीतरी सांगितलं की तुला अटक झालीये. चौकीत नेलंय.''

सुमतीला गंमत वाटली.

''चौकीत जावं लागलं खरं. आता उद्या बोलावलंय. हल्ली डिपार्टमेंटला सारखी वाकडे येऊन बसते. परवा म्हणाली, परमारला दोन-तीन तर पीरिअड्स असतीलच ना, आता त्याचं वर्कलोड कुणाला देणार? तिचा निर्लज्जपणा आणि कोडगेपणा पाहून किळस आली मला! मेल्यावरच्यांच्या टाळूवरचं लोणी खाणारे लोक. अशांना जेलमध्ये टाकावं.''

''तू काय म्हणाली?''

''फार चिडले होते मनातून, पण शांतपणे 'इट्स नन ऑफ युवर बिझनेस' म्हणाले. मी काही ठरवलं नाहीये म्हणाले. आता तेही तिलाच घ्यायचंय की काय! ती आणि प्राचार्यादी मंडळी. का विसपुतेला परत आणायचंय देव जाणे!'

''जाऊ दे गं. खड्ड्यात जाऊ दे. तू या भानगडीतच जाऊ नकोस. नाहीतरी पूर्वी तू कधी यात पडत नव्हतीसच ना? आताही तसंच ठेव. ज्यांना नोकरीवर घ्यायचंय त्यांना घेऊ दे. यू बी आऊट ऑफ इट.'' जयू त्राग्यानं म्हणाली.

''तू एक लक्षात घे— मी यात पडतच नाहीये. मी कुणाला घ्या किंवा घेऊ नका अशा डिक्टेटिंग पोझिशनमध्ये या कॉलेजमध्ये जाऊच शकत नाही. मी फक्त सजेस्ट करते. तेही कुणी सांगितलं तर. नाहीतर योग्य पद्धतीनं जो डिपार्टमेंटला येईल त्याला नीट समजावून देऊन सामावून घेणं एवढंच मी करतेय. मग परमार असो की वाकडे, ही मंडळी अशा परिस्थितीत आली की पटकन् ॲक्सेप्ट झाली.''

"झाली ना? मग सोड ना. तुला तुझं पाहता आलं पाहिजे. तू एखादा प्रोजेक्ट घे करायला."

"असं सोडून द्यायचं ठरवून सुटत नाही आणि धरून ठेवायचं म्हणूनही पकडून ठेवता येत नाही. मी यात अजिबात इन्व्हॉल्व होत नाही; पण शेवटी जेथे आपण दिवसाचे पाच ते सहा तास घालवतो, तिथल्या गोष्टी एकदम पेटीबंद करून टाकल्यासारख्या मनातून काढूनही टाकता येत नाहीत."

जयू पुन्हा तिच्याजवळ येऊन बसली.

"व्हाय डोन्ट यू थिंक ऑफ अवर आश्रम? तिथली मुलं, त्यांच्यासाठी काय करायचंय त्याविषयी आणि रोहन. तुझं घर. तुझं घर रंग द्यायला आलंय. तुझ्या लक्षात आलंय का?" असं म्हणत जयू हसायला लागली. सुमती त्यात सामील झाली.

"चांगली गृहिणी व्हायला तुला हरकत नाही. तुला थालिपीठ चांगलं करता येतं. पुरणही जमतं. मला बोलाव जेवायला. मी माझी सगळी कच्चीबच्ची घेऊन येते."

रात्री सुमती खूप वेळ झोपू शकली नाही. तरीही जयूचं बोलणं आठवल्यामुळेच शांत झाली. तिला वाटलं खरोखर जयंतच्या भावाला, वहिनीला बोलवायला हवं. घराकडेही बघायला हवं. भावे वहिनींची सून गरोदर आहे. मुरकुटेंना नातू झालाय, जयंतच्या मित्राला तेरा वर्षांनी मुलगा झालाय, रेणूवन्संनी नवं घर बांधलंय. कितीतरी गोष्टी आपण पार विसरूनच गेलोय. कित्येक दिवसात गणपती मंदिरात दर्शनालासुद्धा गेलो नाही. रोहनला नवे कपडे घ्यायचेत. तो कॉलेजकुमार आहे. त्याचे नवे मित्र कोणते, हेही बघितलं नाही. जिवाची मैत्रीण रीमा— तिच्या घरच्यांनाही बोलवायला पाहिजे. मग मनोमन ती आमंत्रित करायला हवंय अशा लोकांची यादी करू लागली.

आणि झोपेच्या आधीन झाली.

२०

चव्हाणांनी तिला दहाला पोलीस चौकीत बोलावलं होतं.

बहुतेक सगळेजण या गोष्टीमुळे चक्रावलेले होते की, परमार आत थांबला कसा? तिच्याकडे किल्ल्या असल्यामुळे खरं तर दोष तिच्यावरच यायचा; पण ती पुण्याला गेलेली होती. अशा वेळी ती चटर्जींकडे किल्ल्या देऊन जाई. त्यामुळे चटर्जींनाही चौकशीसाठी जावं लागलं होतं. गिरमे शेवटी लॅबला कुलूप घाले. त्याही दिवशी त्यानं घातलं होतं.

खरी गोष्ट अशी होती की जिथे परमारनं आत्महत्या केली, ती जास्तीची प्रयोगशाळा होती. अडगळीचं सामान टाकून बंद ठेवली होती. हीच प्रयोगशाळा पर्यावरण विभागासाठी देण्यात आली होती. म्हटलं तर वेगळा विभाग. नाहीतर झुऑलॉजीचा विस्तारित भाग. बहुतेक या कारणामुळे ती प्रयोगशाळा उघडण्यात आली होती. ते काम लालचंदनं आणि गिरमेनं केलं होतं. त्यासाठी प्राचार्यांच्या ऑफिसमधली किल्ली वापरली होती; पण आधीची जबानी गिरमेंनी बदलून दिली असावी.

आत्महत्येच्या दिवसापासून तिलाही हा विचार छळत होता. ती कुठल्याही उत्तरापर्यंत येऊ शकत नव्हती.

आधी तिच्याशी बोलणारे लोक या प्रकरणानंतर कुठलीही माहिती सांगण्याची वेळ आली की गप्प बसत होते. त्या तीनचार दिवसांत काय झालं, हे तिला कळलं नव्हतं.

कॉलेजमध्ये रीमालासुद्धा याची फारशी माहिती नव्हती. एखादी दुसरी बातमी किंवा तुटक घटना कळली तरी संगती लागत नव्हती.

तिला लिहिलेल्या चिठ्ठीत धाकट्या भावाला सांभाळण्यापलीकडे काही लिहिलेलं नव्हतं.

परमार मुळात संकोची स्वभावाचा होता, त्यात गरिबीनं तो जास्तच संकोची

झाला होता. इतर विद्यार्थ्यांसारखं त्याचं शिक्षण झालं नव्हतं, त्यामुळे 'कॉलेजकुमार' म्हणून तरुणपणी जो आत्मविश्वास तयार होतो, जो कधी कधी नको इतका असतो, कधी अनाठायी असतो, त्याच्यात नव्हता. स्टाफ मीटिंगमध्ये किंवा जिथे चार लोक बसलेले असतील तिथे तो बुजऱ्या पोरीसारखा अंग चोरायचा.

तो मोकळं बोलल्याचं, गप्पा मारल्याचं किंवा खळखळून हसल्याचं सुमतीला आठवत नव्हतं. त्याला गरिबीनं लहानपण दिलं नव्हतं आणि तारुण्यही.

फक्त बहुधा पोटासाठी जगणं. त्या जगण्यावर त्यानं शिकून मात केली होती तरी शेवटी पोटानं त्याच्यावर मात केली.

पोलीस चौकीच्या पायऱ्या चढतानाही तिच्या मनात तेच विचार होते.

तिनं रीमाला दहा वाजता तिथे पोच असा निरोप दिला होता. तिने घड्याळाकडे पाहिलं. दहा वाजत होते; पण रीमा दिसत नव्हती. ती वेळेची पक्की आहे हे सुमतीला माहिती होतं. आत वेटिंग रूममध्ये बसून तिची वाट पहायचं तिनं निश्चित केलं. पायऱ्या चढून वर पोचेतो रीमा हश्श-हुश्श करीत हजर झाली. दोघीही चव्हाणांच्या केबिनकडे आल्या.

दारावरच्या हवालदारानं त्यांना हटकलं. आत माणसं आहेत म्हणून सांगितलं. सुमतीनं तिला दहाला बोलावल्याचं सांगितलं. तेवढ्यात आतून दमदार करारी आवाज आला,

"हवालदार कोण आहे रे?"

तो आत पळाला. तसाच बाहेर आला. "तुम्हाला आत बोलावलंय."

ती आत जायला लागली तेवढ्यात कोपऱ्यावरून केबिनच्या दिशेला येणारा प्रभाकर प्यून तिला दिसला. ती घुटमळली. रीमानं तिला आत ओढलं.

जुन्या दगडी बांधणीच्या मोठमोठ्या खोल्यांची ती चौकी होती. त्या लांबोळक्या मोठ्या खोलीच्या एका बाजूला मोठ्या टेबलापाठीमागे चव्हाण बसले होते. टेबलाच्या एका बाजूला एक पोलीस बसला होता. दोन खुर्च्यांच्या लाईन्स होत्या. पुढच्या लाईनमध्ये दोघेजण पाठमोरे बसलेले होते.

आत जाताच सुमती-रीमाला बिचकल्यासारखं झालं. गडगडल्यासारखे चव्हाण म्हणाले, "या बाई. तुमच्याच कॉलेजची केस चाललीय. हे तुमचेच लोक आहेत."

पाठमोरे दोघे बसल्या बसल्या वळले. अध्यक्ष आणि सचिव. त्या दोघी आणखीच बिचकल्या. या दोघांबरोबर या पद्धतीनं एकटं असल्याचं त्यांना आठवत नव्हतं; पण चव्हाणांच्या ते गावीही नव्हतं. त्यांनी हात करून दोघींना बसायला लावलं. त्या दोघांच्या मागे ठेवलेल्या खुर्च्यांवर त्या बसल्या.

"तुम्ही सांगत होता, हा मुलगा टेंपररी होता."

"हो ना!" अध्यक्ष जोरात म्हणाले, "चारएक वर्षांपूर्वी थोड्या तासांसाठी

त्याला घेतलं होतं. गरिबाचा होता. कॉलेजचा माजी विद्यार्थी होता. अभ्यासात चांगला होता. असे रिपोर्ट होते.''

''मग? आता काय बिनसलं?''

''बिनसलं काही नाही. काम असलं तं देणार. नसलं तं कसं देणार?''

''काम आधी होतं. आता कसं नव्हतं? त्यांच्यानंतर तुम्ही दोनजण असेच टेंपररी घेतले ना?'' चव्हाण.

''ते घेतले, कारण झुऑलॉजीचे एक शिक्षक शिष्यवृत्ती घेऊन गेले होते.'' सेक्रेटरी मध्येच म्हणाले.

''त्याच्या आधीच ते दोघे घेतले ना?'' चव्हाण पुढ्यातले कागदपत्र खालीवर करीत म्हणाले. ''तुमच्या कॉलेजची मस्टर्स आणली होती आम्ही. त्याच्या झेरॉक्स पहा.'' सेक्रेटरी गप्प झाले.

''ते कार्यभारावर असतं. कार्यभार वाढला तं हँड्स घेतात. तेव्हा असंल म्हणून घेतलं.''

''तुमचं कॉलेज वाढत जातंय. मग कार्यभार कमी कसा होईल?'' चव्हाण.

''चटर्जी परत आले ना!'' सेक्रेटरी म्हणाले.

''मग उरलेले दोघंपण काढले असतील. आं?''

चव्हाणांच्या प्रश्नाला काय उत्तर द्यावं म्हणून अध्यक्ष थोडा वेळ थांबले.

''आता असं बघा.'' अध्यक्ष नंतर म्हणाले, ''कधी कधी वेगळे विषय येतात. नवे विभाग येतात. त्यात काही लोक ॲडजस्ट होतात. तसे ते झाले असतील.''

''पण दुसरे दोघं या पोराच्या नंतरचे आहेत ना? मग सीनियॉरिटीप्रमाणे हा पोरगा घ्यायला पाहिजे होता ना?'' चव्हाण.

''टेंपररी लोकांत सीनियॉरिटी कुठं असती?''

''मला वाटतं असते. इतर दोघांपेक्षा एक वर्षाचा जास्तीचा अनुभव ही मोठी गोष्ट होती. शिवाय तुम्ही म्हणता तो गरजू होता, हुषार होता, तुमचा विद्यार्थी होता. आता या नंतरच्या बाई ह्या गरजू असतील. तुमच्या विद्यार्थिनी नाहीत. त्या पोराइतक्या गरजू पन नाहीत. त्यांना तुम्ही झुऑलॉजीचा कार्यभार संपायच्या आधी नवीन विभाग क्रिएट करून ॲबसॉर्ब केलं, हे तर खरं ना?'' चव्हाण सहज पण कडक शब्दात म्हणाले.

दोघांनी माना डोलावल्या.

''म्हणजे चटर्जी येण्यापूर्वी तुम्ही त्यांची व्यवस्था केली. तेही त्या नुसत्या एम्एस्सी आहेत आणि दुसरा शिक्षक तुमच्या पाहुण्यांपैकी आहे.''

''त्याला कुठं घेतलं आम्ही?'

''त्याला विद्यापीठात पीएचडीसाठीची संशोधन शिष्यवृत्ती दोन वर्षांसाठी मिळवून

दिली. हे बघा, रेकॉर्ड आहे. यात तुमचं रेकमेंडेशन लेटर आहे. आमच्या चौकशीतही ते पुढं आलंय.'' अध्यक्ष गप्प होते.

सेक्रेटरी म्हणाले, ''लायक विद्यार्थ्याला विद्यापीठातून हे मिळालं. आपण काय करणार?''

''आता माझं तोंड उघडू नका. अशी छप्पन लायक माणसं आम्ही डेली पाहतो. मॅनेजमेंट काऊंसिलपासून तुमची माणसं बसलीत, हे आम्हाला माहिती आहे. हे 'व्यवहार' कसे चालतात हे माहिती आहे. हे निदान माझ्यापुढं बोलू नका.''

चव्हाणांचा चेहरा उग्र आणि लाल झाला. त्यांच्याकडे पाहून बोलायला निघालेले सेक्रेटरी गप्प झाले. पण अध्यक्ष चिडून म्हणाले,

''तुम्ही बिनबुडाचे आरोप करू शकत नाही. तुमच्याकडे पुरावा आहे? जो तो आपल्या मेहनतीवर गोष्टी मिळवतो. आम्ही जे योग्य ते करतो.''

''तुमच्या दोन्ही गोष्टी सांगतो ना. ओ, हवालदार, ते पाच वर्षांपूर्वीचं रेकॉर्ड काढा. परीक्षेचं हांऽऽ'' त्यांनी धूळ झटकून एक कागद काढला. दोघांपुढे धरला. हे रेकॉर्ड आहे त्या विसपुत्याचं. हा माफीनामा. केस झाली असती कॉप्या केल्या म्हणून. पोलिसात आलं होतं. त्याला पोलिटिकल प्रेशर आणून सोडवलंय— तुम्ही मेरिटच्या गोष्टी माझ्यापुढं विचार करून काढायच्या. ज्युनियर होतो मी. माझ्या समोरची गोष्ट आहे.''

अध्यक्ष आणि सेक्रेटरी यांचे चेहरे पडले.

''आणि दुसरं प्रकरण. आमच्यापर्यंत नाही आलेलं; पण तुमच्या ऑफिसच्या चौकशीत बाहेर आलेलं. ह्या वाकडेबाईंवर तुमची मेहेरनजर आहे. चार वर्षं त्या तासाप्रमाणे काम करीत असताना गेल्या वर्षी त्यांना सहा सहा महिन्यांची ऑर्डर दिलेली दाखवलीय तुम्ही. जुन्या रजिस्टरमध्ये नोंदी घुसडल्यात, का? तं त्यांना तुम्हाला कायमस्वरूपी नोकरीत घ्यायचंय म्हणून. त्या ऑर्डर्स बॅकडेटेड दिल्या आणि नोंदीत फेरफार केलेत. विद्यापीठात त्यासाठी तुम्ही माणसं पकडलीत आणि तुमच्या लोकांना जरबेत ठेवलंय, हे खोटं आहे का बोला.''

ते दोघेही बोलले नाहीत.

''त्या गरीब पोराला तर यातलं फार थोडं माहीत होतं; पण त्याच्या दोन संदर्भांनी आम्हाला यात खोलात जाणं भाग पडलं. आम्हाला तर तुमच्या या भानगडी कळल्या नसत्या; पण या पोराच्या आत्महत्येनं कळलं.''

अध्यक्ष घुटमळत म्हणाले, ''त्यानं दम धरला असता तर त्यालाही घेतलं असतं. पन तो कधी आला नाही. बोलला नाही.''

चव्हाण हसले.

''हेच आपल्या देशात आहे. या. भेटा. चिठ्ठी आणा. वशिल्याबिगर काम नाही.

तुम्ही म्हणताय तो तुम्हाला भेटला नाही; पण तुमचा दरवान वेगळं सांगतोय. आत्महत्येच्या आधी तो तुमच्याकडं आला होता. बरोब्बर दोन दिवस आधी. तुम्हा दोघांकडे. आणि जवळ जवळ रोज तुमच्या प्राचार्यांकडे. तुमच्या कॉलेजच्या एका प्राध्यापकानं असंही सांगितलंय, की तुम्ही दुसऱ्या प्राध्यापकाला 'अॅडजस्ट' करण्यासाठी विनाअनुदान तुकडी दाखवून घेतलं. तसं काही करू शकला असता; पण याचा वशिला नसावा.

अध्यक्ष चिडून उभे राहिले. म्हणाले,

"तुम्ही बिनबुडाचे आरोप करताय. आम्ही जे केलं नाही ते केलं म्हणून आम्हाला चिकटवताय. तुम्हाला उत्तरं दिलीच पाहिजेत असं थोडंच आहे? तुम्हाला काय म्हणायचं ते म्हणा. आम्ही हे लिहिणार नाही. माझा वकील बोलावून घेतो."

चव्हाण रागानं लाल झाले. म्हणाले, "धमकी मला देऊ नका, तुम्हाला वकील बोलवायचाय? बोलवा. तुमच्याविषयी, कॉलेजविषयी आणि तुमच्या 'कार्यपद्धती'विषयी मला पूर्ण माहिती आहे. परमारची डायरी. तो रोज डायरी लिहायचा. आम्ही ती जप्त केलीये. तुम्ही त्याला आत्महत्या करायला भाग पाडलं, असं सिद्ध झालं तर हातकड्या पडतील! खाली बसा."

तरीही अध्यक्ष बसले नाहीत.

थोडा वेळ स्तब्धतेत गेला.

सुमती आणि रीमा आश्चर्यानं थक्क झाल्या होत्या.

शेवटी अध्यक्ष बसले. त्यांना अर्थातच ह्या गोष्टी या दोघींपुढे व्हायलाही नको होत्या; पण चव्हाण त्यांना जाऊ देत नव्हते.

"फालतू राग काय कामाचा, साहेब?" चव्हाण आवाज खाली आणून म्हणाले. "तुम्ही इतरांना सामावून घेण्यासाठी विद्यार्थी-संख्या वाढवली. तीही थोडी. एका तुकडीपेक्षा फक्त वीस जास्त. त्या विसांसाठी तुकडी केली. मग त्या बाईंना घेतलंत. त्यांना लीव्ह व्हेकन्सीत कंटिन्यू केलंत. मग इतर अनेकजण कामासाठी मरमर करीत असताना यांना पूर्णवेळ शिक्षकांइतकं काम होतं असं दाखवलं. त्यांना खोट्या सहा सहा महिन्यांच्या ऑर्डर्स दिल्या. विद्यापीठात त्यांना विनामुलाखतीचं पूर्णवेळ शिक्षक करावं म्हणून धडपड केली. आता कार्यभार कमी होतोय म्हणून एक विभाग वाढवला. आणखी काय सांगू? हे सगळं करण्यासाठी तुम्ही कॉलेज, त्याचं ऑफिस, विद्यार्थी वापरले. त्या बाईंनी मुलांकडून परमारविषयी तक्रारी करवल्या. इट्स ऑल देअर इन द डायरी."

त्यांचं बोलणं चालू असतानाच एक हवालदार आत आला. बाहेर डी. एस. पी. साहेबांचा पी.ए. आलाय. म्हणून निरोप दिला.

"मंत्र्यांची व्हिजिट असेल. च्यायला कटकट!" करीत चव्हाण उठले. 'जाऊन

येतो' म्हणत बाहेर गेले.

वातावरणाचा ताण एकदम कमी झाला. सगळ्यांना हुऽऽश्श केल्यासारखं झालं. रीमा-सुमती बसावं की बाहेर जावं हे न कळून न बोलता चुळबुळत बसून राहिल्या. रीमानं सहेतुक सुमतीकडे पाहिलं. सगळी साखळी त्यांच्या नकळत त्यांच्यासमोर आली. सुमती सुन्न बसली होती. दहापंधरा दिवसांपूर्वीचा वाकडेंचा अर्ज अजूनही तिच्या पर्समध्ये होता.

समोरच्या खुर्चीतले दोघेही पदाधिकारी नसती झंझट म्हणून वैतागलेले होते. शांतता असह्य वाटत होती.

अध्यक्ष अस्वस्थ झाले. सेक्रेटरींना म्हणाले. "तुम्हाला याची कल्पना होती?"

"नाही बा. आता प्राचार्य जे सांगतात ते ऐकून आपण निर्णय घेतो. त्यांनी सांगितलं ह्या बाई बेस्ट टीचर आहेत, या विषयात कमी हँडस् मिळतात. मी घेऊन टाका म्हणालो."

"त्यांचा या कँडिडेटमध्ये एवढा इंटरेस्ट का आहे, हे तुम्ही बघितलं नाही?"

"त्या बाईंनी फार चकरा मारल्या. काही विद्यापीठातल्या लोकांनी, काही गावातल्या चांगल्या लोकांनी— म्हंजे पॉवरफुल— शिफारशी केल्या. मला वाटलं—"

"काय वाटलं?" अध्यक्ष वैतागून म्हणाले, "की यांना घ्यायला हरकत नाही? कारण यांचे अनेकांशी हितसंबंध आहेत आणि हे सहा महिन्यांचं प्रकरण?"

सेक्रेटरींनी कपाळ खसाखसा चोळलं. "इथला भाग संपला की नंतर सांगतो."

"ह्यात तुमचा इंटरेस्ट— ?" अध्यक्षांनी हळू आवाजात विचारलं.

सेक्रेटरींनी नकारार्थी मान हलवली.

"मग कुणाचा इंटरेस्ट आहे? प्राचार्य?"

अध्यक्षांच्या या प्रश्नावर सेक्रेटरींनी होकारार्थी मान हलवली.

"किती दिवसांपासून चाललंय हे?"

"मलाही कल्पना नाही; पण आता हा इन्स्पेक्टर म्हणतोय तसं असेल तर चार वर्षांपासूनचं प्रकरण दिसतंय."

"तुम्हाला अजिबात कल्पना नव्हती?" अध्यक्षांनी विचारले.

"तुम्हाला तरी कल्पना आली का? हा व्यवहार फारच शिताफीनं करण्यात आलाय. मला मागे एकदा जोशी सर म्हणाले होते."

सेक्रेटरींना आठवलं.

"काय?"

"त्याचं सांगणं! तो माणूस खरं सांगतो पण स्पष्टपणे नाही. म्हणाले होते, कॉलेजात अनहेल्दी प्रॅक्टिसेस चालल्यात; पण ते हे असेल असं मला वाटलं

नव्हतं.'' सेक्रेटरी.

''विद्यापीठातून मला दोनचारदा फोन आले होते. कुणी मनसबदार म्हणून होते; पण मी लक्ष दिलं नाही. कारण कॉलेजात कधीही जागा निघू द्या की फोन सुरू! हा माणूस काय म्हणाला आठवत नाही.'' अध्यक्ष आठवण्याचा प्रयत्न करू लागले.

''मी सांगतो. तुम्ही ऑर्डर द्या. आम्ही काम करवून घेऊ म्हणाले.''

''पण आपण ह्याला मान्यता कशी दिली?'' अध्यक्ष अजूनही बुचकळ्यात पडलेले, त्रस्त आणि चिडचिडलेले होते.

''आता हे काही नवीन नाही. आपल्याकडं अशा अनेक केसेस होतात. उमेदवार प्रयत्न करतात, त्यांचे कनेक्शन असतात, ते वापरतात. कधी कधी मंत्र्यांकडून चिठ्ठ्या आणतात. आमदार, खासदार, नगरसेवक अशांकडून फोन करतात. रुटीन झालंय. आपणही कंटाळून 'हो' म्हणतो. कधी कधी वाटतं आपल्या संस्थेत आहेत त्यांच्या पोटावर पाय कशाला?'' सेक्रेटरींनी झगझगीत सत्य सांगितलं.

''पण आता पायात बेड्या पडायची वेळ आली ना? त्या प्राचार्यांचं काय जातं? आपली आणि संस्थेची अब्रू चव्हाट्यावर! त्यात हा चव्हाण न्यायनिवाडा करायलाच निघालाय.''

''पाहतो याचा कुणी पाहुणा भेटला तं—''

''नको. हा माणूस तसा वाटत नाही.'' अध्यक्ष.

''मग प्रकरण फार बिघडेल. पेपरात आलं तं सगळं कॉलेज बदनाम होईल. वास्तविक प्राचार्यांचा दोष—'' सेक्रेटरीही चिडले. पुढं म्हणाले, ''पण आपल्याला सांभाळूनच घ्यावं लागेल. यात त्यानं अडकवलं म्हणून आपण बाजूला कसं होणार? आपण तं शहाणे, जबाबदार आहोत. डोक्यावरचे केस उगाच पांढरे झाले म्हणून लोक तोंडात शेण घालतील. वर विद्यार्थीसंख्येवर परिणाम होईल. इतकी वर्षं सांभाळीत सांभाळीत कॉलेज नावारूपाला आणलंय; पण या प्राचार्यामुळं आता काय काय पहायला मिळणार देव जाणे.''

अध्यक्ष विचारात पडलेले होते. म्हणाले, ''कसंही करून हे प्रकरण इथेच थांबवणं इष्ट. हे जर का पुढं गेलं तं वैताग होईल. पेपरला तर हे येणार. हा इन्स्पेक्टर सांगतोय ते डिटेल काढायचा प्रयत्न रिपोर्टर करणार. ते पेपरला येणार नाही असं पहा. कॉलेजात माघारे, घुगे, जोशींना सांगा. या गोष्टीला हवा देऊ नका म्हणावं. मी प्रेसचं पाहतो. आपल्या माहितीतले लोक आहेत.'' अध्यक्ष म्हणाले.

''ह्या मॅडम आहेत ना!'' सेक्रेटरी अचानक वळले.

''तुम्ही हे प्रकरण कॉलेजला त्रासदायक होणार नाही हे बघा. तो मुलगा तुमच्या डिपार्टमेंटला होता. आता तो होतकरू होता, हुषार होता वगैरे गोष्टी सोडा. त्याच्या जागी तसाच कुणीतरी घ्या.''

“पण मग अय्यरबाई?” सुमतीला वाटलं ती स्वत: बोलत नाहीये, कुठून तरी आवाज येतोय.

“अय्यर कोण?” अध्यक्षही वळले.

ह्या लोकांना अय्यरबद्दल माहिती नाही, हे तिच्या लक्षात आलं.

“कलेक्टरची बायको!”

“तिला काय गरज पडली? हे केव्हा झालं? तिला काम दिलं का?” सेक्रेटरींनी विचारलं.

“मला माहिती नाही. त्यांना वर्कलोड द्या असं प्राचार्यांनी सांगितलं—”

“अरे, हा माणूस असले धंदे कशाला करायला लागलाय? ह्या अय्यरशी आपलं काम आहे का?” अध्यक्षांनी विचारलं.

“असेलही. असणारच. आपलं नसलं तर त्याचं असेल, पण आता रिस्क घेता येणार नाही.” सेक्रेटरी म्हणाले.

सुमतीनं विचारलं, “पण त्या बाई माझ्याकडे येतील त्यांना काय सांगू?”

अध्यक्ष-सेक्रेटरी विचारात पडले.

“त्या बाईंना पर्यावरगात काम द्या.”

“पण तिथे तर मिसेस वाकडे आहेत.” सुमती म्हणाली. तिच्या मनात हे सांगताना आसुरी आनंद उसळला.

“हत् तेरे. ही बाई आहेच का?—” सेक्रेटरी.

“त्यांच्यासाठीच तर इतका—” सुमती मुद्दाम अर्धवट बोलली.

“ह्या बाईचा चिठ्ठीत उल्लेख आहे का परमारच्या?” अध्यक्षांनी एकदम विचारले.

“माहीत नाही; पण चव्हाण म्हणतात तसा डायरीत असेल—” सुमतीनं सांगितलं.

“गोत्यात आल्यासारखं झालं. ह्या बाईंना काढून टाका.” अध्यक्ष म्हणाले.

रीमानं सुमतीचा हात हलकेच दाबला.

“काढणं या घटकेला शक्य नाही. त्यांनी हायर ॲथॉरिटीकडून ह्या विभागाचं सँक्शन करून आणलंय. दोन वर्षांत ग्रँटवर आणण्याचं प्रॉमिस मिळालंय.” सेक्रेटरी.

“दोन वर्षांत कसं येईल?” अध्यक्ष.

“सरकारी पर्पजसाठी एक वर्ष आधीचं दाखवू.”

“पण त्यांचं इन्स्पेक्शन व्हायला नको?” अध्यक्ष.

“ते करवून घेतो म्हणाले प्राचार्य. ह्यांच्या विभागाशेजारचा मोठा हॉल आणि खाली जागा म्हणून दाखवू म्हणाले. इन्स्पेक्शनची फॉरमॅलिटी लागलीच करून घेतो

म्हणाले. पुस्तकं वगैरे घेतील, मागच्या तारखांची बिलं वगैरे होईल. काही आपल्या लायब्ररीत आहेत. आपल्याकडे बॉटनीचा एक प्रोजेक्ट केलाय तो यात मागच्या वर्षीचा म्हणून इनक्लुड करू, असं म्हणाले.'' सेक्रेटरी बरेच डिटेल्स अध्यक्षांना देत होते.

सुमतीच्या डोक्यात मात्र वीज कडाडून उजेड व्हावा तसं झालं होतं.

म्हणजे वापरण्यात नसलेली प्रयोगशाळा साफ करून घेण्याचं कारण हे इन्स्पेक्शन होतं. या सगळ्या प्रकारात बहुतेक परमार त्यांच्याकडे गेला असावा. त्याला नोकरीवर ठेवा म्हणून. ते प्राचार्यांनी नाकारलं असावं.

प्रयोगशाळा साफ करण्यासाठी उघडली तरी त्या दिवशी ते शक्य न झाल्यानं लालचंदनं ती बंद करून घेतली. आत परमार आहे ह्याची त्याला सुतराम कल्पना नसणार!

सुमतीनं रीमाकडे पाहिलं.

''आलं ना लक्षात?''

रीमानं होकारार्थी मान हलवली.

''वाकडेंची पोच बघ. चेहऱ्यावर लाचारी आणि गरिबासारखं दाखवत तिनं काय केलंय. म्हंजे वरपर्यंत पोचलीय.'' सुमती कुजबुजली.

''तुझ्या लक्षात आलं नाही?''

सुमतीनं नकारार्थी मान हलवून म्हटलं, ''माझ्या कल्पनेच्या बाहेरच्या गोष्टी आहेत. ही बाई फारच पुढची निघाली. अर्थात चालू या अर्थानं. ती लागल्यापासूनची सुतासारखी सरळ साखळी बघ आणि मी? आय वॉज इन फूल्स पॅराडाइज! ती मला बनवत होती मला कळत नव्हतं. कॉलेजमध्ये तिचा मोठा सपोर्ट ग्रूप असणार! पानसरेसहीत. बिचारा परमार यांच्या राजकारणाचा बळी?'' सुमती बोलत होती.

चव्हाण परतले.

अध्यक्ष, सेक्रेटरी सावरलेले होते.

''आम्हाला उशीर होतोय. आणखी काही लागलं तर पुन्हा बोलवा.'' सेक्रेटरी म्हणाले.

''पुन्हा बोलवणार आहेच. मी काही समाजसेवक नाही म्हणजे निःस्वार्थी वगैरे; पण परमारच्या घरी नेणार आहे. गरिबी, दारिद्र्यात राहणं म्हणजे काय असतं, आधाराशिवाय मजुरी करणारी माणसं कशी जगतात, हे दाखवण्यासाठी. माणसं असहाय कशी होतात आणि तुमच्यापैकींच्या काहींच्या राजकारणामुळे त्यांना असं जगणं भाग पडतं, हे दाखवण्यासाठी.''

दोघांनी मान हलवली.

'थॅंक्स'—' म्हणत चव्हाण उठले. म्हणाले,''जरा जास्त बोललो असेन; पण

मनानं कवी आहे मी! गरिबीतून वर आलोय. अशा गोष्टींनी मन दुखावतं. श्रीमंतांनी गरिबांना जगू द्यायला पाहिजे. हे वाटतं तेवढं अवघड नाही.''

ते दोघं गेले.

रीमा, सुमतीनं मोठा श्वास घेतला.

''तुम्ही खरंच कवी आहात काय?'' रीमानं हसून विचारलं.

''करतो अधूनमधून.''

''मग चुकीच्या नोकरीत पडला.'' रीमा म्हणाली.

''आपल्या देशात चॉइस नसतो. फार महत्त्वाकाक्षेनं मी पोलीसनध्ये आलो; पण आपल्याला भ्रष्टाचाराचा महारोग लागलाय. तो जाणार कसा?''

''तुम्ही या लोकांना एवढं सांगितलंय. आता काय होईल?'' सुमतीनं अधीरपणे विचारलं.

''काय होणार? काही होणार नाही. हे लोक हे प्रकरण दाबून टाकायचा प्रयत्न करणार.'' चव्हाण म्हणाले.

''पण एवढा मोठा पुरावा असताना?''

सुमतीच्या या प्रश्नावर चव्हाणांनी तिच्याकडे निरखून पाहिलं. एखाद्या निरागस मुलीकडे पहावं तसं.

''दर दिवसाला यापेक्षा लाखोपटींनी क्रूर गोष्टी चालल्यात. लाखोचे किंवा कोटींचे अपहार, खून, दरोडे, खोटे दस्तावेज. किती उदाहरणं देऊ? थेट खालपासून वरपर्यंत. त्या तुलनेत ही आत्महत्या म्हणजे फार क्षुल्लक घटना आहे.''

''एखादा जीव जाणं आणि दुसऱ्यांच्या म्हणजे एस्टॅब्लिशड् लोकांच्या स्वार्थापायी जाणं, ही क्षुल्लक घटना आहे?'' रीमा संतापून म्हणाली. ''मी परमारच्या घरी गेले होते. दोन उभ्या बांबूंवर तंबू केलेल्या तीन फूट मातीच्या भिंतीवरचं घर! त्याला घर म्हणायचं? दोनचार ॲल्युमिनियमची भांडी, एखादी कपबशी याला संसार म्हणायचं? रोजंदारी मिळाली तर जेवण याला जगणं म्हणायचं? दुसऱ्यांनी वापरलेले कपडे फाटेपर्यंत घालणं, फाटल्यावर भदाड्या सुईनं गोणपाटासारखं शिवून पुन्हा तेच घालणं याला हौसमौज म्हणायचं? शिळ्या तुकड्यांना मुजरा घालणं याला उपकार समजायचा? आणि पेकाटात लाथ न घालता प्रश्न विचारला म्हणून ती मानवता समजायची? पोटचा तरुण गोळा कसा मेला हे कळूनही न कळल्यासारखं दाखवायचं, याला ज्ञानी म्हणायचं, की म्हातारपणाची कुबडी अशी ओढून घेतल्याबद्दल कोणालाही दोष न देता देवाची मर्जी समजायची? चव्हाणसाहेब, तुम्ही म्हणता गरिबी तुम्ही पाहिली; मग कधी तरी अशा गरिबांसाठी उभे का रहात नाही? हे समाजवीर मोकळ्या, निर्लज्ज मनानं आणि उजळमाथ्यानं फिरणार— ते सुटतील हे तुम्ही निश्चितपणे फॅनखाली खुर्चीत बसून सांगताय? स्वातंत्र्याचा अर्थ स्वायत्त झाला. तोही

मूठभरांसाठी. त्याची बाजू तुम्ही राखणार?''

रीमा ताडताड बोलत होती.

चव्हाण पेन्सिल टेबलावर आपटत ऐकत होते. त्यांनी नंतर तिच्याकडे पाहिलं. शांतपणे म्हणाले, ''तुमचा संताप झाला ना? पण तुमच्या पदाधिकाऱ्यांसमोर सांगण्याची हिंमत झाली? नाही ना? तुमच्यासारखे सुशिक्षित लोक संताप करतात. त्रागा करतात; पण पेटून उठून धिक्कार करीत नाहीत. निषेध करतो तो बुळा. नपुंसक. त्या निषेधात अंगार दाखवत नाही. तसं झालं तर कितीतरी पेटून उठतील. क्रांती कुणी एकजण करीत नाही. एकजण क्रांतीचे बीज पेरतो. क्रांतीचा विचार पेरतो. ते उचलून धरायला हात नको यायला? तुम्ही ह्या कॉलेजात आहात. खरी गोष्ट सगळ्यांना सांगा—'' चव्हाण म्हणाले.

''सगळ्यांना माहिती आहे.'' सुमती म्हणाली.

''आता तुम्हीच पहा. तुम्ही सुशिक्षित. नवी पिढी घडवण्याचं काम करताय; पण सत्य बोलू शकत नाही. नाहीतर नोकरी जाईल. पोटाचा प्रश्न. स्वार्थ. शिक्षणानं आपल्याला समज दिली, मॅडम; पण बुळं आणि षंढ बनवलंय. ''सत्य काय आहे? सुसंस्कृतपणाच्या नावाखाली संघर्ष करायचा नाही. अस्तित्व टिकवायचं. पोटाचा प्रश्न इतका मोठा झाला की त्यापायी एवढी लाचारी पत्करतोय आपण! आपल्या स्वत: पुरता विचार—'' चव्हाण.

''पायापुरतं पहायचं—'' रीमा.

''नुसतं पायापुरतं नाही. स्वसुरक्षिततेचा आणि फक्त स्वत:च्याच भवितव्याचा विचार हे सुशिक्षित माणसाचं लक्षण झालंय. तो आर्थिक बाबींवर टेकलाय.'' चव्हाण.

''या विचारापायी पाठीचा कणाच गमावून बसलोय आपण—'' सुमती म्हणाली. तिच्या डोळ्यापुढे चटर्जीसारख्या ज्येष्ठ माणसापासून वाकडेपर्यंतची माणसं आली.

''कणा? कणा नाहीच राहिलेला. पण आश्चर्य याच वाटतं की शिक्षणक्षेत्रातली माणसंही पुढच्या पिढ्यांचा विचार करीत नाहीत. त्यांचं किती नुकसान करतोय याचा विचार नाही, त्यांच्या भविष्याचा विचार नाही. तरी बरं, त्यांनाही मुलंबाळं आहेत— ही माणसं समाजाचा वगैरे कसा विचार करतील हो?'' चव्हाण कळकळीनं म्हणाले.

दोघीही गंभीर झाल्या. रीमा म्हणाली,

''इंग्रजी साहित्यात अशा नपुंसकवृत्तीवर बरंच लिहिलंय, ते आठवलं. तुमच्या बोलण्यावरून.'' चव्हाणांच्या चेहऱ्यावर आपण योग्य बोलल्याचं समाधान होतं.

''व्हायला काय लागलंय मॅडम. जगायसाठी वाट्टेल ते करणाऱ्या लाचार, लोचट आणि कणा नसलेल्यांची एक फौजच तयार झालीये.'' चव्हाण म्हणाले.

"ही नुसतीच फौज नाहीये. हेच लोक आता त्यांच्या कृतीचं समर्थन करतात. त्यांच्या लाचार, लोचट वागण्याचं समर्थन करण्यासाठी नियम, कायदे यांचे वेगळे अर्थ आपल्याला सांगतात. हे इतकं सोयीस्कररीत्या केलं जातं की आपण थक्क होतो. सहन करण्याची ताकद आपल्यात किती आहे कळत नाही. हो की नाही?" रीमा सुमतीकडे पहात म्हणाली.

"भारत हा सहिष्णू देश आहे. सहन करण्यासाठी तो प्रसिद्ध आहे. मग ती परकियांची आक्रमणं असोत की भ्रष्टाचारी. तो दोष आपण 'गुण' म्हणून मोठा करून सांगतो. संस्कृतीच्या नावाखाली—" सुमती म्हणाली.

"तुम्हा लोकांना ही जाणीव असेल तर समाजासाठी काहीतरी करा." या चव्हाणांच्या म्हणण्यावर सुमतीनं ती आणि जयू चालवत असलेल्या प्रोजेक्टविषयी सांगितलं आणि रीमानं परमारच्या भावंडाची संगोपनाची जबाबदारी कशी घेतली वगैरे सांगितलं.

त्यांच्या गप्पा आणखीही चालल्या असत्या; पण कॉलेजला जाण्याच्या आठवणीनं सुमती म्हणाली, "तुम्ही मला चौकशीसाठी बोलावलं होतं."

"हीच माहिती पाहिजे होती. त्याच्यावर कॉलेजकडून किंवा तुमच्याकडून काही दबाव होता का?" चव्हाणांनी विचारलं.

"असं विचारल्यावर कोण कबूल करेल?" सुमती हसून म्हणाली. मग गंभीर होत म्हणाली, "मला काय सांगावं हे कळत नाहीये. त्याला घेतल्याबद्दल मला त्रास झाला होता. कारण तो कुणाचा कँडिडेट नव्हता. नंतर त्याला विभागात त्रास झाला असं वाटत नाही. उलट, तू क्वॉलिफाइंग परीक्षा दे, हेच मी त्याला सांगत होते. त्याला पैशाची अडचण येई पण तो ते लागलीच परत करी. तसा स्वाभिमानी होता. पैसे घेण्याची त्याला लाज वाटे. कुणाही शिक्षित माणसाला वाटेल."

"मागच्या वर्षी काय झालं?'

"कुणाला? डिपार्टमेंटमध्ये?" सुमती.

"तुमच्या विभागात?"

"चटर्जी परतले. वर्कलोड कमी झाला. विसपुतेला संशोधन शिष्यवृत्ती मिळाली ती वर्षाच्या शेवटी. पण त्यांचं काम होत होतं; पण ह्या लोकांना काहीतरी व्यवस्था करता यावी म्हणून आम्ही सतर्क होतो. वाकडेंची व्यवस्था झाली. कशी ते तुम्ही ऐकलं. या वर्षी फक्त चार तासिका उरत होत्या. त्या मी परमारला दिल्या असत्या; पण कलेक्टरीणबाईच आल्या. प्रश्न संपला. परवा जाण्यापूर्वी— म्हणजे आत्महत्येपूर्वी तीन दिवस मी चटर्जींना सांगितलं होतं की, परमारला याची कल्पना द्या. त्यांनी दिली असावी; पण त्यातून आत्महत्या करणं म्हंजे फार झालं." सुमती.

"चटर्जींनी त्याला कल्पना दिली नाही, हे तुम्हाला माहिती नाही. डायरेक्ट

टर्मिनेशन ऑर्डर त्याच्या हातात दिली. तो अगतिक होता—''

''तुम्हाला कुणी सांगितलं?'' सुमतीला आश्चर्य वाटलं.

''तुमच्यापैकी कुणी नाही. आमचा एक हवालदार या पोराच्या गावचा आहे. त्याला याची माहिती होती. एका गावचे म्हणून भेटत होते. ह्या प्रकरणानंतर तो स्वत: आला माझ्याकडे. त्याच्यामुळेच ती डायरी मिळाली. बरीच माहितीपण.

''एका बंगल्यावर तो रात्रपाळी करायचा. दिवसा भाऊ बागकामाला आणि घरात मदत करायचा. त्यांची बदली झाल्यानं त्याचं हे काम गेलं होतं. तशात तो कॉलेजमध्ये आला. त्याला ऑफिसातून प्रभाकरनं नोकरीवरून कमी केल्याचं सांगितलं. नंतर ऑर्डर हातात दिली. तो प्राचार्यांकडे गेला. रडला, भेकला, पाय धरले; पण त्यांनी नकार कायम ठेवला. प्रभाकर प्यून याला साक्षी आहे. त्याचा बयान आम्ही घेतला. नंतर मात्र काय झालं कळायला मार्ग नाही.''

''आता काय होणार?''

''जे व्हायचं ते झालंय. सगळे जबाब एकत्र करून पुढची कार्यवाही होईल; पण तुम्ही त्याच्या भावाला आणि बहिणीला आणलंय हे ऐकून बरं वाटलं. सगळ्या जगात विष फैलावतंय असं वाटत असताना तुम्ही भेटलात. तुमची संस्था चांगली आहे. काही काम कधी पडलं तर जरूर सांगा.'' चव्हाण म्हणाले.

''वाकडेंचं काय होणार?'' रीमानं उठता उठता विचारलं, ''त्या या सगळ्याच्या मुळाशी आहेत. अर्थातच त्यांनी साम-दाम-दंड-भेद नीती वापरलीच असणार! बायका पुरुषांपेक्षा मागे नाहीत—''

''इतिहासात अशी पुष्कळ उदाहरणं आहेत. इतिहासाची पुनरावृत्ती होते तशी स्त्रियांचीही होते.'' सुमती मधेच म्हणाली.

''पण वाकडेंबद्दल मला सांगा.'' रीमा विषय न सोडता म्हणाली.

''तुम्ही आत्ताच सगळा प्रकार सांगितलात. त्यामागे रचलेलं मोठं राजकारण सांगितलंत. त्यात गेलेला काळ सांगितला. त्यांनी फक्त परमारचंच नुकसान नाही केलं. अनेकांना येऊ दिलं नाही. त्यासाठी कॉलेजला वापरलं—''

चव्हाण रीमाच्या चेहऱ्याकडे कौतुकानं पहात होते. लोभावून म्हटलं तरी चालेल.

''आता ही केस पुटअप झाली आणि यात खोलात जायचा हुकूम झाला तर ते सगळंच बाहेर येईल. यात वेळ जाईल.''

रीमा-सुमती कॉलेजमध्ये आल्या.

डिपार्टमेंटला जाताना त्यांना जुनी लॅब उघडी दिसली. लालचंद झाडत होता.

सुमती थबकली.

''लालचंद, लॅब कुणी उघडली?''

''प्राचार्यांनी सांगितलं, वाकडे मॅडम करवून घेताहेत. आता इथेच होत्या.''

वाकडे?

लालचंदनं झाडू टाकला. दोघींच्या जवळ आला.

''म्या तं तुम्ही येईपर्यंत थांबा म्हनलो होतो, तं प्राचार्य म्हनले म्यॅडम येतील सोबत. सफाई झालीच पाहिजे. डिपार्टमेंट सुरू झालं पाहिजे. तुम्ही पोलीस ठाण्यात गेलात म्हनले.'' त्याचा आवाज आणखी खाली आला.

''म्हनले हे नवं डिपार्टमेंट हाय. पुडंमागं वाकडेच हेड होत्याल.''

''काय?'' रीमा ओरडली. ''अरे, पण आत्ता ह्या मॅडम आहेत ना? तेवढं तर थांबायचं. अरे, या खोलीतला त्या परमरचा आत्मासुद्धा अजून मार्गी लागला नसेल. त्याच्याविषयी अपराधी वाटण्याऐवजी वाकडेंना अधिकार द्यायला निघालेत.''

लालचंदनं डोळे बारीक केले. म्हणाला,

''याला टाळूवरचं लोणी खाणं म्हन्तात. ही वाकडेबाईच लई वंगाळ हाय. कॉलेजला जळूसारखी चिकटलीये. साऱ्यावर काय जादूटोणा केलाय कळंना, हिथंच ऱ्हाती. नाइतर विद्यापीठात. जो तिथून येतो, तो म्हंतो 'ह्यांना तिथं पायलं म्हून सायेबांवर तं भुरळ पडलीय. ते कुनाचं बी ऐकत न्हाईत.''

''भुरळ कसली? हेऽऽ'' रीमानं दोन बोटं नोटांसारखी हलवली.

''कस्सं बोलला— आत्ता आमी ल्हान तोंडी मोटा घास कसा घेनार? पर तुमी वळखलं. आन वरपतुर पोच हाय म्हनं.'' लालचंद.

सुमती नुसतीच संतापून उभी होती.

''आणि आधीपासून सगळ्यांना सांगत होती की माझी पोच खूप आहे!'' लालचंद पुढे म्हणाला.

ती रीमाकडे वळली.

''या कॉलेजमध्ये 'यूज अँड थ्रो' पॉलिसी आहे. डिपार्टमेंट सुरू मी करायचं. एस्टॅब्लिश मी करायचं. मग हळूच वाकडे येणार. टेक ओव्हर करणार. विद्यार्थी आपण जमवायचे. तुकड्या वाढवण्यासाठी प्रयत्न करायचे. डायरेक्टरच्या ऑफिसला खेटे घालायचे. मग या लोकांना पाहिजे ती माणसं ते शिकवायला बोलावणार. विद्यार्थी वाढावेत म्हणून, रिझल्ट उत्तम लागावेत म्हणून आपण मरमर करणार. रजा घेणार नाही. एक्स्ट्रा क्लासेस घेणार, नोटस् देणार. त्यातून तुकडी तयार होणार. त्याला हे नवे लोक शिकवणार. उत्तम शिक्षक म्हणून विद्यार्थ्यांनी यांना टाळ्या वाजवाव्यात, असं वरून हेच सांगणार! त्या पोरांच्या ना मनाचा ना शिक्षणाचा ना संस्कारांचा विचार. त्यांना हेच तक्रार करायला लावणार. सगळं इतकं किळसवाणं आहे, ओंगळ, ओकारी आणणारं— वाटतं नोकरीवर लाथ मारावी. हा ताप नको.''

रीमानं सुमतीच्या खांद्यावर हात ठेवला. तिला डिपार्टमेंटला नेलं. खुर्चीवर

बसवलं. पाणी दिलं.

सुमतीच्या डोळ्यात पाणी आलं.

ते का आलं हेही तिला कळेना.

दारातून वाकडे आत आल्या. काहीही न घडल्यासारख्या.

"बरं नाही, म्यॅडम?" त्या म्हणाल्या.

"ठीक आहे." सुमती पुटपुटली. तिनं खाली मान घातली. वाकडेकडे तिला बघावंसंसुद्धा वाटत नव्हतं.

"शी इज ओके. वाकडे, तुम्ही मात्र बिझी दिसताय. लॅब साफसफाईला काढलीत. मॅडम येईतोही थांबला नाहीत. ह्याला वर्किंग स्पिरिट म्हणतात, सुमती. वन हेल ऑफ ॲन एन्थुझियॅझम! पण वाकडे जपून बरं का— एखादे वेळा एकदम परमारचं भूत येऊन उभं रहायचं. त्यानं त्याच लॅबमध्ये सुसाइड केलंय." रीमा वाकडेंचा मुलाहिजा न ठेवता म्हणाली.

सुमतीला ऑकवर्ड झालं.

रीमा काय बोलतेय ते आपल्याला लागलंच नाही असं दाखवत वाकडे म्हणाल्या, "हो ना बिचारा मुलगा. आपल्याला काही सांगितलं असतं तरी त्याची व्यवस्था करता आली असती—"

"मग तुमच्याकडे आला नाही तो? आम्हाला तर कळलं— म्हंजे सगळ्या प्राध्यापकांनाच कळलं की तुम्ही पर्यावरणाच्या दहा पीरियडस्‌पैकी दोन तरी त्याला द्या, म्हणायला तो आला होता." रीमानं मागे न हटायचं ठरवलं होतं.

"आता कशे द्यायचे, म्यॅडम? मलाच जिथं कमी होते दोन तिथं त्याला कुठून देणार? शिवाय त्याला त्या विभागाचा अनुभव नव्हता." वाकडे.

"तुम्हाला आहे?" रीमा.

"मी गावातल्या पर्यावरण मंडळात होते—"

"ते समाजकार्य. त्याला शैक्षणिक मापदंड कसे लावले? कसे लावले म्हणण्यापेक्षा कुणी लावले?" रीमाचा चेहरा लाल झाला.

"आता ह्ये बघा म्यॅडम, मी अर्ज केला म्यॅनेजमेंटनं सिलेक्ट केलंय. थ्रू सिलेक्शन आलेय." वाकडे निर्लज्जपणे म्हणाली. "आता शिकवायला लागलं पाहिजे."

रीमानं तिरकस विचारलं, "म्हणून घाईनं लॅब करवून घेताय?"

वाकडे आत येऊन खुर्चीवर बसल्या होत्या. त्यांनी रीमाकडे पूर्ण पाठ केली. सुमतीस म्हणाल्या, "आल्यावर प्राचार्य म्हणाले की लॅब सेट करायला पाहिजे. मी म्हटलं की तुम्ही आलेल्या नाहीत. तर तुम्ही करवून घ्या म्हणाले. तेवढीच म्यॅडमला मदत होईल म्हणाले. आधीच परमारमुळे तुम्हाला कारण नसताना

मनस्ताप झाला. तुम्हाला मदत होईल म्हणाले म्हणूनच मी साफसफाईला आले.''

''आणि किल्ल्या?'' सुमतीनं विचारलं.

''त्यांनीच दिल्या.''

''पण विभागप्रमुख असताना प्राचार्यांच्या किल्ल्या कधीच वापरल्या जात नाहीत.'' सुमती म्हणाली. तरीही तिला वाद नको होता, त्रासही नको होता म्हणून ती म्हणाली, ''वाकडे, तुमच्या मदतीची मला चांगली कल्पना आलीये. तुम्ही जा.''

'बरं' म्हणत वाकडे उठल्या. सभ्यपणाचा आव आणीत म्हणाल्या. ''तब्येतीला जपा, म्यॅडम. मी उद्या येताना आल्याच्या वड्या घेऊन येते.''

तिच्या पाठीकडे पाहात रीमा म्हणाली, ''निर्लज्जपणाची हद्द आहे!''

२१

तीन महिने धामधूमीत गेले.

परमारच्या आत्महत्येनंतर कुजबुजींनी भरून गेलेलं कॉलेज पाचसहा दिवसांत इतकं निवलं, जसं काही झालंच नव्हतं.

नाही म्हणायला चौकशी चालू होती. पोलीसची गाडी मधूनमधून येत होती.

चव्हाण आवर्जून झुऑलॉजीत येत होते. ते जयूच्या आश्रमातही गेले होते. आश्रमाचा वरचा मजला पूर्ण झाला होता. रंगरंगोटीचं काम सुरू झालं होतं. एक मोठा हॉल बांधला होता. नव्या शिक्षिकेचा शोध सुरू झाला होता. जयूनं स्वत:साठी एक दहा बाय दहाची खोली ऑफिस म्हणून ठेवली होती.

त्यांच्या अटकळींवरून आणि रीमाच्या प्रयत्नांनी त्यांना ऑस्ट्रियाहून मदत मिळणार होती. या सगळ्या भागासाठी ट्रस्ट स्थापना करणं, घटनेची संहिता तयार करणं, कायदेशीर बाबी पूर्ण करणं चाललं होतं

रीमाच्या आँटीनं छोट्या कोसली परमारला दत्तक घेतलं होतं. त्याचाही कायदेशीर भाग पूर्ण करायचा होता.

सुमती आणि रीमा कॉलेजनंतर निदान तीन तास तरी एकत्र राहात होत्या. अनेकदा कॉलेज, तिथली माणसं, परमार आणि हटकून वाकडेचा विषयही चर्चेत येतच होता.

वाकडे आताही तितक्याच निबरपणे समोर बसत होत्या. लघळ बोलत होत्या. दर वेळी 'ही किती निलाजरी' असं सुमती रीमाला सांगत होती.

अय्यरबाईंनी कॉलेजचा हा अवतार पाहून कॉलेज जॉईन न करायचा निर्णय कळवला होता.

त्या दिवशी प्राचार्यांनी सुमतीला बोलावून घेतलं आणि सांगितलं की अय्यरना परमारचे चार तास देणार होतात, ते आता वाकडेंना द्या. कारण त्या रुळलेल्या आहेत आणि विद्यार्थ्यांना त्यांची माहिती आहे.''

सुमतीनं या गोष्टीला साफ नकार दिला होता. नियमाप्रमाणं आधीचोच लेक्चर्स त्यांना जास्त आहेत, हे ठणकावून सांगितलं होतं आणि नियमांपेक्षा जास्त तास दिले तर त्यांचं वेतन कॉलेजला करायला लागेल हेही स्पष्ट केलं. अर्थातच प्राचार्यांना हा नियम माहिती नव्हता असं नाही.

फिजिक्समध्ये अशा पद्धतीनं जास्त कार्यभाराचा पैसा संस्थेला द्यावा लागणार होता. कारण त्याच्या तासांचं अनुदान जॉईंट डायरेक्टरच्या ऑफिसात नाकारलं तर होतंच; पण आधी दिलेल्या पैशाची रिकव्हरी काढली होती.

बोलता बोलता सुमतीनं ह्या फिजिक्सच्या प्रकरणाची आठवण दिली; पण 'हे चालतच राहतं' असा शेरा मारून त्यांनी विषय बदलला.

सुमतीनं घरी जयंतला ही गोष्ट सांगितल्यावर तो म्हणाला, ''पूर्वी म्हणायचे की जित्याची खोड मेल्याशिवाय जात नाही तेच खरं. एवढ्या चौकीवर चकरा करतोय हा माणूस; पण शहाणा होईना किंवा शहाणा आहेच पण गेंड्याच्या कातडीचा आहे, असंच म्हणायची वेळ आहे.''

''मला वाटतं गेंड्याची कातडीसुद्धा थरथरावी असा प्रकार होता परमारचा मृत्यू; पण त्यानंही प्राचार्यांवर काही परिणाम झालेला नाहीये तेव्हा गेंड्यापेक्षाही घट्ट कातडीचा एखादा प्राणी आपल्याला यांच्यासाठी उपमा द्यायला शोधावा लागेल.''

''तू लक्ष घालू नकोस. झाला तेवढा मनस्ताप पुरे. ते सगळ्या कॉलेजचं काम वाकडेंना देऊ इच्छित असतील तरी देऊ दे.'' जयंतनं बजावलं.

''आज एवढं बोलणं आणि वादावादी झालीये की मला वाटतं प्राचार्य असं करणार नाहीत.'' सुमती म्हणाली.

पण पुन्हा तिचा अंदाज चुकला. पोर्शन कम्प्लिशनच्या संदर्भातल्या मीटिंगनंतर प्राचार्यांनी तिला थांबवून धरलं. सहजच बोलल्यासारखे ते म्हणाले, ''काय म्हणतोय तुमचा मुलगा? इंजिनियरिंगला आहे ना?''

सुमतीला कळेना की या घरगुती चौकशीसाठी त्यांनी आपल्याला बोलावून घेतलं?

तिनं 'ठीक' म्हणत मान हलवली.

''बरं मी मागे बोललो तसं तुमच्याकडे चार पीरियडस्चं वर्कलोड पेंडिंग आहेत. ते वाकडे मॅडमना द्या. त्यांचं प्रपोजल आपण विद्यापीठाला देतोय. त्यांचा फायदा झाला तर ठीक आहे.''

''हे मॅनेजमेंटच्या संमतीनं होतंय?'' सुमती म्हणाली.

''तर! अहो, मी म्हणजे पपेट आहे. 'राजा बोले दल हले.' इथे कार्यकारिणीचं दल बोले आणि प्राचार्य हाले हा प्रकार आहे. अध्यक्षांची इच्छा आहे. त्यांनी स्वत: सांगितलंय. वाकडेंचे कुणी नातेवाईक सचिवालयात आहेत. त्यामुळे सरकारी कार्यालयातून अडचण येणार नाही. तो माणूस मुरलेला आहे. आपल्याला फक्त

विद्यापीठातून करायचं. तिथंही त्यांची माणसं आहेतच—'' प्राचार्य म्हणाले.

''पण, 'तुम्ही' का करताय हे?'' सुमती म्हणाली. तिचा हा प्रश्न त्यांना अपेक्षित नव्हता.

''आता हे पहा. कुणा गरिबाचं काम होत असेल तं आपन अडचण कशाला करा? शिवाय त्यांनी पुष्कळ वर्षे जवळ जवळ बिनपगारीच काम केलं. तेंवा होत असलं तं होऊ दे ना. त्या चांगल्या शिक्षिका आहेत. पोरं नाव घेतात आणि आपल्या मॅनेजमेंटचं हेच मत आहे.'' प्राचार्य म्हणाले.

''दोन गोष्टी. एकतर मॅनेजमेंटचं कोण असं म्हणतं मला माहीत नाही. ना मी कोणाकडून ऐकलंय. दुसरं, या कॉलेजमध्ये वर्षानुवर्षे कमी पगारावर काम करणारे अनेक लोक आहेत. तेही गरीब आहेत. त्यांच्याही बाबतीत आपला असाच स्टँड आहे का?'' सुमती.

''का नाही?'' प्राचार्य म्हणाले, ''बिलकूल आहे.''

''मग त्यांच्याविषयी पण हालचाल करावी. त्यांनाही पूर्णवेळ प्राध्यापकांचा कार्यभार द्या. असं एखादं उदाहरण मला दिसलं तर तुमच्या दयाबुद्धीबद्दल माझी शंका राहणार नाही. मी यांनाही पीरियडस् देते.''

प्राचार्य चिडले.

''डोंट मेक थिंग्ज डिफिकल्ट. हा आपला प्रांतच नाही. ही अध्यक्षांची ऑर्डर आहे. हे काही मी सांगत नाही.''

''मग मला ऑर्डर दाखवा. किंवा अध्यक्षांना मला सांगा म्हणावं. मी तर सबॉर्डिनेटहून सबॉर्डिनेट आहे.''

''ठीक आहे.'' काही न सुचून प्राचार्य म्हणाले, ''तुम्हाला करावं तर लागेलच.''

सुमतीही चिडली. चढ्या आवाजात म्हणाली, ''खरं तर मला काहीच करावं लागणार नाही. सगळं तर तुम्ही करताच. विद्यापीठात वाकडेंचा फुलटाइम होण्यासाठी जे टाइमटेबल तुम्ही जोडलेत, त्याच्यावर कुठेही माझी सही नाहीये. परवा त्यांचा फोन आला होता. तेव्हाच त्यांना मी प्राचार्य सर्वेसर्वा आहेत सांगितलंय.''

प्राचार्य शांतपणे पेन डोक्यावरच्या केसातून फिरवत होते. म्हणाले, ''आय ॲम द हायेस्ट ॲथॉरिटी. तुम्हाला या भानगडीत त्यांनी आणायलाच नको. मी पाहतो काय ते. तुम्ही मात्र ते लेक्चर्सचं बघा!''

सुमतीनं डोक्यावर हात मारला. 'निर्लज्ज, निर्लज्ज' म्हणतात त्याहीपेक्षा एखादा नवा, प्रभावी अर्थाचा शब्द यांच्यासाठी पाहिजे असं तिच्या मनात आलं.

''माझ्याच्यानं होणार नाही. मी नियमबाह्य काम करणार नाही.''

सुमतीनं ठाम सांगितलं. रागानं. संतापानं दार ढकलून ती बाहेर पडली.

बाहेर जोशी आणि वहाब बोलत उभे होते. तिला पाहताच जोशींनी बोलणं

आवरतं घेतलं. वहाबांनी तिला थांबण्याची खूण केली. ती थांबली.

तिच्याकडे येत ते म्हणाले, "काय म्हणतोय रोहन?"

तिला गंमत वाटली. आज तिच्या कुटुंबियांचा दिवस होता.

"ठीक आहे." ती म्हणाली.

"काय, फार दिवसांत भेट नाही—" हे बोलत असताना वहाब नजरेआड गेल्याची खात्री करून म्हणाले, "तुम्हाला काही कळलं नाही का?"

"कशाचं? परमारबद्दल आहे का?" तिनं उत्सुकतेनं विचारलं.

"त्याची चौकशी तर पूर्ण होत आलीये. आपले साहेब बहुतेक उडतील."

"काय?" तिला हा 'पोएटिक जस्टिस' वाटला.

"पण मी ते नाही म्हणतये. तुमचं पत्र तुम्हाला दिलं नाही का?"

तिनं नकारार्थी मान हलवली.

"कोणतं पत्र?"

"तुम्हाला परदेशातून एक पत्र आलंय. ते या माणसानं उघडलं."

"काय? दुसऱ्याची पत्रंही उघडतात म्हणायचे!" सुमती चिडून म्हणाली.

"वृत्ती बदलते का? ते सोडा. पत्र ऑस्ट्रेलियाहून आलंय. तो ज्युनियर क्लार्क लागलाय नवा, त्यानं मला सांगितलं. त्याला बापड्याला इथले उद्योग माहिती नाहीत. कसं शिताफीनं पत्र फोडून प्राचार्यांना दिलं सांगत होता. म्हणून मी 'कुणाचं पत्र' विचारलं. तुम्ही उद्या ऑफिसला विचारा. त्यांनी तुम्हाला सांगायला पाहिजे होतं." जोशी म्हणाले.

ती गोंधळल्या चेहऱ्यानं म्हणाली, "पण म्हणू काय?"

"म्हणा ना की तुम्हाला एक पत्र ऑस्ट्रेलियाहून अपेक्षित आहे. त्यांना द्यावंच लागेल."

"आणि नाही दिलं तर?" तिनं विचारलं.

"जर-तर नंतर. नाही दिलं तर मी बघतो. वास्तविक हे प्राचार्यांचं काम आहे. त्यांनीच सांगायला पाहिजे. निदान मजकूर वाचून झाल्यावर तरी सांगायला पाहिजे." जोशी तळमळीनं म्हणाले.

"जे पाहिजे ते सांगत नाहीत. नको ते सांगतात—" म्हणत सुमतीनं नुकताच घडलेला किस्सा सांगितला.

जोशींना बहुतेक सगळंच माहिती होतं.

"त्यांनी असं वागायला नकोय. पण सांगा कोण?"

"तुमच्यासारखी ज्येष्ठ माणसंच करू शकतील. आम्ही तर इतके ज्युनियर पडतो की बोलायचं कान नाही. नियमाबाहेर जाऊन कामं करताना या लोकांचा विवेक कुठे जातो, सर? जेव्हा जो नियम उपयोगाचा असेल तो वापरायचा. यांना

नको असलेली गोष्ट नाकारताना त्यांना सगळ्या जीआर्सचा विसर पडतो. म्हणजे नियमही स्वार्थासाठी वापरायचे.''

''जाऊ द्या, मॅडम. उद्या तुमचं पत्र पहा.'' जोशी म्हणाले.

''तुम्हाला चीड येत नाही, सर, अशा प्रकारांची? माझा संताप होतो. आपल्याला कुणीतरी हातपाय बांधून उभं केलंय असं वाटतं.''

''याचाच अर्थ तुम्ही अजूनही पक्क्या मुरलेल्या प्राध्यापिका नाहीत. अजून अनुभव येतील मग इतकी चीड येत नाही. फक्त असहायता जाणवते. तीही आपण काही करू शकत नाही याची. आपल्यापेक्षा या संस्था फार मोठ्या आणि सबळ आहेत याबद्दलची. तुम्ही हा विषय कुणाजवळही काढला तरी ते एकच सांगतील. 'सगळ्या कॉलेजेसमध्ये हेच चालतं. पुढं पुढं आपलीही खात्री पटते की जर सगळ्या ठिकाणी हेच चालत असेल, तर भल्याभल्यांनी हात टेकले असणारच किंवा वाटतं की कलियुग खरोखरच आलंय. त्याला आपण एकविसाव्या शतकाचं गोंडस नाव दिलंय. त्यात भ्रष्टाचार असणारच. अनुभव आणि वाढतं वय. किंवा वाढतं वय आणि अनुभव ह्या सांगडीतून माणूस गप्प होतो.''

''यापेक्षा घरी बसावं—''

''कोणी घरी बसत नाही. ह्या जोशात म्हणायच्या गोष्टी आहेत. एकदा संतापून म्हणावं दिवसभर त्याची शेखी मिरवावी. रात्री पुनर्विचार केल्यासारखं करून गप्प बसावं. तेव्हा तुम्हालाही हा पोक्त सल्ला, की तुमचं करियर पहा.''

दुसऱ्या दिवशी सकाळी सुमती आधी कार्यालयात गेली. तिच्या पत्राविषयी चौकशी केली; पण कुणीच तिला थाक देईना. क्लार्कला काही माहिती नव्हती. हेडक्लार्कनं पाहिलं नव्हतं. ओएस रजेवरून नुकतेच आले होते. फक्त जोशींनी सांगितलेल्या क्लार्कच्या चेहऱ्यावर हे सगळे तुमच्यापासून लपवताहेत, असा भाव होता.

मग ठामपणे सुमतीने ओएससमोरची खुर्ची ओढली. ''तुम्ही आत्ताच आलाय. तुमचं होऊ दे. मी बसते. तुम्ही निवान्त शोधा.''

''तुम्ही कशाला त्रास घेता, मॅडम? मी शोधून काढून तुमच्या डिपार्टमेंटला पाठवतो.'' ओएस खोट्या आर्जवानं म्हणाले.

तरीही सुमती बसूनच राहिली.

माघारे ऑफिसमध्ये आले. त्यांचं लक्ष सुमतीकडे गेलं. त्यांच्या मोकळ्याढाकळ्या पद्धतीनं ते म्हणाले, ''वा, वा. मॅडम! अलभ्य लाभ. फार दिवसांत तुमची भेट नाही आणि तुमचं अभिनंदन!''

''कशाबद्दल?'' सुमतीनं विचारलं. ''आज कुणी टिंगल करायला गठलं नाही वाटतंय.''

माघारेंच्या चेहऱ्यावर एकदम अजीजी आली. म्हणाले, ''काय, मॅडम? मी

तुमची कधी टिंगल केलीये? अहो, मी असं धाडस कसं करेन? इतर कोणी तुमच्या नावाला धक्का पोचवायचा प्रयत्न करेल तर तोंड रंगवीन त्याचं. तुम्हाला परदेशातली शिष्यवृत्ती मिळालीये म्हणून अभिनंदन केलं.''

"काहीतरी गंमत करू नका. असं काहीही झालेलं नाही.'' सुमती.

"कमाल झाली. माझ्या कानांनी ऐकलं मी. प्राचार्यांनी पत्र वाचलं—'' माघारे.

"ना मला पत्र मिळालंय, ना माझ्या बाबतीत ते असूनही प्राचार्यांनी सांगितलं. आय ॲम टोटली अनअवेअर ऑफ इट. माझ्याही कानावर आलंय. म्हणून मी आलेय. एक तास झाला इथे बसलेय; पण इथे तर कुणाला पत्र आल्याचंच माहिती नाही!''

"आँ—'' माघारेंनी कृत्रिम आश्चर्य दाखवलं. बेरक्या नजरेनं ओएसकडे पहात म्हणाले, "का हो, ह्या पत्राबद्दल म्यॅडमना सांगायला नको होतं का?''

ओएस नुसते पाहात होते.

"मग सांगायचं मला तसं. मी बोललो नसतो ना! तुम्ही पण राव— काय सिक्रेट ठेवायचं— काय ओपन करायचं, बोलायचं ना.''

ओएस चेहरा सात मजले उतरला. म्हणाले, "आम्ही नोकर माणसं. पत्राबद्दल मॅडमना सांगू नका सांगितलं साहेबांनी—'' त्यांची चूक त्यांच्या लक्षात आली. त्यांनी प्राचार्यांचं नाव अजाणता घेतलं होतं. मग घाईघाईनं ते म्हणाले,

"म्हंजे मी शोधतच होतो लेटर. मॅडमना तर डिपार्टमेंटला पाठवतोही म्हणालो. पण त्या—''

माघारेंनी परिस्थिती ओळखली. सुमतीस म्हणाले, "तुम्ही जा डिपार्टमेंटला. मी बघतो. ज्याचं त्याला पत्र मिळायला पाहिजे; पण तुम्ही 'इथं' बसाल तर 'तिथलं' पत्र कसं सापडेल? तेव्हा तुम्ही चला.''

सुमतीनं ओळखलं की पत्र प्राचार्यांच्याकडे आहे.

ती गेली.

तासाभरानं माघारे स्वत: पत्रासहीत आले. अति उत्सुकतेनं सुमतीला धडधड व्हायला लागली. तिनं पत्र वाचलं.

जीवशास्त्र आणि पर्यावरणावर तिनं जो प्रोजेक्ट पाठवला होता, तो मंजूर झाला होता. तिला दोन वर्षांसाठी ऑस्ट्रेलियात सिडने विद्यापीठानं आमंत्रित केलं होतं.

सुमती उठून उभी राहिली.

तिनं चक्क माघारेंशी हस्तांदोलन केलं आणि जयंतला फोन लावला.

बातमी ऐकून जयंत खूष झाला. रोहननं तिचं अभिनंदन केलं. घरी संध्याकाळीच 'सरप्राइज पार्टी' ठेवतो म्हणाला.

जयंतनं विचारलं. "पत्र केव्हाचं आहे?''

सुमतीनं तारीख पाहिली. पत्र दीड महिन्यापूर्वीचं होतं. याचा अर्थ पत्र प्राचार्यांकडे येऊन महिना तरी झाला होता.

संतापाची लहर तिच्या डोक्यात गेली. चीड आवरत पण संयमानं ती म्हणाली, "पत्र महिन्यापूर्वीच कॉलेजला आलंय."

आता आश्चर्य माघारेंचं होतं.

त्यांनी सुमतीच्या हातातून जवळ जवळ पत्र हिसकावलं.

"हॉरिबल!" ते म्हणाले, "तुमच्या आयुष्यातली एवढी मोठी घटना. एवढं करियर. काय फालतू लोक आहेत."

हे होईतो डिपार्टमेंटचे सगळे जमलेच होते. तिचं अभिनंदनही करीत होते.

माघारेंचं बोलणं ऐकून चटर्जी म्हणाले, "कधी कधी पोस्टानं यायला उशीरही लागतो."

चटर्जींना फाडकन तोडत माघारे म्हणाले, "मी व्यवस्थापनाचा गुलाम आहे; पण मॅडमच्या बाबतीत आपल्याला फार आदर आहे. म्हणून सांगतो, इथला 'त' म्हंजे तपेलं मी ओळखून आहे. मॅडमना त्रास द्यायला हा उद्योग केलाय."

सुमती बोलली नाही.

कुठलाही आनंद निखळ न मिळू देण्याची कॉलेजची परंपरा त्यांनी राखली होती.

मग रीमा, वसेकर, चंद्रात्रे, वाकनीस सगळ्या एकदम घुसल्या.

सुमती आनंदानं अभिनंदन स्वीकारत राहिली.

सगळे गेल्यावर ती आणि रीमाच राहिल्या. तेव्हा ते पत्र रीमानं पुन्हा वाचलं. म्हणाली, "तुला त्यांनी तीन महिन्यांचा अवधी दिलाय. तू प्लॅन करून जाऊ शकतेस."

"एक महिना तर गेला."

"नाही तू नीट वाच. आधी तुमचा होकार कळवा आणि येण्यापूर्वी तीन महिने सूचना द्या. असं लिहिलंय. तू इतकी टेन्स होतीस की एक्सायटेड— पाहिलं नाहीस."

"मग प्राचार्यांना पत्र दाबून ठेवायचं काय कारण?"

"त्यांना पत्र कळलंच नसेल."

प्रभाकर आला. म्हणाला, "साहेबांनी बोलावलंय."

सुमतीनं रीमाला डिपार्टमेंटमध्येच थांबायला सांगितलं. ती निघाली. दारातच वाकडे भेटल्या. सुमतीच्या कपाळावर आठी उमटली.

"अभिनंदन, म्यॅडम." त्या नेहमीच्या लघळ पद्धतीनं म्हणाल्या. "मला आत्ताच कळलं, लागलीच आले. फार छान झालं. केवढा मान! पण तुम्ही डिझर्व करता. केव्हा जाणार? म्हणजे जाणारच असाल ना?"

अभिनंदन घेतल्यानंतर आलेल्या प्रश्नानं सुमती चमकली. माघारे म्हणतात

तसं 'त' वरून ताकभात आपणही ओळखतो, हे तिच्या लक्षात आलं. मागे वळून रीमाकडे पहात ती म्हणाली, "तुझ्या लक्षात आलंच असेल; कारण तू माझ्यापेक्षा चतुर आहेस. पण माझ्याही आलं. आता मी मॅच्युअर झाले असं यावरून समजायचं का?"

रीमा मोठ्यांदा हसत म्हणाली, "यू आर राईट."

पुढच्याच पावलावर पानसरे आल्या. अभिनंदनाचा भाग उरकला.

"तुम्ही ही शिष्यवृत्ती स्वीकारणार का हो, मॅडम?" चेहऱ्यावर भोळा भाव ठेवत त्यांनी विचारलं. "पानसरे, इतक्याजणांनी माझं अभिनंदन केलं; पण कोणीही हा प्रश्न विचारला नाही. तुम्हाला खरा कन्सर्न आहे. तुम्ही बरोबर विचारला. आता ही काळजी आणि आपलेपणा माझ्यासाठीच असेल तर मी आभारी आहे. कारण काळजी 'इतरांची'ही असते ना?"

सुमतीचं बोलणं पानसरेंना लागलं. त्यांनी वाकडेकडे पाहिलं. जणू वाकडेंचा आणि आपला काहीही संबंध नाही असं दाखवत त्या म्हणाल्या,

"इतरांचं कशाला? इथं माझंच बुड स्थिरावलेलं नाहीये. शिवाय कॉलेजच्या भानगडीत मी कशाला जाऊ?"

रीमा उठून त्यांच्याजवळ येऊन उभी होती. म्हणाली "वा! असं कसं? तुम्ही मॅनेजमेंटच्या इतक्या जवळ आहात की, तुम्हाला काळजी वाटणं साहजिक आहे. शिवाय वाकडेंसाठी तुमचे किती प्रयत्न चाललेत! म्हणजे फॉर युवरसेल्फ अँड हर हं. आय ऑलवेज फील. मैत्री अशी असावी!"

रीमाच्या स्पष्ट बोलण्यानं सुमतीला नेहमीच संकोचल्यासारखं होई. आताही झालं. तिनं रीमाकडे 'तू बोलू नकोस' या अर्थानं पाहिलं; पण रीमानं तिच्याच पाहण्याचा धागा उचलला.

"आता मी आणि सुमती पहा. आम्ही करियरमध्ये काही मदत करू शकत नाही एकमेकींना आणि तुम्ही पहा, किती मेंबर्सकडे घेऊन गेलात! बोलू दे गं, सुमती. लोक करताना घाबरत नाहीत. आपण बोलताना काय घाबरायचं? हो ना ओ, पानसरे? तुम्ही आणि वाकडे जॉबसाठी खूप प्रयत्नशील आहात, यात मी काय खोटं बोलले? सगळ्यांनाच नोकरीची गरज असते. हो ना? त्यासाठी आजकाल प्रत्येकजण प्रयत्न करतो. आपले प्राचार्यसुद्धा हेच म्हणाले ना? ह्यांनी केला. आता हे खरं आहे की लोक एकदोन वर्षं प्रयत्न करून थांबतात. कंटाळतात; पण काहींचा स्टॅमिना जास्त असतो. म्हणजे टेनॅसिटी. तुम्ही काय म्हणता मराठीत? हं. चिवटपणा. त्याला काही आपण दोष नाही देऊ शकत. शिवाय, ह्या दोघींच्या मागचं पाठबळ बघ. स्वत: प्राचार्य, कार्यकारिणीतील काही लोक, शिवाय विद्यापीठ! असं असल्यावर तुम्ही नोकरीचा नाद का सोडाल? परवा मला विद्यापीठातले एक अधिकारी भेटले होते. म्हणाले, 'किती क्रूर तुमचं कॉलेज हो! या दोघींना अक्षरश:

रडू फुटलं म्हणे कुलगुरूंसमोर!' मलाही वाटलं, धीस इज टू मच. म्हणजे इन एव्हरी सेन्स ऑफ द वर्ड. नाही का?''

पानसरेंचा चेहरा पडला.

सुमतीला रहावेना. ती म्हणाली, ''बस झालं गं. गरजू लोक करणार. आपण कशाला पडायचं त्यांच्यात?''

रीमाला विषय सोडायचा नव्हता. वाकडे जायला निघाली तसं तिनं वाकडेला हाताला धरून ठेवलं.

''आपण कशाला पडायचं म्हंजे मी ना? पण हे होतंय तुझ्या बाबतीत आणि पानसरे कधी आल्या होत्या का तुझ्याकडे? पण आता आल्या ना? का? मैत्रिणीसाठी! मग मी पण मैत्रिणीसाठीच करतेय. आणि गरजेबाबतीत म्हणशील तर परमार मेला— त्याला काय कमी गरज होती? पण ह्यांना जास्त आहे याची मला कल्पना आहे. वाकडे, मागे तुम्ही सेक्रेटरींना म्हणालात की तुम्ही केपेबल आहात; पण तुम्हाला संधी दिली जात नाही—''

वाकडेंच्या चेहऱ्यावर गोंधळ आला.

''तुम्हाला माहिती नव्हतं की मी मागे उभी आहे. तेव्हा तात्पुरत्या काळासाठी असून तुम्ही तक्रारच केलीत की हेडची! आणि मुंबईच्या प्राध्यापिका सेमिनारला आल्या होत्या तेव्हा सुमतीचा पीएचडीचा विषय कसा फालतू आहे, हेच सांगितलं तुम्ही त्यांना. विशेष म्हणजे तुम्ही एमेस्सीनंतर एकही पदवी घेतलेली नाही! इजंट इट वंडरफुल? सुमती, तू म्हणतेस ती ही गरज.''

वाकडे सफाई द्यायला सरसावल्या; पण रीमानं तर्जनी उंचावून तिला थांबवलं. ''बरंच झालं आज तुम्ही आलात. विभागातल्या इतर सगळ्यांच्या तक्रारी तुम्ही केल्या— कांबळे, विसपुते अगदी गिरमेसुद्धा की यांना शिकवता येत नाही. विद्यार्थ्यांच्या तक्रारी आहेत. हे तुम्ही कुणाला सांगितलं हेडला नाही, तर प्राचार्यांना! गंमत ही की त्या मुलांनीही तक्रारी हेडकडे किंवा इतर प्राध्यापकांकडे नाही केल्या. केल्या तुमच्याकडे किंवा पानसरेंकडे!''

बोलता बोलता रीमाचा चेहरा रागानं फुलला. आवाज चढला.

''तुम्हाला एक सांगते, दुसऱ्याला लहान करून आपण मोठे होत नसतो. आपण स्वत: मोठं असणं, आत्मविश्वासपूर्वक मोठं असणं आवश्यक असतं. इतर प्रयत्नात जिथे जिथे शक्य झालं, तिथे तिथे तुम्ही सुमतीला बदनाम केलं. तुम्हाला बदनाम करणं फार अवघड नव्हतं; पण ते तिचे संस्कार नाहीत. तुम्ही काय आहात ते तुमच्या बोलण्यावरून कळतं. त्यासाठी जन्मपत्री पाहण्याची गरज नसते! तुमच्या गेल्या काही वर्षांतल्या कारवायांमुळे हजार वेळेला सुमतीला स्वत:च्या आणि डिपार्टमेंटच्या इतरांना संरक्षण देण्यासाठी स्पष्टीकरणं द्यावी लागली. नुसते प्राचार्यच

नाही किंवा मॅनेजमेंटही; पण शिक्षण क्षेत्रातल्या ज्यांच्या ज्यांच्याकडे तुम्ही तुमची 'केस' घेऊन गेलात त्यांच्या-त्यांच्याकडे! धीस इज हायली अनबिकमिंग! डिसग्रेसिंग. आणि यात तिचा दोष काय तर ती तुमची हेड आहे! वा! हॅटस ऑफ टू यू!'' आणि श्वासही न घेता पुढे म्हणाली,

''आणि आत्ता हे विचारायला आलात की ती जाणार की नाही? हे पत्र महिन्यापूर्वी आलं, हे सगळ्यात आधी तुम्हाला कळलं असणार! पग प्राचार्यांना कदाचित हिला संधी द्यायची नसेल किंवा त्यातही काही हेतू असेल; पण शेवटी तुम्हाला संधी मिळतेय हे पाहिल्यावर किंवा त्यांना अनेकांनी तुमच्यासाठी शिफारसी केल्यावर त्यांनी हे काम केलं!''

पानसरे आणि वाकडेही चिडल्या. पानसरे म्हणाल्या, ''तुम्ही तोंडाला येईल ते आरोप आमच्यावर केलेत. हे तुम्हालाही शोभत नाही. शिवाय, मॅडमची लढाई तुम्ही कशाला लढताय?''

''म्हंजे लढाई चालू आहे हाच अर्थ.'' रीमा म्हणाली.

''ते काहीही असो. तुम्हाला हे जड जाईल एवढंच मी सांगते.''

''तुम्ही सांगायची गरज नाही. आय नो. अँड शी आल्सो सो नोज; पण माहिती तुम्हाला नव्हती. तुम्हाला वाटत होतं ही भोळी बाई. हिला काय कळतंय? पण मांजर डोळे मिटून दूध पितं असं आपल्याकडे म्हणतात. तुम्हाला तर माहितीच असणार. तुम्ही लिटरेचरच्या आहात.'' रीमा पानसरेंकडे वळून म्हणाली.

''तुम्ही हे सगळं आम्हाला कशाला बोलता? आम्हाला संस्थेनं घेतलंय. आम्ही सिन्सियरली काम केलं, आम्हाला संस्था पाठिंबा देतेय. यात आमचा काय दोष? तुम्हाला म्हणायचं ते संस्थेला म्हणा.'' पानसरेंचा चेहरा गुलाबी झाला.

त्यांच्या चेहऱ्याकडे पहाताना सुमतीला वाटलं इथे माघारे हवे होते. त्यांनी हा सगळा प्रकार नीट हाताळला असता.

''तुम्ही संस्थेला विचारा ना की सुखटणकरांना ऑस्ट्रेलियाला पाठवायचं का ते? किंवा सांगा की पाठवून द्या. तुम्ही तशा पोझिशनमध्ये आहात!''

वाकडे न बोलता उभ्या होत्या. त्या म्हणाल्या, ''आम्ही भरपूर काम केलंय, म्यॅडम—''

आता मात्र सुमतीला असह्य झालं. वाकडेंच्या तोंडून पुन्हा तेच तेच ऐकण्याची तिची इच्छा नव्हती.

शिवाय रीमानं इतकं डायरेक्ट बोलून त्रास ओढवेल, हे तिला कळत होतं. वाकडे प्रत्यक्ष काही बोलल्या नसल्या तरी करणीला चुकणार नाही हा सुमतीचा अनुभव होता.

आपल्याला झालेल्या आनंदाला गालबोट लागतंय असं वाटून ती खिन्न झाली.

''इनफ—'' ती जरा जोरात म्हणाली, ''रीमा, प्लीज फॉर गॉड्ज सेक. लीव्ह इट. खरंच जाऊ दे. मी आधीच त्या फ्रेम ऑफ माइंडमध्ये नाही. इकडे आतले उद्योग. तिकडे परमारची केस चाललीच आहे.''

रीमानं 'ठीक आहे' म्हणून मान हलवली. फणफणत पानसरे वाकडेंना 'चल' म्हणत गेल्या.

वाकडे मात्र थांबल्या. रीमाला म्हणाल्या, ''तुमचा काहीतरी गैरसमज झालाय. मी तशी नाही, म्यॅडम. तुम्ही म्यॅडमला विचारा. पहिल्यापासून मी म्यॅडमला मदत करतेय. मी त्यांच्यामुळे आलेय, माटेमावशींमुळे आलेय, हे मी कधीच विसरले नाही. म्यॅडमला माझी घरची स्थिती माहिती आहे. या गावात माझं आहेच कोण तुमच्याशिवाय? आणखी एक गोष्ट. कामात मी कधी कसूर केली नाही. इतका वेळ देऊन, एवढं सिन्सिअरली काम केल्यावर आम्हाला पूर्णवेळ काम द्यायला नको का? तुम्हीच सांगा. आम्ही रीतसर मागितलं.''

''रीतसर? आय ॲम शॉकड् टू हियर इट. बिलीव्ह मी.'' रीमा.

''तुम्हाला कुणीतरी बोलावतंय.'' सुमती म्हणाली. ती खोटं बोलतेय हे तिघींनाही कळत होतं.

वाकडे गेल्या.

''बाप रे! इतक्या बेकायदेशीर आणि अनियमित गोष्टी करून आपलीच शेंडी वर म्हणणारे धन्य रे बाबा!'' रीमा म्हणाली.

''तू इतकं कशाला बोललीस? याचा पुढे काय त्रास होईल देव जाणे!'' सुमतीनं कपाळ चोळलं.

''तू जा. 'साहेबां'नी बोलावलंय.'' रीमा हसत म्हणाली. ''मी पुष्कळ खमकी आहे. माझं मी पाहून घेईन. शिवाय तू गेलीस तर दोन वर्षे या दोघींशी माझा संबंध येणार नाही.''

''का? तुला टाकतील त्यांच्याबरोबर कमिटीत. मग?'' सुमतीच्या या बोलण्यावर तिला टाळी देत हसत रीमा म्हणाली, ''शक्य नाही! माझं नाव ऐकताच या कमिटी बदलून घेतील!''

सुमती प्राचार्यांच्या ऑफिसमध्ये गेली तेव्हा कसे की ते एकटेच होते. त्यांनी सुमतीला पाहून खुर्चीकडे हात केला.

''तुम्हाला पत्र मिळालं.'' त्यांनी नमनाला तेल ओतलं नाही.

''एक महिना उशिरा.'' सुमती रागात म्हणाली.

''पोष्टाला आपण काय करणार?''

''पोष्टाच्या शिक्क्यावरूनच म्हणतेय.'' तिनं धागा सोडला नाही.

''क्लार्क बेपर्वा झालेत. मी चौकशी करतो.'' त्यांनी विषय संपवला.

"बोलावलं कशाला, सर?"
"तेच तुमचं पत्र. तुम्हाला शिष्यवृत्ती घ्यायची का नाही हे विचारायचं."
"मी विचार केलेला नाही."
"दोन-तीन दिवसांत सांगा."
"कंपलसरी आहे? आय नीड टाइम. घरी विचारायला वगैरे पाहिजे."
"तुम्ही स्त्रीमुक्तिवादी आहात. निर्णय साहेब कसे करणार?"
"प्लीज, सर. मला काँट्रोव्हर्सीत जायचं नाहीये. निघू?"
प्राचार्य घुटमळले.
"तुम्हाला पोलीस स्टेशनवर बोलावलं होतं. काय विचारलं?"
सुमती चमकली.
"त्याच्या भावाविषयी. त्याच्या स्वभावाविषयी."
"बस्स?" त्यांचा विश्वास बसला नाही.
"तुम्हाला काय विचारलं?" सुमतीचा प्रतिप्रश्न त्यांना अपेक्षित नव्हता.
गोंधळ लपवत ते म्हणाले, "तेच तेच विचारतात पोलीसलोक. फुकटची हजामत. तो आत कसा राहिला? त्यानं आत्महत्या का केली? मला माहिती असतं तं मी हु दिलं असतं होय?" त्यांच्या स्वरात त्रागा होता. "काय लिखापढी करून गेलाय माहिती नाही."
"निघू?" तिनं त्रोटक विचारलं.
"तुम्हाला अध्यक्षांनी बोलावलंय.'
"कशाला? मी केव्हा जाणार हे विचारायला?" सुमती.
"परमारसंबंधी आहे. पदाधिकारी बसतील." प्राचार्य.
"म्हणजे उलट तपासणी आहे काय?"
"ते मला काय माहीत? काहीही विचारू शकतील. पोलिसांनी त्यांनाबी हॅरॅस केलंय." त्यांच्या चेहऱ्यावर काळजी स्पष्ट होती. "तुम्ही जबाबदारीनं उत्तर द्यालच." ते पुढं म्हणाले.
त्या स्वरात गर्भित धमकी होती.
"आणि हो, ते तुमचं जाण्याचंबी सांगा. दुसरा हँड घ्यावा लागेल. नाहीतर विद्यार्थ्यांचं नुकसान होईल."
सुमतीला वाटलं— 'वा! काय विद्यार्थ्यांचा कळवळा!'
घरी परतली तेव्हा ती खूप थकली होती— पण घरात आनंदाचं भरतं होतं. दारातच रोहननं तिला मिठी मारली. चक्क तिची पापीसुद्धा घेतली.
ती बसताच फुलांचा एक मोठा गुच्छ घेऊन जयंत आला. पेढ्यांचा पुडा उघडून तिला पेढा भरवला. तासाभरात तिचे नातेवाईक, जयू, रीमा, तिचं कुटुब, जयूबरोबर

तिची बाई, कोसली, लखन, त्यांचे जवळचे मित्र, शेजारी सगळे जमले.

सुमतीला एका जागी बसवून लगबगीनं जयंत केटररबरोबर फिरत होता.

फोन खणखणत होता.

आप्तस्वकीय, कॉलेजमधले सहकारी, ओळखीच्यांचे फोन येत होते.

'इतक्या सगळ्यांना कसं कळलं?' या सुमतीच्या प्रश्नावर रोहन आणि जयंतनं टाळ्या देत कॉलर ताठ केली होती.

सगळे गेल्यावर ते तिघंच राहिले.

सोफ्यावर रेलत सुमती म्हणाली, ''सेलिब्रेशन करून तुम्ही मला पॅकच करून टाकलं! पण आता करायचंय काय? मला तर काहीच सुचत नाहीये. मी गेले तर तुमचं कसं काय?''

''आमचं काय व्हायचंय?'' जयंत म्हणाला, ''माझं तर आताच सगळे अभिनंदन करताहेत. दे आर जेलस. मला पुन्हा बॅचलरचं आयुष्य मिळतंय म्हणून!'' तो हसू लागला.

''प्लीज. सीरियसली, कसं जमेल?''

''मी आणि रोहन बॅचलर्स म्हणून मजा करू. तोवर तू पैसे जमव. आम्हाला बोलव. तिकिटं पाठव. मी जोक करतोय. तुझा टेन्युअर संपत येईल तेव्हा आम्ही येऊच. तो देश पाहून परत!'' जयंत म्हणाला.

''आय ॲम क्रेझी अबाऊट इट. माझे मित्र माझंच अभिनंदन करताहेत. आता मी शूअर शॉट परदेशात जाणार म्हणून.''

''माझं मन जायला होत नाहीये.''

''ओ कम ऑन, ममा. यू मस्ट गो. सगळ्यांना अशी संधी येत नाही. तू लकी आहेस.''

''आम्ही इथे सांभाळून घेऊ. केवढा ऑनर आहे! तुझ्या-माझ्या आईला आळीपाळीनं इथं आणून ठेवू. बाकी सेटअप आहेच तयार! रोहन आता स्वत:ची काळजी घेऊ शकतो.''

''येस, ममा! जरा मलाही फ्रीडम दे ना.'' तो लाडानं म्हणाला.

''ठरलं तर. तुझा पासपोर्ट वगैरे फॉर्मलिटी किंवा इतरही फॉर्मलिटीज्ची काळजी सोड. मी बघतो.'' जयंत म्हणाला.

''मला अध्यक्षांना अर्ज द्यावा लागेल. ती सगळीच कटकट आहे. कॉलेजमधले काहीजण तर मी जावं म्हणून उत्सुक आहेत.''

''का बरं?'' जयंतनं विचारल्यावर सुमतीनं सगळा किस्सा त्यांना ऐकवला.

''ठीक आहे, सुमती. तुझ्या लीव्ह व्हेकन्सीत ते घेऊ इच्छितात तर घेऊ दे. कुणी सांगावं, तुझ्या या फेलोशिपनंतर तुला वेगळी ओपनिंग्ज असतील, मला

आश्चर्य हे वाटतं की हे प्राचार्यांचे उद्योग मॅनेजमेंटला कळत कसे नाहीत?''

"कळतच असणार!"

"मग त्यांच्या इच्छेनं हे होत असणार! तसं असेल तर तू खरोखर लक्ष देऊ नकोस. हे कॉलेज ही तुझी नोकरी आहे. मालकी नव्हे. तिथे अनेक लोक आहेत. कुणाकुणाचे इंटरेस्ट गुंतलेत. सो थींक ओन्ली ऑफ यू आणि अर्थात् आम्ही प्लस तुझं सोशल वर्क. पुरे झालं. खरं तर आयुष्य सावकाश चाखत जगायला पाहिजे, पण तसं आयुष्य तुला मी देऊ शकलो नाही. तुझ्या कर्तृत्वावर तू कमावलंय ते तू उपभोगावंस.''

सुमतीच्या डोळ्यांत पाणी आलं.

"उठ. आता झोपायला पाहिजे. उद्यापासून तुझी गडबड राहील. शिवाय तुला अध्यक्षांकडे जायचंय.''

अध्यक्षांच्या भेटीनंतर ती रीमा आणि जयंतला एवढंच म्हणाली, "मी खरं ते आणि मला माहिती होतं तेवढं सांगितलंय. निर्णय त्यांचा आहे. गंमत म्हणजे चव्हाण येऊन बसले होते नंतर. काय असेल ते असो.''

तिची लीव्ह मंजूर झाली. तयारी चालू झाली. ती धामधुमीत गुंतली.

मुंबईहून व्हिसाचं काम करून सकाळी ती नेहमीसारखी कॉलेजला आली.

कॉलेजमध्ये विलक्षण शांतता जाणवली. तिला वाटलं, काही कारणानं सुटी तर नाही?

प्राचार्यांच्या केबिनमध्ये ती गेली.

आश्चर्यानं थक्क झाली.

प्राचार्यांच्या खुर्चीत घुगे बसलेले होते.

"तुम्ही? काय झालं, सर?'' तिनं आश्चर्यानं विचारलं. "आय मीन— व्हॉट— आय मीन हाऊ?''

तिची तिरपीट उडालेली पाहून घुगे मंद आणि प्रौढ हसले.

त्यांच्या वयाला न शोभेलसे.

अभिजात कृत्रिम.

"तुम्ही इथं नव्हता ना! सगळं फारच घाईत झालं. आपल्या मॅनेजमेंटनं प्राचार्यांना दीर्घ मुदतीच्या रजेवर पाठवलं.'' घुगे.

"पण का?"

"चालायचंच मॅडम, तुमच्या विभागाच्या संदर्भात त्यांचं वागणं हे शंकास्पद होतं, असा निष्कर्ष त्यांच्यावर बसवलेल्या चौकशीसमितीत निघाला म्हणजे वाकडेमॅडमसाठी जरा जास्तच बेकायदा गोष्टी सापडल्या.''

प्रत्येक शब्द जपून बोलल्यासारखा. अत्यंत विचारपूर्वक. विचारी माणसासारखा.

सुमतीला हसू आलं. घुगेंना हे मॅच्युरिटीचं सोंग अवघड जाणार! हे एकीकडे वाटताना दुसरीकडे ती या बदलानं थक्क झालेली होती. प्राचार्यांना काढलं? तिला घुगेंकडून अर्थातच स्पष्टीकरणाची गरज नव्हती. प्राचार्यांचा घडा भरला होता. तो भरण्याचा शेवटचा खडा वाकडेचा होता. आधीच्या गोष्टी ऐकीव होत्या.

ती बाहेर आली. त्वरेनं रीमाला भेटायला, तर रीमा पळतच तिच्याकडे आली.

"तुझ्या जाण्याबरोबरच मोठा चेंज पाहिला ना?" ती म्हणाली.

"तू कळवलं नाहीस मला?"

"आय वाँटेड टू गिव्ह यू सरप्राइज!" रीमा हसत म्हणाली.

त्या मैदानावर आल्या. सुमतीनं पर्स उघडून एक कागद काढला. "वाकडेचा पूर्णवेळ होण्यासाठीचा अर्ज—" ती म्हणाली.

मग सावकाश तिनं त्या कागदाचे कपटे केले आणि जमिनीवर फेकले. त्या तुकड्यांकडे पहात ती म्हणाली, "कागद आणि शाई किती पॉवरफुल आहे!"

रीमानं तिचा हात धरला. तिला परत ऑफिसच्या दिशेला ओढू लागली.

"आता पुन्हा तिकडे कशाला?"

"स्टाफरूममध्ये चल. तिथेच तर खरी गंमत आहे!" रीमा म्हणाली, "आज फुल एंटरटेनमेंट प्रोग्रॅम असेल!"

त्या निघाल्या.

कॉरिडॉरमध्ये जोशीसर भेटले. त्यांचा चेहरा पडलेला होता. रीमा थांबली. तिनं सुमतीला खूण केली. "काय, सर? तुमची तब्येत बरी नाही का? तुम्ही असे का दिसताय?" रीमा म्हणाली.

"नाही. अगदी छान आहे मी! मला काय झालंय? संस्थेचा सच्चा सेवक मी! सीनियर. पण सीनियॉरिटीचा उल्लेख चुकला. निष्ठावान सेवक आहे यात शंका नाही; पण विश्वासू नाही. तुम्ही पाहिलंच असेल. प्राचार्य घुगेंना तुम्ही पाहिलंच असेल. प्राचार्य पुढं होणार. सध्या इन्चार्ज ह्या गोंडस नावाखाली आहेत; पण एक लक्षात घ्या, अनुभव, शिक्षण एका पारड्यात टाकलं. त्यात सगळे कोर्सेस, रिसर्च, पेपर रायटिंग, पब्लिकेशन असं सारं टाकलं, तरी विश्वासाचा आपला माणूस नेहमी भारी ठरतो."

रीमा आणि सुमतीनं समजल्यासारखी अनुभवी पद्धतीनं मान हलवली.

जोशी पुढे गेले.

सुमती रीमाला म्हणाली, "नव्या अध्यायाची सुरुवात झाली खरी. पण पद्धत तीच!"

www.ingramcontent.com/pod-product-compliance
Lightning Source LLC
LaVergne TN
LVHW040136080526
838202LV00042B/2929
* 9 7 8 8 1 7 7 6 6 7 3 8 7 *